பெருந்தொற்று

# பெருந்தொற்று

**சு.ஆ. வெங்கட சுப்புராய நாயகர்** (பி. 1963)
மொழிபெயர்ப்பாளர்

பிரஞ்சு, தமிழ், ஆங்கில மொழிகளுக்கிடையே மொழிப்பாலம் அமைத்துவருபவர். கடந்த 33 ஆண்டுகளாகப் புதுச்சேரியில் பிரஞ்சுப் பேராசிரியராகப் பணியாற்றி வருகிறார். இதுவரை ஒன்பது புதினங்களைப் பிரஞ்சிலிருந்து நேரடியாகத் தமிழாக்கம் செய்துள்ளார். பிரஞ்சுச் சிறுகதைகளின் மொழியாக்கத் தொகுப்புகள் இரண்டினையும் வெளியிட்டுள்ளார். தமிழிலிருந்து கதைகள், கவிதைளைப் பிரஞ்சில் மொழியாக்கம் செய்துள்ளார்.

சங்க இலக்கியச் செல்வங்களான குறுந்தொகை, ஐங்குறுநூறு ஆகியவற்றை முழுமையாக இவர் பிரஞ்சு மொழியாக்கம் செய்திருப்பது குறிப்பிடத்தக்கதாகும்.

1994, 2008 ஆகிய ஆண்டுகளில் பிரான்ஸ் சென்று, அரசின் உதவியுடன் பிரான்ஸில் சில மாதங்கள் பயிற்சியும் நூலகங்களில் ஆய்வும் மேற்கொண்டவர். இவரது பிரஞ்சு – தமிழ் மொழிபெயர்ப்புத் திட்டம் ஒன்றினை, 2018ஆம் ஆண்டு மார்ச் முதல் மூன்று மாதங்கள் பிரான்ஸில் தங்கி முடிக்க பிரஞ்சு அரசு உதவி செய்தது. தொடர்ந்து மொழிபெயர்ப்பில் ஈடுபட்டுவரும் இவருடைய மொழியாக்க நடையின் எளிமை கி.ரா., பிரபஞ்சன் உள்ளிட்ட இலக்கிய ஆளுமைகளைக் கவர்ந்து பாராட்டைப் பெற்றதாகும்.

மொழியாக்கப் பணிக்காக மும்பை ‘ஸ்பாரோ’ அமைப்பின் ‘2020ஆம் ஆண்டுக்கான இலக்கிய விரு’தினைப் பெற்றவர். 2021ஆம் ஆண்டுக்கான பிரஞ்சு அரசின் ‘ரோமன் ரோலன் மொழியாக்க விரு’தினைப் பெற்றார்.

இவரின் தமிழ் – பிரஞ்சு மொழிபெயர்ப்புச் சேவையைப் பாராட்டி ‘நல்லி – திசை எட்டும் மொழியாக்க விரு’தினை 2022ஆம் ஆண்டு பெற்றார்.

கைப்பேசி : 9952146562

மின்னஞ்சல்: *vengadasouprayanayagar@gmail.com*

அல்பெர் கமுய்

# பெருந்தொற்று

பிரெஞ்சிலிருந்து தமிழில்
**சு.ஆ. வெங்கட சுப்புராய நாயகர்**

காலச்சுவடு பதிப்பகம்

● அன்பார்ந்த வாசகருக்கு,

வணக்கம்.

காலச்சுவடு நூலை வாங்கியமைக்கு நன்றி.

நூலின் உள்ளடக்கம், உருவாக்கம், அட்டைப்படம் இன்ன பிற அம்சங்கள் பற்றிய உங்கள் கருத்துகளையும் ஆலோசனைகளையும் காலச்சுவடு வரவேற்கிறது. தகவல், எழுத்து, வாக்கியப் பிழைகள் தென்பட்டால் கட்டாயம் தெரிவித்து உதவுங்கள். நூல் தயாரிப்பில் கடும் குறைபாடு இருப்பின் மாற்றுப் பிரதி உங்களுக்குக் கிடைக்கக் காலச்சுவடு ஏற்பாடு செய்யும்.

மின்னஞ்சல்: publisher@kalachuvadu.com

காலச்சுவடு நாகர்கோவில் அலுவலகத்துக்குக் கடிதம் அனுப்பலாம்.

தங்கள்
எஸ்.ஆர். சுந்தரம் (கண்ணன்)
பதிப்பாளர் — நிர்வாக இயக்குநர்

# PAP
# TAGORE

The work is published with the support of the Publication Assistance Programmes of the Institut Français

LA PESTE by Albert Camus

© 1947, Editions Gallimard
All rights reserved

பெருந்தொற்று ✼ நாவல் ✼ ஆசிரியர்: அல்பெர் கமுய் ✼ பிரெஞ்சிலிருந்து தமிழில்: சு.ஆ. வெங்கட சுப்புராய நாயகர் ✼ முதல் பதிப்பு: ஜூலை 2023 ✼ வெளியீடு: காலச்சுவடு பப்ளிகேஷன்ஸ் (பி) லிட்., 669, கே.பி. சாலை, நாகர்கோவில் 629001

காலச்சுவடு பதிப்பக வெளியீடு: 1189

**peruntoRRu** ✼ Novel ✼ Author: Albert Camus ✼ Translated from the French by S.A. Vengada Soupraya Nayagar ✼ Language: Tamil ✼ First Edition: July 2023 ✼ Size: Demy 1 x 8 ✼ Paper: 18.6 kg maplitho ✼ Pages: 368

Published by Kalachuvadu Publications Pvt. Ltd., 669 K.P. Road, Nagercoil 629001, India ✼ Phone: 91-4652-278525 ✼ e-mail: publications @kalachuvadu.com ✼ Printed at Mani Offset, Chennai 600077

ISBN: 978-81-19034-16-1

07/2023/S.No. 1189, kcp 4436, 18.6 (1) 9ss

உண்மையில் நம் முன் இல்லாத ஒன்றை இருக்கும் ஒன்றால் எடுத்துக்காட்டுவது நியாயம் என்றால், ஒரு சிறைவாசத்தை வேறு ஒன்றால் எடுத்துக்காட்டுவதும் நியாயம்தான்.

டேனியல் டெஃபோ

## அணிந்துரை

# பெருந்தொற்றெனும் பேரிடர்

2019இல் கோவிட் பெருந்தொற்று ஈசானிய மூலையாகச் சீனாவைத் தேர்வு செய்து முகூர்த்தக்கால் நட்டிருந்தபோது இந்தியாவிலிருந்தேன். இந்தியா அண்டை நாடாயிற்றே, விழா ஏற்பாட்டாளர்கள் அழைக்காமல் விட மாட்டார்களே என்ற அச்சத்தில் பயணக் காலத்தைச் சுருக்கி, ஆசியாக் கண்டத்திலிருந்து தப்பித்து ஐரோப்பா வந்திறங்கியபோது, கோவிட் தன் விழாவுக்கான பந்தலை உலகமெங்கும் போட்டிருப்பது தெரியவந்தது.

சிறுவயதில் கிராமத்தில் கோடை நாட்களில் அநேக வீடுகளில் கூரையில் வேப்பிலை செருகி வைத்திருப்பதைக் கண்ட அனுபவம் உண்டு, காரணம் கேட்டால் வீட்டில் அம்மை போட்டிருக்கிறதெனப் பதில்வரும். அப்போதெல்லாம் மருத்துவ வசதிகள் அதிகமில்லை. மஞ்சள் தண்ணீரை வீட்டில் தெளிப்பார்கள்; மாரியம்மன் மருத்துவச்சிக்குப் பொங்கலிட்டுக் குறையை அவளிடம் சொல்வார்கள். அதிர்ஷ்டமிருப்பின் நோயுற்றவர் அம்மைத் தழும்புகளுடன் பிழைத்துவிடுவார். தவறினால் சொந்த பந்தங்களுக்குக்கூடச் சொல்லாமல் உடலை எரித்துவிடுவார்கள்; நானறிந்து இதுதான் பெரிய அளவில் கண்ட தொற்றுநோய். காலரா, பிளேக் என்று படித்திருக்கிறேன்; ஆனால் அதன் விபரீதத்தை உணர்ந்ததில்லை

அல்பெர் கமுய்யின் இப்புதினம் அண்மையில் நாம் அறியவந்த கோவிட் பெருந்தொற்றுநோயின்

முற்பிறவி பற்றிய புனைவெனில் மிகையில்லை. கமுய் எழுத்தாளர் மட்டுமன்றி, தேர்ந்த தத்துவவாதி; தேசியவாதத்தைக் காட்டிலும் மானுட நலம் மேலானதென்று வாழ்ந்தவர்; அதிகாரவர்க்கத்திற்கு எதிரான அவர் குரல், நம்மைப்போன்ற சாமானிய மக்களைப் பிரதிநிதித்துவப்படுத்தும் குரல். நவீன தமிழிலக்கிய உலகிற்கு 'அந்நியன்' ஆக வந்த விருந்தினர் என்கிறபோதும், இன்று நமக்கு மிகவும் வேண்டப்பட்டவர். பிரெஞ்சு இலக்கிய உலகில் அவருடைய படைப்பும் சிந்தனைகளும் காரண காரியத் தேடலுக்குட்பட்டவை. தமிழில் பல பிரெஞ்சு மொழி படைப்புகளை அறிமுகப்படுத்திவரும் (அல்பெர் கமுய் – வீழ்ச்சி உட்பட) பாராட்டுதலுக்குரிய நண்பர் சு.ஆ. வெங்கட சுப்புராய நாயகரின் மொழிபெயர்ப்பில் அறிமுகமாகியிருக்கும் இந்தப் 'பெருந்தொற்று' நாவலும் விதிவிலக்கல்ல. பத்துப் பன்னிரண்டு ஆண்டுகளுக்கு முன்பு படித்திருந்த இந்நாவலைக் கோவிட் நோய் மும்முரமாகப் பரவி உலக நாடுகளை உலுக்கிக் கொண்டிருந்த வேளையில் திரும்ப வாசிக்க நினைத்துக் கைகூடாமல், மொழிபெயர்ப்பாளர் தயவில் தற்போது திரும்ப வாசிக்க எனக்கும் உங்களைப்போல ஒரு சந்தர்ப்பம் வாய்த்தது.

இன்றைய சிந்தனைகள், இன்றைய கண்டுபிடிப்புகள், மறுப்புகளுக்காகவும் அழிவிற்காகவும் இருக்கின்றனவேயன்றி ஆக்கத்திற்காகவும் வளர்ச்சிக்காகவும் இருப்பதில்லையென கமுய் கூறியதாக ஒருமுறை பிரெஞ்சு வானொலியில் கேட்ட ஞாபகம். இக்கதையும் ஏதோ ஒன்றை ஐம்பது ஆண்டுகளுக்கு முன் தீர்க்கதரிசனம்போலத் தெரிவித்திருந்தது; எச்சரித்திருந்தது. சம்பந்தப்பட்டவர்கள் இப்பிரச்சினையைக் கவனத்தில் கொண்டிருந்தால் கோவிட் பிரச்சினை, பெரும் பிரளயமாக முடிந்திருக்காதோ, பாதிப்பைக் குறைத்திருக்கலாமோ என நினைக்க வேண்டியிருக்கிறது; சிலம்பு சொல்வதுபோல ஊழ்வினையிடம் பிரச்சினையை ஒப்படைத்துவிட்டு வருவதை எதிர்கொள்ளவேண்டியதுதான். தம்முடைய *L'homme révolté* ('புரட்சியாளன்' – காலச்சுவடு பதிப்பகம்) நூல் முழுக்க, அநீதிக்கு எதிரான யுத்தம் குறித்து கமுய் பேசுவார். தெக்கார்த் மொழியில் அவரும் 'நான் கிளர்ச்சி செய்கிறேன், எனவே நாம் இருக்கிறோம்' என்று தெரிவித்திருப்பார். இந்நாவலில் வரும் மருத்துவரும் பத்திரிகையாளரும் பிற மனிதர்களும் ஏதோவொரு வகையில், மனித குலத்திற்கு எதிராகச் சபிக்கப்பட்ட பேரிடர்களுக்குத் தங்கள் குரலால், வினையால், மௌனத்தால் மறுப்பினைத் தெரிவித்துத் தங்கள் கால மனிதர்களுக்கன்றி ஒட்டுமொத்த மானுடத்தின் நலனுக்காகவும் அவரவர் பாதையில்

அவரவர் பண்பாட்டிற்கு இணக்கமான வழிமுறையில் மனித வாழ்க்கையின் இன்னல்களைப் புரிந்துகொள்ள உதவுகிறார்கள்.

நாவலில் ஐந்து பகுதிகள். மத்திய தரைக் கடலையொட்டிய, அன்றைய தேதியில் பிரான்சு நாட்டு ஆதிக்கத்தின் கீழிருந்த அல்ஜீரியா நாட்டின் ஓரான் என்ற சிறிய நகரில் நாற்பதுகளில் *(1940)* நடக்கிற சம்பவமாகக் கதை சொல்லப்படுகிறது.

"ஏப்ரல் 16ஆம் நாள், மின் தூக்கியிலிருந்து வெளியேறிய மருத்துவர் பெர்நார் ரியே, நடுவழியில் இறந்து கிடந்த எலி ஒன்றைக் கண்டார்" என்கிற காட்சி, பெருந்தொற்றின் ஆரம்பம். பின்னர் பெருந்தொற்றெனில் என்னவெல்லாம் நிகழக்கூடுமோ அவையெல்லாம் நடக்கின்றன. செத்த எலிகளின் எண்ணிக்கை பெருக்கம், அதனால் நகரத்தில் ஏற்படும் சுகாதாரக் கேடு, நகராட்சி நிர்வாகத்திற்குரிய நெருக்கடிகள், பிளேக் என்று அதிகாரபூர்வமாக அறிவிக்க மாவட்ட நிர்வாகம் காட்டும் தயக்கம், எலிகளைப் பலிகொண்ட பெருந்தொற்று மனிதர்களைப் பலிகொள்ளும் காட்சி, மனிதர் மனங்களில் தொற்று விளைவிக்கும் குழப்பங்கள் என எவற்றையெல்லாம் கோவிட் காலத்தில் அனுபவங்களாகப் பெற்று அல்லலுற்றோமோ அவை அனைத்தையும் கோடிட்டுக் காட்டி, நம்முடைய அபத்த வாழ்க்கையின் கோரமுகத்தை அறிவதற்கான வாய்ப்பை இப்புனைவு நமக்கு அளித்துள்ளது.

"போர் ஒன்று மூளும்போது, 'இது முட்டாள்த்தனமானது. இது நீடிக்காது' என்றுதான் மக்கள் பேசிக்கொள்வார்கள். உண்மைதான், போர் என்பது மிகவும் முட்டாள்தனமானது. இருந்தாலும் அது நீடிப்பதைத் தடுக்க முடியாது. இன்றும் அந்த முட்டாள்த்தனம் நீடித்திருக்கிறது எனப் பதிவு செய்கிறார் கமுய். போருக்கும் பெருந்தொற்றுக்கும் என்ன சம்பந்தம். கோவலன், பாண்டியன், அவன் துணைவி இவர்களோடு சேர்ந்து ஒட்டுமொத்த மதுரையும் தீக்கிரையாகும் சம்பவம், அறத்தின் சீற்றம் குடிகளை மட்டுமல்ல; முடிமன்னரையும் கொல்லவல்லது என்கிற உண்மையை ஊழ்வினையெனச் சிலப்பதிகாரம் சொல்கிறது. அறத்தின் சீற்றமே என்றாலும் சுனாமிபோல, துருக்கியின் பூகம்பம்போலப் பேரிடர் குறுகிய கணத்தில் குறுக்கிட்டாலும் அதுவே யுத்தம் என்ற பெயரிலும் பிளேக், கோவிட் போன்ற பெருந்தொற்றுகளாகவும் காலப் பருமனைப் பெருக்கிக்கொண்டு மனித உயிர்களின் உடல், உள்ளம் இரண்டையும் வதைத்தாலும் அவ்வலி தரும் வேதனைகளை அல்பெர் கமுய் சொற்களில் படிக்கிறபொழுது திரும்ப

அப்பிரச்சினையை எதிர்கொள்வதுபோன்ற உணர்வுக்கு நாம் ஆளாகிறோம். இப்பெருந்தொற்றுப் புதினம் எழுதப்பட்ட காலம், நாஜிஸமும் பாசிஸமும் மேலோங்கியிருந்த காலம்; கமுய், நாஜிஸ ஆதிக்கத்தை எதிர்த்து இயங்கிய சுதந்திர வேட்கை மிக்க இளைஞர்; படைப்பாளி அல்லவா! 'மனிதகுலத்தைச் சீரழிக்கும் யுத்த அரசியலை நம்முடைய அபத்தவாதி பெருந்தொற்றாகக் கற்பனை செய்து பழிதீர்த்துக்கொண்டார்' என்கிறார்கள் இலக்கியத் திறனாய்வாளர்கள்.

"பேரிடர் என்பது மனித மேன்மைக்குப் பொருந்தாது. எனவே அது ஒரு மாயை என்றும் கலைந்துவிடக்கூடிய கெட்ட கனவு என்றும் நாம் நினைத்துக்கொள்கிறோம். ஆனால் நினைப்பது போல் எப்போதும் அது மறைவதில்லை என்பதுடன், ஒரு கெட்ட கனவு போய் அடுத்த கெட்ட கனவு வருகிறது; மக்கள்தான் மறைகிறார்கள்; அதிலும் மனித மனம் படைத்தவர்கள்தான் முதலில் மறைகிறார்கள்; ஏனெனில், அவர்கள் முன்னெச்சரிக்கை நடவடிக்கை எதையும் மேற்கொள்வதில்லை'... பேரிடர் என்பதே வரக்கூடிய சாத்தியமில்லை என்பதுபோல் இருந்துவிட்டனர்; தங்கள் தொழில்களைத் தொடர்ந்து செய்துவந்தனர். பயண ஏற்பாடுகளை நிறுத்தவில்லை; தங்களுக்கான சில கருத்துகளை உருவாக்கிக்கொண்டனர். எதிர்காலத்துடன் பயணங்களையும் கருத்துப் பரிமாற்றத்தையும் அழிக்க இருக்கும் கொடுநோயைப் பற்றி எப்படி அவர்களால் நினைக்கத் தோன்றும்! தாங்கள் சுதந்திரமானவர்கள் என்று கருதிவிட்டனர். பேரிடர்கள் இருக்கும் வரை யாரும் இங்குச் சுதந்திரமானவராக இருக்க முடியாது."

மனிதகுலத்தை யோசிக்கவைக்க இதுபோன்ற வரிகள் நாவலெங்கும் குறுக்கிடுகின்றன. சராசரிப் படைப்பாளிகள் கையிலெடுக்கச் சாத்தியமற்ற கதைக்கரு இது. தமிழுக்கு இதனை அளித்திருக்கும் நம்முடைய மொழிபெயர்ப்பாளர் நண்பர் நாயகருக்கு நன்றி பாராட்ட வேண்டும்.

ஸ்திராஸ்பூர்க், பிரான்ஸ் **நா. கிருஷ்ணா**

*20–03–2023*

## மொழிபெயர்ப்பாளர் குறிப்பு

## போர் – பெருந்தொற்று – அபத்தம்

வாசிக்கும்போதே சில நூல்கள் நம்மைக் கட்டிப்போட்டுவிடும். சில நூல்களோ, வாசிப்பின் போது மட்டுமல்ல, முடித்த பின்பும் சிந்தனையைத் தூண்டுவதுடன் தொடர்ந்து நம்முள் தொடர் வினையைப் புரிந்துகொண்டிருக்குமே, அத்தகைய நூல்தான் அல்பெர் கமுய் படைத்துள்ள இந்தப் 'பெருந்தொற்று'.

1947ஆம் ஆண்டில் வெளியான இப்புதினம் ஐந்து அத்தியாயங்களைக்கொண்டதாகும். ஒரு வகையில், ஐந்து பெரிய பகுதிகளைக் கொண்ட துன்பவியல் நாடகம் போன்ற தோற்றத்தைத் தரும் அமைப்பைக் கொண்டது. தான் பிறந்த அல்ஜீரியாவில், ஓரான் என்னும் சாதாரண நகரம் ஒன்றில் நிகழ்வதாக இப்புதினத்தில் வரும் சம்பவங்கள் அனைத்தையும் அல்பெர் கமுய் கட்டமைத்துள்ளார். மேலும், 1940களில் அவை நடந்ததாகக் கால எல்லையும் வரையறுக்கப்பட்டு விட்டதால் எடுத்த எடுப்பிலேயே யதார்த்தப் பின்னணியைப் பெறுகிறது இப்புதினம். எனவேதான் கதைசொல்லி, ஒருபோதும் தன் பார்வையை மட்டும் வாசகர்கள்மீது திணிக்க விரும்பாமல் தன் பதிவின் நம்பகத் தன்மையைக் கூட்டும் விதமாக எல்லாவற்றையும் வாசகர்களின் முடிவுக்கு விட்டுவிடுகிறார். பல இடங்களில், முக்கியமான கதைமாந்தர் 'தரு' விட்டுச்செல்லும் குறிப்பேட்டைக் கதைசொல்லி மேற்கோள் காட்டுவதும் இதன் பொருட்டுத்தான்.

வெறுக்கத்தக்க அம்சங்களே மனிதர்களிடம் மண்டிக் கிடப்பதாக நம்மில் பலருக்கு இருக்கும் ஆதங்கத்தைப் புரிந்துகொண்ட நூலாசிரியர் கமுய், ஆராதிக்கக்கூடிய எத்தனையோ பண்புகள் மனிதர்களிடம் உள்ளன என்பதைப் படைத்துக் காட்டுகிறார். இந்த மையக் கருத்தைத்தான் அவர் பெருந்தொற்று என்னும் பின்புலத்தில் புரியவைக்க முனைகிறார்.

பெருந்தொற்றைப் போன்ற பேரிடரை எதிர்கொள்ளும் போது மக்களிடையே ஏற்படும் பல்வேறு விதமான மனப்போக்குகளைப் படம் பிடித்துக் காட்டுகிறது இப்புதினம். அசாதாரண சூழ்நிலைகளைச் சமாளிக்க முடியாமல் திணறும் மனிதர்களின் இயலாமையையும் வெளிப்படுத்தத் தயங்கவில்லை இப்புனைவு. நிர்வாகத்தினரின் கட்டளைக்கு ஏற்ப நடுநிலைக்கு மாறான செய்திகளை, உண்மைக்குப் புறம்பாகத் திரித்து வெளியிடும் ஊடகங்களைக் கடுமையாகச் சாடும் கமுய் பத்திரிகைத் துறையில் பணியாற்றிய அனுபவம் உடையவர் என்பது குறிப்பிடத்தக்கது.

அபத்தம் என்ற சொல்லை எந்த இடத்திலும் பயன்படுத்தாம லேயே வாழ்க்கையில் நிகழும் அபத்தத்தின் பல்வேறு வடிவங் களை விளக்க முடியும் என்பதை எடுத்துக்காட்டியுள்ளார். தனக்குள்ள பொறுப்பினை உணர்ந்து செயல்படாதவாறு சமூகம் அமைந்துள்ளது. அவர்களுக்குப் பதிலாக அரசே சிந்திக்கவும் செயல்படவும் உட்படுகிறது. பெருந்தொற்று என்ற சொல் மூலம் மனிதர்களின் அச்சத்தை உருவகப்படுத்தவும் இதுவரை வரலாற்றில் நிகழ்ந்த மற்ற கொடுநோய்களை நினைவூட்டவும் இப்புதினம் முனைகிறது. அணிந்துரையில் நண்பர் நாகரத்தினம் கிருஷ்ணா குறிப்பிடுவதைப் போல், இரண்டாம் உலகப் போரின் போது, பிரான்ஸ் அனுபவித்த ஜெர்மனியின் ஊடுருவலை மறைமுகமாகக் குறிப்பதுடன் போரையும் நோயையும் ஒப்பிட்டுப் பார்க்க உதவுகிறார் ஆசிரியர்.

மனித வாழ்க்கை அபத்தமானது என்பது உறுதியாகி விட்டவுடன், எல்லோருக்கும் பொதுவான சவால் சமூகத்தின் முன் எழுகிறது. அந்த நேரத்தில் நாம் மேற்கொள்ள வேண்டிய சகோதரத்துவம் எவ்வளவு அவசியமானது என்பதைப் பல நிகழ்வுகள் மூலம் தெளிவாக்குகிறார். தனி மனிதனைத் தாக்கிய தீமைதான் ஒட்டுமொத்தச் சமூகத்துக்கும் தொற்றுநோயாக மாறுகிறது என்றும் தனக்குள்ள அறக்கடமையைக் கிளர்ச்சி யாளன் ஒருவன் உணரும்போதுதான் வாழ்வின் அபத்தத்தை எதிர்கொள்ள முடியும் என்றும் கருதுகிறார் அல்பெர் கமுய். இதன் காரணமாகத்தான், பேரிடர் ஒன்று நேர்ந்து விடும்போது,

'நான்' என்பது 'நாம்' என மாறிவிடுகிறது என்பதை அழகியல் குறையாமல் எடுத்துரைக்கும் பிரதி இது. இரண்டு ஆண்டுகளுக்கு முன் நான் மொழிபெயர்த்த 'வீழ்ச்சி' என்ற படைப்பிலும் இதே உத்தியை வேறு ஒரு சூழலில் கையாண்டு இருப்பார் நூலாசிரியர்.

'பெருந்தொற்று' 1947இல் வெளியானது. அதற்கு முந்தைய ஆண்டில் ஒரு கருத்தை அவர் பதிவு செய்கிறார்: "20ஆம் நூற்றாண்டு என்பது அச்சத்தின் நூற்றாண்டு. ஏனெனில், கொலை சட்டபூர்வமாகிவிட்டது; மனித உயிருக்கு எந்த மதிப்பும் இல்லை." இதற்கான காரணத்தையும் கமுய் அலசுகிறார். 1946இல் வெளியான 'கல்விச் சீர்திருத்தம்' என்ற தன் கட்டுரையில் அன்றைய சமூகச் சூழலைப் பின்வருமாறு விளக்குகிறார்:

"பேச்சுவார்த்தைகள், கலந்துரையாடல்கள், நியாயமான வாதங்கள் ஆகியவை அரசியல் தீர்வுகளை எட்டும் வழிகளாக இதுவரை ஏற்றுக்கொள்ளப்பட்டன. ஆனால் இப்போது அவற்றுக்குப் பதில் வறட்டுத் தத்துவங்கள் ஆதிக்கம் செலுத்த ஆரம்பித்துவிட்டன. மனிதன் என்பவன் வரலாற்றுக்காகப் படைக்கப்பட்டவன், மனிதனுக்காக வரலாறு படைக்கப்படவில்லை என்று ஜெர்மானிய சிந்தனையாளரான எக்கேல் போன்ற சிலர் எண்ணத் துணியும்போது, பேச்சுவார்த்தையில் நம்பிக்கை இல்லாமல் போகிறது. பதவியின்மீது ஆசை, தனித்திறமை ஆகியவற்றின்மீது நம்பிக்கை பெருகுகிறது; மௌனம் காத்தல், பொய் கூறுதல் ஆகியவை ஏற்றுக்கொள்ளப்பட்ட இயல்புகளாகின்றன. இறுதியில், கொலையைத் தீர்வாகவே எண்ணத் தொடங்கிவிட்டனர்."

கொடுநோயின் வடிவில் எழுந்துள்ள புதுவகையான அபத்தத்தை எதிர்த்து நின்று சமாளிக்கக்கூடிய ஒரே வழி எதிர்நீச்சல்தான். உலகை முற்றிலுமாக மாற்ற முடியாவிட்டாலும் தன்னால் இயன்றவரை தாக்குப்பிடித்துப் போராடும் முனைப்பு வேண்டும். பெருந்தொற்று பரவிவிட்டது என்ற செய்தி உறுதியானவுடன் மக்கள் தனிமைப்பட்டுக் கிடக்கும் நிலைக்கு ஆளாகிறார்கள். எனினும் சிலர் மட்டும் தங்களால் இயன்ற வகையில் பொதுவான பேரிடரை மறக்கவும் பழைய வாழ்க்கை முறையை தொடரவும் முயன்று பார்க்கிறார்கள்.

பெருந்தொற்றுக் காலத்தின்போது விளையாட்டுத் திடல்கள் சில தனிமை முகாம்களாக மாற்றப்பட்ட நிலையின் நகைமுரண் நம்மைச் சிந்திக்கவைக்கிறது. ஒருகாலத்தில் பார்வையாளர்களாக இருந்து எதைப் பற்றியும் கவலைப்படாமல் ஆட்டத்தை இரசித்துக்கொண்டிருந்த மக்கள், அதே மாடத்தில் விதியின் பகடைக்காய்களாக மாறி முடங்கிக் கிடக்கும்

அவலம் காட்சிப்படுத்தப்படுகிறது. இதன் மூலம் மகிழ்ச்சியான ஆரவாரத்திற்கான இடமும்கூடச் சில நேரங்களில் சோதனை களை அனுபவிக்கும் இடமாக மாறக்கூடும் என்ற கருத்து மறைமுகமாக விளக்கப்பட்டுள்ளது.

பெருந்தொற்று என்பது ஓர் உருவகம், ஒரு வடிவம், ஒரு குறியீடு. எதுவெல்லாம் மனிதன் இறக்கக் காரணமாகிறதோ எதுவெல்லாம் மனிதனைக் கொல்கிறதோ அதுவெல்லாம் பெருந்தொற்றுதான். அப்பாவிக் குழந்தைகளின் மரணம், பெருந்தொற்றுக்குப் பலியானவர்கள், பாசிசத்தின் எழுச்சி, குறிப்பாக நாஜிகளின் அடக்குமுறை, ஜெர்மனி ஆதிக்கத்தின் போது பிரான்ஸ் அனுபவித்த நிலை எனப் பலவற்றை இப்பட்டியலில் சேர்க்கலாம்.

இந்த நூலில், தொற்றுநோயின்போது இறைவனின் பங்கு என்ன என்பதையும் ஆசிரியர் கேள்விக்கு உள்ளாக்குகிறார். குறிப்பாக, தீமையின் முன் இறைவன் காக்கும் மௌனம் அலசப்படுகிறது. இந்தப் புதினத்தில் வரும் பாதிரியார் பனெலு, நாம் இழைத்த தீமைக்குத் தண்டனையாகத் தொற்றுநோய் வழங்கப்பட்டுள்ளது, அதனால் இறைவனை நோக்கியே நாம் செய்த பாவத்துக்கு மன்னிப்புக் கோர வேண்டுமெனத் தன் வாதத்தை எடுத்து வைக்கிறார். இவரது வாதம் மருத்துவர் ரியேவுக்கு ஏற்புடையதாக இல்லை. மருத்துவரைப் பொறுத்த வரை, மனிதனுக்குள்ள இப்போதைய கடமை இறைவனின் தண்டனையை நியாயப்படுத்துவது அல்ல; வந்துள்ள தீமையை எதிர்த்து நின்று போராடுவதாகும். காக்க வேண்டிய இறைவனே நல்லவர்களுக்கு நன்மையையும் தீயவர்களுக்குத் தண்டனையை யும் தராவிட்டால், நாம் மட்டும் உயிரைப் பணயம் வைத்து மற்றவர்களுக்காக ஏன் போராட வேண்டும் என்று தரு கேட்கிறான். அதற்குப் பதில் கூறும் மருத்துவர், மௌனம் காக்கும் வானத்தை நோக்கிப் பார்வையைத் திருப்புவதைவிட மரணத்தை எதிர்த்துத் தன்னால் இயன்றவரை போராடுவதே சிறந்த வழி என்கிறார். கொடுநோயை எதிர்த்துப் போராடாமல் அந்த நோய்க்கு மண்டியிடுபவன் மூடன், பார்வையற்றவன், அல்லது கோழையாக இருக்க வேண்டும் என்கிறார்.

அச்சுறுத்தலுக்கு உள்ளாகிக் கிடக்கும் மனித இனத்திற்குப் பலவகையில் இந்த நூல் மூலம் எச்சரிக்கை மணி அடிக்கிறார் கமுய். வாழ்கின்ற மக்களுக்கு வாழ்ந்தவர்கள் எவ்வாறு பாடமாக இருக்க முடியும் என்பதையும், இனி வருங்கால மக்கள் செய்ய வேண்டியது என்ன என்பதையும் மறைமுகமாக வெளிப்படுத்துகிறார்.

வாழ்க்கை என்பது அபத்தம் என்று கூறுவதுடன் திருப்தி கொள்ளாமல், விரக்தி அடையாமல் கூட்டு முயற்சியில் சவால்களை எதிர்த்துப் போராட வேண்டும். அதன் மூலம் வாழ்க்கைக்கு ஓர் அர்த்தம் கற்பிக்க வேண்டும் என்பதே அவர் தரும் செய்தி.

அல்பெர் கமுயின் 'புரட்சியாளன்' என்ற பெருநூலினை மொழியாக்கம் செய்தவரான என் அன்பு நண்பர் நாகரத்தின கிருஷ்ணா, இந்த மொழியாக்க நூலுக்கு நல்லதொரு பொருத்தமான முன்னுரை அளித்ததுடன் எனக்குத் தொடர்ந்து ஊக்கம் அளித்துவருபவர். அவருக்கு என் நன்றியைக் கூறி மகிழ்கிறேன்.

மொழியாக்கத்தின்போது எனக்குத் தோன்றிய பல சந்தேகங்களைத் தீர்த்துவைக்க உதவிய என் பேராசிரியர் கொமாந்தேர் இரா. கிருஷ்ணமூர்த்திக்கு நன்றி கூற விழைகிறேன்.

இந்த மொழிபெயர்ப்புக்கான துணை நூல்களைத் தந்து உதவிய என் பேராசிரியர் ராஜ்ஜாவுக்கு நன்றி.

என்னைத் தொடர்ந்து ஊக்கமளித்துவரும் நண்பர் பேராசிரியர் க. பஞ்சாங்கத்துக்கு நன்றி கூறி மகிழ்கிறேன்.

இந்தப் பிரதியைப் பொறுமையாக மெய்ப்புப் பார்த்து செம்மையாக்கிய நண்பர், பாவலர் புதுவை சீனு. தமிழ்மணிக்கும் நன்றியுடையேன்.

விவிலியச் சொற்களுக்குப் பொருள் கூறி விளக்கங்கள் அளித்த நண்பர் ழெராருக்கு நன்றி.

இந்த நூலின் உருவாக்கத்தில் பெரும் பங்காற்றி என்னுடன் துணை நின்ற என் மனைவி வெ. சிவகாமி நாயகருக்கு நன்றி.

என் முந்தைய நூல்களைப் போலவே இந்த மொழியாக்கத்தையும் அழகிய முறையில் சிறப்பாக வெளியிடும் காலச்சுவடு பதிப்பகக் குழுவுக்கு மிக்க நன்றி.

என் மொழியாக்க நூல்களுக்கு ஆதரவு வழங்கிவரும் வாசகர்கள் அனைவரும் இந்த நூலினையும் அதே ஆர்வத்துடன் வரவேற்பார்கள் என்று நம்புகிறேன்.

புதுச்சேரி
*08.02.23*

என்றும் அன்புடன்,
**சு.ஆ. வெங்கட சுப்புராய நாயகர்**

பகுதி I

இந்தக் கதையில் இடம்பெறும் பரபரப்பான சம்பவங்கள் அனைத்தும் ஓரான் என்னும் நகரில் 1940களில் நடந்தவையாகும். வழக்கமான சம்பவங்களிலிருந்து மாறுபட்டிருந்ததால் அவை நடந்திருக்க வேண்டியவை அல்ல என்பது பொது வாக நிலவும் கருத்தாகும். உண்மையில், ஓரான் ஒரு சாதாரண ஊர் என்றே சொல்ல வேண்டும். அல்ஜீரியக் கடலோரப் பகுதியில் அமைந்துள்ள இந்த நகரம் பிரஞ்சு ஆட்சியின் கீழ் இயங்கும் நகராட்சிப் பகுதி என்பதைத் தவிர வேறு எந்தச் சிறப்பும் இல்லை.

அந்த நகரம் பார்க்க அழகாக இருக்காது என்பதை ஒப்புக்கொள்ளத்தான் வேண்டும். அமைதியாகத் தோன்றும் இந்த நகரம், உலகெங்கும் உள்ள ஏனைய வணிகத்தளங்களிலிருந்து எவ்வாறு தனித்து விளங்குகிறது என்பதைச் சிலாகிக்கச் சிறிது நேரமாகும். புறாக்கள், மரங்கள், தோட்டங்கள் என எதுவும் இல்லாத நகரம் ஒன்றை நினைத்துப் பார்க்க முடியுமா என்று சொல்லுங்கள். பறவை களின் சிறகசைப்போ இலைகள் அசையும் சலசலப்போ இல்லாமல் வெற்று இடம் ஒன்றைக் கற்பனை செய்ய முடியுமா? பருவநிலை மாற்றங் களை வானத்தில் மட்டுமே கண்டுபிடிக்க முடியும். புறநகர்ப் பகுதிகளிலிருந்து பூ விற்பவர்கள் கொண்டு வரும் சிறிய பூக்கூடைகளை வைத்தோவீசும் காற்றின் தன்மையை வைத்தோ தான் வசந்த காலம் வந்து விட்டது என்பதை உணர்வோம். எனவே, இந்த வசந்தம் கடைவீதியில் கிடைப்பதாகும். கோடையின் போதோ, மிகவும் காய்ந்துபோயிருக்கும் வீடுகளைச் சுட்டெரிக்கும் சூரியன், கருமையான சாம்பல் போர்வையால் சுவர்களை மூடும்.

அதுபோன்ற நேரங்களில், மூடிய சன்னல்களுக்குள் நிழல்களில் தஞ்சம் புகுவதைத் தவிர நமக்கு வேறு வழியில்லை. இதற்கு நேர்மாறாக, இலையுதிர்காலத்தில் சேறும் சகதியுமாக இருக்கும். குளிர்காலத்தில் மட்டுமே இனிமையான நாட்களை அனுபவிக்க முடியும்.

ஓர் ஊரைப் பற்றி அறிந்துகொள்ள ஏற்ற வழி எதுவென்றால், அங்கிருப்பவர்கள் எவ்வாறு உழைக்கின்றனர், எவ்வாறு அன்பு செலுத்துகின்றனர், எவ்வாறு இறக்கின்றனர் என்பதைத் தெரிந்து கொள்வதுதான். நம் சிறிய நகரத்தில் நிலவும் பருவ நிலையின் தாக்கம்தான் காரணமா என்று தெரியவில்லை, அனைத்தையும் கண்மூடித்தனமான அர்த்தமற்ற விதத்தில் செய்து முடிக்கின்றனர். அதாவது தங்களுக்குள்ள அலுப்பின் காரணமாக, சில குறிப்பிட்ட பழக்கவழக்கங்களைக் கைக்கொள்ள முயன்று பார்க்கின்றனர். நம் ஊர் மக்கள் நன்றாக உழைப்பவர்கள். ஆனால் பணத்துக்காக வேலை செய்பவர்கள். அவர்கள் வணிகத்தில் நாட்டம் உடையவர்கள். எல்லோரும் குறிப்பிடுவதுபோல், அவர்கள் ஏதாவது வியாபாரம் செய்பவர்களாக இருப்பார்கள். எனினும் சில வழக்கமான சந்தோஷங்களை அனுபவித்துவந்தனர் என்பது உண்மைதான். அதாவது பெண்கள், திரைப்படங்கள், கடல் குளியல் ஆகியவை மீது விருப்பம் கொண்டவர்கள். ஆனால், இத்தகைய நடவடிக்கைகளை மிகச் சாதுர்யமாகச் சனிக்கிழமை இரவுக்கும் ஞாயிற்றுகிழமைக்கும் என ஒதுக்கி வைத்துக்கொள்வார்கள். வாரத்தின் மற்ற நாட்களைத் தங்களால் இயன்ற அளவு அதிக பணம் சம்பாதிக்கப் பயன்படுத்திக்கொள்வார்கள். மாலையில் தங்கள் அலுவலகத்தை விட்டு வெளியேறியதும் குறிப்பிட்ட நேரத்தில் உணவு விடுதிகளில் ஒன்று கூடுவார்கள். உணவு விடுதி உள்ள அதே சாலையில் காலாற நடந்து வருவார்கள் அல்லது தாங்கள் உணவருந்தும் பால்கனிகளில் அமர்ந்தபடி பேசிக்கொண்டிருப்பார்கள் அவர்களுள் இளம்வயது உடையவர் களின் ஆசைகள் மூர்க்கமாகவும் குறுகிய எண்ணங்கொண்ட தாகவும் இருக்கும். வயதில் மூத்தவர்களைப் பொறுத்தவரை 'பெத்தாங்' என்னும் குண்டு விளையாடுபவர்களின் குழுக்களில் அங்கம் வகிப்பது, நண்பர்கள் சங்கம் அல்லது குழு நடத்தும் விருந்துகளில் கலந்துகொள்வது, அங்கு நடக்கும் சீட்டாட்டத்தில் பந்தயம் வைப்பது என்பதைத் தாண்டி வேறு எதுவும் இருக்காது.

இது நம் ஊருக்கு மட்டுமே பொருந்தக்கூடியப் போக்கு என்று சொல்ல முடியாதே என்று தோன்றலாம். ஏனெனில், மொத்தத்தில் நம் சக மனிதர்கள் எல்லோருமே அப்படித்தான் வாழ்ந்துகொண்டிருக்கின்றனர். உண்மைதான். காலையிலிருந்து

மாலைவரை உழைப்பதும், பிறகு உணவகங்களில் சீட்டாடுவதும், அரட்டைகளில் கலந்துகொள்வதும் என வாழ்வில் மீதமுள்ள நேரத்தை இழந்துவருவதுதான் எல்லோரிடமும் வழக்கமாக இருக்கிறது. எனினும், அவ்வப்போது ஏதாவது ஒன்று நிகழுமோ என்ற உள்ளுணர்வு உள்ள மக்கள் வாழும் நகரங்களும் நாடுகளும் உள்ளன. பொதுவாகப் பார்த்தால் அதனால் அவர்கள் வாழ்க்கையில் மாற்றம் ஏதும் நிகழ்ந்துவிடப்போவதில்லை. ஏதோ ஒன்றைப் பற்றிய உள்ளுணர்வு இருக்கிறதே அது ஒன்றுதான் அதில் கிடைக்கும் பலன். ஓரான் நகரைப் பொறுத்தவரை, எவ்வித உள்ளுணர்வுக்கும் இடம் அளிக்காத நகரம் என்பது தெளிவாகத் தெரிகிறது. அதாவது முற்றிலும் அது ஒரு நவீனமயமான நகரமாகும். இத்தகைய சூழலில் இங்கு மக்கள் எவ்வாறு தங்களுக்குள் நேசத்தைப் பரிமாறிக்கொள்கின்றனர் என்பதை விவரிக்க வேண்டிய அவசியமில்லை. காதல் என்ற பெயரில் ஆண்களும் பெண்களும் ஒருவரையொருவர் அவசர கதியில் விழுங்கிக்கொள்வர். இல்லையென்றால் வழக்கமான நீடித்த பரிமாற்றத்தில் ஈடுபடுவர். இந்த இரண்டுக்கும் இடையிலான போக்கு பெரும்பாலும் இருக்காது. இந்த நிலையும் தனித்துவமானது என்று கூற முடியாது. மற்ற ஊர்களில் உள்ளதுபோல் ஓரானிலும் நேரமின்மை, சிந்தனை வறட்சி ஆகியவற்றின் விளைவாக ஏன் என்று தெரியாமலேயே ஒருவரையொருவர் விரும்பும் நிலைக்குத் தள்ளப்படுகின்றனர்.

நம் ஊரின் தனித்தன்மையே இங்கு இறப்பது எவ்வளவு கடினமாக உள்ளது என்பதில்தான் அடங்கியுள்ளது. 'கடினம்' என்பது அவ்வளவு சரியான சொல்லாக இருக்காது. அதனை 'அசௌகரியம்' என்று குறிப்பிடுவதே பொருத்தமாக இருக்கும். நோய்வாய்ப்பட்டிருப்பது எப்போதுமே சங்கடமாகத்தான் இருக்கும். ஆனால், நீங்கள் உடல் நலமில்லாமல் இருக்கும் போது உங்களுக்கு உதவிக்கரம் நீட்டும் ஊர்களும் நாடுகளும் இருக்கின்றன. அதுபோன்ற இடங்களில் ஒருவாறு காலத்தை ஓட்டலாம். நோயில் இருக்கும் ஒருவனுக்குத் தேவை பரிவு. சாய்ந்துகொள்ள ஆதரவான ஊன்றுகோல்போன்று ஏதாவது ஒன்றுக்கு அவன் ஏங்குவான் என்பது இயல்பானது. ஆனால், ஓரானின் நிலைமை முற்றிலும் மாறானது. மோசமான பருவநிலை, இங்கு நடைபெறும் அதிக அளவிலான வணிகம், குறிப்பிடும்படியாக அமையாத சூழல், விரைவாக வந்துவிடும் அந்தி, அனுபவிக்கப்படும் இன்பத்தின் தரம் என அனைத்து விஷயங்களின் அடிப்படையில் பார்த்தால், இங்கு வாழ நல்ல உடல்நிலை மிகவும் அவசியமானதாகும். நோய்வாய்ப்பட்டவன்

இந்த ஊரில் மிகவும் தனித்துவிடப்பட்டதாக உணர்வான். எனவே, சாகும் நிலையில் இருக்கும் ஒருவனின் நிலையை யோசித்துப் பாருங்கள். வெப்பத்தில் தகிக்கும் நூற்றுக்கணக்கான சுவர்களுக்கு அருகில் இவன் சிக்கியிருக்க, அதே நேரத்தில் மக்களில் ஒரு சாரார், இரசீதுகள், சரக்குப் பட்டியல்கள், தள்ளுபடிகள் ஆகியவை பற்றித் தொலைபேசியிலும் உணவகங்களிலும் விவாதித்துக்கொண்டிருப்பார்கள். என்னதான் நவீனமானதாக இருந்தாலும், இத்தகைய வறட்சியான இடத்தில் நிகழும் மரணம் எவ்வளவு அசௌகரியமானதாக இருக்கும் என்பது இப்பொழுது புரிந்திருக்குமே.

எங்கள் நகரைப் பற்றி ஓரளவு தெரிந்துகொள்ள நான் கோடிட்டுக்காட்டிய இந்தத் தகவல்கள் போதுமானவையாக இருக்கும் என்று நினைக்கிறேன். எப்படி இருந்தாலும், எதையும் மிகைப்படுத்தக் கூடாது. இந்த ஊர் மட்டுமல்ல இங்குள்ள வாழ்க்கை முறையும் எவ்வளவு சாதாரணமானது என்பதை வலியுறுத்த வேண்டியுள்ளது. எனினும் சில பழக்கங்கள் கைவந்த பிறகு நாட்களைக் கழிப்பது எளிதாகிவிடும். பழக்கவழக்கங்களை நம் நகர் ஊக்குவிக்கின்றது என்று தெரிந்தபின் நடப்பது அனைத்தும் நன்மைக்கே என்று கூற முடியும். இந்தக் கோணத்தில் பார்த்தால், இங்கு வாழ்க்கை அவ்வளவு சுவாரஸ்யமானதாக இல்லை. எப்படியும் எங்களிடையே குளறுபடிகள் என்று எதுவும் இல்லை. எங்கள் மக்கள் திறந்த மனதுடையவர்கள், அன்பானவர்கள், சுறுசுறுப்பானவர்கள். இங்கு வரும் சுற்றுலாப் பயணிகளிடம் எப்போதும் நன்மதிப்பைப் பெற்றவர்கள். விளைநிலங்கள், அழகான இயற்கைக் காட்சி என்று குறிப்பிட்டுச் சொல்லக்கூடிய எதுவும் இல்லாமல் உயிரற்று இருக்கும். இந்த ஊர் எப்போதும் ஓய்வெடுப்பதுபோல்தான் தோன்றும். சுருக்கமாகச் சொன்னால், நமக்கும் தூக்கத்தை வரவழைத்துவிடும். அதே நேரத்தில், இந்த ஊரின் அமைப்பைப் பற்றியும் விவரிப்பதுதான் முறையாக இருக்கும். கச்சிதமாக அமைந்த கரை ஒன்றின் எதிரில் தகதகக்கும் மலைகள் சூழப் பரந்த வெற்றுச் சமதளத்தையுடைய இந்த ஊர், தனித்துவமானதொரு இயற்கைச் சூழலில் அமைந்துள்ளது. அங்கு உள்ள கரைக்கு முதுகைக் காட்டியவாறு இந்த நகரம் அமைந்துள்ளதால் கடல் தெரியாது. அதனைப் பார்க்க வேண்டுமானால் முயன்று போய்தான் பார்க்க வேண்டும் என்பது வருத்தத்துக்குரியதாகும்.

இப்பொழுது ஒருவிஷயம் உங்களுக்குப் புரிந்திருக்கும். அந்த ஆண்டின் வசந்த காலத்தின்போது நடந்த சம்பவங்களை இவ்வூர் மக்கள் எப்படியும் எதிர்பார்த்திருக்க மாட்டார்கள். இக்கதை விவரிக்க நினைக்கும் வரிசையான பல சம்பவங்களுக்கு

அவைதான் முதல் அறிகுறிகள் என்பதும் பின்னர்தான் நமக்குப் புரிந்தது. இதையும் அவர்கள் நிச்சயம் யோசித்திருக்க வாய்ப்பில்லை. சிலரைப் பொறுத்தவரை, இந்தச் சம்பவங்கள் அனைத்தும் சாதாரணமானவைதான். ஆனால், வேறு சிலரது பார்வையில் அவை அசாத்தியமானவையாகத் தெரியும். எனினும், இச்சம்பவம் குறித்துச் செய்திக் கட்டுரை எழுதுபவர் இதுபோன்ற கருத்து முரண்களைக் கண்டுகொள்ளக் கூடாது. ஏதாவது ஒன்று நடந்தது என்று உறுதியாகத் தெரிந்தால், "அது நடந்தது" என்று சொல்ல வேண்டியதுதான் அவருடைய வேலை. மேலும், அச்சம்பவம் ஒட்டுமொத்தச் சமுதாயத்துடன் தொடர்புடையது என்பதும் அந்தச் சம்பவத்தின் சாட்சிகளாக இருந்த ஆயிரக்கணக்கான மக்களின் மனங்களும் அவர் கூறுவதில் உள்ள உண்மைத் தன்மையை மதிப்பீடு செய்யும் என்பதும் அவருக்குத் தெரியும்.

இந்தச் சம்பவம் குறித்து உங்களிடம் விவரிக்க இருப்பவர் பற்றிய விவரங்கள் அனைத்தும் உரிய நேரத்தில் உங்களுக்குத் தெரிவிக்கப்படும். இதுபோன்ற பணியில் ஈடுபடும் அவரால் கணிசமான அளவிலான தரவுகளை நேரில் தொடர்புடையவர்களிடம் தற்செயலாகத் திரட்ட முடிந்ததுடன் அவரால் விவரிக்கப்படும் இந்தச் சம்பவத்தில் ஈடுபடவும் வாய்ப்பு கிடைத்துள்ளது. இவை தவிர இச்சம்பவத்தின் உண்மைத் தன்மைக்கு வேறு எந்தக் காரணத்தையும் சுட்ட முடியாது. இத்தகைய உரிமைதான் அவருக்கு வரலாற்று ஆசிரியர் என்னும் தகுதியை வழங்குகிறது. வரலாற்று ஆசிரியர் என்பவர் தொழில்முறையில் பணிசெய்யாவிட்டாலும்கூட அவரிடம் நிச்சயமாகச் சில ஆவணங்கள் இருக்கும். எனவே, இந்த நிகழ்ச்சியை விவரிக்க இருப்பவரிடமும் சில ஆவணங்கள் இருந்தன. முதலில், தன்னுடைய வாக்குமூலம், அடுத்ததாக, நிகழ்வுடன் தொடர்புடையவர்களின் வாக்குமூலங்கள். ஏனெனில் இந்த நிகழ்வில் இடம்பெறக்கூடிய அத்தனை கதாபாத்திரங்களின் வாக்குமூலங்களையும் சேகரிக்கும் பணி அவருக்கு வாய்த்திருந்தது. இவற்றுடன், தற்செயலாக அவருக்குக் கிடைத்த ஆவணங்கள். இவற்றுள் பொருத்தமானவற்றைத் தெரிவுசெய்து அவற்றைத் தன் விருப்பத்துக்கு ஏற்றவாறு பயன்படுத்திக்கொள்வதென்று அவர் முடிவு செய்துள்ளார். இன்னும் பல திட்டங்கள் வைத்துள்ளார். முன்னெச்சரிக்கையான குறிப்புகள், விளக்கங்கள் ஆகியவற்றைச் சொல்லிக்கொண்டு நேரத்தை வீணாக்காமல் நேரடியாகச் சம்பவத்துக்கே போய்விடலாம் என நினைக்கிறேன். சம்பவத்தின் ஆரம்ப நாட்களின்போது நடந்தவற்றை விவரிக்கச் சில நிமிடங்கள் தேவைப்படும்.

ஏப்ரல் 16ஆம் நாள், மின்தூக்கியில் இருந்து வெளியேறிய மருத்துவர் பெர்நார் ரியே, நடுவழியில், இறந்து கிடந்த எலி ஒன்றைக் கண்டார். அந்த நேரத்தில் அதனை ஒதுக்கிவிட்டுப் பெரிதாகப் பொருட்படுத்தாமல் படிக்கட்டில் இறங்கி வெளியேறினார். ஆனால், வீதிக்கு வந்ததும், எலி அந்த இடத்தில் இருந்தது அசாதாரணமானது என்ற எண்ணம் அவருக்கு ஏற்படவே, கட்டடப் பொறுப்பாளரிடம் தெரிவித்துவிடலாம் என்று மீண்டும் திரும்பிச் சென்றார். செய்தி அறிந்த வயதானவரான மிஷேல் நடந்துகொண்டதைப் பார்த்தபோது, தான் கண்டுபிடித்த விஷயம் எத்தனை அசாதாரணமானது என்பதை ரியேவால் நன்கு உணர முடிந்தது. எலி செத்துக் கிடந்தது வினோதமாகத் தெரிந்தது அவ்வளவுதான். ஆனால் அந்தக் கட்டடப் பொறுப்பாளரைப் பொறுத்தவரை, அது ஒரு சர்ச்சைக்குரிய நிகழ்வு. மேலும், அந்த வீட்டில் எலிகளே கிடையாது என்பதில் அவர் உறுதியாக இருந்தார். முதல் தளத்தின் கூடத்தில் எலி ஒன்று இருப்பதையும் அது அனேகமாகச் செத்த எலியாக இருக்கலாம் என்பதையும் மருத்துவர் அழுத்தம் திருத்தமாகக் கூறியபோதும் தன் வாதத்தில் கட்டடப் பொறுப்பாளர் உறுதியாக இருந்தார். அந்த வீட்டில் எலி என்பதே கிடையாது. வெளியிலிருந்துதான் இதை யாராவது கொண்டு வந்து போட்டிருக்க வேண்டும். சுருக்கமாகச் சொன்னால், இது வெறுமனே வேடிக்கைக்காக நிகழ்த்தப்பட்டிருக்கும் செயல்.

அன்று மாலையே பெர்நார் ரியேவுக்கு மேலும் ஓர் அதிர்ச்சி காத்திருந்தது. அப்போது அவர்

அந்தக் கட்டடத்தின் காரிடாரில் நின்றுகொண்டிருந்தார். மேலே உள்ள தன் அடுக்ககத்துக்குச் செல்லும் முன் சாவியைத் தேடிக்கொண்டிருந்தார். அந்த நேரம் பார்த்து காரிடாரின் இருட்டுப் பகுதியிலிருந்து ஈரமுடியுடன் பெரிய எலி ஒன்று தயங்கித் தயங்கி வெளியே வருவதைப் பார்த்தார். வெளியே வந்த எலி நின்றது. தடுமாறிய அந்த எலி நேராக நிற்க முயல்வது போல் தெரிந்தது. மருத்துவரை நோக்கி ஓடி வந்தது. மீண்டும் நின்றது. மெலிதான ஓலத்துடன் தனக்குத்தானே சுழன்ற அந்த எலி, கடைசியில் பாதி திறந்திருந்த வாயிலிருந்து இரத்தம் கக்கியபடி கீழே சுருண்டு விழுந்தது. கொஞ்ச நேரம் அதையே பார்த்துக்கொண்டிருந்த மருத்துவர், பிறகு மாடி ஏறிச் சென்றுவிட்டார்.

அவரது சிந்தனை எலி பற்றியது அல்ல. அதிலிருந்து வெளியேறிய இரத்தம்தான் அவரைக் கவலையடையச் செய்தது. கடந்த ஓராண்டாக உடல் நலமில்லாமல் இருக்கும் அவருடைய மனைவி மலைப்பகுதியில் இருக்கும் சிகிச்சை மையத்துக்கு அடுத்த நாள் செல்வதாக ஏற்பாடாகியிருந்தது. தன் ஆலோசனையின்படியே அறையில் உறங்கிக்கொண்டிருந்தார் அவருடைய மனைவி. அடுத்த நாள் ஏற்படவிருக்கும் பயணக் களைப்புக்குத் தயாராகிக்கொண்டிருந்தார். முகத்தில் புன்னகை யுடன், "நான் நன்றாய் இருப்பதாக உணர்கிறேன்" என்றார்.

கட்டில் அருகில் உள்ள விளக்கு வெளிச்சத்தில் தன் பக்கம் திரும்பிய மனைவியின் முகத்தை மருத்துவர் பார்த்தார். ரியேவைப் பொறுத்தவரை, அந்த முகம் முப்பது வயதில், நோயின் சுவடுகளையும் தாண்டி, இளமையில் பார்த்ததுபோலவே இருந்தது. இது ஒருவேளை மற்ற விஷயங்களை மறக்கச் செய்துவிடும் மனைவியின் புன்னகையால் விளைந்ததாக இருக்கலாம்.

"முடிந்தால் தூங்கு. உதவியாளர் பதினோரு மணிக்கு வருவார். நண்பகல் வண்டிக்கு உன்னை அழைத்துப்போகிறேன்" என்றார் மருத்துவர்.

சற்றே ஈரமாக இருந்த மனைவியின் நெற்றியை முத்தமிட்டார். அறைக் கதவுவரை புன்னகையும் உடன் வந்தது.

அடுத்த நாள், ஏப்ரல் 17ஆம் நாள் காலை எட்டு மணிக்குக் குடியிருப்புப் பொறுப்பாளர் மருத்துவரை வழியிலேயே நிறுத்திக் கட்டடத்தின் கூடத்தில் யாரோ விஷமிகள் சிலர் மூன்று செத்த எலிகளைக் கொண்டுவந்து போட்டிருக்கின்றனர் என்று குற்றஞ்சாட்டினார். பெரிய கண்ணி வைத்து அவற்றைப் பிடித்திருக்க வேண்டும். எல்லா எலிகளின் உடல் முழுவதும்

இரத்தமாக இருந்தன. எலிகளின் கால்களைப் பிடித்தபடியே வாசல் அருகிலேயே அந்தப் பொறுப்பாளர் வெகு நேரம் நின்று பார்த்தார். இந்தக் குற்றச்செயலில் ஈடுபட்டவர்கள் ஏதாவது கேலி செய்ய வருவார்களா என்று அவர் எதிர்பார்த்துக்கொண்டிருந்தார். ஆனால், அப்படி எதுவும் நடக்கவில்லை.

"இருக்கட்டும்! அவர்களை நான் எப்படியும் பிடிக்கத்தான் போகிறேன்" என்று மிஷேல் சொல்லிக்கொண்டிருந்தார்.

குழப்பத்தில் இருந்த ரியே, தன்னிடம் வரும் நோயாளிகளி லேயே மிகவும் ஏழ்மை நிலையில் இருந்தவர்கள் வசித்துவந்த நகரின் புறநகரில் உள்ள பகுதிகளை முதலில் பார்வையிடலாம் என்று முடிவெடுத்தார். குப்பை லாரி அதன் பின் நீண்ட நேரம் கழித்துதான் வந்தது. புழுதி படிந்த நேரான சாலைகளில் நடைபாதையோரம் வைக்கப்பட்டிருந்த குப்பைக் கூடைகளை அந்த வாகனம் துடைத்துச் சென்றது. இதுபோன்றதொரு சாலையில் சென்ற மருத்துவர், காய்கறிக் குப்பைகளின் மீது சுமார் பன்னிரண்டு எலிகளும் அசுத்தமான துணிகளும் வீசப்பட் டிருந்ததைக் கண்டார். அவர் பார்வையிட்ட முதல் நோயாளி கட்டிலின் மீது படுத்திருந்தார். வீதியை நோக்கியவாறு இருந்த அந்த அறை படுக்கை அறையாகவும் உணவு உண்ணும் இடமாகவும் இருந்தது. ஸ்பெயின் நாட்டைச் சேர்ந்த அந்த வயதான நோயாளியின் முகம் இறுகிப்போயிருந்ததுடன் முதுமைக் கோடுகளால் நிரம்பியிருந்தது. எதிரிலிருந்த படுக்கை விரிப்பின் மீது பட்டாணிகள் அடங்கிய பாத்திரங்கள் இரண்டு இருந்தன. அறைக்குள் நுழைந்தபோது சுவாசக் கோளாறால் அவதிப்பட்டுவந்த அந்த நோயாளி மூச்சை இழுத்து விட முயன்றார். கட்டிலில் நிமிர்ந்து உட்கார முயன்று பாதி சாய்ந்த அளவில் அமர்ந்தார். அவருடைய மனைவி ஒரு கிண்ணத்தைக் கொண்டுவந்தார். மருத்துவர் ஊசி போடும்போது, அவரைப் பார்த்து,

"என்ன டாக்டர் இது! அந்த எலிகள் எல்லாம் வெளியே ஓடி வருவதைப் பார்த்தீர்களா?" என்று நோயாளி கேட்டார்.

"ஆமாம், என் அருகில் வசிப்பவர்கூட மூன்று எலிகளைப் பொறுக்கி வந்தார்" என்றார் அவர் மனைவி.

ஊசி போட்ட இடத்தில் அந்த முதியவர் கையைத் தேய்த்துக் கொண்டார்.

"எல்லாம் வெளியே வருகின்றன. குப்பைத் தொட்டி எங்கும் அதைப் பார்க்கலாம். எல்லாம் பசிதான் காரணம்."

அந்தப் பகுதி முழுவதும் எலிகளைப் பற்றியே பேச்சு இருப்பதை மருத்துவர் ரியே கவனித்துக்கொண்டுதான் இருந்தார். தன் பார்வை நேரம் முடிந்த பின் மீண்டும் வீட்டுக்கு வந்தார்.

"உங்களுக்கு ஒரு தந்தி வந்திருக்கிறது, மேலேதான் இருக்கிறது" என்றார் மிஷேல்.

புதிதாக எலிகள் செத்துக் கிடப்பதைப் பார்த்தீர்களா என மருத்துவர் அவரை விசாரித்தார்.

"இல்லையே, நான் பார்க்கவில்லை. இப்பொழுது நான் மிகவும் கவனமாக இருக்கிறேன் தெரியுமா? என் எதிரில் வர அந்த முட்டாள்களுக்குத் தைரியம் இல்லை."

ரியேவுக்கு வந்திருந்த தந்தியில் அவருடைய அம்மா அடுத்த நாள் வரவிருக்கும் செய்தி இருந்தது. உடல் நலம் சரியில்லாத அவருடைய மனைவி ஊருக்குப் போகயிருப்பதால் தன் மகன் வீட்டைக் கவனித்துக்கொள்ள அவர் வருகிறார். வீட்டுக்குள் மருத்துவர் நுழைந்தபோது பணிப்பெண் ஏற்கெனவே அங்கு வந்திருந்தார். தன் மனைவி சூட் அணிந்திருப்பதுடன், முகத்தில் உள்ள சோர்வை மறைக்கும் விதமாக ஒப்பனையுடன் படுக்கையை விட்டு இறங்கிக் கீழே நின்றிருப்பதைப் பார்த்தார். மனைவியைப் பார்த்துப் புன்னகை செய்தார்.

"அருமை, அருமை" என்றார்.

அடுத்த சில நிமிடங்களில் புகைவண்டி நிலையத்துக்கு வந்தடைந்தனர். உறங்கும் வசதியுடைய ரயில்பெட்டியில் தன் மனைவியை மருத்துவர் அமர வைத்தார். அந்தப் பெட்டியைக் கவனித்தார் அவர் மனைவி.

"இது நம் நிலைக்கு மீறிய கட்டணம் இல்லையா?" என்றார்.

"எல்லாம் அவசியமாகத்தான்" என்று ரியே அவரைச் சமாதானம் செய்தார்.

"இது என்ன, எலிகளைப் பற்றிய பேச்சு?"

"தெரியவில்லை, ஏதோ விசித்திரமாகத்தான் இருக்கிறது. எல்லாம் சரியாகிவிடும்"

தன்னைத் தவறாக எண்ண வேண்டாம் என்று மனைவியிடம் வேகவேகமாக மருத்துவர் கேட்டுக்கொண்டார். அவர் மீது போதிய கவனம் செலுத்தாமல் விட்டதற்காக வருத்தம் தெரிவித்தார். அப்படியெல்லாம் சொல்லவேண்டாம் என்று அடக்குவதுபோல் தலையைப் பலமாக ஆட்டினார் அவர் மனைவி.

"நீ திரும்பி வந்ததும் எல்லாம் சரியாகிவிடும். நாம் மீண்டும் புதிய வாழ்வைத் தொடங்குவோம்" என்றார் மருத்துவர்.

"ஆமாம், நாம் மீண்டும் வாழத் தொடங்குவோம்" என்று ஆமோதித்த மனைவியின் கண்கள் மின்னின.

சிறிது நேரம் கழித்துச் சன்னல் பக்கமாக அவர் பார்க்கத் தொடங்கினார். நடைபாதையில் மக்கள் ஒருவரையொருவர் இடித்துக்கொண்டு வேகவேகமாக நகர்ந்துகொண்டிருந்தனர். அந்தப் புகைவண்டி நகரத் தொடங்கும் சத்தம் கேட்டது. தன் மனைவியைப் பெயர் சொல்லி அழைத்தார் மருத்துவர். குரல் கேட்டுத் திரும்பிய அவரது கண்களில் கண்ணீர்த் துளிகள்.

"அழக் கூடாது" என மென்மையாகச் சமாதானம் செய்தார்.

கொஞ்சம் கண்ணீருடன் கலந்த புன்னகை மீண்டும் அவரது முகத்தில் தோன்றியது. நீண்ட பெருமூச்சு விட்டார்.

"போய் வா, எல்லாம் சரியாகிவிடும்!" என்று சொல்லி அவரை இறுக அணைத்துக்கொண்டார்.

பின்னர் நடைபாதையில் இருந்தபடியே அந்தச் சன்னலுக்கு இந்தப் பக்கத்தில் நின்ற அவருக்கு மனைவியின் புன்னகை தவழும் முகத்தை மட்டும் பார்க்க முடிந்தது.

"உடம்பைக் கொஞ்சம் பத்திரமாகப் பார்த்துக்கொள்" என்று கூறினார்.

அப்படிக் கூறுவதை அவருடைய மனைவியால் கேட்க இயலவில்லை.

புகைவண்டி நிலையத்தின் வாசல் அருகே தன் மகனைக் கையில் பிடித்தபடி நீதிபதி ஒத்தோன் நின்றிருப்பதை ரியே பார்த்தார். ஏதாவது ஊருக்குப் புறப்பட்டுவிட்டீர்களா என்று அவரை விசாரித்தார்.

உயரமாகவும் கருப்பாகவும் இருந்த அவர், பார்க்க அக்கால மொழியில் சொல்வதென்றால் பிரமுகர்போல் இருந்தார். அதே நேரம், ஓரளவு இறுதிசடங்குப் பொறுப்பாளர்போலவும் தெரிந்தார். சுருக்கமாக ஆனால் அன்பாக,

"என் பெற்றோரைப் பார்த்துவரப் போயிருக்கும் என் மனைவிக்காகக் காத்திருக்கிறேன்" என்றார்.

புகைவண்டி கிளம்பும் சத்தம்.

"எலிகள்" என இழுத்தார் நீதிபதி.

வண்டி நகரும் திசை நோக்கி நகர்ந்த ரியே பிறகு வெளியில் செல்லும் பாதையின் பக்கம் திரும்பினார்.

"உண்மைதான். அது ஒன்றுமில்லை" என்றார்.

அப்போது குப்பை அள்ளும் தொழிலாளி ஒருவர் கூடை நிறைய செத்த எலிகளைத் தூக்கிச் சென்றார். அந்தக் காட்சி மட்டுமே அவர் மனதில் நின்றுவிட்டது.

அன்று பிற்பகலில் நோயாளிகளைப் பார்வையிடும் நேரம் வந்தபோது, மருத்துவர் ரியேவைச் சந்திக்க இளைஞன் ஒருவன் காத்திருந்தான். அவன் ஒரு செய்தியாளர் என்றும் காலையிலேயே ஒரு முறை தன்னைத் தேடி வந்திருந்ததாகவும் மருத்துவர் தெரிந்துகொண்டார். அவனது பெயர் ரெமோன் ராம்பேர்.

குள்ளமான தோற்றம். தடித்த தோள்கள், தீர்க்கமான முகம், தெளிவான அறிவார்ந்த பார்வை. விளையாட்டு வீரர்கள் அணியும் சீருடைபோன்ற உடையில் இருந்தான். வாழ்க்கையில் எதற்கும் அலட்டிக்கொள்ளாதவனாகத் தெரிந்தான். சுற்றிவளைக்காமல் நேரடியாக விஷயத்துக்கு வந்தான். பாரீஸில் வெளிவரும் புகழ்பெற்ற நாளிதழ் ஒன்றுக்காக அரேபிய மக்களின் வாழ்க்கை நிலை குறித்தான தகவல்களைத் திரட்டிக்கொண்டிருப்பதாகவும் அவர்களுடைய சுகாதார நிலை பற்றிய விவரங்களைப் பெற விரும்புவதாகவும் தெரிவித்தான். அவன் அறியத் துடிக்கும் நிலைமை சீராக இல்லை என்பதை ரியே கூறினார். அதற்கு மேல் அதைப் பற்றி விவாதிப்பதற்கு முன், வந்திருந்த பத்திரிகையாளரைப் பார்த்து, "நீங்கள் உண்மை நிலையைக் கூற முடியுமா?" என்று கேட்டார்.

"நிச்சயமாக" என்று பதில் வந்தது.

"அதாவது இந்நிலைக்காக ஒட்டுமொத்தமாக நீங்கள் குற்றம் சாட்டுவீர்களா?"

"ஒட்டுமொத்தமான குற்றச்சாட்டாக இருக்காது என்பது மட்டும் நிச்சயம். அப்படிச் செய்தால் அது ஆதாரமற்றதாகப் போய்விடும் என்று கருதுகிறேன்".

உண்மையில் இத்தகைய குற்றச்சாட்டு ஆதாரமற்றதாகத்தான் இருக்கும் என்பதை ரியே பொறுமையாக விளக்கினார். ராம்பேர் வெளியிடப்போகும் செய்தி அறிக்கை ஒளிவு மறைவு இல்லாமல் இருக்குமா என்பதை மட்டும் தெரிந்துகொள்ள விரும்புவதாக ரியே கூறினார்.

“ஏனெனில், வெளிப்படையான அறிக்கைகளை மட்டுமே நான் ஏற்றுக்கொள்வது வழக்கம். எனவே என்னிடம் உள்ள தகவல்களின் அடிப்படையில் உங்கள் செய்தி அறிக்கையை ஏற்க மாட்டேன்”

இதைக் கேட்ட பத்திரிகையாளர் சிரித்தபடியே,

“இதுதான் புனிதர் ழுயிஸ்த்தின் வாக்கு” என்றான்.

தனக்கு அதைப் பற்றி எதுவும் தெரியாது என்று குரலை உயர்த்தாமலேயே பதில் அளித்தார் ரியே.

“ஆனால், தான் வாழும் உலகைக் கண்டு அலுத்துப் போனவனின் மொழி என்பது மட்டும் தெரியும். சகமனிதர்களைப் போன்ற விருப்பு வெறுப்புகளைக் கொண்ட அவன் அநீதியையும் சலுகைகளையும் ஏற்றுக்கொள்ள மறுப்பவனாக இருப்பான்” என்றார்.

எல்லாவற்றையும் நிதானமாகக் கேட்டுக்கொண்ட ராம்பேர் மருத்துவரைப் பார்த்து,

“நீங்கள் கூறுவது புரிவதுபோல் இருக்கிறது” என்று சொல்லிக் கொண்டே எழுந்தான்.

அவனை வழியனுப்ப அறைக் கதவுவரை சென்ற மருத்துவர்,

“பிரச்சினைகளை இவ்விதமாக அணுகியதற்கு நன்றி” என்று கூறினார்.

“சரி, புரிகிறது. உங்களைத் தொந்தரவு செய்ததற்குப் பொறுத்துக்கொள்ள வேண்டும்.” என்று சொல்லி விடைபெற்றான்.

அவனது கையைக் குலுக்கியபடி, “தற்சமயம் நகரில் ஏராளமாகச் செத்துக் கிடக்கும் எலிகள் குறித்துப் பரபரப்பான செய்தி அறிக்கை தர வேண்டியிருக்கும்” என்றார்.

“ஆமாம். எனக்கும் அதில் ஆர்வம் உண்டு” என்றான் ராம்பேர்.

அன்று மாலை 5 மணிக்கு நோயாளிகளைப் பார்வையிடப் படிக்கட்டில் இறங்கி வந்தபோது வாலிபன் ஒருவனைச் சந்தித்தார். நல்ல உடற்கட்டு, ஒடுங்கிய பரந்த முகம், அடர்த்தியான புருவங்கள். தன் கட்டடத்தின் கடைசி மாடியில் குடியிருக்கும் ஸ்பெயின் நாட்டைச் சார்ந்த நடனமாடும் கூட்டத்தில் ஒன்றிரண்டு சந்தர்ப்பங்களில் அந்த நபரை இவர் சந்தித்திரு கிறார். தன் காலடியின் அருகில் படிக்கட்டின்மீது செத்துக் கொண்டிருந்த எலி ஒன்றின் இறுதி அவஸ்தைகளை முனைப்புடன்

சிகரெட் புகைத்தபடியே ழான் தரு பார்த்துக்கொண்டிருந்தான். சாம்பல் நிறக் கண்களால் அமைதியாகவும் தீர்க்கமாகவும் மருத்துவரைத் திரும்பிப் பார்த்தான். அவருக்கு வணக்கம் கூறிவிட்டு இவ்வாறு எலிகள் வெளிப்படுவது பரபரப்பை ஏற்படுத்தும் விஷயமாக இருப்பதைத் தெரிவித்தான்.

“உண்மைதான். கடைசியில் எரிச்சலாகிவிடுகிறது” என்றார் ரியே.

“ஆமாம் டாக்டர். ஒருவகையில் அப்படித்தான். ஆனால் ஒருவகையில்தான் அப்படி. இதுபோன்ற சம்பவத்தை நாம் இதுவரை அனுபவித்ததில்லை. அவ்வளவுதான். இருந்தாலும் என்னைப் பொறுத்தவரை ஆர்வத்தைத் தூண்டுகிறது. நல்ல விதமாகப் பார்த்தால் அப்படித் தெரிகிறது. முன்விழத் துடிக்கும் தலைமுடியைப் பின்னுக்குத் தள்ள கையை மேலே தூக்கிய தரு மீண்டும் அந்த எலியைப் பார்த்தான். இப்பொழுது அது அசைவற்றுக் கிடந்தது. பிறகு ரியேவை நோக்கிப் புன்னகையுடன்,

“டாக்டர், எப்படியும் இது குடியிருப்புப் பொறுப்பாளரின் பிரச்சினைதான்” என்றான்.

சற்று முன்தான் தன் வீட்டின் எதிரில் அந்தப் பொறுப்பாளர் வாயிற்படி அருகில் உள்ள சுவரின்மீது சாய்ந்தபடி நின்றிருக்க, மருத்துவர் அவரைச் சந்தித்திருந்தார். சாதாரணமாகச் சிவந்திருக்கும் அவரது முகம் அப்போது சோர்வாகத் தெரிந்தது.

புதிதாக எலி ஒன்று செத்துக் கிடப்பதை அந்த வயதானவரின் கவனத்துக்கு ரியே கொண்டுவந்தபோது, “ஆமாம் தெரியும். இப்பொழுதெல்லாம் இரண்டு அல்லது மூன்று என அவை அதிகமான எண்ணிக்கையில் கிடக்கின்றன. எல்லா வீட்டிலும் இதே நிலைதான்” என்று மிஷேல் பதிலளித்தார்.

மிகுந்த கவலைக்கும் சோர்வுக்கும் உள்ளானவராகத் தெரிந்தார். எந்திரகதியில் கழுத்தைச் சொரிந்துகொண்டார். அவரது உடல் நிலைகுறித்து ரியே விசாரித்தார். உண்மையில் சரியில்லைதான் என்பதை அவரால் கூற முடியவில்லை. அவர் உடல்நிலை இயல்பாக இல்லை அவ்வளவுதான். மனச்சோர்வு தான் காரணமாக இருக்கும் என்று எண்ணினார். இந்த எலிகள் தான் அவரைப் பாதித்திருந்தன. அந்தப் பிரச்சினை முடிந்தால் எல்லாம் சரியாகிவிடும் என்று நினைத்தார்.

ஆனால், மறுநாள் காலை, அதாவது ஏப்ரல் 18ஆம் நாள். புகைவண்டி நிலையத்திலிருந்து தன் அம்மாவை அழைத்து வந்த மருத்துவர், மிஷேலைப் பார்த்தார். அவர் இன்னும்

ஒடுங்கிப்போய் இருப்பதுபோல் தெரிந்தார். நிலவறை தொடங்கி பழையப் பொருட்களைப் போட்டுவைக்கும் அறைவரை சுமார் 12 எலிகள் படிக்கட்டுகளில் செத்துக்கிடந்தன. அருகில் வசித்தவர்களின் குப்பைக்கூடைகளும் எலிகளால் நிரம்பி வழிந்தன. இதையெல்லாம் கேள்விப்பட்ட மருத்துவரின் அம்மா, ஆச்சரியமடையாமல்,

“எல்லாம் நடக்கக்கூடியவைதான்” என்றார். சிறிய உருவம் கொண்ட அப்பெண்மணி வெள்ளை முடியும் கருத்த கண்களும் அதில் சாந்தமான பார்வையும் கொண்டிருந்தார்.

“உன்னை மீண்டும் சந்திப்பதில் மகிழ்ச்சி பெர்நார். எலிகளால் இந்த மகிழ்ச்சியைத் தடுக்க எதுவும் செய்ய முடியாது என்று நினைக்கிறேன்” என்றார்.

பெர்நாரும் இதனை ஆமோதித்தார். உண்மைதான் அம்மாவைப் பொறுத்தவரை எல்லாமே சாதாரணம்தான்.

இதற்கிடையில் வட்டார எலி ஒழிப்புத்துறையை ரியே தொலைபேசியில் தொடர்புகொண்டார். அத்துறையின் இயக்குநர் இவருக்கு அறிமுகமானவர். எலிகள் இதுபோன்று அதிக அளவில் வெளியில் இறந்துகிடக்கும் செய்தி அவருக்குத் தெரியுமா? இயக்குநர் மெர்சியேவுக்கு இச்செய்தி எட்டியுள்ளது. புகைவண்டி நிலையத்தின் அருகில் அமைந்துள்ள தன் அலுவலகத்திலேயே சுமார் 50 எலிகளைக் கண்டெடுத்துள்ளனர் என பதிலளித்தார். இது மிகவும் கவலைக்குரிய விஷயமா என்று தெரியவில்லை என்றார். இதற்குத் தம்மால் உறுதியான பதில் தர இயலவில்லை என்றும் எனினும் எலி ஒழிப்புத்துறை இவ்விஷயத்தில் தலையிட்டாக வேண்டும் என்றும் தாம் நினைப்பதாகவும் ரியே தெரிவித்தார்.

“சரி. ஆனால் அரசு உத்தரவைப் பெற வேண்டும். இந்த நடவடிக்கையில் நன்மை உண்டு என்று நீ நினைத்தால் இதற்கான ஆணை ஒன்றை நான் பெற்றுவிடுவேன்”

“நிச்சயமாக இதனால் பயன் உண்டு” என்றார் ரியே.

அவரிடம் வீட்டு வேலை செய்யும் பணிப்பெண் மேலும் ஒரு தகவலைக் கூறினார். தன் கணவன் வேலை பார்க்கும் பெரிய தொழிற்சாலையில் நூற்றுக்கணக்கான எலிகளைக் கண்டெடுத்தனர் என்பதுதான் அது.

ஏறக்குறைய இதே காலகட்டத்தில்தான் நாட்டில் உள்ள நம்மைப்போன்ற மக்களும் இது குறித்துக் கவலை கொள்ளத் தொடங்கியிருந்தனர். உண்மையில், அந்த மாதம் 18ஆம்

நாளில் இருந்துதான் தொழிற்சாலைகள், கிடங்குகள் போன்ற இடங்களில் நூற்றுக்கணக்கான செத்த எலிகளை அப்புறப்படுத்தத் தொடங்கியிருந்தனர். சில இடங்களில், நீண்ட நேரமாக உயிர் போகாமல் எலிகள் கிடந்தன. மரண அவஸ்தையைப் பார்க்கச் சகிக்காமல், துடிதுடித்துக்கொண்டிருந்த எலிகளை இவர்களே அடித்துக் கொல்ல வேண்டியிருந்தது. ஆனால், புறநகர்ப் பகுதிகள் தொடங்கி, மையப் பகுதிவரை மருத்துவர் ரியே பார்வையிடச் சென்ற இடங்கள் மட்டுமல்ல நம் மக்கள் கூடும் அத்தனை இடங்களிலும் பெரும் குவியல்களாகவோ, குப்பைக்கூடைகள், சாக்கடைகள் ஆகியவற்றில் கொத்துக்கொத்தாகவோ எலிகள் செத்துக்கிடந்தன. அன்று மாலை முதல் ஊடகம் முழுவதை யும் இந்தப் பிரச்சினைதான் ஆக்கிரமிக்கத் தொடங்கியது. இவ்விஷயத்தில் நகராட்சி நடவடிக்கை எடுக்கத் திட்டமிட் டுள்ளதா இல்லையா என்ற கேள்வியுடன் அருவருக்கத்தக்க இந்த எலியின் படையெடுப்பை எதிர்கொண்டு தம் மக்களின் பாதுகாப்புக்கான உத்தரவாதத்தை அளிக்க எத்தகைய அவசர நடவடிக்கைகளை எடுத்துள்ளது என்றும் வினா எழுப்பி யிருந்தது. நகராட்சியிடம் எவ்விதத் திட்டமும் இல்லை என்பதுடன் இப்படியெல்லாம் நடக்கும் என்று எதையும் அது எதிர்பார்க்கவுமில்லை. எனினும், இப்பிரச்சினைகள் குறித்து விவாதித்து முடிவெடுக்கக் கூட்டங்கள் நடத்தத் தொடங்கி யிருந்தது. தினமும் விடியற்காலையிலேயே செத்துக்கிடக்கும் எலிகளைக் கூட்டி அப்புறப்படுத்திவிடும்படி எலி ஒழிப்புத் துறைக்கு உத்தரவு பிறப்பிக்கப்பட்டிருந்தது. அவ்வாறு அப்புறப்படுத்தியபின் அவற்றை அத்துறையின் இரண்டு வாகனங்கள் மூலம் குப்பைகளை எரிக்கும் தொழிற்கூடத்திற்குக் கொண்டு வந்து எரித்துவிட வேண்டும்.

அடுத்த சில நாட்களில் பிரச்சினைத் தீவிரமானது. இவ்வாறு பொறுக்கப்பட்டுக் குவிந்த எலிகளின் எண்ணிக்கை உயர்ந்துகொண்டே போக, ஒவ்வொரு நாளும் காலையில் மிக அதிக அளவில் செத்த எலிகள் வந்து சேர்ந்தன. அடுத்த நான்காம் நாள் முதலே கும்பல்கும்பலாக எலிகள் வெளியேறி மடிந்து விழத் தொடங்கின. சின்னஞ்சிறு அறைகள், கீழ்த்தள அறைகள், நிலவறைகள், பாதாள சாக்கடைகள் எனப் பல இடங்களில் இருந்து அவை பெருமளவில் தள்ளாடியபடியே வரிசையாக வெளியே வெளிச்சமான இடத்திற்கு வந்து நடுங்கியவாறு தங்களுக்குள் சுழன்று மனித நடமாட்டமுள்ள பகுதிகளுக்கு அருகில் செத்து வீழ்ந்தன. இரவு நேரத்தில், கட்டடங்களின் கூடங்களிலும் சிறிய சந்துகளிலும் மரண அவஸ்தையில் அவை எழுப்பும் கீச்சொலியைத் தெளிவாகக் கேட்க முடிந்தது. விடிந்ததும்

பெருந்தொற்று

தம் கூர்மையான மூக்கில் லேசான இரத்தக்கரையுடன் அவை ஊரின் ஒதுக்குப்புறங்களில் உள்ள வாய்க்கால்களில்கூட கிடப்பதைப் பார்க்க முடிந்தது. அவற்றில் சில உப்பிப்போய் நாற்றமடித்தன. இன்னும் சில எலிகளின் மீசைமுடி சிலிர்த்திருக்க விறைப்பான நிலையில் கிடந்தன. நகரப்பகுதியில் கட்டடப்படிக்கட்டுகள், வாசல்கள் எனப் பல இடங்களில் சின்னஞ்சிறு குவியல்களாக அவை இறந்து கிடப்பதைப் பார்க்க முடிந்தது. அலுவல்கூடங்கள், பள்ளி விளையாட்டு அரங்குகள், சிற்றுண்டி பரிமாறப்படும் திறந்தவெளி மேல்தளங்கள் ஆகிய இடங்களிலும் சில நேரங்கள் அவை ஒதுக்குப்புறமாகவும் செத்துக்கிடந்தன. நகரின் அதிக நடமாட்டமுள்ளப் பகுதிகளில் அவை செத்துக் கிடப்பதைக்கண்டு மக்கள் ஆச்சரியப்பட்டனர். போர்வீரர் சதுக்கம், நிழற்சாலைகள், ஃபுரோன்தெமேர் பகுதியில் கடற்கரையொட்டிய நடைபழகும் சாலை ஆகியபகுதிகள் இங்கொன்றும் அங்கொன்றுமாகச் செத்துக் கிடந்த அந்த எலிகளால் அசுத்தமாகியிருந்தன. மாண்டுபோன எலிகளைக் காலையில் அகற்றிச் சுத்தப்படுத்தினாலும் நேரம் செல்லச்செல்ல அந்த நாள் முடிவதற்குள் அவை சிறுகச்சிறுகச் சேர்ந்து அதிக எண்ணிக்கையில் கிடப்பதை நகரில் காண முடிந்தது. சாலையோர நடைபாதையில் இரவில் நடந்து செல்ல நேரும் பாதசாரிக்குச் சற்றுமுன் உயிர்விட்ட எலியின் நெகிழ்ந்து கொடுக்கும் உடல் தன் காலில் தட்டுப்படுவதை உணர முடிந்தது. நம் வீடுகள் கட்டப்பட்டிருந்த நிலம், அடியிலிருக்கும் கெட்ட நீரை வெளியேற்றித் தன்னைச் சுத்தப்படுத்திக்கொள்ளும் முயற்சியில் இதுவரை உள்ளிருந்து வாட்டிய கட்டிகளையும் சீழ்களையும் மேல்பரப்புக்குக்கொண்டு வருவதைப்போல் இருந்தது. இதுவரை அமைதியில் திளைத்திருந்த இந்த ஊர் திடுமென சில நாட்களுக்குள் சந்தித்த அதிர்ச்சியைக் கற்பனை செய்து பார்க்க முடிகிறது. நல்ல உடல் நிலையில் இருந்த மனிதன் ஒருவனின் அடர்த்தியான இரத்தம் சட்டெனத் தறிகெட்டு ஓடுவதைப்போல் இருந்தது.

தகவல்கள், ஆதாரங்கள், பல்துறை சார்ந்த அனைத்து விபரங்களையும் அளிக்கும் ரான்ஸ்டோக் நிறுவனம், தன் இலவச வானொலிச் சேவையின் கீழ் வழங்கும் செய்தி அறிக்கையில் ஒரேநாளில், அதாவது 25ஆம் தேதி மட்டும், 6231 எலிகளை அகற்றிக்கொண்டுவந்து எரிக்கப்பட்டதாக தெரிவித்தது. இந்த நகரில் தங்கள் கண் முன் அன்றாடம் நிகழ்ந்துகொண்டிருக்கும் அவலநிலையை இந்த எண்ணிக்கை தெளிவாக்கியதுடன் மக்களின் பதற்றத்தையும் அதிகரித்தது. அதுவரை அதனை எதிர்பாராமல் நேர்ந்துவிட்ட அருவருக்கத்தக்க நிகழ்வாக

மட்டுமே மக்கள் கருதிவந்தனர். இதன் வீச்சு எதுவரை போகும் என்பது தெளிவாகாத நிலையில் இதன் பிறப்பிடத்தையும் கண்டுபிடிக்க முடியாமல் இருப்பதால் இது நமக்கு அச்சுறுத்த லானது என்பதை உணரத் தொடங்கினர். சுவாசக் கோளாறால் அவதிப்படும் ஸ்பெயின் நாட்டு முதியவர் மட்டும் தம் கைகளைத் தேய்த்தபடி, "அதோ அவை வருகின்றன. வெளியே வந்துகொண்டிருக்கின்றன" என்று தொடர்ந்து சொல்லிக் கொண்டிருந்தார்.

ஏப்ரல் 28ஆம் தேதியன்று சுமார் 8000 எலிகள் செத்துக் கிடந்த செய்தியை ரான்ஸ்டோக் நிறுவனம் வெளியிட, நகரில் உள்ளவர்களின் அச்சம் உச்சகட்டத்தை அடைந்தது. கடுமையான நடவடிக்கைகள் தேவை என்ற கோரிக்கை எழுந்ததோடு அதிகாரிகள்மீது குற்றச்சாட்டுகளை அடுக்கினர். கடற்கரையோரத்தில் வசித்தவர்கள் அதற்குள்ளாக அந்த இடத்தை விட்டு வெளியேறுவது பற்றிப் பேசத் தொடங்கி யிருந்தனர். ஆனால் அடுத்த நாள் எலிகள் செத்துப்போவது திடீரெனக் குறைந்துள்ளது என்றும் அகற்றப்பட்ட செத்த எலிகளின் எண்ணிக்கை மிகவும் குறைவாக இருப்பதாகவும் எலி ஒழிப்புத் துறையிடமிருந்து கிடைத்த செய்தியை வானொலி நிறுவனம் அறிவித்ததைக் கேட்டு நகரமே நிம்மதிப் பெருமூச்சு விட்டது.

எனினும், அதே நாள் நண்பகலில் தன் வசிப்பிடக் கட்டடத்தின் முன்பாகக் காரை நிறுத்தியபோது அந்த வீதியின் கடைசியில் குடியிருப்பின் பொறுப்பாளர் மிஷேல் தலையை முன் பக்கமாகச் சாய்த்தவாறு, கை கால்கள் பரப்பியபடி, ஒரு பொம்மையைப் போல் மிகவும் கஷ்டப்பட்டு நடந்து வந்து கொண்டிருப்பதை மருத்துவர் ரியே கவனித்தார். ரியேவுக்குத் தெரிந்த பாதிரியார் ஒருவரின் கையைப் பிடித்தபடி மிஷேல் நடந்து வந்தார். பாதிரியாரின் பெயர் பனெலு. ஜெசுயித் பாதிரியாரான அவர் கல்வியில் தேர்ந்தவர். முற்போக்கான எண்ணம் கொண்டவர். மதத்துடன் அவ்வளவாகத் தொடர்பு இல்லாதவர்கள் மத்தியிலும் ஊரில் அவருக்கு நல்ல மதிப்பு இருந்தது. தான் நிற்கும் இடத்துக்கு அவர்கள் வந்து சேரட்டும் என்று காத்திருந்தார். முதியவர் மிஷேலின் கண்களில் ஒளி தெரிந்தது. அவர் சுவாசித்தபோது சீழ்க்கையொலி எழும்பியது. அவரது உடல் நலம் சரியாக இல்லை. நல்ல காற்று வாங்கலாம் என வெளியில் வந்துள்ளார். ஆனால், பின் கழுத்து, அக்குள், கீழ்த் தொடை ஆகிய பகுதிகளில் கடும் வலி ஏற்படவே திரும்பிவிட முடிவு செய்து பாதிரியார் பனெலுவின் உதவியை நாடியுள்ளார்.

“உடம்பில் பல இடங்களில் வீக்கம் இருக்கிறது. வலி தாங்கிக்கொள்ள முடியவில்லை” என்றார் மிஷேல். தலையை நீட்டிக் காண்பிக்க, கார் கண்ணாடிக் கதவின் வழியாகத் தன் விரல்களால் மிஷேல் கழுத்தின் கீழ்ப்பகுதியைத் தடவிப் பார்த்தார் ரியே. மரத்தாலான கணுப் போல் முட்டையாக நெரிகட்டியிருந்தது.

“போய் தூங்குங்கள். காய்ச்சல் எவ்வளவு இருக்கிறது என்று பார்த்து வையுங்கள். இன்று பிற்பகலுக்கு மேல் உங்களை வந்து பார்க்கிறேன்” என்று கூறினார்.

குடியிருப்பின் பொறுப்பாளர் மிஷேல் அங்கிருந்து சென்ற பின் பாதிரியார் பனெலுவிடம்,

“இந்த எலிப்பிரச்சினையைப் பற்றி என்ன நினைக்கிறீர்கள்” என்று ரியே கேட்டார்.

“அதைக் கேட்கிறீர்களா? நிச்சயம் இது தொற்றுநோயாகத்தான் இருக்க வேண்டும்” என்று பதில் அளித்த பனெலுவின் கண்கள் அவர் அணிந்திருந்த வட்டமானக் கண்ணாடியின் பின்னிருந்து சிரித்தன.

பகல் உணவு முடிந்ததும் வந்திருந்த தந்தியை மீண்டும் வாசித்துப் பார்த்தார் ரியே. தன் மனைவி மருத்துவமனைக்கு வந்து சேர்ந்ததை அந்த மருத்துவமனை தெரியப்படுத்தியிருந்தது. அதே நேரம் தொலைபேசி அழைப்புமணியும் ஒலித்தது. பேசியவர் தம்மிடம் சிகிச்சை பெற்ற பழைய வாடிக்கையாளர்களுள் ஒருவர்; நகர மன்றத்தில் பணியாற்றுபவர்; இரத்த நாளத்தில் சுருக்கம் என்னும் பிரச்சினையால் வெகு நாட்களாக அவதிப்பட்டு வருபவர். பண வசதி இல்லாதவர் என்பதால் அவருக்கு இலவசமாகவே சிகிச்சை அளித்து வருகிறார் மருத்துவர் ரியே.

“ஆமாம் நான்தான்! நீங்கள் நன்றாக நினைவு வைத்துள்ளீர்கள்! இப்போது நான் வேறு ஒருவருக்காக உங்களை அழைத்தேன். உடனே புறப்பட்டு வாருங்கள். என் பக்கத்து வீட்டில் ஒரு அசம்பாவிதம்” என்று படபடப்புடன் பேசிய அவருக்கு மூச்சு வாங்கியது.

சற்றுமுன் சந்தித்த பொறுப்பாளரின் நினைவு வந்தது. அவரைப் பிறகு பார்த்துக்கொள்ளலாம் என்று முடிவு செய்தார். அடுத்த சில நிமிடங்களில் நகருக்கு வெளியே ஃபேதெர்ப் வீதியில் அமைந்திருந்த தாழ்ந்த வீடு ஒன்றின் வாசலைக் கடந்து உள்ளே நுழைந்தார். குளிர்ச்சியாகவும் கெட்டவாடையுடனும் இருந்த படிக்கட்டுகளின் பாதி வழியில், நகர மன்றப் பணியாளர் ஜொசஃப் கிரானைச் சந்தித்தார். மருத்துவரைப் பார்த்ததும்

அவர் இறங்கி வந்தார். அவருக்குச் சுமார் 50 வயது இருக்கும். மஞ்சள் மீசை. கூன் விழுந்த நெட்டை உருவம், குறுகலானத் தோள்கள், மெலிந்த கால்கள். ரியே அருகில் வந்த அவர், "இப்போது பரவாயில்லை. அவர் போய்விடுவார் என்றே நினைத்தேன்" என்றார்.

அவர் மூக்கைச் சிந்தினார். வீட்டின் இரண்டாவது மாடியில், அதாவது கடைசி மாடியில் இடது பக்கக் கதவின் மீது சிவப்பு வண்ண சாக்பீஸால் எழுதப்பட்டிருந்த வாசகத்தை ரியே பார்த்தார். "உள்ளே வாருங்கள், நான் தூக்கில் தொங்குகிறேன்."

இருவரும் உள்ளே நுழைந்தனர். குப்புற வீழ்ந்து கிடக்கும் நாற்காலி, ஒரு மூலைக்குத் தள்ளப்பட்ட மேசை ஆகியவற்றுக்கு மேலே தூக்குக் கயிறு அந்தரத்தில் தொங்கிக்கொண்டிருந்தது.

"சரியான நேரத்தில் அவரை நான் இறக்கிவிட்டேன்" என்று கிரான் மிக எளிமையான மொழியில்தான் கூறினார். எனினும் பேச கஷ்டப்பட்டார்.

"நான் வெளியே போகலாம் என்று வந்தேன். அப்போது தான் ஏதோ சத்தம் கேட்டது. இந்த வாசகத்தைப் பார்த்த போது, அதை நான் எப்படிச் சொல்வது என்று தெரியவில்லை. விளையாட்டுக்காக எழுதியிருப்பதாக நினைத்தேன். ஆனால், இவரிடமிருந்து ஒருவித விம்மல் சத்தம் வந்தது. ஓரளவு பயங்கர மானது என்றே சொல்லலாம்" என்று கூறிவிட்டுத் தலையைச் சொரிந்துகொண்டார்.

"இதைச் செய்யும்போது அதிக வலியை அனுபவித்திருப்பார் என்று நினைக்கிறேன். பிறகென்ன? யோசிக்காமல் உள்ளே நுழைந்துவிட்டேன்" என்று விவரித்தார்.

அங்கிருந்த கதவு ஒன்றைத் தள்ளித் திறந்தனர். அது வெளிச்சமான அறை. அதிக அளவில் பொருட்கள் இல்லை. பித்தளைக் கட்டிலின் மீது குண்டாகவும் உயரம் குறைவாகவும் இருந்த ஒருவன் படுத்திருந்தான். சத்தமாக மூச்சு விட்டுகொண்டிருந்தான். நன்கு சிவந்திருந்த தன் கண்களால் வந்திருந்தவர்களைப் பார்த்தான். மருத்துவர் அப்படியே நின்று கவனித்தார். அந்த நபர் மூச்சுவிடும் இடைவெளியின் போது எலிகளின் சன்னமான ஒலி கேட்டது. அப்படி எதுவும் இருப்பதாக மூலை முடுக்குகளில் எந்த அசைவும் தெரியவில்லை. கட்டிலின் அருகில் சென்றார் ரியே. அதிக உயரத்திலிருந்தோ பலமாகவோ, அந்த நபர் விழவில்லை என்பதால் முதுகெலும்புகள் தாக்குப்பிடித் துள்ளன. எனினும் சிறிதளவு மூச்சுத்திணறல் இருப்பதை

மறுப்பதற்கில்லை. ஒரு ஈசிஜி எடுத்துப் பார்த்தாக வேண்டும். கற்பூர எண்ணெயிலான ஊசி ஒன்றைப் போட்ட மருத்துவர், எல்லாம் இன்னும் சில நாட்களில் சரியாகிவிடும் என்று சொன்னார்.

"நன்றி டாக்டர்" என்று அந்த நபரின் குரல் கம்மியிருந்தது.

"விஷயத்தை நகராட்சி அலுவலகத்துக்குத் தெரியப்படுத்தி விட்டீர்களா?" என்று ரியே கேட்டதும் கிரானின் முகம் மாறியது.

"இல்லை, அதைச் செய்யவில்லையே. அதைவிட மிக அவசரமாக எனக்குப்பட்டது..."

"உண்மைதான்..." என்று அவரை இடைமறித்த ரியே, "அப்படி என்றால் நானே சொல்லிவிடுகிறேன்"

கட்டிலில் படுத்திருந்த நபர் அங்கிருந்தபடியே நிமிர்ந்து உட்கார்ந்து, தான் நலமாக இருப்பதாகவும் அது அவசியமில்லை என்றும் மறுப்புத் தெரிவித்தான்.

"அமைதியாக இருங்கள். அது ஒன்றும் பிரச்சினை இல்லை. நான் சொல்வதைக் கேளுங்கள். நான் இது குறித்த அறிக்கை ஒன்றைத் தந்தாக வேண்டும்" என்று அவனை ஆசுவாசப்படுத்தினார்.

"அப்படியா, சரி" என்று சொல்லிவிட்டு சரிந்து படுத்துக் கொண்ட அவன் சிறுமுனகல்களுடன் அழத் தொடங்கினான் சிறிது நேரம் தன் தாடியை முறுக்கிக்கொண்டிருந்த கிரான் அந்த நபரின் அருகில் சென்றார்.

"கொத்தார் சார், நிலைமையைக் கொஞ்சம் புரிந்து கொள்ளுங்கள். பிறகு டாக்டர்தான் பொறுப்பேற்க வேண்டி யிருக்கும். மீண்டும் ஒருமுறை இப்படியான எண்ணம் உங்களுக்கு வருவதாக வைத்துக்கொள்வோம்..." என்று பிரச்சினையை விளக்கினார்.

ஆனால், தான் அதுபோல் மீண்டும் தற்கொலை முயற்சியில் ஈடுபட மாட்டேன் என்று தன் அழுகையை நிறுத்தாமல் கொத்தார் உறுதியளித்தான். சற்றே பதறிப் போய்விட்டதாகவும் தன்னைத் தனிமையில் விட்டால் அதுவே போதும் என்றும் கூறினான். ரியே அவனுக்கான மருந்துச் சீட்டை எழுதித் தந்தார்.

"நல்லது. நடந்ததை மறந்துவிடுவோம். இன்னும் இரண்டொரு நாளில் வருகிறேன். ஆனால் அதற்குள் முட்டாள்தனமாக எதையும் செய்துவிடாதீர்கள்" என்ற அறிவுரையையும் மருத்துவர் வழங்கினார்.

அறையின் வாசலுக்கு வந்த ரியே கிரானிடம் தனக்குள்ள கடமையை விளக்கினார். அறிக்கை ஒன்றைத் தான் தந்தாக வேண்டும் என்றும் அதேநேரம் விசாரணையை இரண்டு நாள் கழித்துத் தொடங்கும்படி நகராட்சி இயக்குநரிடம் சொல்லி வைப்பதாகவும் உறுதியளித்தார்.

"இன்று இரவு அவரைக் கண்காணிக்க வேண்டும். அவருக்குக் குடும்பம் இருக்கிறதா?"

"அது குறித்து எதுவும் தெரியாது. இருந்தாலும் நானே பார்த்துக்கொள்கிறேன்."

அவர் தலையைப் பலமாக ஆட்டிவிட்டு,

"எனக்கும்தான்; அவரைத் தெரியும் என்று என்னாலும் சொல்ல முடியாது. எனினும் நமக்குள் ஒருவருக்கொருவர் உதவி செய்து கொண்டாகத்தானே வேண்டும்" என்றார்.

வீட்டின் கூடங்களில் உள்ள மூலைமுடுக்குகளைத் தன்னையறியாமல் நோட்டமிட்ட மருத்துவர் ரியே அப்பகுதியிலிருந்த எலிகள் முற்றிலுமாக மறைந்துவிட்டனவா என்று கிரானிடம் கேட்டார். அது பற்றித் தனக்கு எதுவும் தெரியாது என்றும் இப்பிரச்சினை பற்றிக் கேள்விப்பட்டதாகவும் அது குறித்து அப்பகுதியில் நிலவிவரும் வதந்திகளில் தனக்கு அதிக ஆர்வமில்லை என்றும் தெரிவித்தார்.

"எனக்கு வேறு பிரச்சினைகள் உள்ளன" என்றார்.

ரியே அவரிடம் கைகுலுக்கி விடைபெற்றார். தன் மனைவிக்குக் கடிதம் எழுத வேண்டும். அதற்குமுன் அந்தக் குடியிருப்புப் பொறுப்பாளரைப் போய்ப் பார்த்தாக வேண்டும் என்ற அவசரத்தில் இருந்தார்.

அன்றைய மாலைச் செய்தித்தாள் விற்பவர்கள், எலிகள் வெளியில் வருவது நின்றுவிட்டது என்ற செய்தியைக் கூவிக்கொண்டிருந்தனர். ஆனால் ரியே பார்வையிட வந்த நோயாளியான மிஷேல் கட்டிலை விட்டு பாதி வெளியில் சரிந்த நிலையில், ஒரு கையை வயிற்றிலும் மற்றொரு கையை கழுத்தைச் சுற்றியும் வைத்துக்கொண்டு இரத்த நிறத்தில் கோழையுடன் குப்பைக் கூடை ஒன்றில் மிகுந்த அவஸ்தையுடன் வாந்தி எடுத்துக்கொண்டிருந்தார். மூச்சுவிடக் கஷ்டப்பட்டவர் பெரும் முயற்சிக்குப் பின் படுக்கையில் மீண்டும் சாய்ந்தார். காய்ச்சல் 103.1 டிகிரி இருந்தது. கழுத்திலும் கை, கால்களிலும் நெரிகட்டியிருந்த இடங்கள் வீங்கியிருந்தன. விலாப் பகுதியில்

கருப்பாக இரண்டு திட்டுக் கறைகள் பரவியிருந்தன. உள்ளுக்குள் வலி இருப்பதாக இப்போது அந்த முதியவர் துடித்தார்.

"உள்ளே எரிகிறது. பாழாய்போன இந்த எரிச்சல் தாங்க முடியவில்லை" என்று அவஸ்தைப்பட்டார். தொண்டை அடைத்துக்கொண்டிருந்ததால் அவரது பேச்சில் தடுமாற்றம் இருந்தது. தலைவலி அதிகமாக, மருத்துவர் பக்கம் திரும்பிய அவரது வீங்கிய கண்களில் கண்ணீர் வழிந்தது. அவருடைய மனைவி ரியேவைப் பதற்றத்துடன் பார்த்தார். மருத்துவர் எதுவும் பேசவில்லை.

"டாக்டர், என்ன இது?"

"எதுவாக வேண்டுமானாலும் இருக்கலாம். இப்போதைக்கு எதுவும் சொல்வதற்கில்லை. இரவுவரை திட உணவு சாப்பிடாமல் இருக்கட்டும். உடலில் உள்ள நச்சு வெளியேறட்டும். அவர் நிறைய தண்ணீர் குடிக்க வேண்டும்" என்றார்.

உண்மையாகவே அவர் நல்ல தாகத்தில்தான் இருந்தார்.

வீடு திரும்பிய ரியே, தன்னுடன் பணியாற்றும் மருத்துவர் ரிஷாரைத் தொலைபேசியில் அழைத்தார். நகரத்தில் உள்ள முக்கிய மருத்துவர்களில் அவரும் ஒருவர்.

"இல்லை, நான் அசாதாரணமாக எதையும் பார்க்கவில்லை" என்றார் ரிஷார்.

"காய்ச்சல், உடலில் சில வீக்கங்கள் இப்படி எதுவும் இல்லையா?"

"ஆமாம், மறந்துவிட்டேன். இரண்டு நோயாளிகளுக்கு நெரிகட்டி இருந்தது"

"வீக்கம் அதிகமாக இருந்ததா?"

"அதாவது... இயல்பு என்று எதைச் சொல்வது, உங்களுக்குத் தெரியாதா..."

அன்று இரவு காய்ச்சல் 104ஐ எட்டியதும் கட்டடப் பொறுப்பாளர் வலியில் பிதற்றத் தொடங்கியிருந்தார். எலிகள் தான் காரணம் என்றார். கட்டியொன்றை உடைக்க ரியே முயற்சி செய்து பார்த்தார். கற்பூரத் தைலம் உண்டாக்கிய எரிச்சலில் பொறுப்பாளர் 'பாழாய்ப்போன எலிகள்' என்று வாய்விட்டுக் கத்தினார்.

அவரது உடலில் நெரிகட்டியிருந்த இடங்கள் மேலும் வீங்கியிருந்ததோடு, தொட உறுதியாகவும் இருந்தன. அவருடைய மனைவி மிகவும் பதறிப்போனார்.

"அவரைக் கவனமாகப் பார்த்துக்கொள்ளுங்கள். தேவை என்றால் என்னைக் கூப்பிடுங்கள்" என்றார் மருத்துவர்.

அடுத்த நாள், ஏப்ரல் 30ஆம் நாள், நீலவானம்; ஈரப்பதமான வானிலை; ஓரளவு வெதுவெதுப்பான தென்றல் வீசியது. தூரத்தில் இருந்த புறநகர்ப் பகுதிகளில் இருந்து பூவாசமொன்றை அத்தென்றல் பரவச்செய்தது. காலை நேரத்தில் அந்த வீதியில் கேட்ட சத்தங்கள், வழக்கத்துக்கு மாறாக மக்கள் அதிக மகிழ்ச்சியுடனும் உற்சாகத்துடனும் இருப்பதான தோற்றத்தைத் தந்தன. கடந்த ஒரு வாரமாக எங்கள் சிறிய நகரம் உள்ளுக்குள் பீதியில் கவ்வியிருந்தது. அதிலிருந்து விடுபட்ட நகரத்துக்கு இன்று ஒரு புத்துணர்வான நாள். தன் மனைவியிடமிருந்து வந்திருந்த கடிதம் தந்த உற்சாகத்தில், மனதில் பாரம் குறைந்த நிலையில், குடியிருப்பின் பொறுப்பாளரைப் பார்த்துவர வீட்டுக்குப் போனார் ரியே. காய்ச்சல் 100.4 டிகிரிக்கு இறங்கியிருந்தது. மிகவும் சோர்ந்த நிலையில் அவர் படுக்கையில் இருந்தபடியே புன்னகைத்தார்.

டாக்டர் "இப்போது நிலைமை பரவாயில்லை தானே?" என்று கேட்டார் அவருடைய மனைவி.

"இன்னும் கொஞ்சம் பொறுத்திருந்துப் பார்ப்போம்" என்று மருத்துவர் பதில் அளித்தார்.

ஆனால், நண்பகலில் திடீரெனக் காய்ச்சல் 104 டிகிரிக்கு மேல் அதிகரித்தது. நோயாளி தொடர்ந்து பிதற்றியபடியே இருந்தார். மீண்டும் வாந்தி எடுக்கவும் ஆரம்பித்துவிட்டார். கழுத்தில் நெரிகட்டியிருந்த இடத்தில் தொட்டால் கடும் வலி தெரிந்தது. உடலில் இருந்து முடிந்தவரையில் தன் தலையைத் தூரமாக வைக்க அவர் விரும்புவதுபோல் இருந்தது. அவருடைய மனைவி கட்டில் அருகிலேயே அமர்ந்திருந்தார். கட்டில் போர்வையின் மீது கைகளை வைத்து நோயாளியின் கால்களை மென்மையாக பிடித்தபடி உட்கார்ந்திருந்தார். ரியேவைப் பார்த்தார்.

"நான் சொல்வதைக் கவனமாக கேளுங்கள். அவரை தனிமைப்படுத்திச் சிறப்புச் சிகிச்சை அளித்துப் பார்க்க வேண்டும். மருத்துவமனைக்குத் தொலைபேசியில் தகவல் தெரிவிக்கிறேன். அவரை அவசர ஊர்தியில் கொண்டு செல்லலாம்."

இரண்டு மணி நேரத்துக்குப் பின் நோயாளியின் மனைவியும் மருத்துவரும் அவரைக் குனிந்து பார்த்தனர். பூஞ்சான் தொற்றால் வீங்கியிருந்த வாயிலிருந்து வார்த்தைகள் உடைந்து வெளிவந்தன "எலிகள்" என்று வாய் குழறியது. பச்சையாக மாறியிருந்த உடம்புடன், பிசுபிசுப்பான உதடுகளுடன், ஊதிய கண் இமைகளுடன், விட்டுவிட்டு சுவாசிக்க, நெரிகட்டியிருந்த இடத்தின் வலி பொறுக்காமல் படுக்கையின் அடியில் புதைந்தபடி கிடந்தார். அப்படுக்கையைத் தன் மீது போட்டு மூடிவிட வேண்டும் அல்லது பூமியின் அடியில் இருந்து வரும் ஏதோ ஒன்று தொடர்ந்து தன்னை அழைப்பதாகவும், கண்ணுக்குத் தெரியாத பாரம் ஒன்றின் கனம் தாளாமல் மூச்சடைப்பதாகவும் எண்ணி அவர் துடித்தார்.

"இதற்கு மேல் நம்பிக்கை எதுவும் கிடையாதா டாக்டர்?" என்று அழுதபடி அவரது மனைவி கேட்டார்.

"இல்லை. அவர் இறந்துவிட்டார்" என்று ரியே பதில் அளித்தார்.

மனதை சதா நச்சரித்துக்கொண்டிருந்த அறிகுறிகள் அடங்கிய காலகட்டத்தின் முடிவாக குடியிருப்புப் பொறுப்பாளரின் மரணத்தை எடுத்துக்கொள்ளலாம். இதைக் காட்டிலும் அதிகக் கடினமான காலகட்டம் ஒன்றின் தொடக்கமாகவும் இதனைக் கருத இடமுண்டு. அப்படித் தொடங்கும் காலகட்டம் ஆச்சரியம் என்ற நிலையில் இருந்து படிப்படியாக முன்னேறி பீதி என்னும் நிலையை எட்டிவிட்டது. நம் சிறிய நகரமானது வெயிலில் எலிகள் செத்து மடியவும், வினோதமானதொரு நோயால் பாதிக்கப்பட்டுக் கட்டடப் பொறுப்பாளர்கள் இறப்பதற்குமான இடமாக மாறப் போகிறது என்றும் இப்பொழுது இந்த நகரமக்களுக்குப் புரியத் தொடங்கியுள்ளது. ஆனால், இதுவரை அப்படியொரு எண்ணம் அவர்களுக்குத் தோன்றியிருக்கவே முடியாது. இந்தக் கோணத்தில் பார்த்தால், உண்மையில் தாங்கள் நினைத்து வந்தது தவறு என்றும் தங்கள் கருத்துகளை மாற்றிக்கொள்ள வேண்டியிருந்ததையும் புரிந்துகொண்டனர். பிரச்சினை அத்துடன் முடிந்திருந்தால் பழைய வாழ்க்கைக்குத் திரும்பியிருக்கலாம். ஆனால், இறந்து போன திரு. மிஷேல்போல் குடியிருப்புப் பொறுப்பாளராகவோ ஏழையாகவோ இல்லாத நம் நகர மக்களில் பலரும் அவரைத் தொடர்ந்து மாண்டு போயினர். அந்த நொடியில் இருந்துதான் அச்சமும் அதனுடன் சேர்ந்த சிந்தனைகளும் ஆரம்பித்தன.

இதுபோன்ற புதிய விஷயங்களை விரிவாகப் பேசுவதற்கு முன் இதுவரை விவரிக்கப்பட்ட காலகட்டத்தைப் பற்றி, இதில் பங்கு கொண்ட வேறு ஒருவருடையக் கருத்தைத் தெரிவிப்பது முறையாக இருக்கும் என்பது கதைசொல்லியின் எண்ணம். இந்தச் சம்பவத்தை விவரிக்கத்

தொடங்கும் போது நாம் சந்தித்த ழூான் தரு, சில மாதங்களாக ஓரான் நகரின் மையப் பகுதியில் உள்ள பெரிய தங்கும் விடுதி ஒன்றில் தங்கியிருந்ததுடன் நல்லதொரு வாழ்க்கையை அனுபவிக்கக்கூடிய வசதி படைத்தவனாகத் தெரிந்தான். ஆனால், மெல்லமெல்ல இந்த நகரம் அவனுக்குப் பழக்கப்பட்டு விட்டாலும்கூட அவன் எந்த ஊர், எதற்காக இந்த ஊரில் தங்கியுள்ளான் என்று யாருக்கும் தெரியாது.

வசந்தகாலம் தொடங்கியதிலிருந்தே அவனை அடிக்கடி கடற்கரையில் பார்க்க முடிந்தது. நீச்சலில் பொழுதைக் கழித்து உற்சாகமாகக் காணப்பட்டான். எப்போதும் சிரித்த முகமாக இருந்த அவன் வாழ்க்கையில் உள்ள அனைத்து இன்பங்களையும் அனுபவிப்பவனாகவும் அதே நேரத்தில் அவற்றுக்கு அடிமையாகிவிடாதவனாகவும் தெரிந்தான். எங்கள் நகரத்தில், ஸ்பெயின் இசைக்கலைஞர்கள், நடனக் கலைஞர்கள் வசித்து வந்தனர். அவர்களைப்போய் அவன் பார்ப்பான். அது ஒன்று தான் அவனிடம் காணப்பட்ட ஒரே பழக்கவழக்கமாகக் கூறலாம்.

ஒருவகையில் அவனது குறிப்பேடுகளிலும் அந்த நெருக்கடியான காலகட்டத்தைப் பற்றிய தகவல்களே அடங்கியிருந்தன. அது வித்தியாசமானதொரு நிகழ்வுக் குறிப்பாக இருந்தது. என்றாலும், நிகழ்வுகளின் தீவிரத்தை அறியாதவனாக தெரிந்தான். அதை வாசிப்பவர் எவருக்கும், நடந்தவற்றையும் அங்குள்ள மக்களையும் சரியான கோணத்தில் அணுகவில்லையோ என்ற எண்ணம்தான் முதலில் ஏற்படும். அந்தக் கொந்தளிப்பான நேரத்தில் வரலாறு எதுவுமில்லாத அந்த ஊரின் வரலாற்றைப் பதிவு செய்வதில் அவன் அதிக அக்கறை செலுத்தியதாகத் தெரிகிறது. சாதாரணமாக வரலாற்று ஆசிரியராக இருந்தால் அவ்வாறான விஷயங்களைக் கடந்து சென்றிருப்பான். இத்தகைய வினோதப் போக்கை கண்டு அவனது மனத்தில் ஈரமில்லையோ என சந்தேகம் ஏற்பட வாய்ப்புண்டு. எப்படியும், அந்தக் காலகட்ட நிகழ்வுகளை அறிந்துகொள்ளத் துணை செய்யும் சிறு தகவல்களை அவை தந்து உதவின என்பதையும் ஒருவகையில் அவை முக்கியத்துவம் பெற்றவை என்பதையும் மறுக்க இயலாது. அத்தகவல்களில் அடங்கியிருந்த வினோதத்தன்மை ஒன்றே போதும். அதுமட்டுமே அந்த சுவாரஸ்யமான நபரைக் குறித்து அவசர முடிவுக்கு வரக்கூடிய வாசகர்களைத் தடுக்க வல்லதாக இருக்கும்.

தரு எடுத்த முதல் குறிப்புகள், அவன் ஓரான் நகரத்துக்கு வந்து சேர்ந்த நாளில் எடுத்தவையாகும். அவனது குறிப்புகளில்,

இயல்பிலேயே அழகற்று இருக்கும் நகரம் ஒன்றில் இருப்பதில் வியக்கத்தக்க வகையில் அவன் கொண்டிருந்த திருப்தி தெரிய வருகிறது. நகர மன்றக் கட்டட வாயிலின் இருபுறமும் இருந்து வரவேற்கும் இரண்டு வெண்கலச் சிங்கங்களைப் பற்றிய விரிவான வர்ணனை, அப்பகுதியில் மரங்கள் இல்லாதது, எடுப்பாக இல்லாத வீடுகள், தெளிவற்ற நகர அமைப்பு ஆகியவை குறித்தக் கரிசனம் என பல விஷயங்கள் அந்தக் குறிப்புகளில் இடம் பெற்றுள்ளன. மேலும் டிராம் வண்டிகள், தெருக்கள் ஆகிய இடங்களில் காதில் விழுந்த உரையாடல்களையும் எவ்விதக் கருத்தும் கூறாமல் அப்படியே பதிவு செய்துள்ளான். ஆனால், சில நாட்கள் கழித்து, காம்ப்ஸ் என்ற நபரைக் குறித்த உரையாடல் மட்டும் இதற்கு விதிவிலக்காகும். டிராம்வே நடத்துநர்கள் இருவரிடையே நடந்த உரையாடலைத் தரு கேட்க நேருகிறது.

“காம்ப்ஸை உனக்கு நன்றாகத் தெரியும் தானே ?”

“காம்ப்ஸா ? கறுப்புத் தாடியுடன் உயரமாக இருப்பானே அவன்தானே ?”

“அவனேதான். சுவிட்ச்மேன் வேலையில் இருந்தான்.”

“நன்றாகத் தெரிகிறது”

“அவன்தான் இப்போது இறந்துவிட்டான்.”

“அப்படியா ? எப்போது நடந்தது ?“

“எல்லாம் இந்த எலிப் பிரச்சினைக்குப் பிறகுதான்.”

“அடடே, அவனுக்கு உடம்பில் என்ன பிரச்சினை இருந்தது ?“

“சரியாகத் தெரியவில்லை. காய்ச்சல் இருந்ததாம். அத்துடன் அவன் உடலும் பலவீனமானதுதான். கைக்குக் கீழ் வீங்கி இருக்கிறது. அவனால் தாக்குப் பிடிக்க முடியவில்லை.”

“இத்தனைக்கும் அவன் எல்லோரையும்போல் பார்க்க நன்றாகத்தான் இருப்பான்.

“அதுதான் இல்லை. அவனது மார்பு மிகவும் பலவீனமாக இருக்கும். இத்துடன் ஒர்பெயோனில் வாசிப்பான். எப்போதும் டிரம்போன் ஊதிக்கொண்டே இருந்ததில் இன்னும் பலவீன மாகிப் போனது”

“அய்யோ, இப்படி உடல் நலம் இல்லாமல் இருக்கும்போது டிரம்போனெல்லாம் வாசிக்கக் கூடாது.”

இந்த உரையாடலைக் குறித்தபின், தரு சில விஷயங்களைப் பற்றி யோசித்துப் பார்க்கிறான். தன் உடல்நிலை இருக்கும்

நிலையில் அவ்வாறு செய்வது ஏற்புடையது அல்ல என்று தெளிவாகத் தெரிந்த பின்பும், ஞாயிற்றுக்கிழமை காலையில் நடக்கும் ஊர்வலங்களில் தன் உயிரைப் பணயம் வைத்து வாசிக்கத் தூண்டிய ஆழமானக் காரணம் எதுவாக இருக்கும்.

தன் சன்னலில் இருந்து பார்த்தால் தெரியும் எதிர்வீட்டுப் பால்கனியில் நாள்தோறும் நடக்கும் ஒரு காட்சி தருவை வெகுவாகக் கவர்ந்திருப்பது தெரிகிறது. சொல்லப் போனால், தரு தங்கியிருந்த விடுதியின் அறையில் இருந்து பார்த்தால் பக்கவாட்டில் உள்ள சிறிய சந்து தெரியும். சுவர் ஓரமாக நிறைய பூனைகள் அங்கே தூங்கிக்கொண்டிருக்கும். பகல் உணவு முடிந்ததும், பகல் தூக்கத்தைப் பெரும்பாலானோர் அனுபவிக்கும் அந்த வெப்பமான நேரத்தில், சந்துக்கு அந்தப் பக்கத்தில் இருக்கும் பால்கனியில் குள்ளமான முதியவர் ஒருவர் வந்து நிற்பார். நரைத்த முடி நன்றாகச் சீவப்பட்டு, இராணுவ உடை போல் மடிப்புக் களையாமல் இருப்பார். பால்கனியில் நின்றபடியே பூனைகளை, "மியாவ், மியாவ்" என்று சத்தமாகவும் பாசத்துடனும் கூப்பிடுவார். இருக்குமிடத்தில் இருந்து இன்னும் அசையாமல் தூக்கக் கலக்கத்தில் பூனைகள் கண்களை மட்டும் மேலே உயர்த்தும். முதியவர் கையில் வைத்துள்ளத் தாளைச் சுக்கு நூறாகக் கிழித்து வீதியில் வீசுவார். மேலிருந்து விழும் இந்தத் தாள்களால் ஈர்க்கப்பட்டு பூனைகள் ஓடிவரும். நடைபாதை மீது விழும் துண்டுக் காகிதங்களின்மீது தயங்கியபடியே தங்கள் கால்களை வைக்கும். அந்தக் குள்ள மனிதர் அந்தப் பூனைகள் மீது குறிபார்த்துத் துப்புவார். தப்பாமல் சரியாகத் துப்பிவிட முடிந்தால் மகிழ்ச்சியில் சிரிப்பார்.

இந்த நகரத்தின் வியாபாரத்தனமான இயல்பு தருவுக்கு மிகவும் பிடித்துப்போய்விட்டதாகத் தெரிகிறது. அதன் தோற்றம், நடவடிக்கைகள், அதன் கேளிக்கைகள்கூட வியாபாரத்தை ஒட்டியே அமைந்திருப்பதாகத் தெரிகிறது. இந்தத் தனித்துவம் (இந்தத் தொடர்தான் குறிப்புகளில் பயன்படுத்தப்படுகிறது) தருவின் தன்மதிப்பைப் பெறுவதோடு, நகரத்தைப் பற்றிப் பெருமையாகக் குறிப்பிடும்போது ஒரு முறை, 'ஒரு வழியாக' என்று முடித்திருந்தான். இன்றையத் தேதியில், இதுபோன்ற இடங்களில் மட்டுமே தனிப்பட்ட முறையிலானக் கருத்துக்களை அவன் வெளியிட்டிருப்பதாகத் தோன்றுகிறது. அவற்றின் காரணமும், முக்கியத்துவமும், சாதாரணமாகக் கடந்து செல்லும் வாசகனின் கவனத்துக்கு வராது. உதாரணமாகச் செத்துக் கிடந்த எலி ஒன்றைப் பார்க்க நேர்ந்ததால் விடுதியில் காசாளர் எவ்வாறு கட்டணச் சீட்டு எழுதும்போது தவறு செய்தார் என்பதை விவரித்து முடித்ததும் மேலும் சிலவற்றையும் தரு எழுதுகிறான்.

கேள்வி: எவ்வாறு நேரத்தை பயன்படுத்திக் கொள்ளலாம்?

பதில்: அதைக் குறித்து முழு விழிப்புணர்வைப் பெறவேண்டும். அதற்கான வழிகள்: பல் மருந்துவரின் வரவேற்பறையில் உள்ள வசதிகுறைவான இருக்கையில் பல நாட்களைக் கழிக்கலாம்; ஞாயிற்றுக்கிழமை பிற்பகலில் பால்கனியில் அமர்ந்தபடி நேரத்தை ஓட்டலாம்; புரியாத மொழியில் உள்ள உரைகளைக் கேட்டுக்கொண்டிருக்கலாம்; புகைவண்டியில் தூரமாக உள்ள வழித்தடங்களைத் தேர்ந்தெடுத்து அசௌகரியமான வகையில் நின்றபடியே பயணம் செய்து பார்க்கலாம்; கேளிக்கை நிகழ்ச்சிக்கான நுழைவுச் சீட்டு வாங்க நீண்ட வரிசையில் காத்திருந்து கடைசியில் சீட்டு வாங்காமல் திரும்பலாம்;

இவ்வாறான கற்பனைக்கு எட்டாத வினோதமான எண்ணங்களுக்குப் பிறகு, நம் நகரத்தின் டிராம்வண்டிகளைப் பற்றிய விரிவான குறிப்புகள் கிடைக்கின்றன. கூர்மையான மூக்குடைய அதன் அமைப்பு, தெளிவாகக் குறிப்பிட முடியாத அதன் நிறம், அதன் வழக்கமான அசுத்தம்; இத்தகைய விவரிப்பைத் தன் வழக்கமான ‘மிகவும் வித்தியாசமானது’ என்ற வாசகத்துடன் முடிக்கிறான் தரு. அதற்குப் பெரிதாக அர்த்தம் எதுவும் கிடையாது.

இதோ, எலிப் பிரச்சினை பற்றித் தருவின் ஆரம்பக் குறிப்புகள்:

“இன்று, எதிர்வீட்டில் இருக்கும் அந்த முதியவர் உற்சாக மின்றிக் காணப்பட்டார். அங்கு இருந்த பூனைகள் இப்போது இல்லை. வீதிகளில் செத்துக்கிடந்த பெரும் எண்ணிக்கையிலான எலிகளைக் கண்டு அதிர்ந்துபோய் அவை காணாமல் போயிருந்தன. என்னைப் பொறுத்தவரை, செத்த எலிகளைப் பூனைகள் சாப்பிடும் என்ற பேச்சுக்கே இடமில்லை. என்னிடம் இருந்த பூனைகள் செத்த எலிகளைக் கண்டால் வெறுக்கும் என்பது நினைவுக்கு வந்தது. நிலத்தின் கீழ் உள்ள அறைகளில் அவை எலிகளைப் பிடித்துச் சாப்பிடச் சென்றிருக்கலாம். எனவேதான் அந்த முதியவர் சோர்ந்துபோய் இருந்தார். தலை சீவாமல் கம்பீரம் குறைந்து காணப்பட்டார். ஏதோ கவலையில் இருக்கிறார் என்பது புரிந்தது. சிறிது நேரத்தில் அறைக்குத் திரும்பிச் சென்று விட்டார். ஆனால் அதற்கு முன் ஒருமுறை வெட்டவெளியில் துப்பிவிட்டுச் சென்றார்.

“நகரத்தில் இன்று டிராம்வண்டி ஒன்று வழியில் நிறுத்தப்பட்டது. ஏனெனில், அதில் எலி ஒன்று செத்துக் கிடந்தது கண்டுபிடிக்கப்பட்டது. அது எப்படி அங்கு வந்தது என்று யாருக்கும் தெரியவில்லை. இரண்டு அல்லது மூன்று பெண்கள் கீழே இறங்கிவிட்டனர். எலியைத் தூக்கி எறிந்தபின் வண்டி மீண்டும் புறப்பட்டுச் சென்றது.

"தங்கும் விடுதியில் விஷயம் தெரிந்தவரான இரவுக் காவலர், "கப்பலை விட்டு எலிகள் வெளியேறுகின்றன என்றாலே" என்று ஆரம்பித்து, இந்த எலிப் பிரச்சினை நமக்கு ஏதோ பெருந்தீங்கு வருவதற்கான அறிகுறியாக இருக்கும் என்று உறுதிபட என்னிடம் தெரிவித்தார். அது கப்பல்களுக்குப் பொருந்தும். ஆனால் ஓரானைப் பொறுத்தவரையில் இதுவரை அப்படியான தகவல் ஏதும் வரவில்லை என்று கூறினேன். எனினும், தன் கருத்தினில் அவர் உறுதியாக நின்றார். எது மாதிரியான தீங்கு வரக்கூடும் என்று கேட்டதற்கு, தெரியாது என்றும் அவற்றை யெல்லாம் முன்னதாகக் கணிப்பது இயலாத காரியம் என்றும் தெரிவித்தார். நிலநடுக்கம் வந்தால் ஆச்சரியப்படுவதற்கில்லை என்றார். வாய்ப்பு இருக்கிறது என்று நான் சொன்னபோது அதற்காகப் பயப்படவில்லையா என்று என்னைக் கேட்டார்.

"எனக்குத் தேவையெல்லாம் மனதில் நிம்மதி, அவ்வளவுதான்" என்றேன்.

அவர் முழுமையாகப் புரிந்துகொண்டார்.

தங்கும் விடுதியில் இருந்த உணவகத்தில், வித்தியாச மானக் குடும்பம் ஒன்று கூடியிருந்தது. அப்பா உயரமாகவும் ஒல்லியாகவும் இருந்தார். கறுப்பு உடையும் விறைப்பானக் கழுத்துப்பட்டையும் அணிந்திருந்தார். தலையில் மத்தியில் வழுக்கை விழுந்திருக்க, வலது, இடது என இரண்டு பக்கத்திலும் நரைத்த முடிக்கற்றை. வட்டமான, தடித்த சிறிய கண்கள், குறுகிய மூக்கு, நேரான வாய் எனப் பார்க்க நல்ல இயல்புகளைக்கொண்ட கோட்டானைப் போல் இருந்தார். உணவக வாயிலுக்கு முதல் ஆளாக வரும் அவர், பின் நின்று முதலில் தன் மனைவியை உள்ளே போக விடுவார். அந்தப் பெண் சிறிய கறுப்பு சுண்டெலிபோல் இருப்பார். அவரைப் பிடித்துக்கொண்டு சிறுவன் ஒருவனும் சிறுமி ஒருத்தியும் உள்ளே நுழைவார்கள். சாகசத்தில் பங்கேற்கும் நாய்கள்போல் உடையணிந்திருப்பர். மேசைக்கு வந்தடைந்ததும், தன் மனைவி உட்காரட்டும் என்று காத்திருப்பார். பிறகு அந்த இரண்டு சிட்டுகளும் தங்கள் இருக்கைகளில் உட்காரட்டும் என்று காத்திருந்து பிறகு உட்காருவார். அவர் எப்போதும் "நீங்கள்" என்று பன்மையில் தான் மனைவி, பிள்ளைகளிடம் பேசுவார். தன் மனதில் பட்டதை மனைவியிடமும் கண்டிப்பான குரலில் பிள்ளைகளிடமும் தெரிவிப்பார்.

"நிக்கோல்! நீங்கள் மிகவும் அநாகரிகமாக நடந்து கொள்கிறீர்கள்."

"சின்னப் பெண் அழப் போகிறாள். அப்படித்தான் அவள் இருப்பாள்."

இன்று காலை, குட்டிப் பையனிடம் இந்த எலிப் பிரச்சினை அதிக பரபரப்பை ஏற்படுத்திவிட்டது. சாப்பிடும்போது எதையோ சொல்ல வாயெடுத்தான்.

"பிலீப். சாப்பிடும்போது எலிகளைப் பற்றிப் பேசக் கூடாது. இனி எதிர்காலத்தில் இந்த வார்த்தையை நீ உச்சரிக்கக் கூடாது, சொல்லிவிட்டேன்."

"உங்கள் அப்பா கூறுவது சரிதான்" என்றது அந்தக் கறுப்புச் சுண்டெலி.

இரண்டு சிட்டுகளும் தங்கள் தட்டில் முகம் புதைக்க, அந்தக் கோட்டான் தலையசைப்பில் சுருக்கமாக நன்றி கூறியது.

இந்த அருமையான உதாரணத்துக்கும் அப்பால் நகரத்தில் எலிப் பிரச்சினை குறித்து மக்கள் மத்தியில் நிறைய விவாதம் நடைபெற்றுக்கொண்டிருக்கிறது. செய்தித்தாளும் இதில் கலந்துகொண்டது. பொதுவாக, பலதரப்பட்டச் செய்திகளைத் தாங்கி வரும் உள்ளூர் செய்தி அறிக்கை ஒன்று இப்போதெல்லாம் மாவட்ட ஆட்சிக்கு எதிரான பிரச்சாரத்தில் மட்டுமே முழுக் கவனத்தையும் செலுத்தி வருகிறது. "இந்த எலிகளின் அழுகிய உடல்கள் உண்டாக்கக்கூடிய அபாயத்தை நம் ஆட்சித் தலைவர்கள் அறிந்திருக்கின்றனரா?" விடுதியின் இயக்குநரால் வேறு எதையும் பேச இயலவில்லை. மேலும் அவர் மிகவும் விரக்தியில் இருந்தார். விடுதி ஆள்தான் மின் தூக்கியில் எலிகளைக் கண்டெடுப்பது என்பது ஏற்றுக்கொள்ளக்கூடியதல்ல என்று கருதினார். அவரைத் தேற்றும்விதமாக, "எல்லோருக்கும் இதே பிரச்சினைதான்" என்றேன்.

"உண்மைதான், இப்போது எல்லோருக்கும் இதே நிலைதான்" என்றார்.

"கவலையளிக்க ஆரம்பித்திருக்கும் இந்தப் பெரும் காய்ச்சல் வந்த முதல் நபர்களைப் பற்றி என்னிடம் பேசினார். அவருடையப் பணிப்பெண்களில் ஒருவருக்கு அத்தகையக் காய்ச்சல் வந்திருக்கிறது"

"அதே நேரம், நிச்சயமாக அது தொற்றக்கூடியது அல்ல" என்று அவசரமாகக் குறிப்பிட்டார்.

"எனக்கு எல்லாம் ஒன்றுதான்" என்றேன்.

"சரிதான், புரிகிறது. அய்யாவும் என்னைப்போல் விதியை நம்புபவர்."

பெருந்தொற்று

“அப்படியெல்லாம் இல்லை. நான் விதியை நம்புபவன் இல்லை. என்றேன், மேலும்...”

ஏற்கெனவே மக்கள் கவலையடையத் தொடங்கிவிட இந்த மர்மக் காய்ச்சல் குறித்துத் தருவின் கையேடு அப்போதுதான் சில தகவல்களுடன் பேச ஆரம்பித்தது. எலிகள் செத்ததிலிருந்து காணாமல் இருந்தப் பூனைகளை மீண்டும் கண்டுவிட்ட முதியவர் அவற்றின்மீது துப்பும் குறிகளைப் பொறுமையாகச் சரிபார்க்க ஆரம்பித்துவிட்டார். அத்துடன், பத்துக்கும் மேற்பட்டவர்களுக்கு இத்தகையக் காய்ச்சல் உண்டாகி அவர்களில் பெரும்பாலோர் பலியாகிவிட்டனர் என்ற தகவலை தரு பதிவு செய்கிறான்.

ஆவணத்தை வாசிக்க உதவும் என்பதால், மருத்துவர் ரியே குறித்துத் தரு வழங்கும் சித்திரத்தை இந்த இடத்தில் வெளியிடுவது சரியாக இருக்கும். அது துல்லியமானது என்பதை வாசகர்களே உணர்ந்துகொள்வர்.

“35 வயது மதிக்கத்தக்கத் தோற்றம்; சராசரி உயரம்; வலிமையான தோள்கள்; ஏறக்குறையச் சதுரமான முகம்; சோர்வானப் பார்வையுடைய இருண்ட கண்கள், ஆனால் எடுப்பானத் தாடைகள்; பெரிய வடிவான மூக்கு; ஒட்டி வெட்டப்பட்ட கறுப்புமுடி; மொத்தமான வாய்; பெரும்பாலும் இறுக மூடியிருக்கும் உதடுகள்; காய்ந்த தேகம், உடலில் கறுப்பு முடி, எப்போதும் இருண்ட நிறத்தில் அணியும் உடைகள் என இருந்தாலும் அவருக்கு அது பொருத்தமாகவே இருந்தன. இந்தத் தோற்றத்தில் பார்க்க அவர் ஒரு சிசீல் பகுதி விவசாயியைப் போல் இருந்தார்.

“அவர் வேகமாக நடக்கும் வழக்கமுடையவர் தன் வேகத்தைக் குறைக்காமல் படிக்கட்டில் இறங்கும் அவர் அடுத்தப் பக்கத்தில் இருக்கும் நடைபாதையில் ஏறும் போது மட்டும் பெரும்பாலும் லேசாகத் துள்ளி ஏறும் வழக்கத்தை வைத்துள்ளார். கார் ஓட்டும் போது மறதியாகத் தான் திரும்ப வேண்டிய திசையில் திரும்பிய பிறகும் இயங்கிய திசைக்காட்டியை நிறுத்தாமல் இருப்பார். தொப்பி அணிவதில்லை. விவரமறிந்தவர் என்று கருதத்தக்கத் தோற்றம்.”

தரு வழங்கிய எண்ணிக்கை துல்லியமாக இருந்தது. மருத்துவர் ரியேவுக்கு நிலைமை குறித்து சில தகவல்கள் கிடைத்துள்ளன. விடுதிக்காப் பாளரின் உடல் தனிமைப்படுத்தப்பட்டு, இது போன்ற காய்ச்சல் குறித்து மேலும் அறிய ரிஷாரிடம் தொலைபேசியில் ரியே பேசினார்.

"எனக்கும் ஒன்றும் புரியவில்லை. இரண்டு பேர் இறந்துள்ளனர். ஒருவர் காய்ச்சல் கண்ட 48 மணி நேரத்தில்; இன்னொருவர் 3 நாட்களில். கடைசியாகக் குறிப்பிட்ட அந்த நபரை ஒருநாள் காலை கடைசியாகப் பார்த்தபோது அவருக்கு வலிப்புப் பிரச்சினை இருந்தது.

"வேறு ஏதாவது சம்பவங்கள் தெரிந்தால் எனக்குத் தெரிவியுங்கள்" என்றார் ரியே.

மேலும் சில மருத்துவர்களை ரியே அழைத்தார். இவ்வாறு தொடங்கிய விசாரணையில் சில நாட்களிலேயே இதே பாதிப்புடைய இருபதுக்கும் மேற்பட்ட நபர்கள் குறித்த தகவல் கிடைத்தது. ஏறக்குறைய எல்லோருமே இறந்துபோயினர். எனவே, ஓரான் மருத்துவர் சங்கத்தின் தலைவரான ரிஷாரிடம், புதிதாய் வரும் நோயாளிகளைத் தனிமைப்படுத்தும்படிக் கேட்டுக்கொண்டார்.

"இதில் நான் ஒன்றும் செய்ய முடியாதே! மாவட்ட ஆட்சியர்தான் நடவடிக்கை எடுக்க வேண்டும். மேலும், இதில் தொற்றக் கூடிய அபாயம் இருக்கிறது என்று உங்களுக்கு யார் கூறியது?"

"யாரும் கூறவில்லை. ஆனால் அறிகுறிகள் மிகவும் கவலையளிப்பதாக இருக்கின்றன."

பெருந்தொற்று

இதில் தலையிட தனக்கு எந்த உரிமையும் இல்லை என்பதை மீண்டும் கூறிய ரிஷார், தான் செய்யக்கூடியதெல்லாம் தற்போதுள்ள நிலைமை குறித்து மாவட்ட ஆட்சித் தலைவரிடம் தெரிவிப்பது மட்டுமே என்றார்.

ஆனால், இவ்வாறு பேசிக்கொண்டிருக்கும் போதே பருவநிலை மோசமானது. குடியிருப்புப் பொறுப்பாளர் இறந்ததற்கு அடுத்த நாள், வானத்தைப் பெரும் மேகங்கள் சூழ்ந்து மறைத்தன. கன மழை சிறிது நேரமே நீடித்தது. திடீர் மழையைத் தொடர்ந்து புழுதியுடனான வெப்பம் வீசியது. கடலும் தன் அடர்நீலநிறத்தை இழந்திருந்தது. மேகமூட்டமான வானின் கீழ் வெள்ளி அல்லது இரும்புக் கீற்றுகளாகக் கடல் இரசிக்கும்படியாக இல்லை. ஈரப்பசையுள்ள இந்த வசந்தகால வெப்பம் வறண்ட கோடையை வரவேற்கத் தூண்டியது. கடல் புறம் மூடியிருக்க, உயர்ந்த சமவெளியில் நத்தையின் வடிவில் அமைந்திருந்த ஓரான் நகரத்தில் பெருத்த சோகம் நிலவியது. வெள்ளையடிக்கப்பட்ட நீண்ட வரிசைகளிலான சுவர்கள் மத்தியில் புழுதி படிந்த கடைகளின் வரிசைகளில் புகுந்து நடக்கும் போதும் அழுக்கான மஞ்சள் நிற டிராம்வண்டிகளில் பயணம் செய்யும் போதும் வானிலையின் கைதியாக அகப்பட்டிருப்பதைப் போன்ற உணர்வு நமக்கு ஏற்படும். ஆனால், ரியேவிடம் சிகிச்சை பெறும் ஸ்பெயின் நாட்டைச் சேர்ந்த வயதானவருக்கு அப்படித் தோன்றவில்லை. ஆஸ்துமாவைச் சமாளித்திருக்கும் அவர் இந்தப் பருவ நிலையை உற்சாகமாக வரவேற்றார்.

"அப்படியே ஆளை வறுத்தெடுக்கும் ஆஸ்துமா நோய்க்கு இது மிகவும் நல்லது." என்றார்.

நிச்சயமாக இது வறுத்தெடுக்கத்தான் செய்தது. ஆனால் இது காய்ச்சல்போல் இருந்தது. நகரம் முழுவதுமே காய்ச்சலில் துடித்தது. கொத்தாரின் தற்கொலை முயற்சி குறித்த விசாரணைக்காக அன்று காலை ஃபேதேர்ப் வீதிக்குச் சென்ற போது, மருத்துவர் ரியேவுக்கு அப்படியான எண்ணம்தான் ஏற்பட்டது என்று சொல்ல வேண்டும். ஆனால், இத்தகைய எண்ணம் நியாயமற்றது என்றும் இதற்குக் காரணம் தனக்கு உண்டாகியுள்ள பரபரப்பும் தன்னை ஆட்கொண்டுள்ள கவலைகளும்தான் என்பதையும் அவர் புரிந்துகொண்டார். தன் எண்ண ஓட்டத்தை விரைவில் ஒழுங்குக்குக்கொண்டுவந்தாக வேண்டும் என்பதையும் உணர்ந்துகொண்டார்.

இடத்தைச் சென்றடைந்தபோது, காவல் கண்காணிப்பாளர் இன்னும் வரவில்லை என்பது தெரிந்தது. வாயிலில் காத்திருந்த

கிரான், முதலில் தன் வீட்டுக்குள் செல்லலாம் என்றும் கதவைத் திறந்து வைத்திருக்கலாம் என்றும் யோசனை கூறினார். மாவட்ட ஆட்சியர் அலுவலரான அவருக்கு இரண்டு அறைகள் இருந்தன. அதிகப் பொருட்கள் இல்லை. புத்தக அலமாரி ஒன்றுதான் தென்பட்டது. அதில் இரண்டு அல்லது மூன்று அகராதிகள் இருந்தன. கரும்பலகை ஒன்று இருந்தது. அதில் பாதி எழுத்துகள், அழிந்து போயிருந்தாலும், 'மலர்ச் சாலைகள்' என்று எழுதியிருந்த வரிகளை வாசிக்க முடிந்தது. கொத்தாரின் இரவுப் பொழுது நல்லவிதமாகக் கழித்ததாக கிரான் கூறினார். ஆனால், காலையில் விழித்தெழுந்ததில் இருந்து அவனுக்குத் தலைவலி இருப்பதாகவும் எதுவும் செய்ய முடியாத அளவு சோர்வாக இருப்பதாகவும் தெரிவித்தார். கிரானும் களைத்துப்போய் பரபரப்பாகக் காணப்பட்டார். அறைக்குள் குறுக்கும் நெடுக்கும் நடந்து பார்த்தார். கையால் எழுதியிருந்தப் பக்கங்கள் நிறைந்த கோப்பு ஒன்று மேசையின்மீது இருந்தது. அதனைத் திறப்பதும் மூடுவது மாக இருந்தார்.

இதற்கிடையில், கொத்தாரைத் தனக்கு அவ்வளவாகத் தெரியாது என்றும் ஓரளவு வசதி படைத்தவராக இருப்பார் என்று கருதுவதாகவும் மருத்துவரிடம் கிரான் கூறினார். கொத்தார் ஒரு வினோதமான மனிதராகவே இருந்தார். வெகுநாட்களாகவே, படிக்கட்டுகளில் சந்தித்துக்கொள்ளும்போது பரிமாறிக் கொண்ட வணக்கங்களுடன் அவர்களிடையே இருந்தத் தொடர்பு முடிந்து போனது.

"இதுவரை இரண்டு முறைதான் அவருடன் பேச வாய்ப்பு கிடைத்துள்ளது. சில நாட்களுக்கு முன், என் வீட்டுக்கு எடுத்துச் சென்ற சாக்பீஸ் பெட்டி ஒன்றைப் படிக்கட்டில் கொட்டிவிட்டேன். அதில் சிவப்பு, நீல நிற சாக்பீஸ்கள் இருந்தன. அந்த நேரம் பார்த்துக் கொத்தார் வெளியில்வர, அவற்றை எடுத்துத் தந்து எனக்கு உதவி செய்தார். 'இப்படிப் பல நிறங்களில் உள்ள சாக்பீஸ் எதற்குப் பயன்படுகின்றன' என்று என்னிடம் கேட்டார்.

இலத்தீன் மொழியை மீண்டும் கற்க முயற்சி செய்வதாகக் கிரான் விளக்கியிருக்கிறார். பள்ளிப் படிப்பை முடித்ததிலிருந்து அவர் படித்தவை எல்லாம் மறந்துபோய்விட்டதையும் கூறினார்.

"உண்மைதான் டாக்டர், பிரஞ்சுச் சொற்களின் பொருளை உணர்ந்துகொள்ள இலத்தீன் மிகவும் உதவியாக இருக்கும் என்று கேள்விப்பட்டிருக்கிறேன்."

எனவே, இலத்தீன் சொற்களைத் தன் கரும்பலகையில் எழுதி வைப்பார். சொல்லின் பின்னொட்டு, வினைதிரிபு ஆகியவற்றுக்கு

ஏற்பச் சொல் ஒன்றில் மாறும் பகுதியை நீலநிற சாக்பீஸ்ஸிலும், மாறாதப் பகுதியைச் சிவப்பு நிறத்திலும் எழுதி வைப்பார்.

இதைக் கொத்தார் சரியாகப் புரிந்துகொண்டாரா என்று தெரியவில்லை. ஆனால், ஆர்வம் கொண்டவராகத் தெரிந்தார். என்னிடம் சிவப்பு சாக்பீஸ் கேட்டார். எனக்கு ஆச்சரியமாக இருந்தது. அதனால் என்ன பயன் என்று எனக்குத் தெரியவில்லை.

இரண்டாம் முறை என்ன பேசினீர்கள் என்று ரியே கேட்டார். பதில் சொல்வதற்குள், தன் செயலருடன் காவல் கண்காணிப்பாளர் வந்து சேர்ந்தார். முதலில் கிரான் கூறுவதைக் கேட்க விரும்பினார். கொத்தாரைப் பற்றிப் பேசும் போதெல்லாம், அந்த 'விரக்தியடைந்தவர்' என்று கிரான் குறிப்பிடுவதை மருத்துவர் கவனித்தார்.

ஒருகட்டத்தில், இப்படியொரு 'இறுதி முடிவை' அவர் எடுத்தார் என்று கூட அவர் குறிப்பிட்டார். தற்கொலைக்கான காரணம் பற்றி விவாதம் எழுந்த போது, எப்படி விவரிப்பது என்பதில் கிரானுக்குப் பெரும் தயக்கம் இருப்பது தெரிந்தது. ஒருவழியாக, 'அந்தரங்கமான சோகம்' என்ற விளக்கத்துக்கு வந்து நின்றார். 'தன் உறுதி' இதுதான் என்று சொல்லும்படியாகக் கொத்தாரின் நடவடிக்கையில் ஏதாவது தெரிந்ததா என்று காவல் கண்காணிப்பாளர் கேட்டார்.

"நேற்று என் வீட்டுக் கதவைத் தட்டி என்னிடம் தீக்குச்சிகள் கேட்டார். நான் பெட்டியைத் தந்தேன். தொந்தரவுக்கு வருத்தம் தெரிவித்துவிட்டு, பெட்டியைத் திருப்பித் தந்துவிடுவதாக உறுதியளித்தார். அவரையே வைத்துக்கொள்ளும்படி சொன்னேன்.

கொத்தாரின் போக்கு விசித்திரமாகத் தெரியவில்லையா என்று கண்காணிப்பாளர் கேட்டார்.

"எனக்கு விசித்திரமாகப்பட்டது. எதுவென்றால் என்னுடன் ஏதாவது பேச வேண்டும் என்று அவர் விரும்பியதுதான். ஆனால், நானோ அப்போது ஒரு வேலையில் இருந்தேன்."

ரியே பக்கம் திரும்பிய கிரான் கொஞ்சம் சங்கடத்துடன்,

"தனிப்பட்ட வேலை" என்று சொன்னார். கொத்தாரைச் சந்திக்கக் காவல் கண்காணிப்பாளர் விரும்பினார். ஆனால், அதற்குக் கொத்தாரை முதலில் தயார் செய்வது நல்லது என ரியே நினைத்தார். அறைக்குள் அவர் நுழைந்தபோது, சாம்பல் நிற அங்கி மட்டுமே அணிந்தபடி கட்டிலின்மீது இருந்த கொத்தார் கவலையும் பரபரப்பும் கலந்த முகத்துடன் கதவைப் பார்த்தவாறு உட்கார்ந்து இருந்தான்.

"யார் காவல்துறைதானே?"

"ஆமாம். நீங்கள் பதற்றப்பட வேண்டாம். இரண்டொரு வழக்கமான கேள்விகள். அவ்வளவுதான். நீங்கள் நிம்மதியாக இருக்கலாம்."

எனினும், இவையெல்லாம் தேவையே இல்லாத விஷயங்கள் என்றான். தனக்குக் காவல்துறை என்றாலே பிடிக்காது என்றும் கூறிய அவனிடம் பொறுமையின்மை இருப்பதை ரியே கவனித்தார்.

"எனக்கும் அவர்களைப் பெரிதாகப் பிடிக்காது. அவர்களது கேள்விகளுக்குச் சுருக்கமாகவும் சரியாகவும் பதில் கூறினால் அத்துடன் அந்தப் பிரச்சினை முடிந்துபோகும்."

கொத்தார் பேசி முடிந்ததும் மருத்துவர் மீண்டும் கதவை நோக்கித் திரும்பச் சென்றார். ஆனால், அவரை அழைத்த கொத்தார், மருத்துவர் கட்டிலின் அருகில் வந்ததும், கைகளைப் பிடித்துக்கொண்டு, "தூக்கில் தொங்கிய ஒரு நபரிடம், உடல் நலம் சரியில்லாத ஒருவரிடம் கடுமையாக நடந்துகொள்ள முடியாது. இல்லையா டாக்டர்?" என்று கேட்டான்.

அவனைச் சிறிது நேரம் உற்றுப் பார்த்த ரியே, அப்படி யெல்லாம் எதுவும் நடக்காது என்று உறுதி கூறியதுடன் தன்னிடம் சிகிச்சை பெறுபவருக்குப் பாதுகாப்புத் தரவே தான் அங்கு இருப்பதாகவும் கூறினார். ஓரளவு சமாதானம் அடைந்தவனாகக் கொத்தார் தெரிய, காவல் கண்காணிப்பாளரை உள்ளே வரவழைத்தார் ரியே.

கிரான் அளித்திருந்த சாட்சியத்தைக் கொத்தாருக்கு வாசித்துக் காட்டித் தற்கொலை முயற்சிக்கான காரணத்தைக் குறிப்பிட முடியுமா என்று கேட்கப்பட்டது. கண்காணிப்பாளரைப் பார்க்காமல், "அந்தரங்க சோகங்கள், அது மிகச்சரியாக இருக்கும்" என்று பதிலை மட்டும் கூறினான். மீண்டும் ஒரு முறை அதைச் சொல்ல விருப்பமா என்று வற்புறுத்தியபோது கொத்தாருக்குப் படபடப்பு ஏற்பட்டது. தன்னை நிம்மதியாக விட்டால் அதுவே போதுமானது என்றான்.

"இப்போதைக்கு மற்றவர்களின் நிம்மதியை நீங்கள்தான் கெடுக்கிறீர்கள் என்பதை மறக்க வேண்டாம்" என்று சற்றே எரிச்சலுடன் காவல் கண்காணிப்பாளர் சொன்னார்.

எனினும் ரியே காட்டிய சைகை பேச்சை அத்துடன் முடித்து வைத்தது.

பெருந்தொற்று 57

வெளியில் புறப்பட்டுச் செல்லும்போது, பெருமூச்சு விட்ட படியே காவல் கண்காணிப்பாளர், "நீங்கள் நினைப்பதுபோல், இந்தக் காய்ச்சல் பற்றி ஊருக்குள் பேச்சு வந்ததிலிருந்து எங்களுக்கு வேறு வேலை இருக்கிறது" என்றார்.

இப்போதைய நிலைமை கவலையளிக்கக்கூடியதா என்று மருத்துவரிடம் விசாரித்தார். "தனக்கு அதைப்பற்றி எதுவும் தெரியாது" என்றார் ரியே.

"எல்லாம் பருவநிலை மாற்றம் அவ்வளவுதான்" என்று முடிவாக கண்காணிப்பாளர் கூறினார்.

பருவநிலை மாற்றம் என்பதில் சந்தேகமில்லை. பகல் பொழுதுவரை, எதைத் தொட்டாலும் கையில் ஒட்டுவதைக் கண்டு ஒவ்வொரு நோயாளியைப் பார்த்து முடிக்கும் போதும் ரியேவுக்குக் கவலை உண்டானது. அன்று மாலை, நகரின் ஒதுக்குப்புறத்தில், தன்னிடம் சிகிச்சை பெற்றுவந்த வயதான ஒருவர் வயிற்றை அழுத்திப் பிடித்தபடி வாந்தி எடுக்க ஆரம்பித்தார். அதிகக் காய்ச்சலும் அதைத் தொடர்ந்து பிதற்றலும் உண்டானது. குடியிருப்புப் பொறுப்பாளர் மிஷேலுக்கு இருந்ததைவிடப் பெரிதாக நெரிகட்டியிருந்தது. அதில் ஒன்று பழுக்கத் தொடங்கி விரைவிலேயே அழுகிப்போன பழத்தைப் போல் உடைந்துவிட்டது. வீடு திரும்பிய ரியே, அந்த வட்டாரத்தின் மருத்துவக் காப்பகத்தைத் தொலைபேசியில் அழைத்துப் பேசினார். அன்றைய தேதியில் அலுவல்கள் குறிப்பாக அவர் எழுதியிருந்தது இதுதான். 'இல்லை என்ற பதில்'. இதேபோன்ற பாதிப்புக்குள்ளானவர்களைக் கவனிக்க வேறு இடங்களில் இருந்தும் அவருக்குத் தொலைபேசி அழைப்புகள் வந்தன. கட்டியை உடைத்தாக வேண்டும் என்பது தெளிவானது. குறுக்கு நெடுக்காக இரண்டு அடிகள் கொடுக்க, இரத்தமும் சீழுமாகக் கட்டி உடைந்துவிடும். நோயாளிக்கு இரத்தம் சொட்டிக்கொண் டிருக்க கால்களைப் பரப்பியபடி கிடப்பார். கால்களிலும் வயிற்றிலும் கறுப்புக் கறை ஏற்படும். சில நேரங்களில் கட்டி உப்பாமல் இருக்கும். பிறகு மீண்டும் உப்பும். பெரும்பாலும், நோயாளி சகிக்க முடியாத நாற்றத்துடன் இறந்துபோவார்.

எலிகளைப் பற்றி நிறைய பேசிக்கொண்டிருந்த ஊடகங்கள், இப்போது மௌனமாகிவிட்டன. ஏனெனில் எலிகள் வீதியில் வந்து இறந்தன. மனிதர்களோ தங்கள் வீட்டில் இறந்தனர். வீதிகளைப் பற்றிதான் செய்தித்தாள்களின் கவலை யெல்லாம். எனினும், அரசும் நகராட்சி நிர்வாகமும் விவாதிக்கத் தொடங்கினர். ஒவ்வொரு மருத்துவரும் சிகிச்சை அளிக்கையில்

இரண்டு அல்லது மூன்று பேர் தான் பாதிப்புக்குள்ளானர் என்ற நிலை இருந்தவரை, நடவடிக்கை பற்றிய எண்ணம் யாருக்கும் தோன்றவில்லை. ஆனால், பாதிப்புகளை ஒன்றாகக் கூட்டிப் பார்த்த போதுதான் எண்ணிக்கை அதிர்ச்சியாகயிருந்தது. சில நாட்களிலேயே பாதிப்பு எண்ணிக்கை வேகமாக உயர்ந்து விட்டது. இந்த வினோதமான நோயைக் கவனிப்பவர்கள் அனைவரும் இது ஒரு தொற்றுநோய் என்ற முடிவுக்கு வந்தனர். இந்த நேரத்தில்தான், ரியேவைச் சந்திக்க அவருடன் பணியாற்றும் கஸ்தேல் வந்திருந்தார். ரியேவை விட மூத்தவர் அவர்.

“ரியே, இது என்ன என்று உங்களுக்குத் தெரிகிறதா?”

“ஆய்வு முடிவுகள் வரட்டும் என்று காத்திருக்கிறேன்.”

“எனக்கு இது என்ன என்று தெரிகிறது; ஆய்வு முடிவுகளைப் பார்க்க வேண்டிய அவசியமில்லை; சில காலம் சீனாவில் பணியாற்றியிருக்கிறேன். இருபது ஆண்டுகளுக்கு முன் இதேபோன்று சிலர் பாதிப்புக்குள்ளானதைப் பாரீஸிலும் பார்த்திருக்கிறேன். அப்போதைக்கு அதற்கு ஒரு பெயர் வைக்க யாரும் முன்வரவில்லை; அவ்வளவுதான். உச்சரிக்கக்கூடாத ஒரு சொல். பீதி கூடாது. ஆமாம். குறிப்பாக பீதி கூடாது. மேலும், நம்முடன் பணியாற்றும் மருத்துவர் ஒருவர் கூறுவதைப் போல, “மேற்கு நாடுகளைவிட்டு அது மறைந்துவிட்டது என்பது எல்லோருக்கும் தெரியும். உண்மைதான், இறந்து போனவரைத் தவிர எல்லோருக்கும் அது தெரியும். போகட்டும். ரியே, என்னைப் போலவே உங்களுக்கும் அது என்ன என்று தெரியும்.”

ரியே சிந்தனையில் மூழ்கினார். தன் அலுவலகத்தில் இருந்து, தூரத்தில் கடலின்மீது முடியும் கற்பாறையின் முகட்டைப் பார்த்தார். வானம், நீல நிறத்தில் இருந்த போதும் பகல் பொழுது முடியும் அந்நேரத்தில் மங்கிக்கொண்டிருந்தது.

“ஆமாம், கஸ்தேல். நம்பவே முடியவில்லை. ஆனாலும் இது ‘பிளேக்’ என்னும் கொள்ளை நோயாகத்தான் இருக்கும் என்று தெரிகிறது”

இருக்கையைவிட்டு எழுந்த கஸ்தேல் அறைக் கதவை நோக்கி நடந்தார்.

“அவர்கள் நமக்கு என்ன சொல்வார்கள் தெரியுமா? குளிர் நாடுகளில் இருந்து அந்த நோய் மறைந்து பல ஆண்டுகள் ஆகிவிட்டன. இதைத்தான் சொல்வார்கள்” என்றார் அந்த வயதான மருத்துவர்.

தோள்களைக் குலுக்கிக்கொண்ட ரியே,

"மறைந்துவிட்டது என்றால் என்ன அர்த்தம்?"

"அப்படித்தான். இன்னொரு விஷயத்தையும் மறக்காதீர்கள். பாரீஸிலும் இருபது ஆண்டுகளுக்கு முன் அது மறைந்துவிட்டது."

"நல்லது. அப்போது இருந்ததைவிட இம்முறை பாதிப்பு மோசமாக இருக்காது என்று நம்புவோம். ஆனால், இது உண்மையிலேயே நம்பமுடியாததாக இருக்கிறது."

முதல்முறையாக 'பிளேக்' என்ற சொல் உச்சரிக்கப்பட்டுள்ளது. கதையின் இந்தக் கட்டத்தில், மருத்துவர் பெர்நார் ரியே சன்னல் அருகில் நின்றிருக்க அவரிடம் காணப்படும் உறுதியற்றத் தன்மையும் வியப்பும் நியாயமானதுதான் என வாசகர்கள் ஏற்பார்கள். ஏனெனில் நம்முன் வசிக்கும் சக மனிதர்களில் பெரும்பாலானோரின் மனநிலையும் ஒரு சில மாற்றங்களுடன் அதே போன்றதுதான். பெரும் தீங்குகள் உண்மையில் பொதுவான விஷயம்தான். ஆனால், நம்மை நேரிடையாக அது பாதிக்கும்போதுதான் அவற்றை நம்பக் கடினமாக இருக்கிறது. போர்களைப்போல் உலகில் எத்தனையோ பெரிய நோய்கள் வந்துள்ளன. இருந்தாலும், இந்த நோய்களும் போர்களும் வரும்போது மக்கள் அதிர்ந்து போகின்றனர். நம் சக மக்கள் ஆச்சரியப்பட்டதைப்போல் தான் மருத்துவர் ரியேவும் ஆச்சரியமடைந்தார். அவ்வா றாகத்தான் அவரது தயக்கங்களைப் புரிந்துகொள்ள வேண்டும். அதேபோல், அவரது கவலையினை யும் நம்பிக்கையையும் அப்படியே புரிந்துகொள்ள வேண்டும். போர் ஒன்று மூளும் போது, 'இது முட்டாள்தனமானது. இது நீடிக்காது' என்றுதான் மக்கள் பேசிக்கொள்வார்கள். உண்மைதான், போர் என்பது மிகவும் முட்டாள்தனமானது. இருந்தாலும் அது நீடிப்பதைத் தடுக்க முடியாது. இன்றும் அந்த முட்டாள்தனம் நீடித்திருக்கிறது. தன்னைப் பற்றியே எப்போதும் எண்ணிக்கொண்டு இருக்காமல் இருந்தால் இதனை உணர்ந்து கொள்ள முடியும். இந்த விஷயத்தில் நம் ஊர் மக்களும், தங்களைப் பற்றியே எண்ணி எல்லோரையும் போல்தான் நடந்துகொண்டனர். அதாவது அவர்கள்

எல்லோரும் மனித மனம் படைத்தவர்கள். பேரிடர்கள் மீது நம்பிக்கையில்லாதவர்கள். பேரிடர் என்பது மனித மேன்மைக்குப் பொருந்தாது. எனவே அது ஒரு மாயை என்றும் கலைந்துவிடக் கூடிய கெட்டக் கனவு என்றும் நாம் நினைத்துக்கொள்கிறோம். ஆனால் நினைப்பதுபோல் எப்போதும் அது மறைவதில்லை என்பதுடன், ஒரு கெட்டகனவு போய் அடுத்த கெட்டக்கனவு வருகிறது; மக்கள்தான் மறைகிறார்கள்; அதிலும் மனித மனம் படைத்தவர்கள்தான் முதலில் மறைகிறார்கள்; ஏனெனில், அவர்கள் முன்னெச்சரிக்கை நடவடிக்கை எதையும் மேற்கொள்வதில்லை. மற்றவர்களைக் காட்டிலும் நம் ஊர் மக்களை அதிகம் குறைகூற முடியாது. தன்னடக்கமாக நடந்து கொள்ளத் தவறிவிட்டனர். அவ்வளவுதான். தங்களால் எல்லாம் முடியும் என்று நினைத்துவிட்டனர்; பேரிடர் என்பதே வரக்கூடிய சாத்தியமில்லை என்பதுபோல் இருந்து விட்டனர்; தங்கள் தொழில்களைத் தொடர்ந்து செய்து வந்தனர். பயண ஏற்பாடுகளை நிறுத்தவில்லை; தங்களுக்கான சில கருத்துகளை உருவாக்கிக்கொண்டனர். எதிர்காலத்துடன் பயணங்களையும், கருத்துப் பரிமாற்றத்தையும் அழிக்க இருக்கும் கொடுநோயைப் பற்றி எப்படி அவர்களால் நினைக்கத் தோன்றும்! தாங்கள் சுதந்திரமானவர்கள் என்று கருதிவிட்டனர். பேரிடர்கள் இருக்கும் வரை யாரும் இங்கு சுதந்திரமானவ ராக இருக்க முடியாது.

நகரத்தில் அங்குமிங்குமாக, எவ்வித அறிவிப்புமில்லாமல் அண்மையில் இந்தக் கொடுநோயால் இறந்துபோனதைத் தன் நண்பரிடம் பேசிகொண்டிருந்தபோது மருத்துவர் ரியே ஒப்புக்கொண்டார் என்றாலும், அவரைப் பொறுத்தவரை அதனால் ஏற்படக்கூடிய அபாயம் என்பது இன்னும் உறுதியாகவில்லை. மருத்துவராக இருப்பவர் எப்போதுமே மற்றவர்களின் உடல்வலி குறித்துத் தனக்கான ஒரு பார்வையை வைத்திருப்பார்; மேலும், அவரிடம் சற்றுக் கூடுதலான கற்பனையும் இருக்கும். எந்தவித மாற்றமும் இல்லாமல் இருந்த நகரத்தைச் சன்னல் வழியாகப் பார்த்துக்கொண்டிருந்த மருத்துவர் ரியேவுக்கு, எதிர்காலம் குறித்த கவலை என்று அழைக்கப்பட்ட ஒருவிதமான அசௌகரியம் ஏற்பட்டது. இந்த நோய் குறித்துத் தனக்குத் தெரிந்த அத்தனை விஷயங்களை யும் யோசித்துப் பார்த்தார். எண்ணிக்கைகள் அவருடைய மனத்திரையில் வட்டமடித்தன. இதுவரை வரலாற்றில் இடம்பெற்ற முப்பதுக்கும் மேற்பட்ட கொள்ளை நோய்கள் நூறு மில்லியன் மனிதர்களைக் கொன்றிருப்பதை நினைத்தார்.

நூறு மில்லியன் சாவுகள் என்பதன் பொருள் என்ன? போரில் பங்கேற்றிருந்தால், செத்துப்போன மனிதன் எப்படி இருப்பான் என்று ஓரளவு தெரியும். எனவே, இறந்த ஒருவனை நேரில் பார்த்தால்தான் இறந்த மனிதனின் நிலை புரியும். இல்லையெனில் வரலாற்றில் பரவலாகத் தூவப்பட்ட நூறு மில்லியன் சடலங்கள், நம் கற்பனையில் புகைமூட்டமாகவே கரைந்துபோகும் கான்ஸ்டான்டிநோபிளில் நேர்ந்த கொள்ளை நோய் மருத்துவரின் நினைவுக்கு வந்தது. புரோக்கோப்பியஸைப் பொறுத்தவரை, அந்த நோய்க்கு ஒரே நாளில் 10,000 பேர் பலியாகினர். பெரிய திரையரங்கு ஒன்றில் வரக்கூடிய பார்வையாளர்களின் எண்ணிக்கையை ஐந்தால் பெருக்கினால் கிடைக்கக்கூடிய தொகைதான் இந்த 10,000 பேர். அப்படியானால் இவ்வாறு செய்துபார்க்கலாம். ஐந்து திரையரங்கங்களிருந்து வெளியேறும் மக்கள் அனைவரையும் திரட்டி நகரத்தில் உள்ள சதுக்கத்துக்குக் கொண்டுசெல்ல வேண்டும். அங்கு அவர்களை மொத்தமாக இறக்கச் செய்தால் இது ஓரளவு தெளிவாகப் புரியும். வேண்டு மானால், ஊர் பேர் தெரியாத இந்தக் கூட்டத்தில் சில தெரிந்த முகங்களையும் சேர்க்கலாம். ஆனால், நிச்சயமாக இது சாத்தியமேயில்லை. அத்துடன், 10,000 பேரும் எப்படித் தெரிந்த முகங்களாக இருக்க முடியும்? புரோக்கோப்பியஸைப்போல் நம் மக்களுக்கு எண்ணத் தெரியாது என்பது தெரிந்த விஷயம். எழுபது ஆண்டுகளுக்கு முன், கான்டன் மக்கள்மீது கவனம் திரும்பும் முன், 40,000 எலிகளை இந்த நோய் பலிவாங்கியது. ஆனால், 1871இல், எலிகளை எண்ணக்கூடிய வசதி இல்லை. மொத்தத்தில், தவறுகள் ஏற்படக்கூடிய சாத்தியங்கள் அதிகமுள்ள தோராயமான கணக்குதான். எனினும், ஒரு எலி 30 சென்டிமீட்டர் நீளம் என்றாலும், 40,000 எலிகளை நேர்கோட்டில் வைத்துக்கொண்டு போனால் அது ஒரு…

மருத்துவருக்கு இருப்புக்கொள்ளவில்லை. சிந்தனையை எங்கெங்கோ அலையவிடக் கூடாது என்று முடிவு செய்தார். ஒரு சில பேருக்கு ஏற்பட்டுள்ளப் பாதிப்புகள் மட்டுமே தொற்று நோய் ஆகிவிடாது. சில முன்னெச்சரிக்கை நடவடிக்கைகளை மேற்கொண்டால் போதும். முதலில், தெளிவாகத் தெரியும் விஷயங்களின்மீது கவனம் செலுத்த வேண்டும். அதாவது, மயக்கம், கடும் சோர்வு, சிவந்த கண்கள், வறண்டுபோன நாக்கு, தலைவலிகள், நெரிகட்டிகள், கடும் தாகம், பிதற்றல், உடலெங்கும் தடிப்புகள், மனதுக்குள் பதற்றம். இவை எல்லாவற்றுக்கும் முடிவில்… எல்லாவற்றுக்கும் முடிவில், மருத்துவர் ரியேவுக்குச் சில வார்த்தைகள் நினைவுக்கு வந்தன. தான் வாசித்த

மருத்துவ பாட நூலில், இந்த நோய்க்கான அறிகுறிகள் அடங்கிய பட்டியலை முடித்து வைக்கும் வாக்கியம்தான் அது. நாடித்துடிப்பு அதிகமாகிக் காற்றில் அசையும் நூல்போல் துடிக்கும். ஏதோ ஒரு சிறு அசைவில் மரணம் நிகழும். ஆம், எல்லாவற்றுக்கும் முடிவில் நூல்முனையில் தொங்கிக்கொண்டிருப்பார் நோயாளி. இவர்களில் நான்கில் மூன்று பேர் (அதுதான் சரியான எண்ணிக்கை) மிகவும் பொறுமையிழந்து சிறு அசைவை மேற்கொள்ள, மரணம் நேர்ந்துவிடும்.

இன்னமும் சன்னல் வழியே தெரியும் காட்சிகளைப் பார்த்தபடியே மருத்துவர் உட்கார்ந்திருக்கிறார். வசந்தகாலக் குளிர்ந்தத் தெளிவான வானம் கண்ணாடிக்கு வெளியில் தெரிய, அறைக்குள்ளோ ‘கொள்ளை நோய்’ என்னும் வார்த்தை வட்டமடித்தபடி இருக்கிறது. அறிவியலில் பொருத்த நினைத்தவை மட்டும் அந்த வார்த்தையில் அடங்கியிருக்கவில்லை. மாறாக, இந்த நேரத்தில் பரபரப்பாகக் காணப்படும் இந்த நகரம் சத்தமிக்கது என்பதைவிட மெல்லச் சலசலக்கும் இந்த நகரம் ஒரே நேரத்தில் சந்தோஷமாகவும் சோகமாகவும் இருக்க முடியு மென்றால் மொத்தத்தில் சந்தோஷமாக இருக்கும். சாம்பலும் மஞ்சளும் கலந்த இந்த நகருக்குப் பொருந்தாத அசாதாரணக் காட்சிகளும் அந்த வார்த்தையில் அடங்கியுள்ளன. இத்தகைய நிலைகளைப் பார்க்க முடியாத மெத்தனமான அமைதி, இதுபோன்ற பேரிடர் ஏற்பட்டபோது கண்ட பழையக் காட்சி களை மறுதலிப்பதாக இருந்தன: ஏதன்ஸ் நகரமே நோயால் பாதிக்கப்பட்டு, பறவைகள் அனைத்தும் வெளியேறின; சீன நகரங்கள் முழுவதும் சத்தமின்றிப் பலரும் செத்து மடிந்தனர்; இரத்தம் சொட்டும் பிணங்களைக் குழிகளுக்குள் தள்ளிய மர்சேய் நகரக் கைதிகள்; பிரான்ஸின் வடகிழக்குப் பகுதி யான புரொவான்ஸில் இந்த நோயின் சீற்றமிகுக் காற்றைத் தடுக்கவெனப் பெரிய சுவர் ஒன்று எழுப்பப்பட்டது; ஜாஃபாவும் அதன் கோரமானப் பிச்சைக்காரர்கள்; கான்ஸ்டான்டி நோபிள் மருத்துவமனையில் உள்ள களிமண் தரையில் அழுந்திக் கிடக்கும் ஈரமாகி மக்கிப்போன கட்டில்கள்; கொக்கிகளால் இழுத்துச் செல்லப்படும் நோயாளிகள்; 1348இல் உலகை உலுக்கிய ‘கறுப்பு மரணம்’ எனப்படும் கொள்ளை நோயின் போது மருத்துவர்கள் அணிந்து வந்த கழுகு மூக்கு முகத்திரைகள்; மிலன் நகரக் கல்லறைகளில் உயிருடன் இருப்பவர்கள் கொண்ட உடலுறவு; பீதியில் உறைந்துபோன இலண்டனில் பிணங்களைச் சுமந்து சென்ற வண்டிகள்; எங்கும் எப்போதும் மனிதர்களின் இடைவிடா ஓலத்துடன் கழிந்த பகல், இரவுப்

பொழுதுகள் இருப்பினும், அந்த நாளின் அமைதியைக் கெடுக்கும் அளவு இவை வலிமையானவையாக இல்லை. சன்னலைத் தாண்டி வெகுதூரத்திலிருந்து வந்த டிராம்வண்டியின் சத்தம் சட்டெனக் கொடூரத்தையும் வலியையும் நினைவூட்டியது. இருண்ட சதுரங்க அட்டையைப் போன்று அமைந்துள்ள வீடுகளின் முடிவில் உள்ள கடல் மட்டுமே உலகில் ஓய்வின்றி கவலைகொள்வதற்குச் சாட்சியாக உள்ளது. கடலைப் பார்த்துக் கொண்டிருந்த மருத்துவர் ரியே, நோயால் பாதிக்கப்பட்ட போது, கடற்கரையில் ஏதென்ஸ் மக்கள் மூட்டிய சிதைப் பற்றிய லுக்ரிஷியஸின் குறிப்பை எண்ணிப் பார்த்தார். இறந்தவர்களை இரவில் அங்கு கொண்டு வருவது வழக்கம். அங்கே போதிய இடம் இல்லாததால், தங்களுக்கு நெருக்கமானவர்களின் சடலங்களைக் கடற்கரையில் வீச மனமில்லாமல் எப்படியாவது சிதையில் வைத்துத் தீ மூட்ட வேண்டுமென்ற ஆவலில், தீவட்டிகளுடன் இரத்தம் சொட்டச்சொட்ட கைக்கலப்பில் இறங்குவார்கள். அங்கு நடக்கும் காட்சியைக் கற்பனை செய்து பார்க்க முடிகிறது. அமைதியான இருண்ட கடலின் எதிரில் ஒருபுறம் கொழுந்துவிட்டு எரியும் சிதை, இருட்டில் தீவட்டிச் சண்டையில் பறக்கும் தீப்பொறிகள், காத்திருக்கும் வானத்தை நோக்கி எழும் அடர்த்தியான நச்சுப் புகை. இதே காட்சி இங்கும் ஏற்படலாம் என்று பயப்பட வேண்டியுள்ளது.

இத்தகைய குழப்பமானக் கற்பனை பகுத்தறிவின் முன் மறைந்தது. பிளேக் என்ற வார்த்தை உச்சரிக்கப்பட்டுவிட்டது என்பது உண்மைதான். இந்த நொடியிலும், இரண்டு அல்லது மூன்று பேரை அந்த நோய் தாக்கிக்கொண்டிருக்கும் என்பதையும் மறுப்பதற்கில்லை. அதனால் என்ன? அது முடிவுக்கு வரும். இப்போது செய்ய வேண்டியது என்ன? எவற்றையெல்லாம் கவனத்தில் எடுத்துக்கொள்ள வேண்டுமோ அவற்றையெல்லாம் கவனத்தில் கொள்ள வேண்டும். தேவையற்ற பதற்றங்களை ஓட்டிவிட்டு தேவையான நடவடிக்கைகளை எடுக்க வேண்டும். அத்துடன், கொள்ளை நோய் முடிவுக்கு வந்துவிடும். ஏனெனில் பிளேக் நோய் என்பது கற்பனை செய்து பார்க்கக் கூடியதல்ல. அல்லது தவறான கற்பனைக்குட்பட்டது. அதுமட்டும் முடிவுக்கு வந்தால், அப்படித்தான் பெரும்பாலும் நடக்கும், அப்போது அனைத்தும் சரியாகிவிடும். இல்லையென்றால், அது என்ன என்று தெரிந்துவிடும். அதனை வழிக்குக் கொண்டுவரும் வழியை முதலில் கண்டுபிடித்துப்பின் அதனை முற்றிலுமாக முறியடிக்கப் பார்ப்போம்.

சன்னல் கதவை மருத்துவர் திறந்ததால் நகரத்தின் இரைச்சல் திடீரென எழுந்தது. அருகில் இருந்த பட்டறையில் இருந்து எந்திர ரம்பம் ஒன்றின் கிரீச்சிடும் ஒலி விட்டுவிட்டுக் கேட்டது. ரியேவின் உடலில் சிறு உலுக்கல். அன்றாடம் மேற்கொள்ளும் பணியில் அவர்கள் காட்டிய உறுதி தெரிந்தது. மற்றவை எல்லாம் நூலிழையில் கண்ணுக்குப்புலப்படாத அசைவுகளை நம்பி இருந்தன. அவற்றிலேயே நாம் தேங்கிவிட முடியாது. செய்யும் பணியைச் சிறப்பாகச் செய்ய வேண்டும் என்பதுதான் முக்கியமானதாகும்.

ஜொசெஃப் கிரான் வந்திருப்பதைத் தெரிவித்தபோது மருத்துவர் ஏற்கெனவே அந்த முடிவுக்கு வந்திருந்தார். மாவட்ட ஆட்சியர் அலுவலகத்தில் அவருக்குப் பல்வேறு வேலைகள் இருந்தபோதும் அவ்வப்போது பிறப்பு, இறப்புப் பதிவு செய்யுமிடமான பதிவேட்டு அலுவலகத்தில் புள்ளியியல் துறைக்கான அலுவலிலும் அவரைப் பயன்படுத்திக்கொண்டனர். நேர்ந்த இறப்பு களின் எண்ணிக்கையைக் கணக்கெடுக்க அவர் அழைக்கப்பட்டிருந்தார். இயல்பாகவே உதவும் சுபாவமுடைய அவர், ரியே வீட்டுக்கு வந்து இந்தக் கணக்கெடுப்பில் ஒரு பிரதியைத் தந்துவிட்டுப் போகச் சம்மதித்திருந்தார்.

தன் வீட்டின் அருகில் வசிக்கும் கொத்தாருடன் கிரான் உள்ளே நுழைவதை மருத்துவர் பார்த்தார். கிரானின் கையில் தாள் ஒன்று இருந்தது.

"டாக்டர், எண்ணிக்கை கூடுகிறது. கடந்த 48 மணி நேரத்தில் 11 மரணங்கள்"

கொத்தாருக்கு வணக்கம் தெரிவித்த ரியே, உடல் நலம் விசாரித்தார். மருத்துவருக்கு நன்றி கூறவேண்டும் என்றும் அவருக்குத் தன்னால் ஏற்பட்ட சங்கடங்களுக்காக வருத்தம் தெரிவிப்ப தாகவும் கொத்தார் கூறினான் என்று கிரான் விளக்கினார். ரியேவின் கவனமோ புள்ளி விவரக் கணக்கில் இருந்தது.

"சரி, இனி இந்த நோயை அதன் பெயரைச் சொல்லி அழைத்தாக வேண்டும்போல் தெரிகிறது. இதுவரை நாம் தயங்கித்தயங்கி நின்றோம். என்னுடன் வருகிறீர்களா? நான் பரிசோதனைக் கூடத்துக்குப் போயாக வேண்டும்". மருத்துவரைத்

தொடர்ந்து, படிகளில் இறங்கிக்கொண்டே கிரானும் அதை வழிமொழியும் விதமாக,

"ஆமாம், உண்மைதான். பிரச்சினையை அதன் பெயர் சொல்லித்தான் அழைக்க வேண்டும். ஆனால், அதன் பெயர் என்ன?" என்று கேட்டார்.

"என்னால் சொல்ல முடியாது. எப்படியும் உங்களுக்கு அது பயன்படாது"

"பார்த்தீர்களா? அது அத்தனை சுலபம் இல்லை" என்று சொல்லி சிரித்தார் கிரான்.

இருவரும் அணிவகுப்புத் திடலை நோக்கி நடந்தனர். கொத்தார் எதுவும் பேசாமலேயே உடன் வந்தான். வீதிகளில் மக்கள் கூட்டம் குவியத் தொடங்கியது. விரைவில் மறையும் நம் ஊர் அந்திச் சூரியன் ஏற்கெனவே இரவுக்கு வழிவிட, இன்னமும் தெளிவாகத் தெரியும் தொடுவானத்தில் முதல் நட்சத்திரங்கள் தோன்றின. சிறிது நேரம் கழித்து வீதி விளக்குகள் எரியவே வானம் இருளில் மூழ்கியது. உரையாடல்களின் தொனி சற்றே கூடியதைப் போல் தெரிந்தது.

அணிவகுப்புத் திடலின் முனைக்கு வந்ததும் கிரான், "பொறுத்துக்கொள்ளுங்கள். டிராம் வண்டியைப் பிடித்தாக வேண்டும். என் மாலைப்பொழுதுகள் மிகவும் புனிதமானவை. எங்கள் ஊரில் சொல்வதைப்போல், இன்றைக்குச் செய்ய வேண்டியதை நாளைக்குத் தள்ளிப்போடவே கூடாது" என்று கூறி விடை பெற ஆயத்தமானார்.

மோந்தெளிமாரில் பிறந்த கிரானிடம் இருக்கும் இந்த வழக்கத்தை ரியே ஏற்கெனவே கவனித்திருக்கிறார். அதாவது தன் ஊரில் பயன்படுத்தும் மரபுத் தொடர்களைக் கூறி அவற்றுடன் எல்லோருக்கும் தெரிந்த 'அது ஒரு கனாக் காலம்' என ஏதாவதொரு தொடரைச் சேர்ப்பார்.

"உண்மைதான், இரவு உணவுக்குப் பின் அவரை வீட்டில் இருந்து பிரிக்க முடியாது" என்றான் கொத்தார்.

"அலுவலக வேலையில் இருக்கிறீர்களா?" என்று கிரானிடம் ரியே கேட்டார். "இல்லை என் சொந்த விஷயமாகத்தான்" என்று கிரான் பதிலளித்தார்.

ஏதோ சொல்ல வேண்டுமே என்பதற்காக "அப்படியா?" என்று ஆச்சரியப்பட்ட ரியே, "ஏதாவது முன்னேற்றம் தெரிகிறதா?" என்று கேட்டு வைத்தார்.

"இல்லாமல் என்ன? எத்தனை ஆண்டுகளாய் இந்த வேலையில் இருக்கிறேன். வேறு வகையில் பார்த்தால் அதிக முன்னேற்றம் இல்லை என்றும் சொல்ல வேண்டும்."

சற்று நின்ற ரியே, "உண்மையில் எதற்குத்தான் இந்த வேலை?" என்று கேட்டார்.

வட்டமான தொப்பியைத் தன் பெரிய காதுகளின்மீது சரி செய்தபடியே கிரான் ஏதோ ஒரு மழுப்பலான பதிலைத் தந்தார். இது ஒருவகையில், ஆளுமையை வளர்த்துக்கொள்ளும் முயற்சி என்பதாகத் தோராயமாகப் புரிந்துகொண்டார் ரியே. அதற்குள், கிரான் வேகமாகப் புறப்பட்டு அத்திமரங்களுக்கு இடையில் புல்வார் தெ மார்ன் என்னும் நிழற்சாலையில் நடந்து கொண்டிருந்தார். பரிசோதனைக்கூட வாயிலை அடைந்ததும், மருத்துவர் ரியேவிடம் ஆலோசனை பெற விரும்புவதாகக் கொத்தார் கூறினான். சற்றுமுன் பெற்ற அந்தப் புள்ளிவிவரத் தாளை தன் சட்டைப் பைக்குள் வைத்துக்கொண்டே, தன் அலுவல் அறைக்கு வந்து பார்க்குமாறு கொத்தாரை அழைத்தார். பிறகு மனதை மாற்றிக்கொண்டு அடுத்தநாள் கொத்தார் வசிக்கும் பகுதிக்கு வரும் வேலை இருப்பதால் பிற்பகலில் தானே அவன் வீட்டுக்கு வருவதாகத் தெரிவித்தார்.

கொத்தாரிடமிருந்து விடை பெற்றபின், தாம் கிரானைப் பற்றி சிந்தித்துக்கொண்டிருந்ததை உணர்ந்தார். அவரைப் பிளேக் நோய்க்கான சூழ்நிலையில் வைத்து கற்பனை செய்து பார்த்தார். இப்போது வந்துள்ள நோய் அல்ல. இது அந்த அளவு நிச்சயமாகக் கடுமையானதாக இருக்காது. மாறாக வரலாற்றில் நிகழ்ந்துள்ள கடுமையான நோய்கள் ஒன்றில் பொருத்திப் பார்த்தார். "இது போன்ற பாதிப்புகளின்போது பலியாகாமல் பிழைத்துக் கொள்ளும் வகையைச் சார்ந்த மனிதர் இவர்" என்று நினைத்துக்கொண்டார். பலவீனமான உடல் அமைப்பைக்கொண்டவர்களை விட்டுவிட்டு நல்ல திடகாத்திரமான உடல்வாகினைக்கொண்டவர்களையே கொள்ளைநோய் அழிக்கவல்லது என்று வாசித்தது ரியேவின் நினைவுக்கு வந்தது. அது குறித்துத் தொடர்ந்து சிந்தித்தபோது, கிரான் என்னும் அந்த அலுவலரிடம் ஏதோ ஒரு மர்மம் பொதிந்துள்ளது என்று கருதினார்.

முதல் பார்வையில், மாவட்ட ஆட்சி அலுவலர் என்பதைவிட ழொசெஃப் கிரானைப் பார்க்கும் யாருக்கும் வேறு எதுவும் தோன்றாது. அப்படித்தான் அவர் இருப்பார். உயரமாகவும், ஒல்லியாகவும் இருக்கும் அவர், எப்போதும் தளர்வான உடைகளையே அணிந்திருப்பார். அத்தகைய உடைகளை

அவர் தெரிவு செய்வதற்குக் காரணம், அவற்றை நீண்ட நாள் அணிய முடியும் என்ற தவறான எண்ணம்தான். இன்னமும் கீழ்வாய்ப் பற்கள் பெரும்பாலானவை மிஞ்சியிருக்க, மேல்வாயில் இருந்த பற்களை இழந்திருந்தார். அவருடைய சிரிப்பு மேல் உதட்டைச் சார்ந்தே இருந்ததால், குழி விழுந்த வாயுடையத் தோற்றம் உண்டானது. அத்துடன், இளம் பாதிரியாரின் நடையும் சேர்ந்திருந்தது. சுவர்களை உரசிக் கதவுகள் இடையில் புகுந்து செல்லும் இலாவகம், புகை, குடி கலந்த நெடி, இவ்வாறாகச் சாதாரணத் தோற்றத்திற்கான அத்தனை அம்சங்களையும் உடைய இவரை அலுவலக மேசையைவிட வேறு எங்கும் பொருத்திப் பார்க்க முடியாது. அங்கு அவர் நகரத்தின் குளியல் அறைகளின் கட்டணங்களைத் திருத்தி அமைப்பது, வீட்டுக்குப்பைகளைச் சேகரிப்பதற்கான புதிய வரி குறித்துத் தன்னைவிட வயதில் குறைவான ஆனால் தன் மூத்த அதிகாரி தயாரிக்க வேண்டிய அறிக்கைக்குத் தேவையான தகவல்களை ஒழுங்கு செய்வது என மும்முரமாக வேலை பார்ப்பவராக இருப்பார். முன்பின் அறிமுகமில்லாத ஒருவர் கூட அவரைப் பார்க்க நேர்ந்தால் நாள் ஒன்றுக்கு 62.30 பிரான்க் கூலியில், ஆரவாரமில்லாத ஆனால் அத்தியாவசியமான வேலைகளை மேற்கொள்ள வேண்டிய பொறுப்புடைய தற்காலிக ஊழியராக இருக்கப் படைக்கப்பட்டவராகத்தான் அவர் தெரிவார்.

'தற்போதைய பணி' என்ற பகுதியில், அவருடைய பணி ஆவணங்களில், இப்படியாகத்தான் குறிப்பிடப்பட்டுள்ளது. 22 ஆண்டுகளுக்கு முன், முதல் பட்டம் பெற்றவுடன், போதிய பண வசதியில்லாததால் படிப்பைத் தொடர முடியவில்லை. எனவே இந்த வேலையை ஏற்க வேண்டியதாகிவிட்டது. விரைவில் நிரந்தரமாகிவிடும் என்று சிலர் இவருக்கு நம்பிக்கையூட்டி உள்ளனர். நம் நகர நிர்வாகத்தில் எழுந்த சில சிக்கலானப் பிரச்சினைகளை அணுகுவதில் தனக்குள்ள திறமையை நிரூபிக்கச் சில காலம் பிடித்தது. அதன் பிறகு, அறிக்கை தயாரித்து அளிப்பவர் என்ற பதவி யாரும் மறுக்க முடியாதவாறு அவருக்கு வழங்கப்பட்டு நல்ல வசதியான வாழ்க்கை அமைந்தது. நிச்சயமாக கிரானிடம் அதிக ஆசை எதுவுமில்லை. அவரது சோகமானப் புன்னகையே அதற்குச் சாட்சி. அதேநேரம், நேர்மையான வழியில் கிடைக்கும் நல்ல வாழ்க்கையும், தன் பொழுதுபோக்கு களில் எவ்விதமான உளைச்சலும் இல்லாமல் ஈடுபடக்கூடிய வாய்ப்பும் கிடைப்பதில் அவருக்கு மகிழ்ச்சிதான். அந்த வேலையை அவர் ஏற்றுக்கொண்டதற்கு இத்தகைய மேன்மையான நோக்கங்களுக்காக மட்டுமல்ல இலட்சியத்துக்காகவும்தான் என்றும் கூறலாம்.

இந்தத் தற்காலிகச் சூழ்நிலை பல ஆண்டுகள் நீடித்தன. இதற்கிடையில் விலைவாசி கட்டுக்கு அடங்காமல் உயர்ந்து விட்டது. பொதுவாக அவ்வப்போது சிறிதளவில் உயர்த்தப்பட்டாலும், கிரானின் ஊதியம் மிகவும் குறைவாகவே இருந்தது. இது குறித்து ரியேவிடமும் அவர் முறையிட்டிருந்த போதும், யாரும் அதைப் பொருட்படுத்தியதாகத் தெரியவில்லை. இந்தச் சூழலில்தான் கிரானின் வித்தியாசமான சுபாவம் வெளிப்படுகிறது எனலாம். குறைந்தபட்சம், அதற்கான அறிகுறியாகக் கொள்ளலாம். தனக்கு உறுதியாகத் தெரியாத உரிமையைக் கேட்காவிட்டாலும் இதுவரை தனக்கு அளிக்கப்பட்ட உறுதிமொழிகளையாவது சுட்டிக்காட்டியிருக்கலாம். ஆனால், முதலாவதாக, இவரை பணியில் சேர்த்துக்கொண்ட தலைமை அதிகாரி இறந்து நீண்ட நாட்கள் ஆகின்றன. மேலும், அவர் கொடுத்த உறுதிமொழியில் அடங்கியிருந்த சரியான வாசகங்கள் இப்போது நினைவில் இல்லை. எல்லாவற்றுக்கும் மேலாக, பிரச்சினையைத் தெளிவாகக் கூற கிரானுக்கு வார்த்தைகள் கிடைக்கவில்லை.

ரியே கவனித்ததைப்போல், ஜோசெஃப் கிரானின் இத்தகைய வித்தியாசமான நடவடிக்கைதான் அவர் இயல்பைச் சித்திரிப்பதாக இருந்தது. எழுத வேண்டும் என்று எண்ணியிருந்த கோரிக்கைக் கடிதத்தை எழுதாமல் தடுத்ததும், அவ்வப்பொழுது எழும் பிரச்சினைகளுக்கான நடவடிக்கை எடுக்காமல் தடுத்ததும் நிச்சயமாக இதே இயல்புதான். தனக்குள்ள உரிமைகள் குறித்து உறுதியான நம்பிக்கையில்லாததால், 'உரிமை' என்ற சொல்லை உச்சரிப்பதிலும் கூச்சமுடையவராக இருந்தார். தனக்குச் சேர வேண்டியது எதையோ கோருவதைப் போன்ற பொருள் தொனிக்கக்கூடும் என்றும் அதன் மூலம் தான் பொறுப்பேற்றிருக்கும் சாதாரணப் பணிக்கு அது பொருந்தாமல் போகக்கூடும் என்றும் நினைத்து 'வாக்குறுதி' என்ற சொல்லையும் அவர் பயன்படுத்தாமல் தவிர்ப்பார். மற்றொரு புறம், 'கருணை', 'வேண்டிக்கொள்கிறேன்', 'நன்றியுணர்வு' போன்ற சொற்கள் தன் சுயமரியாதையுடன் பொருந்தாமல் இருப்பதால், அவற்றையும் அவர் பயன்படுத்த மறுத்து வந்தார். இதன் காரணமாகத்தான், சரியான சொற்களைக் கண்டுபிடிக்க முடியாமல், போதுமான அளவு அதிக வயதான பின்பும் தான் வகித்து வந்த சாதாரணப் பணியிலேயே தொடரவேண்டியதாக இருந்தது. இவற்றுக்கு அப்பால், மருத்துவர் ரியேவிடம் அவர் தெரிவித்தபடி, காலப்போக்கில் தன் பணத்தேவைகள் நிச்சயமாக பூர்த்தியாகிவிடுவதாக அவர் கருதினார். ஏனெனில், தன் வருமானத்துக்கு ஏற்ற தேவைகளை வைத்துக்கொள்ள

அவர் பழகியிருந்தார். இதன் காரணமாகத்தான் நம் நகரத்தின் பெரிய தொழிலதிபரான நகர மன்றத் தலைவர் அடிக்கடி கூறும் பொன்மொழியின் தீர்க்கதரிசனத்தை ஏற்றுக்கொள்வார். (தன்வாதத்தின் முழுவலிமையும் அதில் அடங்கியிருப்பதால் அதனை அவர் வலியுறுத்திக் கூறுவார்.) அதாவது, இறுதியில் யாரும் பட்டினியால் இறந்ததாகக் கூறமுடியாது என்பதுதான் அந்த வாசகம். எப்படிப் பார்த்தாலும் கிட்டத்தட்ட துறவியைப் போன்றதொரு வாழ்க்கை முறைதான் அவருக்கு அமைந்திருந்தது. உண்மையில் அவரை கவலை எதுவும் இல்லாமல் அது பார்த்துக்கொண்டது. அவர் இன்னமும் சரியான சொற்களைத் தேடியபடிதான் இருக்கிறார்.

ஒரு வகையில் பார்த்தால், அவர் அமைத்துக்கொண்டிருப்பது முன்மாதிரியான வாழ்க்கை என்று கூறலாம். தன் நல்லகுணங்களை வெளிப்படுத்தக்கூடிய துணிவு படைத்த அரிய மனிதர் அவர். நம் ஊரிலோ, மற்ற இடங்களிலோ எங்கும் அவ்வாறான மனிதர்கள் அரிதாகவே காணப்படுவார்கள். இன்றைய காலகட்டத்தில், தங்கள் நல்ல குணத்தையும் பாசத்தையும் வெளிக்காட்டத் தயங்குபவர்களாக மக்கள் இருக்கின்றனர். அவர் எந்த அளவு பாசமானவர் என்பதை உணரத் தன்னைப் பற்றி அவர் வெளிப்படுத்திய சிறிதளவு விஷயங்களே போதும். தன் சகோதரியின் மகன்களையும் சகோதரியையும் நேசிப்பதை அவர் மறைக்க விரும்பியதில்லை. தனக்குள்ள ஒரே உறவான அவருடைய சகோதரியைப் பார்த்து வர இரண்டு ஆண்டுக்கு ஒரு முறை பிரான்சுக்குச் செல்வார். இளம்வயதிலேயே தன் பெற்றோர்கள் இறக்க நேர்ந்த சோகம் மறையவில்லை என்பதையும் ஏற்றுக்கொள்வார். எல்லாவற்றையும்விட தன் வீட்டின் அருகில் மாலை 5 மணிக்கு ஒலிக்கும் அந்த மணியோசைதான் தனக்குப் பிடித்தமானது என்பதைச் சொல்ல கூச்சப்பட மாட்டார். ஆனால், இத்தகைய சாதாரண உணர்வுகளை வெளிப்படுத்தக்கூட வார்த்தைகளைத் தேடுவதில் அவர் பெரும் முயற்சி செய்ய வேண்டி இருந்தது. இறுதியில், இதுதான் அவருக்கு இருப்பதிலேயே பெரிய கவலையாக இருந்தது. 'டாக்டர், எப்படியாவது நான் பேசக் கற்றுக்கொள்ள வேண்டும்' என்று ரியேவைச் சந்திக்கும் போதெல்லாம் சொல்வதை வழக்கமாக வைத்திருந்தார்.

அன்று மாலை, கிரான் புறப்பட்டுச் செல்வதைப் பார்த்த மருத்துவர் உடனடியாக ஊகித்துவிட்டார். தான் ஒரு புத்தகத்தையோ அல்லது அதுபோன்ற ஏதோ ஒன்றையோ எழுதிக்கொண்டிருக்கும் செய்தியைத்தான் கிரான் சொல்ல விரும்புகிறார் என்பது அவருக்குப் புரிந்துவிட்டது. பரிசோதனைக்

கூடத்துக்குப் போய் சேரும்வரை இந்த எண்ணம் ரியேவிடம் இருந்தது. இவ்வாறு நினைப்பது முட்டாள்தனமானது என்று தெரிந்திருந்தாலும் தங்கள் ஓய்வு நேரத்தை மேன்மையான வழக்கங்களுக்காக ஒதுக்கக்கூடிய சாதாரண அரசு ஊழியர்களைண்ட இந்த நகரத்தில் கொள்ளைநோய் நிலைகொண்டுவிடும் என்று அவரால் நம்ப முடியவில்லை. இன்னும் சரியாகப் பார்த்தால், கொள்ளைநோயால் பாதிக்கப்பட்டச் சூழலில் இவ்வாறான பழக்கவழக்கங்களை எப்படிப் பொருத்த முடியும் என்று அவரால் நினைத்துப் பார்க்க இயலவில்லை. எனவே நம் மக்களிடையே பிளேக் நோய்க்கு எவ்வித எதிர்காலமும் நடைமுறையில் சாத்தியமில்லை என்ற முடிவுக்கு வந்தார்.

அடுத்த நாள், அந்த மாவட்டத் தலைமை அலுவலகத்தில் மருத்துவக் குழுவினைக் கூட்ட ஒருவழியாக ரியேவுக்கு அனுமதி கிடைத்தது. அதற்கு அளவுக்கு அதிகமான அழுத்தம் தரப்பட்டதாகக் கருதப்பட்டது.

ரிஷார் பேசினார்: "மக்கள் அனைவரும் பதற்றத்தில் இருப்பது உண்மைதான். அத்துடன் வீண் அரட்டையும் எல்லாவற்றையும் மிகைப்படுத்தி விடும். மாவட்ட நிர்வாகி என்னிடம், "சீக்கிரமாகச் செயல்படுவோம். ஆனால் வெளியில் தெரியக் கூடாது" என்று சொல்லியிருக்கிறார். அது ஒரு வதந்தியாக இருக்கலாம் என்றும் அவர் உறுதியாக நம்புகிறார்.

மாவட்ட நிர்வாக அலுவலகம் செல்ல, கஸ்தேலைத் தன் காரில் பெர்நார் ரியே அழைத்துச் சென்றார்.

"உங்களுக்கு விஷயம் தெரியுமா? நம் மாவட்டத்தில் தடுப்பு ஊசி இல்லையாம்" என்றார் கஸ்தேல்.

"தெரியும். நேற்று மருந்தகப் பண்டகக் காப்பகத்தில் தொலைபேசி மூலம் விசாரித்தேன். மேலாளர் செய்வதறியாது திகைத்துப் போய் இருந்தார். பாரீஸிலிருந்து அதை வரவழைத்தாக வேண்டும்."

"அதிகத் தாமதமாகாது என்று நினைக்கிறேன்."

"ஏற்கெனவே தந்தி கொடுத்திருக்கிறேன்" என்றார் ரியே.

மாவட்ட நிர்வாகி மிகவும் நல்லவர்தான். ஆனால் பதற்றத்தில் இருந்தார்.

"ஆரம்பிக்கலாமா. உங்களுக்கு நிலைமையை நான் ஒருமுறை விளக்கிச் சொல்ல வேண்டுமா?" என்று கேட்டார்.

அதற்கான அவசியமில்லை என்று நினைத்தார் ரிஷார். மருத்துவர்களுக்குத் தற்போதைய நிலைமை குறித்துத் தெரியும். எத்தகைய நடவடிக்கைகளை எடுப்பது என்பதுதான் இப்போதையப் பிரச்சினை.

இரண்டொரு மருத்துவர்கள் தங்களுக்குள்ள மனக்குறை களைத் தெரிவித்தனர். மற்றவர்கள் தயங்குவதைப் போல் தெரிந்தது. மாவட்ட நிர்வாகி எழுந்து, எந்திரகதியில் அறைக்கதவை நோக்கி நடந்தார். அவ்வாறு அவர் செய்தது, கூட்டத்தில் உள்ளவர்களின் காதுகளுக்கு இந்தச் சூழல் பரவாமல் தடுக்கப்பட்டுள்ளதா என்பதைச் சரிபார்க்கப் போவதைப் போல் இருந்தது. தன்னைப் பொறுத்தவரை, தேவையற்றப் பீதிக்கு இடம் தரக்கூடாது என்று ரிஷார் தெரிவித்தார். இது அடிவயிறு சார்ந்த பாதிப்புக்களுடன் கூடிய காய்ச்சல். இப்போதைக்கு இதைத்தான் கூறமுடியும். நம் வாழ்க்கையைப்போலவே அறிவியலிலும் ஊகங்கள் மிகவும் ஆபத்தானவை. பழுப்பேறிய தாடியை அமைதியாக மென்றபடியே ரியேவை உற்றுப் பார்த்தார். பிறகு மற்ற உறுப்பினர்கள் பக்கம் திரும்பி, அது பிளேக் நோய்தான் என்பது தனக்குத் தெரியும் என்றும் அதிகாரப்பூர்வமாக அதனை ஏற்றுக்கொள்வதென முடிவு செய்தால் கடும் நடவடிக்கைகளை எடுத்தாக வேண்டியது அவசியம் என்றும் தெரிவித்தார். தம்முடன் பணியாற்றும் மருத்துவர்கள் பின் வாங்கியதற்கு இதுதான் அடிப்படைக் காரணம் என்பதால் அவர்கள் நிம்மதி கெடக்கூடாது என்றே அது பிளேக் நோயல்ல என்று தான் ஏற்றுக்கொண்டதாகவும் விளக்கினார். இதைக்கேட்டு அதிருப்தியடைந்த மாவட்ட நிர்வாகி, இது சரியான அணுகுமுறையில்லை என்றார்.

"அணுகுமுறை சரியா என்பது முக்கியமல்ல, அது நம்மைச் சிந்திக்க வைக்கிறதா என்பது தான் பிரச்சினை" என்றார் கஸ்தேல்.

ரியே மௌனமாக இருப்பதைக் கவனித்தவர்கள், அவரது கருத்துக்களைக் கூறுமாறு கேட்டனர்.

"வந்திருப்பது டைஃபாயிட் வகை காய்ச்சல். ஆனால் அதனுடன் கட்டியும் வாந்தியும் இணைந்துள்ளன; நெரிகட்டிகள் சிலவற்றை அறுத்து ஆய்வுக்கு உட்படுத்தினேன். பிளேக் நோய்க்கான பாக்டீரியா இருப்பதைப் பரிசோதனைக் கூட ஆய்வுகள் இனங்கண்டுள்ளன. ஆனால், நுண்ணுயிர்களில் காணப்படும் சில குறிப்பிடத்தக்க வேறுபாடுகள் வழக்கமான

வரையறைகளுடன் பொருந்தவில்லை என்பதையும் இங்கே குறிப்பிட்டாக வேண்டும்."

இதனால்தான் சில தயக்கங்கள் உள்ளதாகவும் சில நாட்களுக்கு முன் தொடங்கப்பட்ட ஆய்வுகளின் முடிவுகள் வரும் வரையாவது காத்திருக்க வேண்டும் என்றும் ரிஷார் வலியுறுத்தினார். சிறிது நேர மௌனத்துக்குப்பின் ரியே தொடர்ந்தார்.

"நுண்ணுயிர், மூன்றுநாள் இடைவெளிக்குள் மண்ணீரலின் அளவை நான்கு மடங்கு பெரிதாக்கி, நெரிகட்டிகளுக்கு ஆரஞ்சுப் பழத்தின் அளவும் கஞ்சியைப் போல் சீழும் இருக்குமாறு செய்யமுடிகிறது என்றால் நாம் இன்னும் தயங்கிக்கொண்டிருக்க முடியாது. தொற்றுநோய் பாதிப்புக்குள்ளானவர்களின் எண்ணிக்கை அதிகமாகிக்கொண்டே போகிறது. பரவிவரும் நோய்க்கு இப்போது தடைபோடாமல் போனால், இந்த வேகத்தில் அது இன்னும் இரண்டே மாதத்துக்குள் நம் நகரத்தில் பாதிபேரைக் கொன்றுவிடும். எனவே, இதனை நீங்கள் பிளேக் நோய் என்று அழைக்கிறீர்களா, அதிக வலியுடன் கூடிய காய்ச்சல் என்று அழைக்கிறீர்களா என்பது பிரச்சினையில்லை. நம் நகரத்தில் பாதிபேரை பலிகொள்ளாமல் அதைத் தடுத்து நிறுத்தியாக வேண்டும்" என்று தன் ஆதங்கத்தை ரியே வெளிப்படுத்தினார்.

எதையும் அதிக அவநம்பிக்கையுடன் அணுகக் கூடாது என்று ரிஷார் கருதினார். மேலும், இது தொற்றுநோய்தான் என்று இன்னமும் உறுதி செய்யப்படவில்லை. ஏனெனில் நோயாளிகளின் உறவினர்கள் இன்னமும் எவ்வித பாதிப்புக்கும் ஆளாகாமல் இருக்கிறார்கள் என்று கருத்துத் தெரிவித்தார்.

ரியே இதற்கு மறுப்பு தெரிவிக்கும் விதமாக,

"ஆனால் வேறு சிலர் இறந்திருக்கிறார்களே, உண்மைதான் தொற்றுநோய் என்பது இன்னும் முடிவாகவில்லை. ஏனெனில் இந்நேரம் கட்டுக்கு அடங்காத எண்ணிக்கையில் பாதிப்பு எண்ணிக்கையும் மக்களின் மரணமும் உயர்ந்திருக்கக்கூடும். இதில் அவநம்பிக்கை என்று எதுவும் கிடையாது. முன்னெச்சரிக்கை நடவடிக்கை எடுக்க வேண்டும் என்ற அக்கறைதான்" என்று ரியே விளக்கமளித்தார்.

இப்போதுள்ள சூழ்நிலையைச் சுருக்கமாகக் கூற முயன்ற ரிஷார், இந்த நோய் தானாக அகலாமல் போனால், இந்த நோயைத் தடுக்கச் சட்டத்துக்கு உட்பட்டத் தடுப்பு நடவடிக்கைகளை எடுத்தாக வேண்டும் என்று நினைவூட்டினார். இதற்கு, வந்திருக்கும் நோய் பிளேக் நோய்தான் என்பதை அதிகாரப்பூர்வமாக ஏற்றுக்கொண்டாக வேண்டும்.

இவ்விஷயத்தில் முழுமையாக உறுதி செய்யப்படாததால் நாம் யோசிக்க வேண்டியதாக உள்ளது.

“சட்டத்தால் அனுமதிக்கப்பட்ட நடவடிக்கைகள் கடுமையானவையா என்பதல்ல பிரச்சினை, நம் நகரத்தின் பாதி மக்கள் தொகையை இந்நோய் கொல்லாமல் தடுக்க அவை அவசியமானவையா என்பது இப்போதுள்ள கேள்வி. மற்ற அலுவல்களை நிர்வாகம் பார்த்துக் கொள்ளும். இவ்வாறான பிரச்சினைகளைக் கவனிக்கத்தான் மாவட்ட நிர்வாகி என்னும் பொறுப்பை உருவாக்கி வைத்துள்ளனர்” என்றார் ரியே.

“அதில் சந்தேகமில்லை. என் தேவையெல்லாம் இதனைத் தொற்றுநோய் என்று அதிகாரப்பூர்வமாக நீங்கள் ஏற்றுக்கொள்ள வேண்டும்” என்றார் மாவட்ட நிர்வாகி.

“நாங்கள் அவ்வாறு ஏற்றுக்கொள்ளாமல் போனால், நம் நகரத்தில் உள்ள மக்களில் பாதி பேரை அது கொன்றுவிடும் அபாயம் உள்ளது” என்று ரியே அச்சம் தெரிவித்தார்.

பதற்றத்துடன் ரிஷார் குறுக்கிட்டார்.

“இதை பிளேக் நோய் என்று டாக்டர் நினைக்கிறார் என்பது தான் உண்மை. நோய் குறித்த அவரது விவரிப்பே அதற்குச் சாட்சி.”

இதனை மறுத்த ரியே, தான் நோய் குறித்து விவரிக்க வில்லை என்றும், கண்ணால் கண்டவற்றையே விவரித்ததாகவும் கூறினார். அதாவது நெரிகட்டிகள், தடிப்புகள், 48 மணிநேரத்தில் ஆளையே கொல்லக்கூடிய பிதற்றுலுடன் கூடிய கடும் காய்ச்சல். கடுமையான நோய்த்தடுப்பு நடவடிக்கைகள் இல்லாமல் தொற்றுநோய் முடிவுக்கு வந்துவிடும் என்ற உறுதியைத்தரவும் பொறுப்பேற்கவும் திரு. ரிஷார் தயாரா என்று ரியே வினவினார்.

சற்றே தயங்கிய ரிஷார், ரியேவைப் பார்த்தார்.

“உங்கள் மனதில் உள்ளதைச் சொல்லுங்கள். நீங்கள் உண்மையிலேயே இது பிளேக் நோய் என்று உறுதியாக நம்புகிறீர்களா?”

“நீங்கள் தவறாகப் புரிந்துகொண்டிருக்கிறீர்கள். இங்கு நம்முன் இருக்கும் பிரச்சினை அதன் பெயர் அல்ல. அதை எதிர்ப்பதற்கான கால அவகாசம்” என்று ரியே விளக்கினார்.

“அதாவது, அது பிளேக்நோயாக இல்லாமல் போனாலும், அதுபோன்ற நோய் தொற்றுக் காலத்தில் கடைபிடிக்க வேண்டிய தடுப்பு நடவடிக்கைகளை எடுத்தாக வேண்டும் என்பது தான்

உங்கள் கருத்து என்று எடுத்துக்கொள்ளலாமா ?" என்று கேட்டார் மாவட்ட நிர்வாகி.

"ஏதாவது கருத்து ஒன்று எனக்கு இருந்தாக வேண்டும் என்றால் அது இதுதான்" என்றார் ரியே.

மருத்துவர்கள் தங்களுக்குள் ஆலோசனைகளைப் பரிமாறிக் கொண்டனர். இறுதியில் ரிஷார்,

"இந்த நோயைப் பிளேக்நோயாகக் கருதிப் பொறுப்புணர் வோடு நடந்தாக வேண்டும்" என்று கூறி முடித்தார்.

அவர் கூறிய திட்டம் எல்லோராலும் ஏற்றுக்கொள்ளப் பட்டது. "இது தானே டாக்டர் உங்கள் கருத்தும்?" என்று ரிஷார் கேட்டார்.

"உங்கள் வாசகத்தில் உள்ள வார்த்தைகளைப் பற்றி எனக்கு எவ்வித ஆட்சேபனையும் இல்லை. ஆனால், நம் நகரத்தில் உள்ளவர்களில் பாதிபேர் நோயால் பலியாகக் கூடிய அபாயம் இல்லாததுபோல் நடந்துகொள்ளக்கூடாது. ஏனெனில், அத்தகைய ஆபத்துதான் உண்மையில் உள்ளது" என்று கூறி முடித்தார் ரியே.

பெரும் கூச்சல்களுக்கிடையே, ரியே அந்த ஆலோசனைக்குழுக் கூட்டத்தில் இருந்து வெளியே வந்தார். சில நிமிடங்களுக்குப் பிறகு, வறுத்த மீன், சிறுநீர் ஆகிவற்றின் நெடியுடனான சந்து ஒன்றில் பெண் ஒருத்தியின் மரண ஓலத்தை அவர் கேட்டார். அப்போது, இடுப்புப் பகுதியில் இரத்தம் கசிய மருத்துவரை நோக்கிப் பார்த்தது அப்பெண்ணின் முகம்

இந்தக் கூட்டம் முடிந்த அடுத்தநாள், காய்ச்சல் பாதிப்புள்ளானவர்களின் எண்ணிக்கை சற்றே உயர்ந்தது. செய்தித்தாள் களில்கூட அது இடம்பெற்றிருந்தது என்றாலும் விரிவாக விவாதிக் காமல் ஒரு சிலருக்கு ஏற்பட்ட பாதிப்புகள் மட்டும் தெரிவிக்கப்பட்டிருந்தது. ஆனால் அதற்கு அடுத்த நாள், நகரின் சில மறைவானப் பகுதிகளில் வேகவேகமாக மாவட்ட நிர்வாகம் சுவரொட்டி களை ஒட்டியிருந்தன. நிலைமையை அதிகாரிகள் உண்மையிலேயே சமாளிக்கத் தொடங்கி விட்டார்களா என்பதை இந்த நடவடிக்கை மூலம் அறிய முடியவில்லை. ஏனெனில் அவை கடுமையானதாக இல்லை என்பதுடன் மக்கள் யாரும் அது குறித்துக் கவலைக் கொள்ளக்கூடாது என்ற அக்கறை உள்ளதைப் போல் தோன்றியது. அன்று வெளியிடப்பட்ட அறிக்கையின் தலைப்பில், தொற்றுக்கூடியதா இல்லையா என்பதை உறுதி செய்ய முடியாவிட்டாலும், ஓரான் பகுதியில் சிலர் கடும் காய்ச்சலால் பாதிக்கப்பட்டுள்ளனர் என்பது கண்டுபிடிக்கப்பட்டுள்ளது என்ற அறிவிப்பு இருந்தது. உண்மையிலேயே கவலைப்படும் அளவுக்கு இந்தப் பாதிப்புகளில் குறிப்பிடத்தக்க அம்சங்கள் இல்லை என்பதால் மக்கள் அமைதி காத்தாக வேண்டும். எனினும், முன் எச்சரிக்கை நடவடிக்கையாக மாவட்ட நிர்வாகம் சில நடவடிக்கைகளை எடுத்து வருகிறது என்பதை எல்லோரும் புரிந்துகொள்ள முடியும். இவற்றைச் சரியான முறையில் புரிந்துகொண்டு செயல்வடிவம் தந்தால் தொற்றுநோயை அறவே வராமல் தடுக்க அவை உதவும். எனவே தான் எடுக்கப்படும் இம்முயற்சிக்கு தன் ஆளுகைக்குக் கீழ் இருக்கும் மக்கள் அனைவரும் முழு ஒத்துழைப்பைத் தருவார்கள் என மாவட்ட நிர்வாகி உறுதியாக நம்பினார்.

மேலும், அந்தச் சுவரொட்டியில் சில பொதுவான நடவடிக்கைகள் குறித்தும் தெரிவிக்கப்பட்டிருந்தன. சாக்கடைகளில் நச்சுப்புகை செலுத்தி எலியை ஒழிக்கும் அறிவியல் திட்டம், தண்ணீர் விநியோகக் கண்காணிப்பு ஆகியவை இவற்றில் அடங்கும். தீவிர சுகாதாரத்தைக் கடைபிடிக்கும்படி மக்களுக்கு அறிவுரை கூறப்பட்டது. தொற்றுப் பாதிப்புக்கு உள்ளானவர்கள் அனைவரும் நகராட்சி மருத்துவமனைக்குச் சென்று சிகிச்சை பெற வேண்டும் என்றும் அழைப்பு விடுக்கப்பட்டது. மேலும், மருத்துவரால் கண்டறியப்பட்ட நோயாளிகளின் குடும்பத்தினர் அதனை தெரிவிப்பதுடன் மருத்துவமனையில் அதற்கென உள்ள சிறப்புத் தனிமைப் பிரிவுகளில் தங்கி சிகிச்சை பெற சம்மதிக்க வேண்டும் என்பதும் கட்டாயம். குறைந்த கால அவகாசத்தில் பாதிக்கப்பட்டவர்கள் நோயிலிருந்து நலம் பெறுவதற்கான அதிக வாய்ப்புகள் இருக்குமாறு இத்தகைய சிறப்புப் பிரிவுகளில் மருத்துவ வசதிகள் செய்யப்பட்டிருந்தன. நோயாளி தங்கியிருக்கும் அறையினையும் அவரை அழைத்து செல்லும் வாகனத்தினையும் கிருமிநாசினி கொண்டு சுத்தம் செய்ய வேண்டும் என்ற விதிமுறையும் சுட்டப்பட்டிருந்தது. இறுதியாக, பாதிக்கப்பட்டவரின் உறவினர்களும் பரிசோதனைக்குத் தங்களை உட்படுத்திக்கொள்ள வேண்டும்.

சுவரொட்டி அறிவிப்பைப் படித்துக்கொண்டிருந்த மருத்துவர் ரியே, சட்டெனத் திரும்பி தன் அறையை நோக்கி நடந்தார். அங்கு காத்திருந்த ழொசெஃப் கிரான், அவரைப் பார்த்ததும் கைகளை உயர்த்தினார்.

“தெரியும். பாதிப்புக்கான எண்ணிக்கை உயர்கிறது” என்றார் ரியே.

முந்தைய நாள், ஏறக்குறைய பத்து பேர் நகரத்தில் இறந்திருக்கின்றனர். கொத்தாரைப் பார்க்கப் போவதால், இன்று இரவு கிரானைச் சந்திப்பதாகக் கூறினார்.

“நல்லது. நீங்கள் அவருக்குச் செய்யும் நன்மையாக இருக்கும். அவர் மாறிவிட்டார் என்று நினைக்கிறேன்” என்றார் கிரான்.

“எப்படிச் சொல்கிறீர்கள்?”

“அவரிடம் பணிவு காணப்படுகிறது.”

“இதற்கு முன் அவர் அப்படி இல்லையா?”

பதில் கூற கிரான் தயங்கினார். கொத்தார் பணிவாக இல்லை என்று சொன்னால் அது முறையாக இருக்காது. யாரிடமும் கலந்து பழகாமல், அமைதியாக ஏறக்குறைய

காட்டுப்பன்றியைப்போல் முசுடாக இருப்பான். அவனது அறை, அதைவிட்டால் சாதாரண உணவு விடுதி, கமுக்கமான முறையில் எங்கேயோ வெளியில் சென்று வருதல்... இவைதான் கொத்தாரின் வாழ்வுச் சுருக்கம். அதிகாரப்பூர்வமாக அவன் ஒரு விற்பனை பிரதிநிதி. வைன், சாராய வகைகள் விற்பனை. அவ்வப்போது, இரண்டு அல்லது மூன்று பேர் அவனைப் பார்க்க வருவதுண்டு. அவனுடைய வாடிக்கையாளர்களாக இருக்கலாம். சில நேரங்களில் வீட்டின் எதிரில் உள்ள திரையரங்குக்குச் செல்வது வழக்கம். கடத்தல் மன்னர்களைக் கொண்ட படங்களை அவன் விரும்பிப் பார்க்கிறான் என்பதைக் கிரான் கவனித்துள்ளார். எப்படிப் பார்த்தாலும், அந்த விற்பனைப் பிரதிநிதி தனிமையில் வசிப்பவனாகவும் சந்தேகத்துக்குரியவனாகவும் உள்ளான்.

கிரானைப் பொறுத்தவரை இத்தகைய போக்கு இப்போது மாறிவிட்டது.

“எப்படி விவரிப்பது என்று தெரியவில்லை. ஆனால் எனக்கென்னவோ, எல்லோருடனும் கலந்து பழக அவர் விரும்புவதாகவும் தன்னை எல்லோரும் ஆதரிக்க வேண்டும் என்று ஆசைப்படுவதாகவும் தோன்றுகிறது. என்னிடம் அடிக்கடி அவர் பேசுகிறார். வெளியே போய்வர என்னை அடிக்கடி அழைக்கிறார். எப்போதுமே என்னால் மறுக்க முடியவில்லை. எப்படியோ எனக்கு அவரைப் பிடித்திருக்கிறது. நான் அவரது உயிரைக் காப்பாற்றி இருக்கிறேன் இல்லையா?” என்றார் கிரான்.

கொத்தாரின் தற்கொலை முயற்சிக்குப்பின் அவனைப் பார்க்க யாரும் வரவில்லை. வீதிகளிலும், கடைகளிலும் தன்னைச் சந்திப்பவர்களிடம் பரிவை எதிர்பார்த்தான். மளிகைக்கடைக்காரரிடம் இத்தனைப் பரிவாகப் பேசிய வாடிக்கையாளரையோ, புகையிலை வியாபாரி பேசுவதை இத்தனை கனிவுடன் கவனித்த வாடிக்கையாளரையோ கண்டிருக்க முடியாது.

அந்தப் புகையிலை விற்பனை செய்யும் பெண் சரியான நாகம் என எவ்வளவோ முறை கொத்தாரிடம் எச்சரித்துப் பார்த்தேன். ஆனால், அவனோ, நான் சொல்வது தவறு என்றும் முயன்றால் அவரிடமும் உள்ள நல்ல குணங்களைக் கண்டுபிடிக்க முடியும் என்றும் கூறினான்.

கிரானை இரண்டு அல்லது மூன்று முறையாவது நகரின் சொகுசு உணவு விடுதிகளுக்கு அழைத்துச் சென்றுள்ளான். உண்மையில், அந்த இடங்களுக்குச் செல்வதை அவன் வழக்கமாக வைத்திருந்தான்.

அங்கு நன்றாக இருக்கும். மேலும், நல்ல மனிதர்களைச் சந்திக்க முடியும் என்று கொத்தார் கூறுவான்.

அங்கிருந்தப் பணியாளர்கள் கொத்தாரைச் சிறப்பாக உபசரிப்பதைக் கிரான் கவனிக்கத் தவறவில்லை. அதிக அளவில் கொத்தார் மேசையில் வைத்துச் செல்லும் ஊக்கத் தொகையைப் பார்த்த பின் அந்தச் சிறப்புக் கவனிப்புக்கான காரணத்தைப் புரிந்துகொண்டார். இவ்வாறு தான் வழங்கும் தொகைக்குப் பிரதிபலனாகக் கிடைக்கும் அக்கறையை அதிகம் விரும்புவதாகக் கொத்தார் தெரிந்தான். ஒருநாள், அந்த விடுதியின் கண்காணிப்பாளர், வாசல்வரை வந்து கொத்தாரை வழியனுப்பியதோடு மேல் அங்கியைப் போட உதவி செய்த போது கிரானிடம்,

"அவன் ஒரு நல்ல பையன். எங்கு வேண்டுமானாலும் வந்து சாட்சி சொல்லுவான்" என்று கொத்தார் கூறினான்.

"என்னவென்று சாட்சி சொல்லுவான்."

கொத்தார் தயங்கியபடியே,

"அதாவது, நான் கெட்டவனில்லை என்று சொல்வான்."

இதைத்தவிர, அவன் சட்டென உணர்ச்சிவசப்படுபவனாகவும் இருந்தான். ஒருநாள், மளிகைக்கடைக்காரர் தன்னிடம் போதிய அளவு நட்பாகப் பழகாததுபோல் தெரிந்ததால் கொத்தார் கோபத்துடன் வீடு திரும்பினான்.

"அந்த மூடன் மற்றவர்களிடம் நன்றாகப் பழகுகிறான்" என்றான்.

"எந்த மற்றவர்கள் ?"

"மற்ற எல்லோரிடமும்"

புகையிலை விற்பனையாளரின் கடையில் நிகழ்ந்த வினோதமான சம்பவத்தையும் கிரான் பார்த்திருக்கிறார். மிகவும் காரசாரமான விவாதம் ஒன்று நடந்துகொண்டிருந்தபோது, அந்தப் பெண் விற்பனையாளர், அண்மையில் அல்ஜிரியாவில் நடந்த கொலைச் சம்பவம் குறித்துப் பேசினார். இளம் வணிக ஊழியர் ஒருவர் கடற்கரையில் அரேபியர் ஒருவரைக் கொலை செய்துவிட்டார்.

"இந்த அழுக்கு மூட்டைகள் எல்லாவற்றையும் பிடித்துச் சிறைக்குள் அடைத்துவிட்டால்தான் நல்லவர்கள் நிம்மதியாக இருக்க முடியும்" என்று கருத்துத் தெரிவித்தார் அந்தப் பெண். ஆனால், எவ்வித வருத்தமும் தெரிவிக்காமல் சட்டென

உணர்ச்சிவசப்பட்டு வேகமாக அந்தக் கடையில் இருந்து கொத்தார் வெளியேறியதைப் பார்த்து அப்பெண் வணிகர் அத்துடன் நிறுத்திக்கொண்டார். இவ்வாறு அவன் வெளியேறு வதைத் தங்கள் கைகள் நடுங்க கிரானும் அப்பெண்ணும் பார்த்துக்கொண்டிருந்தனர்.

இச்சம்பவத்துக்குப் பின் கொத்தாரின் சுபாவத்தில் ஏற்பட்ட ஏனைய மாற்றங்களை ரியேவுக்குக் கிரான் சுட்டிக்காட்டினார். கொத்தார் எப்போதும் சமரசமற்ற தனித்துவமானக் கருத்துக் களைக் கொண்டிருந்தான். அவன் அடிக்கடி உதிர்க்கும், “பெரிய மீன் எப்போதுமே சிறிய மீனைச் சாப்பிட்டுவிடும்” என்ற கருத்தே சான்றாகும். ஆனால், அண்மைக் காலமாக ஓரானில் வெளிவரும் மிகவும் பழமைவாதச் செய்தித்தாளை மட்டுமே வாங்குவதை வழக்கமாகக் கொண்டிருக்கிறான் என்பதுடன் அதனைப் பொது இடங்களில் வலிந்து சத்தம் போட்டு படிக்கிறான் என்பதையும் உணர முடிகிறது. இதேபோல் சிகிச்சையில் இருந்து மீண்ட நாட்களுக்குப் பின், அஞ்சல் நிலையம் சென்று கொண்டிருந்த கிரானிடம், தூரத்தில் வசிக்கும் சகோதரி ஒருவருக்கு, வழக்கமாக அனுப்பும் நூறு பிராங்குக்கான அஞ்சல் பண ஆணையைத் தனக்காகச் செலுத்திவிடும்படிக் கேட்டுக் கொண்டான். கிரான் புறப்பட ஆயத்தமாகும் நேரத்தில்,

“அவருக்கு இரு நூறு பிராங்கு அனுப்பி விடுங்கள். இன்ப அதிர்ச்சியாக இருக்கட்டும். அவரை நான் மறந்துவிட்டதாக நினைத்துக்கொண்டிருக்கிறார். உண்மையில் நான் அவரைப் பெரிதும் நேசிக்கிறேன்” என்று கொத்தார் சொன்னான்.

இறுதியில் கிரானுடன் அசாதாரணமானதொரு உரையாடல் நடந்தது. மாலை வேளைகளில் கிரான் ஈடுபட்டிருந்த வேலை குறித்து அறிந்து கொள்வதில் கொத்தார் ஆர்வமாக இருந்தான். எனவே, அவன் எழுப்பிய கேள்விகளுக்குக் கிரான் பதில் அளிக்க வேண்டியிருந்தது.

“ஓ, புத்தகம் எழுதுகிறீர்களா?” என்று கேட்டான் கொத்தார்.

“அப்படியும் சொல்லலாம். ஆனால் அதைவிடச் சிக்கலான விஷயம் அது.”

“உங்களைப்போல் எழுதத்தான் எனக்கும் ஆசை” என்று ஆர்ப்பரித்தான் கொத்தார்.

கிரானுக்கு இது ஆச்சரியத்தை ஏற்படுத்தியது. ஒரு கலைஞனாக இருந்தால் அது பல விஷயங்களில் வசதியாக இருக்கும் என்று கொத்தார் சமாளித்தான்.

"எப்படிச் சொல்கிறீர்கள் ?" என்று கிரான் கேட்டார்.

"ஏன் என்றால் எல்லோருக்கும் தெரிந்ததுபோல், கலைஞன் ஒருவனுக்கு மற்றவர்களைக் காட்டிலும் அதிக உரிமை உண்டு. பல விஷயங்களில் அவன் எளிதில் சலுகை பெற்றுவிடுவான்."

ஊரில் சுவரொட்டிகள் ஒட்டப்பட்டிருந்த அந்த நாளில், கிரானிடம் மருத்துவர் ரியே, "பலரைப்போல் இந்த எலிப்பிரச்சினை அவனை மிகவும் பாதித்துவிட்டது, அல்லது தனக்கு காய்ச்சல் ஏற்படுத்திய பயத்திலிருந்து அவன் இன்னும் மீளவில்லை அவ்வளவுதான்" என்றார்.

அதற்குக் கிரான், "நான் அப்படி நினைக்கவில்லை டாக்டர். என்னைப் பொறுத்தவரையில்..." என்று எதையோ சொல்ல வாயெடுத்தார்.

எலி ஒழிப்பு வாகனம் பெரும் சத்தத்துடன் கடந்து சென்றது சன்னல் வழியே தெரிந்தது. கிரான் கூறுவது தெளிவாகக் கேட்கும்வரை மருத்துவர் ரியே அமைதிகாத்தார். பிறகு மெதுவாக கிரான் கூறவந்த கருத்தைக் கேட்டார்.

அவரை உற்றுநோக்கிய கிரான், "அவர் மனதில் ஏதோ குறை இருக்கிறது" என்றார். இதைக்கேட்ட மருத்துவர் தோள்களை குலுக்கிக்கொண்டார். காவல் துறைக் கண்காணிப்பாளர் கூறியதைப்போல், இதைவிட முக்கியமான வேறு வேலை அவருக்கு இருந்தது.

அன்று பிற்பகல் நேரத்தில் கஸ்தேலை மருத்துவர் ரியே சந்தித்து விவாதித்தார். தடுப்பூசி இன்னும் வந்து சேரவில்லை.

"எப்படி பார்த்தாலும், அவற்றால் ஏதாவது பயனுண்டா? இந்த நுண்ணுயிரி மிகவும் வினோதமாக இருக்கிறது."

"ஆனால், நான் அப்படி நினைக்கவில்லை. இந்த நுண்ணுயிரிகள் எப்போதுமே ஒன்றைப்போல் இருக்காது. ஆழ்ந்து பார்த்தால், அவை அனைத்துமே ஒரே இனத்தைச் சேர்ந்தவை தான்" என்றார் கஸ்தேல்.

"எப்படியோ ஓர் ஊகமாவது உங்களால் செய்ய முடிகிறது. உண்மையில், இதைப்பற்றி நமக்கு எதுவும் தெரியாது."

"உண்மைதான். ஊகம்தான். அப்படிப் பார்த்தால் எல்லோருக்கும் அப்படித்தான்." பிளேக்நோயை நினைக்கும் போதெல்லாம் தமக்குள் இலேசானதொரு மயக்கம் ஏற்படுவதை அன்று முழுவதும் மருத்துவரால் உணர முடிந்தது. இறுதியில், தமக்குப் பயம் உண்டாகியிருக்கிறது என்பதை அவர் உணர்ந்ததால்

மக்கள் அதிகமாகக் கூடும் உணவு விடுதிகளுக்கு இருமுறை சென்று வந்தார். ஏனெனில், கொத்தாரைப்போல், மனிதர்களுடன் கலக்கும்போது கிடைக்கும் வெப்பம் தனக்குத் தேவைப்படுவதை அவர் உணர்ந்தார். இது அபத்தமானது என்று ரியே கருதினாலும், கொத்தாரைச் சந்திக்க வருவதாக உறுதியளித்திருந்ததை இது நினைவூட்டியது.

அன்று இரவு கொத்தார் வீட்டுக்குச் சென்றபோது வீட்டில் உள்ள உணவுக்கூடத்தின் மேசை முன் அவன் அமர்ந்திருப்பதைப் பார்த்தார். மேசையின்மீது துப்பறியும் புதினம் ஒன்று பிரித்து வைக்கப்பட்ட நிலையில் இருந்தது. ஏற்கெனவே இரவு நேரம் தொடங்கிவிட்டபடியால், அந்தப் புத்தகத்தை இருட்டில் வாசிப்பது கடினமாக இருக்கும் என்பதில் சந்தேகமில்லை. சற்றுமுன்பாகத்தான் இருட்டில் அமர்ந்தபடி கொத்தார் யோசனையில் ஆழ்ந்திருக்க வேண்டும். அவனிடம் ரியே நலம் விசாரித்தார். உட்கார்ந்த நிலையிலேயே கொத்தார் பதிலளித்தான். உடல் நலம் பரவாயில்லை என்றும், தன் மீது யாரும் கவனம் செலுத்தாமல் இருந்தால் இன்னும் நன்றாக இருக்க முடியும் என்றும் சொன்னான்.

ஒருவரால் எப்போதுமே தனியாக இருக்க முடியாதே என்று ரியே கேட்டார்.

"அதுவா? நான் அந்தப் பொருளில் சொல்லவில்லை. எனக்கு ஏதாவது தொந்தரவு தருவதில் கவனம் செலுத்துபவர்களைப் பற்றிச் சொல்கிறேன்."

ரியே பதில் எதுவும் பேசவில்லை. கொத்தார் தொடர்ந்தான்.

"நன்றாகக் கவனியுங்கள் நான் அப்படி அல்ல. இந்தப் புதினத்தை வாசித்துக்கொண்டிருந்தேன். இந்தப் பரிதாபத்துக் குரியவனைத் திடீரென ஒருநாள் காலை கைது செய்தனர். அவன்மீது கவனம் செலுத்தினர். அவனுக்கோ எதுவும் தெரியாது. அவனைப் பற்றி பல அலுவலகங்களில் பேசிக்கொண்டனர். அவனது பெயரைக் கோப்புகளில் பதிவு செய்தனர். இது நியாயம் என்று நினைக்கிறீர்களா? ஒரு மனிதனிடம் இப்படி நடந்து கொள்ள நமக்கு உரிமையிருக்கிறது என்று சொல்வீர்களா?"

"அது யார் என்பதைப் பொறுத்து இருக்கிறது. ஒருவகையில் பார்த்தால், நிச்சயமாக அப்படி ஒரு உரிமை யாருக்கும் இல்லை. ஆனால், இவையெல்லாம் முக்கியமில்லை. நீண்ட காலம் ஒரே இடத்தில் அதிகமாக முடங்கிக் கிடக்கக் கூடாது. நீங்கள் வெளியில் வர வேண்டும்" என்றார் மருத்துவர்.

இந்தக் கருத்து கொத்தாரைக் கோபமடைய செய்ததுபோல் இருந்தது. "நான் அதைத்தான் செய்துகொண்டிருக்கிறேன். அவசிய மானால் இப்பகுதியில் உள்ள அத்தனைபேரும் எனக்காகச் சாட்சி சொல்ல வருவார்கள்" என்றான். இப்பகுதிக்கு வெளியிலும் அவனுக்குத் தெரிந்தவர்கள் ஏராளமானோர் இருந்தனர்.

"சிற்பி ரிகோவை உங்களுக்குத் தெரியுமா? அவரும் என் நண்பர்தான்"

அறைக்குள் இருள் அடர்த்தியாகத் தொடங்கியது. தெரு விளக்குகள் எரியத் தொடங்கிய அந்த நேரத்தில் ஒதுக்குப் புறத்தில் இருந்த அந்த வீதி பரபரப்பானது. வெளியில் சற்றே அமைதியானதொரு சூழல் நிலவியது. மருத்துவர் ரியே பலகணி பக்கம் சென்றார். கொத்தாரும் அவரைப் பின்தொடர்ந்தான். எப்போதும்போல் அன்று மாலையும் அருகில் இருந்த நகரப்பகுதி யில் இருந்து வந்த மெல்லிய காற்றுடன் பல்வேறு விதமான ஒலிகளும் வறுத்த இறைச்சியின் வாசமும் கலந்து இருந்தன. இரைச்சலுடன் அந்த வீதியில் இளமைப்பட்டாளம் குவியத் தொடங்கியதும் மகிழ்ச்சியானதொரு சுதந்திர உணர்வினைக் கொஞ்சம்கொஞ்சமாக அங்கு உணர முடிந்தது. இரவு நேரத்தில், கண்களுக்கு அகப்படாத படகுகள் எழுப்பும் பேரோசையும் கடலிலிருந்து வரும் முனகல்களையும் அறிந்திருந்த ரியே அவற்றை ஒருகாலத்தில் விரும்பவும் செய்தார். ஆனால், இப்போது உள்ள நிலைமையை அறிந்தவர் என்பதால் அத்தகையச் சூழலை அசௌகரியமாக உணர்ந்தார்.

"விளக்கைப் போடலாமா?" என்று கொத்தாரைப் பார்த்துக் கேட்க அறையில் வெளிச்சம் பரவியது. உடனே, கண்களைச் சிமிட்டியபடியே மருத்துவரைப் பார்த்து,

"டாக்டர் எனக்கு உடல்நிலை சரியில்லாமல் போனால் உங்கள் மருத்துவமனையில் சேர்த்துக் கொள்வீர்களா?" என்று கேட்டான்.

"சேர்க்காமல் என்ன?" என்று அவர் பதில் கூறியதும், தனியார் மருத்துவமனையிலோ பொது மருத்துவமனையிலோ நோயாளி ஒருவர் சிகிச்சை பெற்ற போது கைது செய்யப்பட்ட சம்பவம் நடந்துள்ளதா என்று கேட்டான். அப்படியான சம்பவம் நடந்துள்ளது என்றும் அது அந்த நோயாளியின் நிலையைப் பொறுத்தது என்றும் ரியே பதில் சொன்னார்.

"நீங்கள் கூறுவதை நம்புகிறேன் டாக்டர்" என்றான் கொத்தார்.

நகரத்துக்குச் செல்லும் மருத்துவர், காரில் தன்னையும் அழைத்துச் செல்லுமாறு கொத்தார் கேட்டுக்கொண்டான்.

நகரத்தின் மையப் பகுதியில் வீதிகளில் ஏற்கெனவே மக்கள் நடமாட்டம் குறைந்திருந்தது. விளக்குகளும் அங்கொன்றும் இங்கொன்றுமாகவே எரிந்துகொண்டிருந்தன. சிறுவர்கள் வீட்டுக்கு வெளியேவந்து விளையாடிக்கொண்டிருந்தனர். மருத்துவரைப் பார்த்துக் கொத்தார் பேசிக்கொண்டிருந்தபோது, சிறுவர் சிறுமிகள் சத்தம் போட்டு விளையாடிக் கொண்டிருந்தனர். அவர்களில் ஒரு பையன் படிய சீவிய கருத்தமுடியுடன், அசுத்தமான முகத்துடன் இருந்தான். அவன் மட்டும் தெளிவான அச்சமூட்டும் கண்களுடன் ரியேவையே முறைத்துப் பார்த்தவாறு நின்றிருந்தான். மருத்துவர் பார்வையை வேறு பக்கம் திரும்பிக் கொண்டார்.

“பெருந்தொற்று என்று மக்கள் பேசிக்கொள்கிறார்களே அது உண்மையா டாக்டர்?”

“மக்கள் எதையாவது பேசிகொண்டுதான் இருப்பார்கள். அதில் ஒன்றும் ஆச்சரியமில்லை” என்று ரியே பதில் அளித்தார்.

“நீங்கள் கூறுவது உண்மைதான். மேலும், ஒரு பத்து பேர் இறந்துவிட்டால் உலகமே அழியப்போகிறது என்று சொல்வார்கள். நமக்கு அதில் ஆர்வம் கிடையாது.”

வாகனம் புறப்படத் தயாரானது. மருத்துவர் ரியேவின் கை கியரில் இருந்தது. எனினும் தன்னையே வைத்த கண் வாங்காமல் அமைதியாக உற்றுப் பார்த்துக்கொண்டிருந்த பையனை மீண்டும் ஒரு முறை மருத்துவர் பார்த்தார். பிறகு, எவ்விதத் தயக்கமுமின்றி அவரைப் பார்த்து அந்தச் சிறுவன் வாய் நிறைய சிரித்தான்.

“உனக்கு என்ன வேண்டும்?” என்று அவனைப் பார்த்துச் சிரித்தபடியே மருத்துவர் கேட்டார்.

திடீரென கார் கதவைப் பற்றிய கொத்தார், கண்ணீரும் பதற்றமும் கலந்த குரலில்,“பூகம்பம்” உண்மையிலேயே பூகம்பம் என்று கத்தினான். உண்மையில் நில அதிர்வு எதுவும் ஏற்பட வில்லை. அடுத்த நாள், நகரின் பல பகுதிகளுக்கும் சென்று வந்ததி லும் தன்னிடம் சிகிச்சை பெற்றவர்களின் குடும்பத்தினருடன் மட்டுமின்றி அந்த நோயாளிகளிடம் உரையாடியதிலுமாகக் கழிந்தது. மருத்துவப்பணி இந்த அளவுக்குக் கடுமையாக இருந்ததாக அவர் இதுவரை உணர்ந்தது இல்லை. பொதுவாக, நோயாளிகள் அவரைத்தேடி வந்து சிகிச்சை பெறுவார்கள் என்பதால் அவரது பணியை எளிதாக்கிவிடுவார்கள். ஆனால், இப்போதோ முதல்முறையாக அந்த நோயாளிகளிடம் தயக்கம் காணப்படுவதுடன், ஒருவித கலக்கம் கலந்த அவநம்பிக்கையுடன் தங்கள் நோயின் ஆழத்தில் தங்களைப் புதைத்துக்கொள்வதைப்

போல் மருத்துவர் உணர்ந்தார். இத்தகையப் போராட்டத்தை எதிர்கொள்ள இன்னும் அவர் பழகவில்லை. பத்து மணி வாக்கில் எப்போதும் கடைசி நோயாளியாகப் பார்வையிடக்கூடிய வயதான அந்த ஆஸ்துமா நோயாளியின் வீட்டின் முன் காரை நிறுத்தினார் மருத்துவர். காரின் இருக்கையில் இருந்து எழுந்திருக்கக் கஷ்டப்பட்டார். சிறிது நேரம் அங்கேயே இருந்தபடி, அந்த இருட்டானத் தெருவையும் இருண்ட வானில் அவ்வப்போது தோன்றுவதும் மறைவதுமாக இருந்த நட்சத்திரங்களையும் பார்த்துக்கொண்டிருந்தார்.

வயதான ஆஸ்துமா நோயாளி கட்டிலில் எழுந்து உட்கார்ந்தார். இப்போது கொஞ்சம் எளிதாக சுவாசிப்பது போல் இருந்தது. ஒரு பாத்திரத்தில் இருந்து வேறு ஒரு பாத்திரத்துக்கு மாற்றும்போது அந்தப் பட்டாணிகளை எண்ணிக்கொண் டிருப்பது தெரிந்தது. மருத்துவரை உற்சாகமாக வரவேற்று,

“டாக்டர், அப்படி என்றால் இது காலராவா?”

“எங்கே படித்தீர்கள்?”

“செய்தித்தாளிலும் வானொலியிலும் அதையேதான் சொல்கிறார்கள்.”

“இல்லை. இது காலரா இல்லை.”

“எப்படிப் பார்த்தாலும் அந்தப் பெரிய ஆட்கள் எல்லாம் மிகைப்படுத்திச் சொல்கிறார்கள். அப்படித்தானே?” என்று பெரும் பதற்றத்துடன் பேசினார்.

“அதில் எதையும் நம்பாதீர்கள்” என்றார் மருத்துவர்.

அந்த வயதான நபரைப் பரிசோதித்து முடித்தபின், இப்போது மருத்துவர் அமர்ந்திருப்பது, மோசமான நிலையில் இருந்த உணவு அருந்தும் அறையின் மையப்பகுதியில். அவர் பயந்துபோய் இருந்தார் என்பது உண்மைதான். அடுத்த நாளும் நகரத்தின் அதே பகுதியில் வீங்கிய கட்டிகளுடன் அவருக்கா கக் காத்திருப்பார்கள் என்பது அவருக்குத் தெரியும். இரண்டு அல்லது மூன்று பேருக்கு மட்டும் கட்டியைக் கீறியதில் ஓரளவு முன்னேற்றம் தெரிந்தது. பெரும்பாலானவர்கள் மருத்துவ மனைக்குச் செல்ல வேண்டியிருக்கும் என்பதும் ஏழைகளின் விஷயத்தில் மருத்துவமனை எத்தகைய பாரமாக இருக்கும் என்பதும் அவருக்குத் தெரியாததல்ல. “அவர்களுடையப் பரிசோதனைகளுக்கு இவர் பயன்படுத்தப்படுவதை நான் விரும்பவில்லை” என்று நோயாளி ஒருவரின் மனைவி கூறியிருந்தார். அவர்களது பரிசோதனைகளுக்கு அவர் உட்படுத்தப்பட

மாட்டார். ஆனால் அவர் இறந்துபோவார். அவ்வளவுதான். இதுவரை எடுக்கப்பட்டுள்ள நடவடிக்கைகள் போதுமானவை யாக இல்லை என்பது மட்டும் தெளிவாகத் தெரிகிறது. சிறப்பு மருந்து வசதிகளுடைய பிரிவுகளைப் பொறுத்தவரை, அவை எதைக் குறிக்கிறது என்று அவருக்குத் தெரியும். மற்ற நோயாளிகளை அவசரமாக அப்புறப்படுத்தித் தங்க வைக்க தயார் செய்யப்பட்ட இரண்டு கட்டடங்கள் இருக்கும். அவற்றின் சன்னல்கள் இறுக்கமாக மூடப்பட்டு அப்பகுதியைச் சுற்றிலும் சுகாதாரப் பாதுகாப்பு வளையம் ஏற்படுத்தப்பட்டிருக்கும். வந்துள்ள பெருந்தொற்று அதுவாக அடங்காமல் போனால், உள்ளூர் நிர்வாகம் திட்டமிட்டுள்ள நடவடிக்கைகளால் மட்டும் அதனை முறியடிக்க முடியாது.

எனினும், அன்று மாலை வெளிவந்த அரசு அறிவிப்புகளின் தொனியில் நம்பிக்கை தெரிந்தது. அடுத்த நாள், 'ரான்ஸ்டாக்' என்னும் தகவல் முகமை அறிவிப்பு ஒன்றை வெளியிட்டது. நகராட்சி எடுத்த நடவடிக்கைகளை மக்கள் அமைதியாக ஏற்றுக்கொண்டதுடன் அவற்றின் பலனாக ஏறக்குறைய முப்பது நோயாளிகள் தாங்களாகவே சிகிச்சைக்கு முன்வந்துள்ளனர் என்ற செய்தியை வெளியிட்டது. கஸ்தேல் மருத்துவர் ரியேவிடம் தொலைபேசியில் பேசினார்.

"சிறப்புப் பிரிவில் எத்தனை கட்டில்கள் இருக்கிறது?"

"எண்பது"

"நிச்சயம் நகரத்தில் முப்பதுக்கும் மேலான நோயாளிகள் இருக்க வேண்டுமே?"

"சிலர் பயந்து போய் இருக்கிறார்கள். மீதி இருப்பவர்கள்தான் பெரும்பான்மையானவர்கள். பயப்படுவதற்குக்கூட அவர்களுக்கு அவகாசம் இல்லை."

"புதைக்கும் இடங்கள் கண்காணிக்கப்படுகிறதா?"

"இல்லை. நான் ரிஷாரிடம் தொலைபேசியில் பேசினேன். நமக்குத் தேவை போதுமான நடவடிக்கைகள், அலங்கார வார்த்தைகள் அல்ல என்பதையும் பெருந்தொற்றுக்கு எதிரான உண்மையானத் தடையை ஏற்படுத்தியாக வேண்டும் என்பதையும் அவரிடம் விளக்கினேன்."

"அவர் என்ன சொன்னார்?"

"தன்னிடம் எந்த அதிகாரமும் இல்லை என்று கூறினார். என்னைக் கேட்டால், பிரச்சினை முற்றிவிடும்"

உண்மைதான். மூன்று நாட்களில் அந்த இரண்டு கட்டடங்களும் நிரம்பிவிட்டன. பள்ளிக்கூடம் ஒன்றை துணை மருத்துவமனையாக மாற்றி அமைத்துவிடலாம் என்று ரிஷார் நினைத்திருந்தார். தடுப்பூசிகள் வரும்வரை கட்டிகளைக் கீறி சிகிச்சை அளிக்கும் முயற்சியில் ரியே ஈடுபட்டிருந்தார். கஸ்தேல் மீண்டும் பழைய புத்தகங்களில் மூழ்கிப்போய் இருந்ததுடன் நீண்ட நேரத்தை நூலகத்தில் கழித்தார்.

"பிளேக் அல்லது அதுபோன்ற ஏதோவொரு நோயால் தான் எலிகள் இறந்திருக்கின்றன" என்று முடிவாகக் கூறினார். அவை ஆயிரக்கணக்கில் கிருமிகளைக் காற்றில் கலக்கவிட்டுவிடும். உரிய நேரத்தில் அவற்றை நாம் கட்டுப்படுத்தாவிட்டால் பெரும் எண்ணிக்கையில் நோய்த்தொற்று பரவிவிடும்." ரியே எதுவும் பேசாமல் இருந்தார்.

அந்தக் காலகட்டத்தில், பருவநிலை நங்கூரமிடத் தொடங்கியிருப்பதாகத் தோன்றியது. அண்மையில் பெய்த கனமழைக்குப் பின் சூரியன் மீண்டும் கதிர்களைப் பரவவிட்டது. மஞ்சள் வெளிச்சம் நிரம்பி வழியும் அழகிய நீலவானம், வெப்பம் தொடங்கும் இந்த நேரத்தில் விமானங்களின் உறுமல், இவையெல்லாம் அமைதியான சூழலுக்கான அழைப்பாக அமைந்திருந்தன. இதற்கிடையில் நான்கு நாட்களுக்குள் நான்குகால் பாய்ச்சலில் காய்ச்சல் முன்னேறியது. 16 மரணங்கள், 24, 28, 32. நான்காம் நாள், மழலையர்ப் பள்ளி ஒன்றில் துணை மருத்துவமனை திறக்கப்பட்டுள்ள செய்தி வெளியானது. அதுவரை நகைச்சுவைப் போர்வையில் தங்கள் கவலைகளை மறைத்து வாழ்ந்து வந்த நம் ஊர் மக்கள் நிலைகுலைந்துபோய் வாயடைந்து நின்றிருப்பதை வீதிகளில் காண முடிந்தது.

மாவட்ட ஆட்சித் தலைவரைத் தொலைபேசியில் தொடர்புகொள்ள ரியே முடிவு செய்தார்.

"எடுத்துள்ள நடவடிக்கைகள் போதாது"

"என்னிடமும் பாதிப்பு எண்ணிக்கை இருக்கிறது. மிகவும் கவலையளிப்பதாகத்தான் உள்ளது."

"கவலையளிப்பது என்பதைவிட பிரச்சினைத் தெளிவாகத் தெரிகிறது."

"அரசிடம் சில நடைமுறைகளை வெளியிடும்படி கேட்கப் போகிறேன்."

ரியே பேசி முடிக்கும்போது கஸ்தேல் அங்கு இருந்தார்.

“நடைமுறைகளாம்! கொஞ்சம் யோசனையும் வேண்டும்!”

“தடுப்பூசியின் நிலை?”

“இந்த வாரத்தில் வந்து சேரும்!”

ரிஷார் மூலமாக மருத்துவர் ரியேவிடம் அறிக்கை ஒன்றை நகராட்சி நிர்வாகம் கேட்டது. அதனைத் தலைநகருக்கு அனுப்பி சில அறிவுறுத்தல்களை வெளியிடும்படி கோரிக்கை வைக்கலாம். அந்த அறிக்கையில் மருத்துவ விளக்கத்தையும் பாதிப்பு குறித்த சில கணக்குகளையும் ரியே சேர்த்தார். அதே நாளில் 40 மரணங்கள் எனக் கணக்கிடப்பட்டது. நகராட்சித் தலைவரின் மொழியிலேயே சொல்வதென்றால், அடுத்த நாளில் இருந்தே நடவடிக்கைகளைத் தானே முன் நின்று முடுக்கிவிடப்போவதாக அறிவித்தார். நோய் வந்திருப்பதை அறிவிப்பதும் பாதிக்கப்பட்டவர்களைத் தனிமைப்படுத்துவதும் கட்டாயம் என்ற விதி தொடர்ந்தது. நோய்க்கு ஆளானவர்களின் வீடுகள் மூடப்பட்டு கிருமிநாசினிகொண்டு சுத்தம் செய்தாக வேண்டும். அவர்களுடைய உறவினர்கள் முன்னெச்சரிக்கை யாகத் தனிமைப்படுத்தப்படுவர். அதிகாரிகளால் சவ அடக்கம் செய்யும் முறை குறித்துப் பின்னர் விவரிக்கப்படும். ஒரு நாள் கழித்து விமானம் மூலம் சீரம் வந்து சேர்ந்தது. தற்போது சிகிச்சை பெற்றுவரும் நோயாளிகளுக்கு வழங்கும் அளவு போதுமானதாக இருந்தது என்றாலும் தொற்றுநோய் பரவினால் அது போதாது. ரியே அனுப்பிய தந்திக்குப் பதில் வந்தது. அவசரக் கால விநியோகப் பிரிவிலும் இனி இருப்பு இல்லாததால் புதிதாக உற்பத்தி தொடங்கியிருக்கும் தகவல் அதில் இருந்தது.

இதற்கிடையில், சுற்றியுள்ள மாவட்டங்களில் இருந்து வசந்தகால அறிகுறிகள் சந்தைக்கு வர ஆரம்பித்தன. நடைபாதை வியாபாரிகளின் பூக்கூடைகளில் ஆயிரக்கணக்கில் ரோஜா மலர்கள் அலங்கரித்தன. நகரம் முழுவதும் அவற்றின் இனிய வாசம் படர்ந்தது. பரபரப்பு மிகுந்த காலை நேரத்தில் டிராம் வண்டிகள் எப்போதும் நிறைந்து வழிந்தன. மற்ற நேரத்தில் அவை காலியாகவும் அசுத்தமாகவும் இருந்தன. உயரம் குறைந்த அந்த வயதானவரைத் தரு கவனித்தான். அவர் இன்னமும் பூனைகளின் மீது துப்பிக் கொண்டிருந்தார். தினமும் மாலையில் வீடு திரும்பிய கிரான், தன் மர்மமான வேலையைத் தொடர்ந்தார். கொத்தார் நகரைசுற்றி வந்துகொண்டிருந்தான். நீதிபதி ஒத்தோன் தன் விலங்குகள் சரணாலயத்தைப் பராமரித்து வந்தார். வயதான அந்த ஆஸ்துமா நோயாளி ஒரு பாத்திரத்தில் இருந்து வேறு ஒரு பாத்திரத்துக்குப் பட்டாணிகளை மாற்றியவண்ணம் இருந்தார். சலனமற்று ஆர்வம் மிகுந்த பார்வையுடன் இருந்த

பத்திரிகையாளர் ராம்பேரைச் சிலவேளைகளில் சந்திக்க முடிந்தது. இரவு நேரத்தில், இதே கூட்டம் வீதிகளை நிறைத்தது. திரையரங்குகளின் முன் நீண்ட வரிசைகளைக் காண முடிந்தது. பெருந்தொற்று குறைவதுபோல் தோன்றியது. சில நாட்களாக சுமார் 10 மரணங்கள் தான் நேர்ந்ததாகக் கூறப்பட்டது. பிறகு திடீரெனப் பாதிப்பு அதிகமானது. மரண எண்ணிக்கை மீண்டும் 30ஐத் தொட்ட நாளன்று மாவட்ட ஆட்சித் தலைவர், அரசிடம் இருந்து வந்த தந்தியைப் பெர்நார் ரியேவிடம் காட்டி, "அவர்கள் பயந்துபோய் இருக்கிறார்கள்" என்றார். அந்தத் தந்தியின் வாசகம்:

"தொற்றுநோய்க் காலம் என்று பிரகடனம் செய்யுங்கள். நகர எல்லையை மூடுங்கள்."

பகுதி II

அந்தக் காலகட்டத்தில் இருந்து, பிளேக் என்னும் தொற்றுநோய் என்பது நம் எல்லோருடைய பிரச்சினையாகிவிட்டது என்று கூறலாம். அது வரையில் இதுபோன்ற அசாதாரணமான சம்பவங்கள் நம்மை ஆச்சரியத்திலும் பரபரப்பிலும் ஆழ்த்திய போதும் எல்லோரும் தன்னால் இயன்ற வரை வழக்கமாகப் புழங்கும் இடத்தில் தன் வேலையைக் கவனித்து வந்தனர். இனியும் அது தொடரும் என்பதில் எந்தச் சந்தேகமும் இல்லை. ஆனால், நகரத்தின் எல்லைகள் மூடப்பட்ட அடுத்த நொடி, இச்சம்பவத்தை விவரிப்பவர் உட்பட தாங்கள் எல்லோரும் ஒரே நிலையில் இருப்பதுபோல் உணர்ந்தவர்கள். இத்தகையச் சூழலுக்கு ஏற்றவாறு தங்களை மாற்றிக்கொள்ளப் பழக வேண்டும் என்பதையும் புரிந்துகொண்டனர். இவ்வாறாகத்தான், முதல் சில வாரங்களிலேயே தனக்கு விருப்பமான ஒருவரிடமிருந்து பிரிய நேர்ந்த தனிப்பட்டவரின் உணர்வு திடீரென ஒட்டு மொத்த மக்களின் உணர்வாக மாறிப்போனது. அத்துடன் அச்சமும் நீண்டதொரு தனிமைக் காலத்தின் முக்கியமான வேதனையும் சேர்ந்து கொண்டது.

நகரத்தின் எல்லைகள் மூடப்பட்டதில் முக்கியமான பாதிப்புகளில் ஒன்று, மக்களிடையே நேர்ந்த திடீர் பிரிவு. அத்தகையச் சூழலுக்கு அவர்கள் தயாராக இல்லை. தாய், பிள்ளை, மனைவி, கணவன், காதலன் என ஒவ்வொருவரும் ஏதோ தற்காலிகமாகத் தான் பிரிகிறோம் என்ற நினைவில் தங்களுக்கு நெருக்கமானவர்களைச் சில நாட்களுக்கு முன் புகைவண்டி நிலையத்தின் நடைபாதையில் கட்டி அணைத்து விடைபெற்றிருப்பார்கள். பிரிவதற்கு முன் சில கடைசி நேர அறிவுரைகள்

பரிமாறப்பட்டிருக்கும். நிச்சயம் சில நாட்களிலோ ஓரிரு வாரங்கள் கழித்தோ மீண்டும் சந்தித்துக்கொள்ளலாம் என்று நினைத்திருப்பார்கள். எதிர்காலத்தின் மீது தங்களுக்குள்ள ஆழ்ந்த மூடத்தனமான நம்பிக்கையில் தோய்ந்தவர்களாக இவ்வாறு செய்திருப்பார்கள். தங்கள் அன்றாடப் பிரச்சினைகளில் இவ்வாறு ஊருக்குச் செல்வது என்பது பெரிய பாதிப்பை ஏற்படுத்தியிருக்காது. ஆனால், அவர்கள் அனைவரும் இவ்வாறு திடீரென நிரந்தரமாகப் பிரிக்கப்பட்டு ஒருவரையொருவர் சந்தித்துக்கொள்ளவும் தொடர்பு கொள்ளவும் தடை விதிக்கப்பட்ட நிலைக்குத் தள்ளப்பட்டனர். ஏனெனில், மாவட்ட நிர்வாகம் அறிவிப்பு வெளியிடப்பட்ட சில மணி நேரங்களுக்கு முன் எல்லைக் கதவுகள் மூடப்பட்டன. எனவே, தனிப்பட்ட சிலரின் பிரச்சினைகள் குறித்துப் பரிசீலிக்க இயலாமல் போனது. தனிப்பட்ட உணர்வுகள் என எதுவும் தங்களுக்கு இல்லை என்பதுபோல் நடந்துகொள்ளும்படி நம் நகரத்து மக்களைத் தள்ளியதே இந்த நோயின் மூர்க்கமான அதிரடித் தாக்குதலால் விளைந்த முதல் பாதிப்பு என்று சிலர் கூறக்கூடும். அந்த ஆணை நடைமுறைக்கு வந்த முதல் சில மணி நேரத்தில் மாவட்ட ஆட்சியர் அலுவலகத்தில் பல விண்ணப்பங்கள் வந்து குவிந்தவண்ணம் இருந்தன. அங்குள்ள அலுவலர்களைத் தொலைபேசி மூலமாகவும் நேரிலும் தொடர்பு கொண்ட பலரது கோரிக்கைகளும் சுவாரசியமிக்கதாகவும் அதே நேரம் நிறைவேற்ற இயலாதவாறும் இருந்தன. நாம் அனுபவித்துக்கொண்டிருக்கும் சூழல் எவ்விதச் சமரசத்துக்கும், சலுகைக்கும், விதிவிலக்குக்கும் உட்படாதது என்பதை உணரச் சிறிது காலம் ஆனது.

கடிதப் பரிமாற்றம் என்னும் சிறியதொரு ஆறுதல்கூட எல்லோருக்கும் மறுக்கப்பட்டது. ஏனெனில் வழக்கமான தொடர்புச் சாதனங்கள் மூலம் நாட்டின் ஏனைய பகுதிகளுடன் இந்த நகரம் கொண்டுள்ள தொடர்பு துண்டிக்கப்பட்டதுடன், கடிதங்கள் மூலம் தொற்று பரவாமல் தடுக்கும்விதமாக எவ்விதத் தொடர்புக்கும் புதிய ஆணை தடைவிதித்திருந்தது. ஆரம்பத்தில், நகர வாயில்களில் இருந்த காவல் துறையினரைச் செல்வாக்குள்ள சிலர் தொடர்புகொண்டு தங்கள் செய்திகளை வெளியே கொண்டு சென்றனர். இதுபோன்ற நடவடிக்கைகள் பெருந்தொற்றின் தொடக்க நாட்களில் நடந்தன. கருணை அடிப்படையில் காவலர்கள் அவர்களுடைய கோரிக்கைக்கு உடன்பட்டனர். ஆனால் சில நாட்கள் சென்ற பிறகு, அதே காவலர்கள், நிலைமையின் தீவிரத்தை முழுமையாக உணர்ந்து கொண்டதால், தங்கள் நடவடிக்கை எதில் போய் முடியுமோ என்ற உத்தரவாதம் இல்லாததால் எவ்விதப் பொறுப்பையும்

ஏற்க மறுத்தனர். தொடக்கத்தில் உள்ளூர் தொலைபேசி அனுமதிக்கப்பட்டிருந்தது. ஆனால், பொதுத் தொலைபேசி மையங்களில் ஏற்பட்டக் கூட்ட நெரிசலால் சில நாட்களுக்குத் தொலைத்தொடர்பு முற்றிலுமாகத் துண்டிக்கப்பட்டது. பிறகு மரணம், பிறப்பு, திருமணம் போன்ற அவசரத் தேவைகளுக்கு மட்டுமெனக் கட்டுப்பாடு விதிக்கப்பட்டது. எனவே தந்தி மட்டுமே எங்களுக்கான ஒரே புகலிடமாக மாறிப்போனது. பரஸ்பர அன்பு, உடல், மனம் ஆகியவற்றால் பிணைக்கப் பட்டிருந்த மனித உயிர்கள், இந்தப் பழமையான பிணைப்பின் பொருளைப் பெரிய எழுத்தில் வந்த பத்து சொற்கள்கொண்ட செய்தியில் தேட வேண்டியக் கட்டாயத்துக்குத் தள்ளப்பட்டனர். தந்தியில் பயன்படுத்தக்கூடிய வாசகங்களின் இருப்பு விரைவில் தீர்ந்துபோகவே நீண்ட நாள் பந்தங்களும் துயரத்துக்குரிய உணர்வுகளும் 'நன்றாக இருக்கிறேன், நினைவுகள் உன்னோடு, பாசத்துடன்' போன்று அவ்வப்போது பரிமாறிக்கொள்ளப்படும் சம்பிரதாய சொற்றொடர்களில் சுருங்கிவிட்டன.

நிலைமை இவ்வாறு இருக்க நம்மில் சிலரோ எப்படியாவது கடிதம் எழுதியே தீர்வது என்ற உறுதியுடன் வெளியுலகுடன் எப்படியெல்லாம் தொடர்பு கொள்ள முடியும் என்று பலவாறு கற்பனையில் இறங்கினர். எனினும் அவர்களது திட்டம் எதுவும் நிறைவேறாமல் தோல்வியில் முடிந்தது. சில திட்டங்கள் வெற்றியடைந்தபோதும், அவை குறித்து நமக்கு எந்தத் தகவலும் கிடைக்கவில்லை. காரணம் நமக்கு எந்த பதிலும் வரவில்லை. ஒவ்வொரு வாரமும் ஒரே கடிதத்தை எழுதியதுடன் அதே கோரிக்கைகளை மீண்டும் மீண்டும் பிரதி எடுத்ததில், ஒரு குறிப்பிட்ட காலகட்டத்தில், முதல் கடிதத்தில் நம் இதயத்திலிருந்து இரத்தம் சொட்ட வெளிவந்த சொற்கள் அர்த்தமற்றவையாகி விட்டன. எந்திரத்தனமாக அவற்றைப் பார்த்து எழுதிய நாங்கள், எங்கள் வாழ்வின் துயரத்தை இரசமிழந்த வார்த்தைகளின் வழியாக புரியவைக்க முயன்றோம். இறுதியில், வெற்றுச் சுவர் ஒன்றுடன் தனியாகப் பேசுவது போன்ற இந்தச் சாரமற்ற உரையாடலைவிட பழைய தந்தி முறையே விரும்பத்தக்கதாகத் தோன்றியது.

சில நாட்களுக்குப் பிறகு, அதாவது இனி யாரும் நகரத்தை விட்டு வெளியே செல்ல முடியாது என்பது தெளிவாகிவிட்ட நிலையில், பெருந்தொற்றுக்கு முன் வெளியே சென்றவர்கள் மீண்டும் திரும்பி உள்ளேவர அனுமதி கிடைக்குமா என்ற கோரிக்கை எழுந்தது. ஓரிரு நாட்கள் ஆலோசனைக்குப் பிறகு, மாவட்ட ஆட்சியர் அலுவலகத்திலிருந்து நல்ல பதில் கிடைத்தது. எனினும் அவ்வாறு திரும்புபவர்கள் யாரும்

எந்தக் காரணத்தை முன்னிட்டும் நகரத்தை விட்டு மீண்டும் வெளியே செல்ல முடியாது என்ற குறிப்பும் அவர்கள் அளித்த அனுமதியில் இடம்பெற்றிருந்தது. உள்ளே வருவதற்கு எவ்விதத் தடையுமில்லை. ஆனால் மீண்டும் வெளியே செல்ல அவர்களுக்கு உரிமை இல்லை. இந்த விஷயத்திலும், சில குடும்பங்களைச் சேர்ந்தவர்கள் (மிகச்சிலர் தான்) நிலைமையின் தீவிரத்தை உணராமல், தங்கள் உறவினர்களை மீண்டும் சந்திக்க வேண்டும் என்ற ஆவல் முன் நிற்க, அரசு அளித்துள்ள இந்த வாய்ப்பைப் பயன்படுத்திக்கொள்ளுமாறு அழைத்தனர். ஆனால், மிக விரைவி லேயே இந்தக் கொடுநோயின் பிடியில் உள்ளவர்கள் தங்கள் உறவினர்களை எத்தகைய அபாயத்துக்கு உள்ளாக்குகிறோம் என்பதை உணர்ந்துகொண்டதுடன் அவர்களது பிரிவின் துயரத்தை அனுபவிப்பதைத் தவிர வேறு வழியில்லை என்னும் முடிவுக்கு வந்தனர். நோயின் கடுமை மிகவும் அதிகமானபோது, மோசமானதொரு மரணத்தின் பயத்தைவிட மனித உணர்வுகளே மேலோங்கி நிற்கும் என்பது ஒரு குடும்பத்தில் உறுதியானது. நீங்கள் நினைப்பதுபோல், துன்பத்தைவிட காதலில் உறுதியாக நிற்கும் இரண்டு காதலர்கள் தொடர்பான விஷயமில்லை. மாறாக திருமணமாகி நீண்ட நாட்களாக ஒன்றாக வாழ்ந்து வந்த முதிய தம்பதியரான மருத்துவர் கஸ்தேல், அவருடைய மனைவி ஆகியோரைக் குறித்த விஷயம். நோய் பரவுவதற்குச் சில நாட்களுக்கு முன் அருகில் உள்ள நகரம் ஒன்றுக்கு, திருமதி கஸ்தேல் பயணம் மேற்கொண்டார். மகிழ்ச்சியான குடும்ப வாழ்க்கை என்று உதாரணமாக உலகிற்கு எடுத்துக்காட்ட ஒரு குடும்பமும் அப்போது இல்லை. அந்தக் காலகட்டம்வரை திருப்தியாக இருந்தார்களா என்ற உறுதி கஸ்தேல் தம்பதியருக்கு இல்லை என்று சம்பவங்களை விவரிப்பவர் கூறுகிறார். ஆனால், திடீரென இத்தகைய நீண்டதொரு பிரிவு உண்டானபோது தங்களால் ஒருவரையொருவர் பிரிந்து வாழ முடியாது என்ற முடிவுக்கு வந்தனர். திடீரெனக் கண்முன் தோன்றிய இந்த எதார்த்தத்தின் முன் பெருந்தொற்றின் கொடுமை என்பது குறைவுதான்.

அவர்கள் விஷயம் விதிவிலக்குதான். பெரும்பாலானவர் களைப் பொறுத்தவரை, பெருந்தொற்று முடிவுக்கு வரும்போது தான் அவர்களது பிரிவுக்கும் முடிவு வரும் எனத் தெளிவாகத் தெரிந்தது. நம் எல்லோருக்கும், நம் வாழ்க்கையை இதுவரை வழிநடத்திச்சென்ற உணர்வு புது வடிவமெடுத்தது. ஏற்கெனவே கூறியதுபோல் ஓரான் மக்கள் சாதாரண விருப்பு வெறுப்பு களைக் கொண்டவர்கள் என்றும் நமக்கு அது நன்றாகத் தெரியும் என்றும் நினைத்திருந்தோம். தங்கள் வாழ்க்கைத் துணை மீது அதிகப்படியான நம்பிக்கை வைத்திருந்தவர்கள் பொறாமை

கொள்பவர்களாக மாறியிருப்பதை உணர்ந்தனர். தங்கள் காதலில் அதிகத் தீவிரம் காட்டாமல் இருந்ததாக நினைத்திருந்தவர்கள் திடீரென விசுவாசமானவர்களாக மாறிவிட்டிருந்ததை உணர்ந்தனர். அருகில் வசித்து வந்தாலும் அரிதாகவே தங்கள் தாயின் முகத்தைப் பார்த்த மகன்கள்கூட அந்த முகத்தில் ஏற்பட்ட சிறு சுருக்கத்தையும் பதற்றத்துடனும் வருத்தத்துடனும் பார்த்தனர். தங்கள் நினைவுகளையும் அது வாட்டியபடி இருந்ததை உணர்ந்தனர். பாதியில் முடிகிற வாய்ப்பு இல்லாத தால் ஊகிக்க முடியாத எதிர்காலம் என்ற நிலையை ஏற்படுத்தி விட்ட இந்தத் திடீர் பிரிவு நம்மை நிலைகுலைய வைத்து விட்டது. அவர்கள் மிக அருகில் இருந்தாலும், வெகு தூரத்தில் இருந்தனர். அவர்களது நினைவினை எதிர்கொள்ள இயலாமல் நாள்தோறும் தவிக்கும் நிலையில் இருந்தோம். உண்மையில் நாம் இரட்டிப்பான வேதனையை அனுபவித்துவந்தோம். நம் சொந்த வேதனை ஒருபுறம். அடுத்ததாக நம்முடன் இல்லாத மகன், மனைவி அல்லது காதலி என யாரோ ஒருவர் அனுபவிக்கக்கூடிய வேதனை பற்றிய நம் கவலை.

வேறு சந்தர்ப்பமாக இருந்தால், வெளியே சென்று கலந்து கொள்ள பரபரப்பான நடவடிக்கை ஒன்றை வடிகாலாகப் பயன்படுத்தியிருப்பார்கள். மாறாக, வந்திருந்த தொற்றுநோய் அவர்களைச் சோம்பலுக்கு உள்ளாக்கியதுடன் மந்தமான இந்த நகரத்துக்குள்ளேயே சுற்றிச்சுற்றி வருமாறு கட்டிப்போட்டிருந்தது. ஒவ்வொரு நாளும் கற்பனை நினைவுகளில் அவர்கள் மூழ்கி யிருந்தனர். ஏனெனில், இலக்கற்று சுற்றி வரும்போது ஒரே வழியில் செல்லுமாறு அவர்கள் தள்ளப்பட்டனர். பெரும்பாலான நேரங்களில், மிகவும் சிறிய அளவிலான அந்த ஊரில், தற்சமயம் தங்களுடன் வசிக்க இயலாமல் தூரத்தில் இருப்பவர்களுடன் ஒரு காலத்தில் நடந்த அதே பாதையில்தான் அவர்களும் நடந்து கொண்டிருந்தனர்.

எனவே, நம் மக்களுக்குப் பெருந்தொற்றால் விளைந்த முதல் விஷயம் நாடு கடத்தப்பட்ட உணர்வு. பெரும்பாலான நம் மக்கள் இதன் விளைவுகளை அனுபவித்த அதே நேரத்தில் தானும் அனுபவித்ததால், தனக்கு அந்த நேரத்தில் ஏற்பட்ட அனுபவத்தை அனைவரின் சார்பிலும் இங்கு எழுதலாம் என்று உறுதியாக நம்புவதாக இந்த நிகழ்ச்சியை விவரிப்பவர் கருதுகிறார். ஆம்! நம் மனதில் இடைவிடாமல் தங்கிவிட்ட குறையாக இந்த நாடு கடத்தப்பட்ட உணர்வு குடியிருந்தது. காலத்தில் பின்நோக்கிச் செல்ல வேண்டும் என்ற அறிவுக்கு ஒவ்வாத உணர்வு, நேர்மாறாக, கால ஓட்டத்தைத் துரிதப்படுத்த வேண்டும் என்ற எண்ணம், தகிக்கும் நினைவு அம்புகள் என

அவை வாட்டின. சில நேரங்களில் கற்பனையில் மூழ்கிப் பார்ப்போம். வீடு திரும்புபவரின் அழைப்பு மணியோசைக் காகவோ, படிக்கட்டில் கேட்கும் பரிச்சயமான அந்தக் காலடி ஓசைக்காகவோ காத்திருப்பதாக நினைத்துக்கொள்வோம். அந்த நேரத்தில், புகைவண்டிகள் அனைத்தும் முடங்கிப் போயிருப் பதை மறந்துவிட்டு துரித புகைவண்டியில் வந்திறங்கிய பயணி ஒருவர் நம் பகுதிக்குத் திரும்பும் நேரத்தில் நம் வீட்டில் நாம் காத்திருப்போம் என்றவாறு கற்பனை செய்வோம். நிச்சயமாக இத்தகைய கற்பனைகள் நீண்ட நேரம் நீடிக்காது. புகைவண்டிகள் எதுவும் வரப்போவதில்லை என்ற உண்மை நமக்குத் விரைவில் விளங்கிவிடும். நமக்கு ஏற்பட்டிருக்கும் பிரிவு நாட்கணக்கில் நீடிக்கக்கூடியது என்பதும் கால ஓட்டத்துடன் நாம் பழகிக்கொள்ள முயல வேண்டும் என்பதும் அப்போது நமக்குத் தெரிந்து போகும். அந்த நொடி முதல், சிறைபட்டவர்கள் என்னும் நிலைக்கு நம்மை முழுமையாக ஒப்படைத்து அதனை ஏற்றுக்கொள்வோம். நம் இறந்தகாலத்துடன் நம்மை முடக்கிக்கொள்வோம். நம்மில் யாராவது சிலர் எதிர்காலத்தில் வாழலாம் என்று முயன்றாலும் முடிந்தவரை விரைவிலேயே அந்த முயற்சியை அவர்களும் கைவிட்டனர். ஏனெனில், அவ்வாறு நம்பிக்கையுடன் முயன்றவர்களின் கற்பனைகள் தந்த காயங்களின் வலி தாங்கமுடியாததாக இருந்தது.

குறிப்பாக, தாங்கள் பிரிவை அனுபவிக்கும் காலத்தைக் கணக்கிட்டுப் பார்க்கும் வழக்கத்தை நம் மக்கள் விரைவிலேயே கைவிட்டனர். காரணம் என்ன? எதிர்மறையான சிந்தனை உடையவர்கள் சிலர் உதாரணமாக, இந்தப் பெருந்தொற்று முடிய ஆறுமாத காலமாகும் என்று கெடு வைத்தனர். இவ்வாறு கழியக்கூடிய மாதங்களில் நேரக்கூடிய அத்தனைக் கசப்பான விஷயங்களையும் முன்னதாகவே நினைத்துப் பார்த்து இந்தப் போராட்டக் காலத்தை எதிர்கொள்ளும் அளவு தங்கள் மன உறுதியை தயார்நிலையில் வைத்துக்கொள்வார்கள். இத்தனை நீண்ட கால வேதனையைத் துவண்டுவிடாமல் தாங்கிக்கொள்ளும் அளவுக்குத் தங்களிடம் எஞ்சியுள்ள சக்தி முழுவதையும் செலுத்துவார்கள். அதுபோன்ற நேரத்தில், சில சமயம், நண்பர் ஒருவரின் சந்திப்பு, செய்தித்தாளில் வரும் அறிவிப்பு, தோராயமாக எழும் சந்தேகம், திடீரென ஏற்படும் தெளிவு என ஏதாவது ஒரு விஷயம் இந்த நோய் 6 மாதமோ, ஒருவேளை ஒரு வருடமோ அல்லது அதற்கும் மேலோ நீடிக்காது என்று நம்ப எந்த நியாயமும் இல்லை என்பதைத் தெரிவிக்கும்.

அந்தப் பொழுதில், அவர்களது துணிவு, மன உறுதி, பொறுமை ஆகியவை திடீரென நொறுங்கி விழுந்ததால்

இந்தப் படுகுழியிலிருந்து ஒருபோதும் மீண்டு எழ முடியாது என்று தோன்றியது. இதன் காரணமாக, இந்த இக்கட்டிலிருந்து விடுதலை என்பதைப் பற்றி இனி ஒருபோதும் நினைப்பதில்லை என்றும் எதிர்காலத்தை நோக்கி இனியும் நம்பிக்கையுடன் பார்ப்பதில்லை என்றும் முடிவு செய்தனர். சுருக்கமாகச் சொன்னால், இனி எப்போதும் கண்களைக் கீழ்நோக்கிப் பார்த்தபடியே கழிப்பது என்ற முடிவுக்கு வந்தனர். ஆனால், இயல்பாகவே இந்த விவேகம், வேதனையிலிருந்து தப்பித்துக் கொள்ளும் வழி, எதிர்த்துப் போரிடாமல் இருக்கப் பணிந்து செல்லும் உத்தி ஆகியவற்றுக்கெல்லாம் மோசமான பலனே கிடைத்தன. எப்படியாவது தவிர்த்துவிட வேண்டும் என்று அவர்கள் எண்ணியிருந்த இந்தப் பலத்த அடியைத் தவிர்த்த அதே நேரத்தில், உண்மையில் அடிக்கடி நிகழக்கூடிய சில தருணங்களையும் அவர்கள் இழக்க நேரிட்டது. அதாவது தங்களுக்கு விருப்பமானவர்களுடன் மீண்டும் இணைவதாகக் கற்பனை செய்து பார்த்த அந்த நேரம் நோயை அவர்கள் மறந்திருக்கக்கூடிய தருணமாகும். எனவே, உச்சத்துக்கும் பள்ளத்துக்குமிடையே பாதி தூரத்தில் மாட்டிக்கொண்டு தவித்தபடி வாழ்ந்தனர் என்பதைவிடத் தத்தளித்தனர் என்றே கூறலாம். என்ன செய்வதென்று தெரியாத நாட்கள், நங்கூரமிட்ட நினைவுகள் ஆகியவற்றின் பிடியில் அகப்பட்டிருந்தனர். தங்கள் துயர பூமியில் நன்கு ஒன்றிப்போவதில் மட்டுமே பலம் பெற முடியும் என்பதை அறிந்த அவர்கள் அலையும் நிழல்களாகத் திரிந்துகொண்டிருந்தனர்.

இவ்வாறாக, அங்கிருந்த அத்தனை நாடு கடத்தப்பட்டவர் களும், சிறைவாசிகளும் ஒரே மாதிரியான தீவிரமான அவலத்தை அனுபவித்து வந்தனர். அதாவது, எவ்விதப் பயனையும் அளிக்காத நினைவுடன் வாழும் அவலம்தான் அது. இடைவிடாது அவர்களது நினைவை ஆக்ரமித்திருந்த இறந்தகாலமும் வருத்தம் நிறைந்ததாகத்தான் இருந்தது. தற்சமயம் யாருக்காகக் காத்திருக்கிறோமோ, அவருடன் கடந்த காலத்தில் இருந்தபோது என்னவெல்லாம் செய்திருக்க முடியுமோ, அவற்றைச் செய்யாமல் விட்டமைக்காக அவர்கள் வருந்தினர். இப்போது சிறைபட்டவர்களாக இருப்பவர்களின் வாழ்க்கையின் ஒவ்வொரு கட்டத்திலும் இங்கு இல்லாத அவர் களின் நினைவு வந்து விடுகிறது. அதன் மூலம் ஒப்பீட்டளவில் மகிழ்ச்சியாக இருப்பவர்களைக்கூட இப்போது இருக்கும் நிலையின்மீது வேறு வழியின்றி அதிருப்தி அடையவைத்து விடுகிறது. முடியாத நிகழ்காலத்தைக் கடக்கத்துடிக்கும் பொறுமையின்மை, கடந்த காலத்தின்மீது பகைமை, எதிர்காலம் பறிக்கப்பட்ட நிலை ஆகியவற்றால் நாங்கள், நீதி அல்லது

மனித வெறுப்பால் சிறைக்கம்பிகளுக்குள் அடைக்கப் பட்டவர்கள்போல் காட்சியளித்தோம். சகித்துக்கொள்ள முடியாத இந்த முடக்கத்திலிருந்து தப்பிக்கவென்று கடைசியாக இருந்தது ஒரே வழிதான். எங்கள் கற்பனையில் மீண்டும் புகைவண்டிகளை இயங்க வைப்பதும், என்னதான் விடாப்பிடி யாக மௌனத்தில் மூழ்கியிருந்தாலும் அந்த அழைப்பொலியை அடிக்கடி ஒலிக்க வைத்து நேரத்தைக் கடத்துவதும்தான் அவ்வழி.

நாடு கடத்தப்பட்ட நிலை என்றால், பெரும்பாலானவர் களுக்குத் தங்கள் வீட்டிலேயே அது அமைந்திருந்தது. இந்த நிகழ்வை எடுத்துரைப்பவருக்கு எல்லோரையும் போன்றதொரு நாடு கடத்தப்பட்ட நிலைதான். மாறாகப் பத்திரிகையாளர் ராம்பேர் போன்றோரின் நிலையை மறந்துவிடக்கூடாது. அவர்களுக்குப் பிரிவின் வேதனை அதிகமாக இருந்தது. ஏனெனில், பயணம் மேற்கொண்ட நகரத்தில் தொற்றுநோயின் காரணமாகத் திடீரென முடக்கப்பட்டுத் தங்களுக்குப் பிரியமானவர்களிட மிருந்தும் தங்கள் சொந்த ஊரிலிருந்தும் பிரிக்கப்பட்டு ஒன்று சேர முடியாமல் தவித்தனர். பொதுவான முடக்கத்தில், இத்தகையவர்கள்தான் அதிகம் நாடு கடத்தப்பட்ட நிலையை அனுபவித்து வந்தனர். ஏனெனில் தனித்துவமானதொரு பதற்றம் எல்லோரையும் துன்புறுத்துவது போல் காலம் அதிகரிக்கும்போது, இவ்வாறு வெளியூரில் இருந்து வந்து குறிப்பிட்டதொரு இடத்தில் சிக்கிகொண்டவர்கள், நோய்த் தாக்குதலுக்கு உள்ளான இந்தப் புகலிடத்துக்கும் தாங்கள் இழந்துவிட்ட சொந்த ஊருக்கும் இடையில் நிற்கும் அந்தச் சுவர்களை நோக்கி தொடர்ந்து நகர்ந்தபடி இருந்தனர். தூசு படிந்த அந்த நகரத்தில் எந்த நேரமானாலும் சுற்றிக்கொண்டிருந்தவர்களும் இவர்கள்தான் என்பதிலும் சந்தேகமில்லை. தங்கள் நாட்டின் காலை வேளைகளையும் தாங்கள் மட்டுமே அறிந்திருந்த மாலைப் பொழுதுகளையும் இரகசியமாக நினைத்தபடி இருந்தனர். எனவே, பறக்கும் பறவைக் கூட்டம், ரோஜா நிற அந்திசாயும் பொழுது அல்லது வெறிச்சோடிய வீதிகளில் எப்போதாவது அரிதாகச் சூரியன் அனுப்பும் கதிர்கள் என தொடர்பில்லாத சமிக்ஞைகளும் புரிந்துகொள்ள முடியாத குறியீடுகளுமாகத் தங்கள் துன்பத்தை வளர்த்தனர்.

எதிலிருந்தும் காப்பாற்றக்கூடிய வெளி உலகத்தை மறந்தனர். சாத்தியமில்லாத கற்பனை எண்ணங்களிலேயே மூழ்கி விடுவதென வறட்டுத்தனமான உறுதியுடன் இருந்தனர். ஒரு நிலப்பரப்பு, அதில் குறிப்பிட்டதொரு வெளிச்சம், இரண்டு அல்லது மூன்று குன்றுகள், பிடித்தமான மரம், பெண்களின்

முகங்கள் ஆகியவற்றைக்கொண்ட அந்தச் சூழல் அவர்களைப் பொறுத்தவரை ஈடு இணையற்றது.

மிகவும் சுவாரசியமானப் பின்னணியைக்கொண்டவர்களான காதலர்கள் குறித்து வெளிப்படையாகப் பேசியாக வேண்டும். அவர்களைக் குறித்துக் கருத்துத் தெரிவிக்க இந்த நிகழ்வின் எடுத்துரைப்பாளர் அதிக தகுதிபடைத்தவர் எனக் கருதலாம். இத்தகைய காதலர்களைப் பல கவலைகள் வாட்டியபோதும் அவர்களுக்கு ஏற்பட்ட குற்றஉணர்வினைக் குறிப்பாகச் சுட்டியாக வேண்டும். உண்மையில் தாங்கள் அனுபவித்து வந்தச் சூழல், தங்கள் உணர்வுகளை அச்சம் கலந்ததொரு மனப்பாங்குடன் விலகி நின்று பார்க்க அவர்களுக்கு உதவியது. இதுபோன்றத் தருணங்களில் தங்களுக்குள்ள பலவீனங்கள், தெளிவாகத் தெரியாமல் போவது அரிதாகவே இருந்தது. தம்முடன் இல்லாதவரின் செயல்பாடுகளையும் அசைவுகளையும் துல்லியமாகக் கற்பனை செய்து பார்ப்பதென்பது அத்தகைய துன்பங்களில் முதன்மையானதாக இருந்தது. தாங்கள் நேசிக்கும் ஒருவர் எவ்வாறு தன் நேரத்தைக் கழிக்கிறார் என்பதைப் பற்றி எதுவும் தெரியாததை எண்ணி வருந்தினர். கடந்த காலத்தில் இதனைத் தெரிந்துகொள்ள ஆர்வம் காட்டாமல்விட்ட குற்றஉணர்வு அவர்களை வாட்டியது. தம்மை நேசிப்பவரின் நேர அட்டவணை அனைத்து இன்பங்களுக்கும் காரணமாக இருக்க முடியாது என்று கருதி இருந்த அறியாமையை நொந்து கொண்டனர். இவ்வாறு தங்கள் குறையை உணர்ந்துகொண்ட அந்த நொடியிலிருந்து, தங்கள் காதல் வாழ்க்கையில் பின்நோக்கிப் போய் அவற்றில் உள்ள குறைகளைக் கண்டுகொள்வது எளிதாக இருந்தது. சாதாரண சூழ்நிலையில், மிஞ்சமுடியாத காதல் என்று எதுவுமில்லை என்பதைத் தெரிந்தோ தெரியாமலோ நாம் அனைவரும் அறிவோம். எனினும், நம் காதல் சராசரியான தாகத்தான் இருக்கிறது என்பதை ஏற்றுக்கொள்வோம். அதில் மனஅமைதி அதிகமாகவோ குறைவாகவோ இருக்கலாம். ஆனால், நினைவு நம்மிடம் அதிகம் எதிர்பார்க்கும். மேலும் குறிப்பிடத்தக்க வகையில் நம்மை வெளியில் இருந்து தாக்கியதுடன் நகரம் முழுவதையும் பாதித்த இந்தக் கேடு, அநியாயமான துன்பத்தை மட்டும் தரவில்லை. நம்மை நாமே துன்புறுத்தும்படி வைத்ததுடன் அதன் மூலம் நம் வலியை நாம் ஏற்றுக்கொள்ளும்படி வைத்தது. நம் கவனத்தைத் திசை திருப்பிப் பிரச்சினையை மேலும் குழப்ப அந்த நோய் கையாண்ட வழிகளில் இதுவும் ஒன்று.

எனவே, அந்தந்த நாளை வானத்தைப் பார்த்தவாறு தனிமையில் வாழ்ந்தாக வேண்டும். பொதுவான இத்தகைய சரணாகதி, காலப்போக்கில் சுபாவங்களை அழித்துவிடக்

கூடியதாக அமைந்தது. உதாரணமாக, நம் மக்களில் சிலர் வெயிலுக்கும் மழைக்கும் அடிமையாகிக் கிடக்கும்படியான வேறு மாதிரியான அடிமைத்தனத்துக்கு உள்ளாகினர். அவர்களைப் பார்க்கும் யாருக்கும், ஏதோ முதல்முறையாக இவர்கள் அன்றைய வானிலையை அனுபவிப்பதாக நினைத்துக்கொள்வார்கள். பொன்னிறமானதொரு வெளிச்சம் வந்தால்கூட போதும் அவர்களது முகம் மலர்ந்துவிடும். அவர்களது எண்ணங்கள், முகங்கள் ஆகியவற்றின் மீது தடிமனானத் திரை ஒன்றை மழை நாட்கள் போர்த்திவிடும். சில வாரங்களுக்கு முன்பு வரை, இத்தகைய பலவீனம், எவ்வித நியதிக்கும் உட்படாத இந்த அடிமைத்தனம் ஆகியவற்றிலிருந்து அவர்களால் தப்பிக்க முடிந்ததற்குக் காரணம் அவர்கள் இவ்வுலகில் தனிமையில் விடப்படவில்லை. மேலும் தம்முடன் இருந்த மற்றொரு நபர், தங்கள் உலகத்தின் எதிரில் ஏதோ ஒருவகையில் நின்றிருந்தார். ஆனால், இந்த நொடியிலிருந்து மேல் உலகத்தின் விருப்பு வெறுப்புக்குத் தாங்கள் முழுமையாக ஒப்படைக்கப்பட்டு விட்டதாகத் தோன்றியது. அதாவது எவ்வித நியதிக்கும் உட்படாமல் துன்பத்தை அனுபவித்தும் நம்பிக்கை வைத்தும் வாழ்ந்து வந்தனர்.

இறுதியாக, தனிமையின் இந்த உச்சநிலையில், தன் அருகில் வசிப்பவரிடமிருந்து உதவி கிடைக்கும் என்று யாரும் எதிர்பார்க்க முடியாது என்பதால் அனைவரும் தத்தமது கவலைகளுடன் தனிமையில் தவித்து வந்தனர். அப்படியே யாராவது ஒருவர் தம் மனக்குறைகளை யாரிடமாவது கூற முயன்றாலோ, தம் உணர்வுகளைப் பற்றி ஏதாவது விவரிக்க முற்பட்டாலோ பெரும்பாலான நேரங்களில் அவருக்கு கிடைக்கும் பதில், (அது எதுவாக இருந்தாலும்) மனதைக் காயப்படுத்துவதாக இருக்கும். அப்போதுதான், தன்னிடம் உரையாடிக்கொண்டிருப்பவரும் தானும் பேசிக்கொண்டிருப்பது ஒரே விஷயத்தைப் பற்றியல்ல என்பது விளங்கும். இவரோ பல நாட்களாகத் தன் ஆழ்மனதில் சிந்தித்தவற்றையும் அனுபவித்தத் துன்பங்களையும் வெளிப்படுத்துவதோடு காத்திருப்பதிலும் மிகுந்த பாசத்திலும் தகித்துக்கொண்டிருந்த உணர்வின் பிம்பத்தை உணர்த்திக்கொண்டிருப்பார். மாறாக இதனைக் கேட்டுக்கொண்டிருப்பவரோ சந்தைப்பகுதியில் கிடைக்கக் கூடிய, மக்களிடையே எழும் துயரமெனும் வழக்கமான உணர்வை நினைத்துக்கொண்டிருப்பார். வருகின்ற பதில் நல்ல எண்ணமுடையதோ இல்லையோ அது சரியானதாக இருக்காது என்பதால் அதனை விட்டுவிடவேண்டியிருக்கும். குறைந்த பட்சம் மௌனத்தைத் தாங்கிக்கொள்ள முடியாதவர்களுக்கு மட்டுமாவது அப்படி இருக்கும். ஏனெனில் இதயத்தின்

உண்மையான மொழியை மற்றவர்களால் கண்டறிய முடிய வில்லை. கடைவீதிகளில் புழங்கும் மொழியை மட்டுமே பயன்படுத்தி வழக்கமான முறையிலேயே பேசி வந்தனர். அதாவது அன்றாட சம்பவங்களைப் பட்டியலிடும் செய்தித்தாளில் வரும் ஒருவகையான அறிக்கை போலவோ சாதாரண விவரிப்பு போலவோ அவர்களது பேச்சு இருக்கும். அதுபோன்ற சமயத்தி லும், உண்மையான துயரங்களும் அன்றாட உரையாடலில் இடம்பெறும் வழக்கமான சொற்களால் விவரிக்கப்பட்டன. தாம் கூறுவதைக் கேட்பவர்களின் கவனத்தை ஈர்க்கவும், தங்கள் இருப்பிடப் பொறுப்பாளரின் கனிவைப் பெறவும், இத்தகைய சமரசங்களைத்தான் இந்த நோயால் சிறைபட்டவர்கள் செய்ய வேண்டியிருந்தது.

இதில் முக்கியமான விஷயம் என்னவென்றால், இவ்வாறு அனுபவித்து வந்த துன்பங்கள் எவ்வளவு கொடுமையானதாக இருந்தபோதும் இவற்றைத் தாங்கிக்கொள்ளக்கூடிய இதயம் (வெறுமையாக இருந்தாலும்) எவ்வளவுதான் கனத்திருந்தாலும், இக்கொடுநோய் பாதித்த முதல் காலகட்டத்தில், இவ்வாறு நாடு கடத்தப்பட்ட நிலையில் இருந்த இப்பிரிவினர்தான் கொடுத்து வைத்தவர்கள். ஊரில் உள்ள அனைவரும் பீதியில் பதற ஆரம்பித்தபோது, தாங்கள் காத்திருக்கும் நபர் மீதே அவர்களது அத்தனைக் கவலைகளும் குவிந்திருந்தன. பொதுவான துயரத்தின் மத்தியில் காதல் மட்டுமே தங்கள் மனதை ஆக்ரமித்திருந்ததால் அப்போக்கு அவர்களுக்குப் பாதுகாப்பு அரணாக அமைந்தது. பெருந்தொற்றைப் பற்றி அவர்கள் நினைக்க நேர்ந்தாலும் தங்கள் பிரிவு நிரந்தரமாகிவிடுமோ என்ற அச்ச உணர்வை மட்டும் அது ஏற்படுத்தியது. பெருந்தொற்று உச்சத்தில் இருக்கும் அந்நேரத்தில், இவ்வாறாகப் போற்றுதலுக்குரிய சலனமற்றப் போக்கைக் கடைபிடித்து வந்தனர். இதனைக் கண்ட மக்கள் அவர்கள் எதற்கும் பதற்றப்படாதவர்கள் என்று தவறாகக் கருதக் காரணமாகியது. உதாரணமாக, அவர்களில் ஒருவர் நோய்க்குப் பலியாக நேர்ந்தால் பெரும்பாலும் தனக்கு இது நேரும் என்று அறியும் முன்பே அது நடந்திருக்கும். நிழலுடன் அதுவரை தனக்குள் நடத்திக்கொண்டிருந்த நீண்ட உரையாடலில் இருந்து சட்டென விடுவிக்கப்பட்டு பூமியின் ஆழ்ந்த மௌனத்துக்குள் தூக்கி வீசப்படுவார். அப்போது எதற்கும் அவருக்கு நேரம் இருக்காது.

இதுபோல் திடுமென நாடு கடத்தப்பட்ட தொரு நிலைக்குத் தங்களைப் பழகிக் கொள்ள நகர மக்கள் முயன்றுகொண்டிருந்த வேளையில், ஓரான் துறைமுகத்தை நோக்கி வந்த கப்பல்களைத் திருப்பி அனுப்ப நகர எல்லையில் காவலர்கள் அமர்த்தப்பட்டனர். நகரம் மூடப்பட்டுவிட்டதால் எந்தவொரு வாகனமும் உள்ளே நுழையவில்லை. அந்த நாள்முதல் இனி கார்கள் வட்டமடித்தபடிதான் இருக்கும் என்று தோன்றியது. நகரத்தின் சுற்றுச் சாலைகளுக்கு மேல் நின்று பார்ப்பவர்களுக்குத் துறைமுகமும் அசாதாரணமாகத் தோன்றியது. கடலோரத்தில் அமைந்திருந்த இதனை முக்கியத் துறைமுகங்களில் ஒன்றாக மாற்றக் காரணமாக இருந்த பரபரப்பு திடீரென முடிவுக்கு வந்திருந்தது. தனிமைப்படுத்தப்பட்ட நிலையில் நிற்க வைக்கப் பட்டிருந்த சில கப்பல்களை இன்னமும் காண முடிந்தது. ஆனால், கரையோரத்தில் சோம்பலுடன் நின்றிருந்த மிகப் பெரிய பாரந்தூக்கிகள், சரக்கு வாகனங்கள், தனிமையில் கிடந்த சாக்குகள், பீப்பாய்கள் அனைத்தும் இந்தக் கொடுநோய்க்குப் பலியான அவலத்தைத் தெரிவித்தன.

இத்தகைய அசாதாரண காட்சிகள் பரவலாகக் காணப்பட்ட போதிலும் தங்களுக்கு என்ன நேர்ந்து கொண்டிருக்கிறது என்பது நகர மக்களுக்கு எளிதில் விளங்கவில்லை. பிரிவு அல்லது அச்சம் போன்ற பொதுவான உணர்வுகள் காணப்பட்டபோதும் பொதுமக்கள் தங்கள் தனிப்பட்ட பிரச்சினை களுக்கே முன்னுரிமை வழங்கி வந்தனர். நோய் என்ற எதார்த்தத்தை உண்மையில் இதுவரை எவரும் ஏற்கவில்லை. வழக்கமான நடவடிக்கைகள் தடைபடும்போதும் தங்கள் விருப்பங்களுக்கு ஏதேனும் பாதிப்பு ஏற்பட்டபோதும் தான் பெரும்பா லான மக்கள் பெரிதும் பாதிப்புக்குள்ளாயினர்.

இத்தகைய பாதிப்புகளைக் கண்டு எரிச்சலும் சலிப்பும் அடைந்தனர். இவை கொடுநோயை எதிர்க்கவல்ல உணர்வுகள் கிடையாது. உதாரணமாக, முதலில் செய்தது அதிகாரிகள்மீது குறை கூறியதாகும். மாவட்ட தலைமை நிர்வாகி விமர்சனத்துக்கு உள்ளானார். அது ஊடகத்திலும் எதிரொலித்தது (எடுக்கப்பட்ட நடவடிக்கைகளில் சில கட்டுப்பாடுகளைக் குறைக்க முடியாதா?) அவரது பதிலுரையோ யாரும் எதிர்பாராதவாறு இருந்தது. அது நாள்வரை, செய்தித்தாள்களிடமோ, இன்ஃபோடெக் எனும் நிறுவனத்திடமோ நோய் குறித்த அதிகாரப்பூர்வ புள்ளி விவரங்கள் எதுவுமில்லை. நகராட்சி தன்னிடமுள்ள அத்தகவல்களை ஒவ்வொரு நாளும் நிறுவனத்துக்கு வழங்கிக் கொண்டிருந்தபோதும் அவற்றை வாரம் ஒருமுறைதான் வெளியிட வேண்டும் என்ற கோரிக்கையையும் வைத்தது.

இதுபோன்ற புள்ளிவிவரங்களும் மக்களிடம் உடனடித் தாக்கத்தை ஏற்படுத்தவில்லை. கொடுநோய் வந்த மூன்றாவது வாரத்தில் 302 பேர் இறந்தனர் என்ற அறிவிப்பு அவர்களது கற்பனையைத் தூண்டவில்லை. ஒருபுறம், அவர்களில் அனைவரும் நோயின் காரணமாக இறந்திருக்கச் சாத்தியமில்லை. மறுபுறம், இயல்பான சூழ்நிலையில் வாரத்தில் எத்தனை பேர் வழக்கமாக இறப்பர் என்று யாருக்கும் தெரியவில்லை. நகரத்தின் மக்கட்தொகை இரண்டு இலட்சம். இந்த இறப்பு விகிதம் இயல்பானது தானா என்பது மக்களுக்குத் தெரியாது. உண்மையிலேயே சுவாரசியமானவை என்ற போதும் இது போன்ற விவரங்கள் குறித்து யாரும் அக்கறை காட்டுவதில்லை. எனவே, ஒருவகையில் மக்களிடம் ஒப்பிட்டுப்பார்க்க எதுவுமில்லை. இறப்பு விகிதம் உயர்வதைக் கவனித்தப் பின் வெகு நாட்களுக்குப் பிறகுதான் மக்களுக்கு உண்மை நிலை தெரிய வந்தது. 5ஆவது வாரத்தில் 321 மரணங்களும் 6ஆவது வாரத்தில் 345 மரணங்களும் பதிவாயின. இத்தகைய அதிகரிப்பு மலைப்பை ஏற்படுத்தியது என்றாலும், அந்த நோய் எரிச்சலூட்டக்கூடிய சாதாரணமான சம்பவம்தான் எனினும் தற்காலிகமானதுதான் என்று மக்கள் கொண்டிருந்த எண்ணத்தை அடியோடு தகர்க்கக்கூடியதாக இல்லை.

எனவே, அவர்கள் தொடர்ந்து தெருக்களில் நடந்தபடியும் உணவக மொட்டைமாடிகளில் அமர்ந்து பேசியபடியும் இருந்தனர். மொத்தத்தில் அவர்கள் கோழைகளாக இல்லை. புலம்பல்களைவிட நகைச்சுவைகளை அதிகமாக பரிமாறிக் கொண்டிருந்த அவர்கள், தற்காலிகமான அசௌகரியங்களை நல்லவிதமாக ஏற்றுக்கொள்வதுபோல் காட்டிக்கொண்டனர். வெளித்தோற்றங்கள் தொடர்ந்தன. எனினும், மாத இறுதியில்,

ஏறக்குறைய அடியில் குறிப்பிட இருக்கும் பிரார்த்தனை வாரத்தின்போது பல முக்கிய மாற்றங்கள் நகரில் தெரியத் தொடங்கின. முதலில் போக்குவரத்து, விநியோகம் ஆகியவற்றைச் சீர்செய்ய மாவட்ட ஆட்சி நிர்வாக அதிகாரி நடவடிக்கை எடுத்தார். உணவுப்பொருள் விநியோகம், பெட்ரோல் விற்பனை ஆகியவற்றில் கட்டுப்பாடு விதிக்கப்பட்டது. மின்சாரத்தைச் சேமிக்கவும் நடவடிக்கை மேற்கொள்ளப்பட்டது. அத்தியாவசியப் பொருட்கள் மட்டுமே விமானம் மூலமோ சாலை வழியாகவோ ஓரான் நகரத்துக்குக்கொண்டுவரப்பட்டன. இதன் விளைவாக போக்குவரத்துப் படிப்படியாகக் குறைந்து ஒரு கட்டத்தில் முற்றிலுமாக மறைந்துவிட்டது. ஆடம்பரப் பொருட்களை விற்பனை செய்யும் சில கடைகள் இரவோடு இரவாக மூடப் பட்டன. வேறு சிலர், தங்கள் கடைகளின் எதிரில் வாடிக்கை யாளர்கள் வரிசையாக நின்றுகொண்டிருக்க, 'இருப்பு இல்லை' என்ற அறிவிப்புகளைக் கடை சன்னல்களில் ஒட்டி இருந்தனர்.

எனவே, ஓரான் நகரம் வித்தியாசமாகத் தோன்ற ஆரம்பித்தது. நடந்து செல்பவர்கள் அதிகமாகிவிட்டனர். கடைகளும் சில அலுவலகங்களும் மூடப்பட்டுவிட்டதன் விளைவாக, வேலை எதுவுமின்றி இருக்க நேரிட்ட பலரும் வீதிகளிலும் உணவகங் களிலும் குவிந்தனர். அப்போதைக்கு அவர்கள் இன்னும் வேலை இழக்கவில்லை; விடுப்பில் இருந்தனர், அவ்வளவுதான். அதாவது, வெயிலடிக்கும் பகல் பொழுது ஒன்றில் மூன்று மணிக்கு ஓரான் நகரத்தைப் பார்க்கும் எவரும் அது ஒரு விடுமுறை நாள் என்று தவறாகக் கருதக்கூடிய தோற்றத்தை அளித்தது. ஊர்வலம் ஒன்றில் மக்கள் நடந்துபோக ஏதுவாக போக்குவரத்து நிறுத்தப்பட்டு, கடைகள் அடைக்கப்பட்டிருக்க, அப்பகுதியில் வசிப்பவர்கள் அங்கு நடக்கும் கொண்டாட்டத்தில் கலந்து கொள்ள அதிக அளவில் வீதிக்கு வந்துசேர்ந்துள்ளதுபோல் தோன்றியது.

இந்தப் பொது விடுமுறையை நன்கு பயன்படுத்திக் கொண்ட திரையரங்குகள் நல்ல வருவாயை ஈட்டின. ஆனால் ஒவ்வொரு பகுதியாகத் திரைப்படங்களை மாற்றி வெளியிடும் முறை தடைப்பட்டது. இரண்டு வார முடிவில், சில நிகழ்ச்சிகளை மாற்றி அமைக்க வேண்டிய கட்டாயத்துக்கு அரங்குகள் தள்ளப்பட்டன. ஒருகட்டத்தில் எப்போதும் ஒரே திரைப்படத்தைக் காட்டும் நிலை திரையரங்குகளுக்கு ஏற்பட்டது. இருந்தாலும் வருவாய் குறையவில்லை.

வைன் வகைகளும் மது வகைகளும் வணிகத்தில் முதலிடம் பிடித்ததொரு நகரத்தில் ஏற்கெனவே கனிசமான இருப்பு வைத்திருந்ததன் பலனாக, மதுக்கூடங்கள் தங்கள்

வாடிக்கையாளர்களுக்குத் தொடர்ந்து மது வகைகளை விநியோகித்து வர முடிந்தது. பார்க்கப் போனால், மக்கள் நிறைய குடித்தனர். 'நல்ல மது நுண்ணுயிர்க் கிருமியைக் கொல்லும்' என்ற வாசகத்தை மதுக்கூடம் ஒன்று எழுதி வைத்திருக்க, தொற்றி லிருந்து காக்கும் ஆற்றல் மதுவுக்கு உண்டு என்ற எண்ணம் (ஏற்கெனவே மக்கள் அதனை இயல்பாக நம்பி வந்ததுதான்) அவர்கள் மனத்தில் மேலும் வேரூன்றியது. நாள்தோறும் இரவில் இரண்டு மணிவாக்கில், மதுக்கூடத்தில் இருந்து நல்ல போதையில் வீதியில் இறங்கி நடக்கும் குடிகாரர்கள், தங்களுக்குள் நம்பிக்கையூட்டும் கருத்துக்களைப் பரிமாறிக்கொண்டனர்.

எனினும், ஒருவகையில் பார்த்தால், இந்த மாற்றங்கள் அனைத்தும் மிகவும் அசாதாரணமானவை என்பதோடு மிக வேகமாக நிகழ்ந்துவிட்டபடியால், அவற்றை இயல்பானவை யாகவோ நீடிக்கக் கூடியவையாகவோ எளிதில் நம்ப இயல வில்லை. எனவே அனைவரும் தத்தமது தலைப்பட்ட உணர்வுகளுக்கு முக்கியத்துவம் தருவதையே தொடர்ந்தனர்.

நகரத்தின் எல்லைகளை மூடி இரண்டு நாட்களுக்குப் பின், மருத்துவமனையிலிருந்து வெளியே வந்த மருத்துவர் ரியே, கொத்தாரை சந்தித்தார். கொத்தாரின் முகத்தில் ஏறக்குறைய திருப்தி இருப்பதுபோல் தெரிந்தது. அவ்வாறு நல்ல தோற்றத்தில் இருப்பதற்காக அவனை மருத்துவர் பாராட்டினார்.

அதனை ஆமோதிக்கும் விதமாகக் குள்ளமானத் தோற்றத்து குரிய கொத்தாரும், "ஆமாம் நான் நன்றாக இருக்கிறேன். அது சரி டாக்டர், இந்தப் பாழாய்ப் போன கொடு நோயை என்ன சொல்வது! அது தீவிரமாகும் போல் இருக்கிறதே!" என்றான்.

அவன் சொல்வதை ஏற்றுக்கொண்டார் மருத்துவர்.

ஒருவித உற்சாகத்துடன், "அது ஒன்றும் இப்போதைக்கு முடிவதாகத் தெரியவில்லை. எல்லாமே சீரழியப்போகிறது" என்று கொத்தார் கருத்து தெரிவித்தான்.

சிறிது நேரம் இருவரும் ஒன்றாக நடந்தனர். தன் பகுதியைச் சேர்ந்த பெரிய மளிகை வியாபாரி ஒருவர், அதிக லாபத்துக்கு விற்கலாம் என்ற எண்ணத்தில் எவ்வாறு பொருட்களைப் பதுக்கி வைத்திருந்தார் என்று விளக்கினான். அந்த வியாபாரியும் நோயில் விழ, அவரை மருத்துவமனைக்கு அழைத்துப் போக அவரது வீட்டுக்குச் சென்ற போதுதான் அவரது படுக்கையின் கீழ்ப்பல பெட்டிகளில் உணவுப் பொருட்கள் இருப்பதைக் கண்டுபிடித்துள்ளனர். இறுதியில் அவர் மருத்துவமனையில் இறந்து போனார். "கொடுநோயை யாரும் விலைக்கு வாங்க முடியாது" என்ற கொத்தாரிடம், இதுபோல் உண்மையோ

பொய்யோ நோயைப் பற்றி நிறையச் சம்பவங்கள் இருந்தன. உதாரணமாக, மருத்துவக் கூடத்தில் ஒருநாள் காலை நோயின் அறிகுறிகளுடன் இருந்த ஒருவன் சித்தம் கலங்கிய நிலையில் வெளியே ஓடி வந்தானாம். கண்ணில் தென்பட்ட பெண்மணி ஒருத்தியைத் தனக்குக் கொடுநோய் இருப்பதாகக் கூச்சலிட்டபடியே கட்டி அணைத்தானாம்.

"நல்லது" என்று உற்சாகத்துடன் சொன்ன கொத்தாரின் வார்த்தை நேர் எதிர் பொருளுடையது. நம் எல்லோருக்கும் பைத்தியம் பிடிக்கப்போகிறது. அது மட்டும் நிச்சயம்" என்றான்.

இதேபோல், அன்றையப் பிற்பகலில், ழொசேப் கிரானும் மருத்துவர் ரியேவிடம் சில விஷயங்களைப் பகிர்ந்துகொண்டார். திருமதி ரியேவின் ஒளிப்படத்தை மேசைமீது இருப்பதை கவனித்துவிட்டு மருத்துவரைப் பார்த்தார். தன் மனைவி வேறு ஒரு இடத்தில் சிகிச்சைப் பெறுவதாகக் கூறினார். "ஒருவகையில் இது அதிர்ஷ்டம்" என்றார் கிரான். "நிச்சயமாக, அவள் குணமடைவாள் என்று எதிர்பார்க்க வேண்டியது மட்டுமே நம் கையில் உள்ளது" என்று மருத்துவர் சொன்னார்.

"புரிகிறது டாக்டர்" என்றார் கிரான். அவரைச் சந்தித்த நாளிலிருந்து, இப்போதுதான் கிரான் முதல்முறையாக மனம்விட்டுப் பேசுவதாக மருத்துவர் உணர்ந்தார். மனதில் உள்ளதை வெளிப்படுத்த வார்த்தைகளைத் தேட வேண்டியிருந்தது; என்றாலும் தான் பேசும் பொருள் குறித்து நீண்ட நாட்களாக யோசித்து வந்ததைப்போல், எப்படியோ வார்த்தைகளைக் கண்டுபிடித்தார்.

தன் ஊரின் அருகில் வசித்து வந்த ஏழைப் பெண் ஒருத்தியை மிக இளம் வயதில் கிரான் திருமணம் செய்திருந்தார். திருமணம் செய்துகொள்வதற்காகவே படிப்பைப் பாதியில் நிறுத்திவிட்டு வேலை ஒன்றைத் தேட வேண்டியதாயிற்று. தங்கள் ஊரை விட்டு கிரானும் சரி, அவரது மனைவி ழானும் சரி வெளியே சென்றது கிடையாது. திருமணம் செய்ய விரும்பிய ழானைச் சந்திக்க அவரது வீட்டுக்குக் கிரான் செல்லும்போதெல்லாம் ழானின் பெற்றோர் இத்தகைய அமைதியான அலங்கோலமான மாப்பிள்ளையைப் பார்த்துக் கொஞ்சம் சிரிப்பதுண்டு. ழானின் அப்பா புகைவண்டி நிலைய ஊழியர். அவர் ஓய்வெடுக்கும்போது, சன்னல் ஓரமாகத் தன் பருத்த கைகளைத் தொடைமீது வைத்தபடி வீதியில் போவோர் வருவோரை பார்த்துக்கொண்டிருப்பது தெரியும்; வீட்டுக்குள் எப்போதும் பரபரப்பாக இயங்கும் தன் அம்மாவுக்கு ழான் உதவி செய்துகொண்டிருப்பார். வீதியை அவள் கடக்கும்போது ஏதாவது ஆகிவிடுமோ என்று பதறாமல் இருக்க முடியாத

அளவு ழூான் மிகவும் குள்ளமாக இருப்பாள். அதுபோன்ற சமயங்களில், அளவுக்கதிகமாக அந்த வாகனங்கள் பெரியதாக இருப்பதாகத் தோன்றும். அன்று ஒருநாள், கிறிஸ்துமஸ் காலமென்பதால் அலங்கரிக்கப்பட்டிருந்த கடைச் சன்னலை ஆச்சரியத்துடன் ழூான் பார்த்துக்கொண்டிருந்தாள். கிரான் பக்கம் திரும்பிய அவள், “எவ்வளவு அழகாக இருக்கிறது இது, இல்லையா?” என்று சொல்ல ழூானின் கைகளை இறுகப் பற்றினார் கிரான். இப்படித்தான் அவர்கள் இருவரும் திருமணம் செய்துகொள்ள முடிவு செய்தனர்.

அதன்பின் நடந்தவை மிகவும் சாதாரணமானவை என்றார் கிரான். எல்லோருக்குமே இப்படித்தான். திருமணம் ஆகும். சிறிது காலம் காதல் வயப்பட்டிருப்போம். வேலையும் செய்வோம். வேலை அதிகமாக, நேசம் மறந்து போகும். ழூானும் வேலைபார்த்தாள். ஏனெனில், கிரான் வேலைபார்த்துவந்த அலுவலகத் துறைத் தலைவர் கொடுத்திருந்த வாக்குறுதியைக் காப்பாற்றவில்லை. கிரான் என்ன சொல்லவருகிறார் என்பதைப் புரிந்துகொள்ள கொஞ்சம் சிந்தித்துப்பார்க்க வேண்டியிருக்கும். முக்கியமாகக் களைப்பின் காரணமாகத் தன்னை மறந்த நிலையில் இருந்தார். மிகவும் அமைதியானவ ராக மாறிவிட்டிருந்த அவரால் தன் மனைவிமீது உள்ள நேசத்தை உணர வைக்க முடியாமல் போனார். பணியில் இருக்கும் ஒருவன், வறுமை, வாய்ப்புகள் குறுகிவரும் நிலை, இரவு நேர உணவின்போது காக்கப்படும் மௌனம், இவ்வாறான வாழ்க்கையில் நேசத்துக்கு இடமேது. உண்மையிலேயே ழூான் மிகுந்த துயரத்தை அனுபவித்திருக்க வேண்டும். இருந்தபோதும் அவள் எங்கும் செல்லவில்லை. தான் அறியாமலேயே ஒருவர் நீண்ட காலமாக கஷ்டப்பட்டிருக்க முடியும். ஆண்டுகள் கடந்தன. பிறகு அவள் வெளியேறினாள். அவளாக வெளியேற வில்லை என்பது உண்மைதான். உன்னை மிகவும் நேசித்தேன். ஆனால் இனி என்னால் முடியாது... வெளியே போவதில் எனக்கு ஒன்றும் மகிழ்ச்சி இல்லை. வாழ்க்கையை மீண்டும் தொடங்க மகிழ்ச்சியாகத்தான் இருந்தாக வேண்டும் என்ற கட்டாயமில்லை. விரிவாகச் சொன்னால், இப்படித்தான் அவருக்கு எழுதியிருந்த கடிதத்தில் அவள் குறிப்பிட்டிருந்தாள்.

கிரானும் வேதனையை அனுபவித்தார். ரியே கூறியபடி, அவரும் தன் வாழ்க்கையை மீண்டும் தொடங்கியிருக்கலாம். ஆனால், அவருக்கு அதில் நம்பிக்கையில்லை.

சுருக்கமாகச் சொன்னால், இன்னும் தன் மனைவியையே நினைத்துக்கொண்டிருந்தார். தன் நிலையை நியாயப்படுத்தி அவருக்கு ஒரு கடிதத்தை எழுதியிருக்க வேண்டும் என்று

நினைத்தார். ஆனால் அது மிகவும் கடினம். "அப்படிச் செய்ய வேண்டும் என்று நீண்ட நாளாக யோசித்துக்கொண்டிருந்தேன். நாங்கள் காதலர்களாக இருந்தவரை எவ்வித வார்த்தைகளுக்கும் தேவையின்றி ஒருவரை ஒருவர் புரிந்துகொண்டோம். ஆனால் யாரும் எப்போதுமே காதலில் இருப்பதில்லை. குறிப்பிட்ட காலகட்டத்தில், அவள் என்னை விட்டுப் போகாமல் இருக்கும் படியான ஆறுதலான சொற்களைப் பேசித்தான் இருக்க வேண்டும். ஆனால் பேச முடியாமல் போனது". கட்டமிட்ட கைத்துண்டு போன்ற துணியில் மூக்கைச் சிந்திய கிரான், பிறகு கைக்குட்டையால் மீசையைத் துடைத்துக்கொண்டார். ரியே அவரைப் பார்த்தபடியே நின்றார்.

"டாக்டர், தவறாக எடுத்துக்கொள்ள வேண்டாம். எப்படிச் சொல்வது? உங்கள்மீது நம்பிக்கை வைத்திருக்கிறேன். உங்களுடன் தான் என்னால் மனம்விட்டுப் பேச முடியும்" என்றார் கிரான்.

நிச்சயமாக, கொடுநோய்க்கும் கிரானுக்குமான இடைவெளி நெடுதூரம் இருந்தது.

அன்று மாலை தன் மனைவிக்கு ரியே அனுப்பிய தந்தியில், நகரத்தின் எல்லை மூடப்பட்டிருப்பதாகவும் தான் நலமாக இருப்பதாகவும் தொடர்ந்து உடல் நலத்தைக் கவனித்துக் கொள்ளும்படியும் தான் அவரது நினைவாகவே இருப்பதாகவும் தெரிவித்திருந்தார்.

நகர எல்லைகள் மூடி மூன்று வாரங்களுக்குப் பிறகு, மருத்துவமனையை விட்டு வெளியே வந்த ரியே, இளம் வாலிபன் ஒருவன் தனக்காகக் காத்திருப்பதைக் கவனித்தார்.

"என்னை உங்களுக்கு நினைவிருக்கும் என்று நினைக்கிறேன்" என்றான் அவன்.

ஏற்கெனவே அறிமுகமானவனாகத்தான் தோன்றியது. ஆனால் ரியேவால் உறுதியாகச் சொல்ல முடியவில்லை.

"இந்த சம்பவமெல்லாம் நடப்பதற்கு முன்பு நான் வந்திருந்தேன். அரபு மக்களின் நிலை குறித்த தகவல்களை உங்களிடம் கேட்டேன். என் பெயர் ரெமோன் ராம்பேர்."
"தெரிகிறது. இப்போது நீங்கள் தயாரிக்கப்போகும் அறிக்கைக்கு நல்ல விஷயம் இருக்கிறது" என்றார் ரியே.

அந்த இளைஞன் பதற்றத்தில் இருப்பதுபோல் தோன்றியது. தான் வந்திருக்கும் நோக்கத்திற்கும் அதற்கும் எவ்விதத் தொடர்பும் இல்லை என்று மறுத்தவன், மருத்துவரின் உதவியை நாடி வந்திருப்பதாகச் சொன்னான். மேலும் அவன், "மன்னிக்க

வேண்டும், எனக்கு யாரையும் இந்த நகரத்தில் தெரியாது என்பதுடன் எனக்கு வாய்த்த செய்தித்தாளின் முகவரும் மந்தமானவர்" என்றான்.

அருகில் இருக்கும் மருத்துவக்கூடம்வரை இருவரும் நடந்து செல்லலாம் என்றார் ரியே. சில வேலைகளைச் செய்யும்படி அங்கிருப்பவர்களுக்குச் சொல்ல வேண்டியிருக்கிறது. ஆப்பிரிக்கக் குடியிருப்பு இருந்த குறுகலான சந்துகள் வழியாக அவர்கள் நடந்து சென்றனர். மாலை நெருங்கிக்கொண்டிருந்தது. ஆனால், ஒரு காலத்தில் மிகவும் பரபரப்பாகக் காணப்பட்ட அப்பகுதி அப்போது வித்தியாசமான முறையில் வெறிச்சோடிக் கிடந்தது. வானம் இன்னமும் பொன்னிறமாக இருந்தது. அப்போது கேட்ட இசைக்கருவியின் ஓசை மட்டுமே இராணுவம் தம் கடமையை ஆற்றுவதாகக் காட்டிக்கொள்வதை உணர்த்தின. இதற்கிடையில், அதிக சரிவாக வந்த தெருக்களின் வழியாக நீலம், தந்தம், ஊதா நிற வீட்டுச் சுவர்களிடையே புகுந்து நடந்து வந்துகொண்டிருந்த ராம்பேர் மிகவும் பதற்றமானதொரு தொனியில் பேசிக்கொண்டு வந்தான். தன் மனைவியைப் பாரீஸில் விட்டுவிட்டு வந்திருந்தான். சரியாகச் சொன்னால், அவள் அவனுடைய மனைவி இல்லை. ஆனால் எல்லாம் ஒன்றுதான். நகர எல்லை மூடப்பட்டவுடன் அவளுக்கு ஒரு தந்தியை அனுப்பியிருந்தான். தொடக்கத்தில், இது ஒரு தற்காலிக ஏற்பாடு என்று நினைத்து அவளுடன் தொடர்பில் இருக்க மட்டும் முயற்சி எடுத்தான். ஓரானில் இருந்த அவனுடைய பணியாளர்கள் தங்களால் எதுவும் முடியாது என்று கைவிரித்து விட்டனர். காவல் துறையினரும் அவனைத் திருப்பி அனுப்பி விட்டனர். நகராட்சியில் இருந்த செயலர் ஒருவர் அவன் முகத்துக்கு நேராகவே ஏளனமாகச் சிரித்துவிட்டார். இறுதியில், வரிசை ஒன்றில் இரண்டு மணிநேரம் காத்திருந்தபின், தந்தி ஒன்றை அனுப்ப அவனுக்கு அனுமதி கிடைத்தது. அதில், "அனைவரும் நலம். விரைவில் சந்திப்போம்" என்ற செய்தியை அனுப்பினான்.

எனினும், அடுத்த நாள் அவன் விழித்தெழுந்தபோது, இந்தக் கட்டுபாடுகள் எத்தனை நாட்கள் நீடிக்கும் என்று தனக்குத் தெரியாது என்பது திடீரென நினைவுக்கு வந்தது. எனவே, உடனடியாக இங்கிருந்து சென்றுவிட முடிவு செய்தான். அவனுக்கெனச் செல்வாக்கு இருக்கவே (அவனது பணியில், சில சிபாரிசுகள் செய்ய வாய்ப்பு இருந்தது) எப்படியோ நகராட்சி அலுவலகத்தில் உள்ள மேலதிகாரியைச் சந்திக்க முடிந்தது. ஓரான் நகரத்துக்கும் தனக்கும் எவ்விதத் தொடர்புமில்லை. என்றும் இங்கு வந்து தங்க வேண்டிய அலுவல் எதுவும் தனக்கில்லை என்றும் தற்செயலாக இங்குவந்து சிக்கிக்கொண்டதாகவும்

சொன்னான். எனவே, இந்த நகரரை விட்டு வெளியேறியதும் தனிமைப்படுத்திக்கொண்டு இருக்க வேண்டும் என்ற கட்டாயம் இருந்தபோதும், தன்னை வெளியே செல்ல அனுமதிப்பதுதான் முறையாக இருக்கும் என்று அவன் வாதிட்டான். இதனைக் கேட்டுக்கொண்ட மேலதிகாரியும், ராம்பேர் கூற வருவதை நன்கு புரிந்துகொண்டதாகவும் ஆனால், இதில் யாருக்கும் விலக்கு அளிக்க முடியாது என்றும் சொன்னார். எனினும், "பார்க்கலாம், நிலைமை மிகவும் தீவிரமாக இருப்பதால் எந்தவொரு முடிவுக்கும் வர முடியவில்லை" என்று சொல்லி அனுப்பி வைத்தார்.

"எப்படியும் இந்த நகரத்தைப் பொறுத்தவரை நான் ஓர் அந்நியன்தானே" என்றான் ராம்பேர.

"உண்மைதான். ஆனால் இந்தப் பெருந்தொற்று நீண்ட நாள் நீடிக்காது என்று நம்புவோம்."

இறுதியாக, "ஓரான் நகரத்தில் விறுவிறுப்பான பதிவு ஒன்றுக்கான தகவல்கள் உங்களுக்குக் கிடைக்கும். கூட்டிக் கழித்துப் பார்த்தால் எல்லாவற்றிலும் ஏதாவது ஒரு நன்மை இருக்கும்" என்று ராம்பேருக்கு ஆறுதல் கூறும் விதமாகப் பேசினார். இதைக் கேட்ட ராம்பேர் சலிப்புடன் தோள்களைக் குலுக்கிக்கொண்டான். இருவரும் பேசியபடியே நகரத்தின் மையப் பகுதியை நெருங்கிவிட்டனர்.

"டாக்டர், ஒன்றைக் கவனித்தீர்களா? இது மிகவும் நகைப்புக்குரியது. நான் இந்த உலகத்தில் வந்து பிறந்தது அறிக்கை தயாரிப்பதற்காக அல்ல. நான் பிறந்திருப்பது பெண் ஒருத்தியுடன் வாழ என்று நினைக்கிறேன். சரிதானே?"

அது நியாயமான எதிர்பார்ப்பாகத்தான் தெரிகிறது என்று மருத்துவர் ரியே சொன்னார்.

நகரத்தின் முக்கிய வீதிகளில் வழக்கமான கூட்டம் எதுவுமில்லை. தூரத்தில் இருக்கும் தங்கள் வீடுகளை நோக்கி விரைந்துகொண்டிருந்த சிலரை மட்டுமே அங்குப் பார்க்க முடிந்தது. இன்ஃபோடெக் என்னும் தகவல் நிறுவனம் அறிவிப்பு வெளியிடும் நாள் என்பதால் இந்த நிலை என்று ரியே நினைத்தார். அடுத்த 24 மணி நேரத்தில் நகரத்தில் உள்ள மக்கள் மீண்டும் நம்பிக்கையுடன் வாழ்க்கையை எதிர்கொள்ள ஆரம்பித்துவிட்டனர். ஆனால், அன்றைக்கு வெளியான எண்ணிக்கை பசுமையாக அவர்களது நெஞ்சில் பதிந்துவிட்டது.

"இதில் கவனிக்க வேண்டியது என்னவென்றால்" என்று சட்டெனப் பேசிய ராம்பேர், "அவளும் நானும் சில நாட்களுக்கு

முன் சந்தித்தோம். எங்களுக்குள் எந்தப் பிரச்சினையுமில்லை" என்றான்.

"ஆனால் நான் உங்களை அதிகம் பேசிச் சலிப்பூட்டு கிறேன் என்று நினைக்கிறேன். இந்த மோசமான நோய் எனக்கு இல்லை என்று உங்களிடமிருந்து எனக்கு ஒரு சான்றிதழ் கிடைக்குமா என்று கேட்க வந்தேன். எனக்கு அது பயன்படும் என்று நினைக்கிறேன்" என்று சொல்லி முடித்தான்.

சரி என்பதுபோல் தலையை ஆட்டினார் ரியே. தன் பாதங்களை மடக்கிக்கொண்டு கஷ்டப்பட்ட சிறுவன் ஒருவனைப் பதமாகத் தூக்கி நிற்க வைத்தார் ரியே. ஊர்வலத் திடல்வரை இருவரும் தொடர்ந்து நடந்தனர். அத்திமரக்கிளை களும் பனைமரக்கிளைகளும் தூசியுடன் சாம்பல் நிறத்தில் அசைவற்று நின்றிருந்தன. அவற்றின் நடுவில், குடியரசுச் சிலை அழுக்காகப் பழுப்பேறி நின்றிருந்தது. அந்த நினைவுச் சதுக்கத்தில் சிறிது நேரம் நின்றனர். வெள்ளைப்பசைபோல் ஏதோவொன்று ஒட்டியிருந்த தன் காலணிகளை ஒவ்வொன் றாய் மருத்துவர் தரையில் தட்டி அகற்றப் பார்த்தார். ராம்பேரைப்பார்த்தார் மருத்துவர் ரியே. அவனது தொப்பி சற்றே தலையின் பின்பக்கமாக இறங்கி இருக்க கழுத்துப் பட்டை யின் கீழ் பட்டன் அணியாத சட்டைக்காலர், மழிக்கப்படாத முகம் ஆகியவற்றுடன் அந்த இளைஞன் பிடிவாதமும் அதிருப்தி யும் கொண்டவனாகத் தெரிந்தான்.

"நான் சொல்வதை நம்புங்கள். உங்களை என்னால் புரிந்து கொள்ள முடிகிறது. ஆனால் நீங்கள் நினைப்பது தவறு. நீங்கள் கேட்கும்படியானதொரு சான்றிதழை என்னால் வழங்க முடியாது. ஏனெனில், உங்களுக்கு அந்த நோய் இருக்கிறதா இல்லையா என்று எனக்குத் தெரியாது. அப்படியே தெரிந்திருந் தாலும், என் மருத்துவக்கூடத்திலிருந்து வெளியேறி மாவட்ட ஆட்சியர் அலுவலகத்துக்கு நுழையும் அந்த இடைப்பட்ட நேரத்தில் உங்களுக்குத் தொற்று ஏற்படாது என்று எவ்வித உத்தரவாதத்தையும் என்னால் வழங்க இயலாது. அதையும் மீறி..."

"அதையும் மீறி..."

"அதையும் மீறி நான் அந்தச் சான்றிதழை உங்களுக்கு அளித்தாலும் அது எப்படியும் உங்களுக்கு உதவாது"

"ஏன்?"

"ஏனென்றால் உங்கள் நிலையில் ஆயிரக்கணக்கானவர்கள் இந்த நகரத்தில் இருக்கிறார்கள். அவர்கள் அனைவரையும் வெளியில் செல்ல அனுமதிக்க முடியாது."

"அவர்களுக்கெல்லாம் கொடுநோய் இல்லாமல் இருந்தால்?"

"அது போதுமானதொரு காரணமாக இருக்காது. இது எல்லாமே முட்டாள்தனமானது என்று எனக்குத் தெரியும். ஆனால் இப்பிரச்சினை நம் எல்லோருக்குமானது. எனவே, வருவதை அப்படியே ஏற்றுக்கொள்ளுவதைத் தவிர வேறு வழியில்லை."

"ஆனால் நான் இந்த ஊர் இல்லையே"

"என்ன செய்வது, இந்தக் கணத்திலிருந்து எல்லோரையும் போல் நீங்களும் இந்தப் பகுதியைச் சேர்ந்தவர்தான்"

"இது ஒரு மனிதாபிமானப் பிரச்சினை என்பது உண்மைதான், ஏற்றுக்கொள்கிறேன். ஒருவரையொருவர் நன்கு புரிந்துகொண்டு பழகிய இருவருக்கிடையே ஏற்பட்டுள்ள இதுபோன்ற பிரிவு எத்தகையக் கொடுமையானது என்பதை நீங்கள் யோசித்துப் பார்க்க மாட்டீர்களா?" என்று பொரிந்து தள்ளினான் இளைஞன்.

இதற்கு ரியே உடனடியாக பதில் எதுவும் கூறவில்லை. அதைத் தான் யோசிக்காமலில்லை என்றும் ராம்பேர் விரைவில் தன் மனைவியுடன் சேர வேண்டும் என்றும் மனதார விரும்புவதாகவும் கூறினார். அனைத்துக் காதலர்களுமே ஒன்று சேர வேண்டும் என்ற விருப்பம் மனதில் இருந்தாலும் சட்டங்களும் ஆணைகளும் இருக்கின்றன; கொடுநோயும் இருக்கிறது. எனவே, என் கடமை எதுவோ அதை நான் செய்துகொண்டிருக்கிறேன்" என்று விரிவாக இருக்கும் நிலையை விளக்கினார்.

"இல்லை. உங்களால் புரிந்துகொள்ள முடியாது. நீங்கள் அறிவுப்பூர்வமாக, எதார்த்தத்தைக் கடந்து பேசுகிறீர்கள்" என்று கசப்புடன் கூறினான் ராம்பேர்.

குடியரசுச் சிலையை நிமிர்ந்து பார்த்த மருத்துவர், "நான் நியதியின் அடிப்படையில் பேசுகிறேனா என்று தெரியவில்லை. ஆனால் எதார்த்தத்தின் அடிப்படையில் பேசுகிறேன். இரண்டும் ஒன்றாக இருந்தாக வேண்டும் என்று கட்டாயமில்லை" என்று விளக்கமளித்தார்.

கழுத்துப் பட்டையைச் சரி செய்துகொண்ட ராம்பேர்,

"ஆக, நான் வேறு வழியைப் பார்த்துக்கொள்ள வேண்டும். அப்படித்தானே? ஆனால், எப்படியும் இந்த நகரத்தை விட்டு நான் போய்விடுவேன்" என்று ஒருவிதச் சவால்விடும் தொனியில் கூறினான்.

"இப்போதும் உங்கள் நிலை எனக்குப் புரிகிறது. ஆனால் அதில் எனக்கு எந்தப் பங்குமில்லை" என்றார்.

"உங்களுக்கும் பங்கு இருக்கிறது" என்று சட்டெனக் கோபத்துடன் ராம்பேர் பேசினான். "நான் உங்களைத் தேடிவந்தது இங்கு எடுக்கப்படும் முடிவுகளில் உங்களுக்குப் பெரும்பங்கு இருப்பதாகப் பேசிக்கொண்டதால்தான். எனவே, நீங்கள் உதவி செய்ய வேண்டிய ஆட்களில் ஒருவர். என் விஷயத்திலாவது கனிவாக நடந்துகொள்வீர்கள் என்று எதிர்பார்த்தேன். ஆனால் நீங்கள் கண்டுகொள்ளவில்லை. நீங்கள் யாரைப் பற்றியும் கவலைப்படவில்லை. பிரிந்திருப்பவர்களை நீங்கள் பொருட்படுத்தவில்லை.

ஒருவகையில் அவன் கூறியது சரிதான் என்பதை ஏற்றுக்கொண்ட ரியே, இதுபோன்ற விஷயங்களைக் கணக்கில் எடுத்துக்கொள்ள விரும்பவில்லை என்றார்.

"அப்படியா, இப்போது புரிகிறது. நீங்கள் பொது சேவைப் பற்றி பேசுவீர்கள். ஆனால், பொது சேவை என்பது தனிப்பட்ட ஒவ்வொருவரின் நன்மையால் ஆனதுதான்" என்றான் ராம்பேர்.

ஏதோவொரு நினைவில் இருந்து மீண்டவர்போல் இருந்த மருத்துவர், "சரி, அதுதான். ஆனால் வேறு ஒன்றும் இருக்கிறது. நீங்கள் மதிப்பீடு செய்துகொண்டிருக்கக்கூடாது. நீங்கள் கோபப்படுவது தவறு. இந்தப் பிரச்சினையிலிருந்து உங்களால் விடுபட முடியுமென்றால் நான் மனப்பூர்வமாகச் சந்தோஷப்படுவேன். நான் வகிக்கும் பதவி சில விஷயங்களைச் செய்ய எனக்கு தடைவிதித்திருக்கிறது அவ்வளவுதான்" என்று தன் நிலையை நிதானமாக எடுத்துக் கூறினார் ரியே.

பொறுமையிழந்துத் தலையை ஆட்டிய ராம்பேர், "உண்மைதான். நான் கோபப்படுவது தவறுதான். உங்கள் நேரத்தை யும் அதிகம் வீணடித்து விட்டேன்" என்றான்.

தன் நடவடிக்கைகள் குறித்து அவ்வப்போது தகவல் தரும்படியும் மனதில் எவ்விதப் பகைமையுணர்வும் வைத்துக் கொள்ள வேண்டாம் என்றும் அவனை ரியே கேட்டுக்கொண்டார். அவர்கள் இருவரும் சந்தித்துக் கொள்ளப் பொதுவான மையப்புள்ளி ஒன்று நிச்சயமாக இருந்தது.

சட்டென ராம்பேர் குழம்பிய நிலையில் இருப்பதுபோல் தோன்றியது.

"ஆமாம். அப்படித்தான் நினைக்கிறேன்" என்றவன், சிறியதொரு மௌனத்துக்குப்பின்,

பெருந்தொற்று

“என் சுபாவம் எப்படி இருந்தாலும், நீங்கள் என்னிடம் பேசியது எதுவாக இருந்தாலும், எனக்கு நம்பிக்கை இருக்கிறது” என்றான்.

சிறிது தயங்கியவன், “என்ன இருந்தாலும் உங்கள் போக்கை என்னால் ஏற்றுக்கொள்ள முடியாது” என்று சொல்லி, தொப்பியை நெற்றிக்கு இறக்கிவிட்டு வேகமாக நடந்து சென்றான். ழான், தரு தங்கியிருந்த விடுதிக்குள் நுழைவதை ரியே பார்த்துக்கொண்டிருந்தார்.

சிறிது நேரம் சென்றதும், அவன் கூறியதை ஆமோதிப்பது போல் மருத்துவர் தலையை அசைத்தார். தன் சந்தோஷத்தை அடைய அந்தப் பத்திரிகையாளர் காட்டிய அவசரம் நியாயமானதுதான். ஆனால், “நீங்கள் உலகத்திலிருந்து, எதார்த்தத்திலிருந்து விலகி வாழ்கிறீர்கள்” என்ற அவனது குற்றச்சாட்டு சரிதானா? சராசரியாக வாரத்திற்கு 500 பேரை பலி வாங்கி தீவிரமாக வலம் வரும் இந்தக் கொடுநோயின் மத்தியில் கடந்த சில வாரங்களை மருத்துவமனையில் கழித்துவரும் அவரது பொழுதுகள் எல்லாம் எதார்த்தத்திற்கு அப்பாற்பட்டவையா? துயரமான விஷயங்களில் ஓரளவு எதார்த்ததிற்கு அப்பாற்பட்ட விஷயம் இருப்பது உண்மைதான். ஆனால், அப்படிப்பட்ட விஷயம் உங்களைக் கொல்லத் தொடங்கும்போது அதனை நன்கு சமாளித்தாக வேண்டிய பொறுப்பு ஏற்படுகிறது. அது அத்தனை எளிதல்ல என்பது மட்டுமே ரியேவுக்குத் தெரியும். உதாரணமாக தான் பொறுப்பிலிருக்கும் இந்தத் துணை மருத்துவமனையை நிர்வகிப்பது எளிதல்ல (இப்போது மூன்று துணை மருத்துவமனைகள் வந்துவிட்டன) நோயாளிகளைப் பரிசோதிக்கும் அறையைப் பார்த்தவாறு அமைந்துள்ள அறையை நோயாளிகளுக்கான வரவேற்பறையாக மாற்றி இருந்தார். தரையில் சிறு குழி அமைக்கப்பட்டு, கிருமிகளைக் களைவதற்கான நீர் நிரப்பப்பட்டிருக்கும். அதன் மத்தியில் கற்களாலானத் தீவு போன்ற அமைப்பு இருக்கும். அத்தீவிற்குத்தான் நோயாளி கொண்டுவரப்பட்டு, விரைவாகக் கலைக்கப்பட்ட அவரது உடைகள் அந்த நீரில் போடப்படும். அவரை நன்கு நீரால் கழுவி, ஈரம் உலர்ந்தபின் மருத்துவமனை தரும் பிரத்யேக அங்கியை அணிவித்து ரியேவிடம் அனுப்பப்படுவார். அதன் பிறகு அந்த நோயாளி அங்கிருக்கும் மருத்துவக் கூடாரங்களில் ஏதாவது ஒன்றுக்குக்கொண்டு செல்லப்படுவார். பள்ளிக்கூடம் ஒன்றின் தாழ்வாரத்தைப் பயன்படுத்தும் கட்டாயத்துக்கு அவர்கள் தள்ளப்பட்டனர். இப்போது அதில் சில படுக்கைகள் போடப்பட்டுள்ளன. ஏறக்குறைய அனைத்துப் படுக்கைகளிலும்

நோயாளிகள் இருக்கின்றனர். காலையில் சேர வரும் நோயாளி களை மருத்துவரே கவனிப்பார். அவர்களுக்குத் தடுப்பு ஊசி போடப்படும். வீங்கியுள்ள கட்டிகள் உடைக்கப்படும். மீண்டும் ஒருமுறை நோயாளிகளின் எண்ணிக்கையைச் சரிபார்த்துவிட்டு, பிற்பகல் பணிக்கு அவர் செல்வார். மாலையிலோ வீட்டில் இருந்தவாறு சிகிச்சை பெறுபவர்களைப் போய் பார்வையிட்ட பிறகு தாமதமாகவே இரவு வீடு திரும்புவார். முந்தைய நாள் இரவில், திருமதி ரியேவிடமிருந்து வந்திருந்த தந்தியை அவரின் அம்மா கொடுத்தபோது, ரியேவின் கைகள் நடுங்கியதைக் கவனித்துச் சுட்டிக்காட்டினார்.

“உண்மைதான், நான் களைப்பு அடையாமல் இருந்தால் என் படபடப்பு குறையும்” என்றார் ரியே.

அவர் திடமாகவும் துடிப்புடனும்தான் இருந்தார். பார்க்கப் போனால், அவர் இன்னும் களைப்படைந்துவிடவில்லை. எனினும், நோயாளிகளின் வீட்டிற்குச் சென்று வருதல்தான் வரவரத் தாங்கிக்கொள்ளமுடியாததாக இருக்கிறது. தொற்றுநோய்க் காய்ச்சலுக்கு உள்ளானவரைப் பரிசோதித்தல் என்பது உடனடியாக அந்த நோயாளியைக்கொண்டு போக ஏற்பாடு செய்வதில் முடியும். அங்குதான் எதார்த்தத்திலிருந்து விலகுவது தொடங்கும். இதில் கடினமையான விஷயம் எதுவென்றால், இப்போது கொண்டு செல்லப்படுபவரைக் குணமாக்கும் வரையிலோ இறக்கும்வரையிலோ மீண்டும் பார்க்க முடியாது என்பதை அந்தக் குடும்பம் அறியும். தரு தங்கியிருந்த விடுதி யிலிருந்த பணிப்பெண்ணின் அம்மாவான லொரே, மருத்துவரிடம், “எங்கள் மீது கருணை காட்டுங்கள்” என்று கெஞ்சினார். அதற்கு என்ன பொருள்? அவர்மீது ரியேவுக்குக் கருணை உள்ளது என்பதில் சந்தேகமில்லை. ஆனால் அது யாரையும் காப்பாற்றிவிடாது. தொலைபேசி செய்தாக வேண்டும். விரைவில் அவசர ஊர்தியின் ஒலி கேட்கும். ஆரம்பத்தில், அருகில் வசித்தவர்கள் சன்னல்களைத் திறந்து எட்டிப்பார்த்தனர். அதன் பிறகு அவசரஅவசரமாக சன்னல்களை மூட ஆரம்பித்தனர். அப்போதுதான் போராட்டம், கண்ணீர், முறையீடுகள் என மொத்தத்தில் எதார்த்தத்திலிருந்து விலகி நிற்கும் நிலை உண்டானது. காய்ச்சல், பதைப்பு ஆகியவற்றால் அதிக வெப்பமாக உணரப்பட்ட இந்த அடுக்ககங்களில் அறிவுக்கு ஒவ்வாத காட்சிகள் அரங்கேறின. எனினும், நோயாளி கொண்டு செல்லப்பட்ட பிறகு ரியே அங்கிருந்து புறப்பட முடிந்தது.

ஆரம்பகாலத்தில், தொலைபேசியில் அவசர ஊர்திக்குச் சொல்லிவிட்டு, அது வரும்வரை காத்திருக்காமல் மற்ற நோயாளிகளை நோக்கி ஓடுவார். ஆனால், அந்த நேரத்தில்

சம்பந்தப்பட்டவரின் உறவினர்களோ கதவை அடைத்துவிடுவர். பிரிவைக் காட்டிலும் கொடுநோயை நேருக்கு நேர் சந்திப்பதையே அவர்கள் பெரிதும் விரும்பினர். பிரிவு எதில் போய் முடியும் என்பது இப்போது அவர்களுக்குத் தெரிந்துவிட்டது. கூச்சல்கள், உத்தரவுகள், காவல் துறையின் தலையீடு, இராணுவத்தின் வருகை, பிறகு வலுக்கட்டாயமாக நோயாளியைக்கொண்டு செல்லுதல் என முடியும். நோய் ஆரம்பித்த முதல் சில வாரங்களின் போது, மருத்துவ ஊர்தி வரும்வரை மருத்துவர் ரியே அங்கேயே காத்திருக்க வேண்டியிருந்தது. அதன் பிறகு, பரிசோதிக்க வரும் மருத்துவருடன் தன்னார்வ மேற்பார்வை யாளர் ஒருவர் உடன் வர ஆரம்பித்ததால், ரியே அதே இடத்தில் நில்லாமல் அடுத்தடுத்த நோயாளிகளை விரைந்து போய் பார்க்க முடிந்தது. ஆனால், ஆரம்பத்தில், திருமதி லொரே வீட்டுக்குச் சென்ற இரவு போல்தான் ஒவ்வொரு இரவும் இருக்கும். விசிறிகளாலும் செயற்கை மலர்களாலும் அலங்கரிக்கப்பட்டிருந்த சிறிய அடுக்குமாடிக் குடியிருப்பு அது. அந்த வீட்டிற்குள் நுழைந்தபோது அவருடைய அம்மா வழக்கமான முறையில் வரவேற்றுவிட்டு வலிய வரவழைக்கப்பட்ட புன்னகையுடன்,

"எல்லோரும் பேசிக்கொள்ளும் அந்தக் காய்ச்சலாக இருக்காது என்று நினைக்கிறேன்" என்றார்.

ஆனால் மருத்துவரோ, போர்வையையும் இரவு உடை யையும் எடுத்துவிட்டு, வயிறு, தொடை ஆகிய பகுதிகளில் இருந்த சிவப்புத் திட்டுகளையும் வீங்கியிருக்கும் நெரிகட்டிகளையும் மௌனமாக உற்றுப் பார்த்துக்கொண்டிருந்தார். மகளின் கால்களுக்கிடையில் இருந்த திட்டுகளைப் பார்த்துவிட்ட அம்மாவால் தன் உணர்வைக் கட்டுப்படுத்த இயலாமல் அலறினார். ஒவ்வொரு மாலையும் இப்படித்தான் அம்மாக்கள் அலறினர். வயிற்றுப்பகுதியில் தெரியும் மரணத்துக்கான அத்தனை அறிகுறிகளையும் பார்த்துப் பதறிப் போய் கலங்கும் குரலில் கத்தினர். ஒவ்வொரு மாலையும் ரியேவின் கைகளைப் பற்றிக் கொள்ளும் கைகள் கெஞ்சும்போது பயனற்ற வார்த்தைகளும், உறுதிமொழிகளும் கண்ணீரும் தொடரும். ஒவ்வொரு மாலையும் மருத்துவ ஊர்தியின் எச்சரிக்கை ஒலி துயரத்தைப்போல், பயனற்ற சோகக் காட்சிகளைத் தொடங்கி வைக்கும். இதுபோன்று அடுத்தடுத்து ஒரே மாதிரியாகக் கழிந்த பல மாலைகளுக்குப் பின் ஒரு கட்டத்தில், முடிவற்று நிரந்தரமாகிவிட்ட இத்தகைய காட்சிகளின் தொடர்ச்சியைத் தவிர வேறு எதையும் எதிர்பார்க்க முடியாது என்ற நிலைக்கு ரியே வந்துவிட்டார். ஆம், கொடுநோயும், எதார்த்தத்துக்கு அப்பாற்பட்டதுபோல் சலிப்பூட்டக்கூடியதுதான். இதில்

ஒன்று மட்டுமே மாறியது. அது ஒருவேளை ரியேவாகவேகூட இருக்கலாம். அதனை இந்த மாலைப் பொழுதில் உணர்ந்தார். குடியரசுச் சதுக்கத்தில் நின்றிருந்த தன்னை ஒருவித அலட்சியப் போக்குச் சூழ ஆரம்பித்துள்ளதை உணர்ந்தபடியே, ராம்பேர் பார்வையைவிட்டு அகன்ற பின்பும் தொடர்ந்து அவன் உள்ளே நுழைந்த வாசலையே உற்றுப் பார்த்துக்கொண்டிருந்தார்.

இத்தகைய வேதனைமிக்க வாரங்களுக்குப் பின், நகர மக்கள் அனைவரும் வீதியில் இறங்கித் திரியும் இத்தகைய மாலைகளுக்குப் பின் பரிதாப உணர்விலிருந்து தன்னைப் பாதுகாத்துக்கொள்ள வேண்டிய தேவை இனியும் தனக்கில்லை என்பதை ரியே உணர்ந்து கொண்டார். பரிதாபப்படுவதால் எவ்விதப் பயனுமில்லை என்றானபின் அலுப்பு ஏற்பட்டு விடும். இதயம் மெல்ல தனக்குள் மூடிக்கொள்வதான இந்த உணர்வுதான் இத்தனைக் களைப்பான நாட்களிடையே கிடைத்த ஒரே ஆறுதலாக ரியே கருதினார். அவ்வுணர்வு தன் பணியை எளிதாக்கும் என நினைத்தார். அதனால் தான் அதனை அவர் வரவேற்றார். அதிகாலை இரண்டு மணிக்கு அவருடைய அம்மா சந்திக்க வந்தபோது, ரியே பெருமையுடன் அவரைப்பார்த்த பார்வை அவரைத் துக்கத்தில் ஆழ்த்தியது. தன் மகனுக்குக் கிடைக்கக்கூடிய ஒரே ஆறுதலும் அவருக்கு இல்லையே என்றே ரியேவின் அம்மா வருந்தினார். எதார்த்தத்தை மீறிய விஷயத்தை எதிர்த்து நின்று சமாளிக்கச் சிறிதளவு தாமும் அதனைப்போல் இருக்க வேண்டும்? எனினும், ராம்பேரை எவ்வாறு இதனை ஏற்றுக்கொள்ள வைக்க முடியும்? அவனைப் பொறுத்தவரை தன் சந்தோஷத்துக்கு இடையூறாக இருக்கும் அத்தனையும் எதார்த்தத்தை மீறியதுதான். பார்க்கப் போனால், அந்தப் பத்திரிகையாளன் நினைப்பது ஒருவகையில் சரிதான் என்பது ரியேவுக்குத் தெரியும். அதேநேரத்தில் சந்தோஷத்தைக் காட்டிலும் எதார்த்தத்தை மீறிய ஒன்று வலிமையாக இருப்பதும் சில நேரங்களில் சாத்தியம்தான் என்பதும் அவருக்குத் தெரியும். அப்போதுதான் அதனைப் பொருட்படுத்த வேண்டும் என்பதை அவர் அறிவார். இதுதான் ராம்பேருக்கு ஏற்பட்டிருக்க வேண்டும். விரிவாக ராம்பேர் கூறிய விஷயங் களில் இருந்து இதனை ரியே பிறகு அறிந்துகொண்டார். இவ்வாறாக, வெவ்வேறு நிலைகளில் தனிமனித சந்தோஷத்துக்கும் கொடுநோயின் எதார்த்தத்தை மீறிய விஷயங்களுக்குமிடையே நடைபெற்று வந்த சலிப்பூட்டும் போரை ரியே கவனித்து வந்தார். அத்தகையச் சூழல்தான் நீண்ட காலத்துக்கு நம் நகரத்தில் நிலவி வந்தது.

எனினும், அனைத்தும் எதார்த்தத்திற்கு அப்பாற்பட்டு நடப்பதாக சிலர் கருதியபோதும், சிலரோ நிதர்சனத்தைக் கண்டனர். கொடுநோய்ப் பாதிப்புக்குள்ளான முதல் மாத இறுதியில் ஒருவித இருண்மை சூழ்ந்தது. அதற்குக் காரணம், பெருந்தொற்றின் குறிப்பிடத்தக்க தீவிரமும் பாதிரியார் பனெலுவின் ஆவேசமான பிரசங்கமும்தான். முதியவரான மிஷேலுக்கு இந்த நோய் ஆரம்பித்தபோது, பிரார்த்தனை செய்ய உதவியவர் ஜெசுயித் பாதிரியரான பனெலுதான். ஓரான் நகரத்தின் புவியியல் நிறுவன அறிக்கைக்கு அடிக்கடி தன் நம்பகமான பழைய பதிவுகளை அமைத்துக்கொடுத்ததன் மூலமாகப் பிரபலமாகியிருந்தார். எனினும், வெறுமனே இத்துறையில் நிபுணர் என்ற தகுதியைத் தாண்டி, நவீன தனிமனிதச் செயற்பாடு குறித்து அவர் நிகழ்த்திய தொடர் உரைகளின் மூலம் அவரது கருத்துகள் பரவலான வரவேற்பைப் பெற்றன. இவ்வுரைகளில் நவீன தனிமனிதச் செயற்பாட்டுக் கோட்பாட்டையும் முந்தைய நூற்றாண்டுகளில் பின்பற்றப்பட்ட பண்பாட்டுப் பரவலுக்கான தடை ஆகியவற்றையும் எதிர்க்கும் தன்மைகொண்ட கிறிஸ்துவ மதத்துக்கு ஆதரவாக வெகுவாக வாதாடினார். அவரது உரையைக் கேட்க வந்த பார்வையாளர்களுக்கு அப்போது சில கசப்பான உண்மைகளைக் கூற அவர் தயங்கவில்லை. இதனால்தான் அவருக்கு அத்தகைய புகழ் கிடைத்தது.

அதே மாதத்தின் இறுதியில், நகரத்தில் இருந்த தேவாலயப் பொறுப்பாளர்கள் தங்கள் வழியில் இந்தக் கொடுநோயை எதிர்கொள்ள அந்த வாரம் முழுவதும் கூட்டுப் பிரார்த்தனை ஒன்றுக்கு ஏற்பாடு செய்வதென முடிவு செய்தனர்.

பொதுமக்களின் நம்பிக்கையை வெளிப்படுத்தும் இந்நிகழ்வு கொடுநோய்க்குப் பலியான புனித ராக்கின் வழிகாட்டுதலோடு சிறப்புப் பூசையுடன் ஞாயிற்றுக்கிழமையன்று முடிவதாக ஏற்பாடானது. அந்தப் பூசையில் பிரசங்கம் செய்ய பாதிரியார் பனெலு அழைக்கப்பட்டிருந்தார். ஏனெனில், 15 நாட்களுக்கு முன்தான் புனித அகஸ்டின் குறித்தான ஆய்விலிருந்தும் ஆப்பிரிக்க தேவாலயப் பணியிலிருந்தும் விடுபட்டிருந்தார். அவை அவருக்குச் சிறப்பு இடத்தைப் பெற்றுத் தந்திருந்தன. இயல்பிலேயே வேகமும் அர்ப்பணிப்பும் கொண்டவரான அவர் தனக்கு இடப்பட்ட பணியை மனமுவந்து ஏற்றுக்கொண்டார். பிரசங்கத்துக்கு வெகு நாட்களுக்கு முன்பே, அதனைப் பற்றி நகரத்தில் உள்ள மக்கள் பேசிக்கொண்டிருந்தனர். எனவே, அந்தக் காலகட்டத்தில் அது ஒரு முக்கியமான நாளாக அமைந்தது.

அந்தப் பிரார்த்தனை வாரத்தை ஏராளமான மக்கள் கடைபிடித்தனர். அதற்காக, பொதுவாகவே ஓரான் மக்கள் குறிப்பிடத்தக்கவகையில் பக்தியுள்ளவர்கள் என்ற முடிவுக்கு வரக்கூடாது. உதாரணமாக ஞாயிற்றுக்கிழமை காலை வேளையை எடுத்துக்கொண்டால், தேவாலயங்களுக்குச் செல்வதா கடலில் குளிக்கச் செல்வதா என்பதில் கடுமையானப் போட்டி இருக்கும். ஏதோவொரு திடீர் ஞானம் அவர்களுக்கு அறிவொளி பாய்ச்சிவிட்டது என்றும் கருத முடியாது. ஒருபுறம், நகர எல்லைகள் மூடப்பட்டுள்ளதாலும், துறைமுகம் இயங்கத் தடைசெய்யப்பட்டிருப்பதாலும், குளியல்களுக்கு முன்பு போல் வாய்ப்பில்லை. மறுபுறம் வித்தியாசமானதொரு மனநிலையில் மக்கள் இருந்தனர். தாங்கள் சிக்குண்டுள்ள அதிர்ச்சியளிக்கும் சூழல்களை இன்னும் முழுமையாக அவர்கள் ஏற்றுக்கொள்ளாமல், ஏதோவொரு மாற்றம் ஏற்பட்டுள்ளது என்பதை மட்டும் தெளிவாக உணர்ந்தனர். எனினும் அந்தத் தொற்றுநோய் முடிவுக்கு வரும் என்றும் தங்கள் குடும்பத்தை அந்த நோய் தாக்காது என்றும் பலர் நம்பினர். இதன் காரணமாக, எவ்வித நிர்ப்பந்தத்தையும் அவர்கள் இன்னும் உணரவில்லை. அவர்களைப் பொறுத்தவரை தொற்றுநோய் என்பது ஒரு வேண்டா விருந்தினர் போன்றது. எப்படி வந்ததோ அப்படியே ஒருநாள் போய்விடும் என்று நினைத்தனர். பயத்தில் இருந்தாலும் முழுமையாக நம்பிக்கை யிழந்த நிலையில் அவர்களில்லை. இதற்கு முன் வாழ்ந்த வாழ்க்கையை மறந்துவிட்டு இனி தொற்றுநோய் தான் தங்கள் வாழ்வின் வடிவம் என்று உணரச் செய்யும் நாள் அவர்களுக்கு இன்னும் வாய்க்கவில்லை என்று சொல்லலாம். சுருக்கமாகச் சொன்னால், அவர்கள் ஒரு நிலையில் இல்லை. வேறு பல

பிரச்சினைகளைப்போல், மதத்தைப் பொறுத்தவரை, பிளேக் நோயும் அவர்களை வினோதமானதொரு மனநிலையில் வைத்திருந்தது. விருப்பு வெறுப்புக்கு அப்பாற்பட்டு விலகி நின்றுகொண்டிருந்த அந்த மனநிலையை ‘புறவயம்’ என்ற பதத்தால் நன்கு விளங்கக்கூடும். ‘எப்படியும் அது நம்மை ஒன்றும் செய்யாது’ என்று பிரார்த்தனையாளர் ஒருவர் ரியேவிடம் சொல்லியிருந்தார். வாரப்பிரார்த்தனையில் கலந்துகொண்டவர்களில் பெரும்பாலானவர்கள், இந்தப் பிரார்த்தனையாளர் கூறிய கருத்துடன் உடன்பட்டிருந்தனர் என்று சொல்லலாம். சீனர்கள் தொற்றுநோய்க்கானக் குல தெய்வத்தின் முன் நின்று இசைக்கருவியை மீட்டுவது வழக்கம் என்பதைக் தருவின் குறிப்புத் தெரிவிக்கிறது. இதுபோன்ற நேரத்தில், எதார்த்தமாகப் பார்த்தால், ஏனைய முன் எச்சரிக்கை நடவடிக்கைகளைக் காட்டிலும் அந்த இசைக்கருவி அதிக பலனளிக்கக்கூடியதா என்பதைத் தெரிந்துகொள்வது இயலாத காரியம் என்று தரு கருதினான். கொடுநோய்க்கான குலதெய்வம் இருப்பது தெரிந்தால்தான் இக்கேள்விக்கு விடை காண இயலும் என்பதை மட்டும் குறிப்பிட்டிருந்தான். எனவே இது நமக்குத் தெரியாத காரணத்தால் இவ்விஷயத்தில் நம் கருத்து எதுவாக இருந்தாலும் அதில் பயனில்லை.

எப்படியோ, அந்த வாரம் முழுவதும் நம் நகரத் தேவாலயத்தில் ஏறக்குறைய முழு அளவில் மக்கள் குவிந்தனர். ஆரம்ப நாட்களில், தேவாலய வாசலின் முன் இருந்த மாதுளம், பனைமரப் பூங்காவில் நின்று, தெருக்கள்வரை ஒலித்த பிரார்த்தனைகளையும் ஆராதனைகளையும் கேட்டுக்கொண் டிருந்தனர். ஒரு சிலர் உள்ளே நுழைய, அவர்களைக் கண்டு, கொஞ்சம்கொஞ்சமாக உள்ளே நுழைந்து பலரும் கூட்டுப் பிரார்த்தனையில் கலந்துகொண்டனர். ஞாயிற்றுக்கிழமையன்று, கணிசமான கூட்டம் உள்ளே செல்ல, தேவாலய வாசலும் மேல் படிக்கட்டுகளும் நிரம்பி வழிந்தன. முந்தைய நாள் இரவிலிருந்தே வானம் மேக மூட்டத்துடன் இருந்தது. பலத்த மழை பெய்தது. தேவாலயத்துக்கு வெளியில் நின்றிருந்தவர்கள் குடைகளை விரிக்கத் தொடங்கினர். பாதிரியார் பனெலு ஜெப மேடையில் ஏறும் நேரத்தில், வத்தியுடன் ஈரம் தோய்ந்த உடையின் மணமும் சேர்ந்து வந்தன.

நடுத்தர உயரமுடையவராக இருந்தாலும் அவர் பருமனாக இருந்தார். தன் அகலமான கைகள் அந்த மரப்படியை இறுக்க மாகப் பற்றியிருக்க, மேடையின் விளிம்பில் அவர் முன் பக்கமாகக் குனிந்தபோது, அவரது கண்ணாடிக்குப்பின் சிவந்திருந்த இரு கன்னங்களுக்குமேல் ஒருவித தடிமனான கருப்பு உருவம்

மட்டுமே தெரிந்தது. நீண்ட தூரத்திற்குக் கேட்கக்கூடிய உணர்ச்சிவயமிக்க கணீர் குரல் அவருக்கு வாய்த்திருந்தது. எனவே, “என் சகோதரர்களே, உங்களைப் பேரழிவு ஒன்று சூழ்ந்துள்ளது. அதைப் பெற நீங்கள் பொருத்தமானவர்கள் தான்” என்று அவர் அங்கிருந்தவர்களை நோக்கி அதிரடியாக முழங்கியபோது அந்தக் கூட்டத்துக்குள்ளும் மேற்கு வாசல்வரை யிலும் அவரது பேச்சு பரபரப்பை ஏற்படுத்தியது.

இவ்வாறு உணர்ச்சிகரமாகத் தொடங்கிய கருத்தோடு அவர் தொடர்ந்து பேசியவை பொருந்தாததைப்போல் தெரிந்தது. அவரது உரையைத் தொடர்ந்து கேட்டபின் தான், குத்துச்சண்டை வீரர் ஒருவர் விடும் குத்துபோல், தன் உரையின் மொத்த செய்தியையும் தன் சாமர்த்தியமானப் பேச்சாற்றலால் ஒரே மூச்சில் பாதிரியார் வெளிப்படுத்தியுள்ளார் என்பதை நகர மக்கள் உணர்ந்துகொண்டனர். அந்த வாக்கியத்தைத் தொடர்ந்து, எகிப்து நாட்டை தாக்கிய கொடுநோய் குறித்து எக்ஸோடஸ் நூலில் உள்ள பகுதியை பனெலு மேற்கோள் காட்டி பேசினார். “முதல் முறையாக இந்தச் சோதனை, வரலாற்றில் இடம் பெற்றபோது, அது இறைவனின் எதிரிகளை அழிக்க வந்தது. எல்லையற்ற இறைவனின் திட்டங்களை எதிர்க்க ஃபேரோ முயன்றதால், கொடுநோய் அவனை மண்டியிடச் செய்தது. நம் வரலாற்றின் ஆரம்பம் முதலே மமதையுடையவர் களையும் கண்மூடி இருப்பவர்களையும் இறைவனின் சீற்றம் மண்டியிடச் செய்துள்ளது. ஆகவே, இதனைச் சிந்தித்துப்பார்த்து மண்டியிடுங்கள்” என்றார்.

தேவாலயத்தின் வெளியில் மழை மேலும் வலுக்கத் தொடங்கியது. முழு அமைதி நிலவிய அந்நேரத்தில் அவர் கூறிய அந்த இறுதி வாக்கியத்தின் காரணமாக தேவாலய சன்னல்கள் மீது விழுந்த மழை மேலும் சக்தியுடன் விழுந்ததைப்போல் இருந்தது. ஏனெனில், சிறிதுநேர மௌனத்துக்குப் பின் அங்கு குழுமியிருந்தவர்கள் தங்கள் இருக்கைகளிலிருந்து இறங்கி, பிரார்த்தனை மேசையின் பீடத்துக்கு வந்தனர். அவர்களைப் பார்த்துக்கொண்டிருந்தவர்கள் தாங்களும் அவ்வாறே செய்ய வேண்டும் என்று உணர்ந்தனர். சில நாற்காலிகள் உண்டாக்கிய சத்தத்தைத் தவிர்த்து வேறு எந்த சத்தமும் இல்லாமல், விரைவிலேயே ஒவ்வொருவராக இருக்கையிலிருந்து இறங்க அனைவருமே மண்டியிட்டிருந்தனர். அந்த நேரம், நிமிர்ந்து நின்ற பனெலு நன்றாக மூச்சை இழுத்துவிட்டார். பிறகு, தன் உரையை மேலும் உற்சாகமானதொரு தொனியில் தொடர்ந்தார். “இப்போது இந்தக் கொடுநோய் உங்களைத் தாக்குகிறது என்றால்,

நீங்கள் சிந்தித்துப் பார்க்க வேண்டிய நேரம் வந்துவிட்டது என்று பொருள், நியாயமானவர்கள் அஞ்சத் தேவையில்லை. ஆனால் நியாயத்துக்கு விரோதமானவர்கள் அஞ்சி நடுங்கியாக வேண்டும். பிரபஞ்சமெனும் இந்தக் களஞ்சியத்தில் தவிர்க்க முடியாத அறுவடைக்கோல் மனித தானியத்தின்மீது இறங்கி, வைக்கோலை பிரித்து எடுக்கும்வரை அடித்துக்கொண்டுதான் இருக்கும்; தானியத்தைவிட வைக்கோல் அதிகமாகத்தான் இருக்கும். அதாவது தேர்ந்தெடுக்கப்பட்டவர்களைவிட போட்டிக்கு அழைக்கப்பட்டவர்கள் அதிகமாக இருந்தனர். இந்தத் துரதிஷ்டநிலை இறைவனுக்கு விருப்பமில்லாததாகும். நீண்ட காலமாகவே இந்த உலகம் தீமையுடன் சமரசம் செய்து வருகிறது, இறைவனின் கருணையை நம்பியும் வெகுநாட்களாக இருந்து வருகிறது. வருத்தம் தெரிவித்தால் போதுமானது. எதை வேண்டுமானாலும் செய்யலாம். வருத்தம் தெரிவிப்பதைப் பொறுத்தவரை ஒவ்வொருவரும் தன்னை வலிமையானவராக உணர்ந்தனர். நேரம் வரும்போது, எல்லோரும் உண்மையில் வருத்தம் தெரிவிப்பர். அதுவரையில், தன் விருப்பத்துக்கு நடந்துகொள்வதுதான் எளிமையான விஷயம். அதன்பின் நடப்பதை இறைவனின் கருணை கவனித்துக்கொள்ளும். என்ன செய்வது, இது நீண்ட நாட்களுக்கு நீடிக்க முடியாது. இத்தனைகாலம், இந்த நகரத்தின் மக்கள்மீது கருணை வடிவான தன் முகத்துடன் குனிந்து ஆண்டவர் பார்வையைச் செலுத்தி வந்தார். எல்லையற்ற நம்பிக்கையுடன் காத்திருந்து களைத்துப்போய் அண்மையில் ஏமாற்றத்துடன் தன் முகத்தைத் திருப்பிக்கொண்டார். இறைவனின் கருணை ஒளி இல்லாமல் இதோ நாம் பெருந்தொற்றின் இருளில் வெகு நாட்களாக மூழ்கி கிடக்கிறோம்” என்று கூறி முடிந்தார்.

அந்தக் கூட்டத்தில் இருந்த யாரோ ஒருவர், பரபரப்பில் இருந்த குதிரையைப்போல் வேகவேகமாகக் குறட்டை விட்டார். சிறியதொரு இடைவெளிக்குப் பிறகு, குரலைத் தாழ்த்தியவாறு பாதிரியார் தன் உரையைத் தொடர்ந்தார். “‘பொற்காவியம்’ என்ற நூலை வாசித்தவர்களுக்குத் தெரியும். லம்பாடியில், அரசர் ஹூம்பெர் ஆண்ட காலத்தில் இத்தாலி நாட்டைப் பெரும் கொடுநோய் ஒன்று தாக்கியது. இறந்தவர் களைப் புதைக்கக்கூட இடம் போதாத அளவுக்குப் பாதிப்பு கடுமையாக இருந்தது. இந்தத் தொற்றுநோய் ரோமிலும் பவியாவிலும் அதிக அளவு கோரத்தாண்டவமாடி இருந்தது. அனைவருக்கும் தெரியுமாறு நல்ல தேவதை ஒன்று தோன்றியது. வேட்டைக் கோடாரியுடன் இருந்த கெட்ட தேவதையிடம் வீடுகளை நொறுக்கும்படி அந்த நல்ல தேவதை ஆணையிட்டது.

வீடுகள்மீது அடிகள் விழவிழ அவற்றிலிருந்து பிணங்கள் வெளிவந்த வண்ணம் இருந்தன."

இந்த இடத்தில், மேற்கு வாசல் கதவை நோக்கித் தன் இரண்டு சிறிய கைகளையும் பனெலு காட்டியதைப் பார்த்தால் நகரும் மழைத்திரையின் பின்னால் ஏதோ ஒன்றைக் காட்டி பேசுவதுபோல் இருந்தது. "என் சகோதரர்களே" என உறுதியான குரலில் அழைத்த அவர், "அதே போன்ற சாவு வேட்டைதான் இன்று நம் வீதிகளில் நடந்துகொண்டிருக்கிறது. கொடுநோயின் தேவதை உங்கள் கண்களுக்குத் தெரிகிறதா? லுசிஃபெர்போல் வெள்ளையாகவும் தீமையைப்போலவே மினுமினுப்பாகவும் உங்கள் வீட்டுக் கூரைகளின்மீது எழுந்து நிற்பதையும் தன் வலது கையில் இருக்கும் சிவப்பு நிற கோடாரியை தன் தலை உயரத்துக்குத் தூக்கிப்பிடித்து, உங்கள் வீடுகளை நோக்கி இடது கையைக் காட்டுவதும் தெரிகிறதா? இதைச் சொல்லிக்கொண்டிருக்கும் இந்த நேரத்தில்கூட உங்கள் வீட்டுக் கதவை நோக்கி அந்த தேவதையின் விரல் நீளலாம், மரத்தின்மீது கோடாரியின் அடி விழுவதைக் கேட்கலாம். சற்று நேரத்தில், கொடுநோய் உங்கள் வீட்டுக்குள் நுழைந்து, நீங்கள் வீடு திரும்பும்வரை உங்கள் அறையில் காத்திருக்கும். உலக நியதியைப் போன்ற உறுதியுடன் அது அங்கு உங்களுக்காகப் பொறுமையுடனும் விழிப்புடனும் காத்திருக்கும். அது உங்களைப் பற்றும் போது உலகின் எந்தவொரு சக்தியும், இதனை நன்றாகக் கவனியுங்கள், பலனளிக்காத மனித விஞ்ஞானம் உட்பட எதுவும் அந்தக் கொலை கரத்திடமிருந்து காப்பாற்ற முடியாது. வலி என்னும் இரத்தம் தோய்ந்த அறுவடைக் கோலில் அடிபட்டு, நீங்கள் வைக்கோலுடன் சேர்ந்தே தூக்கி எரியப்படுவீர்கள்" என்று எச்சரித்தார்.

இதன் பிறகு, அந்த அறுவடைக் கோலின் கொடுமை யான வடிவத்தை மேலும் விரிவாகப் பாதிரியார் விவரித்தார். உண்மையை அறுவடை செய்வதற்கான விதைப்புச் செயலாக, நகரத்தின்மீது சுற்றிவரும் அறுவடைக்கோலான அந்தச் சக்தி வாய்ந்த மரத்துண்டு சகட்டுமேனிக்குத் தாக்குதல் நடத்தி இரத்தத்துடன் எழுந்து மனித அவலத்தையும் இரத்தத்தையும் தெளித்துச் செல்லும் காட்சியைப் பாதிரியார் விவரித்தார்.

நீண்டதொரு உரைக்குப் பின் பாதிரியார் பனெலு சற்று நிறுத்தினார். நெற்றியில் முடிவந்து விழ, நடுக்கத்தில் உடல் அசைய, கைகளை ஜெப மேடையை நோக்கிக் காட்டினார். பிறகு, தன் உரையைக் கொஞ்சம் உற்சாகம் குறைந்த ஆனால் எச்சரிக்கும் தொனியில் தொடர்ந்தார். "உண்மைதான். சிந்திக்கும்

நேரம் வந்துவிட்டது. மற்ற நாட்களில் தம் விருப்பம்போல் இருக்கலாம் என்பதற்காக, ஞாயிற்றுக்கிழமையில் மட்டும் இறைவனை வந்து பார்த்தால் போதும் என்று நீங்கள் நினைத்துவிட்டீர்கள். நீங்கள் இழைத்த மாபெரும் குற்றமான பொறுப்பின்மைக்கு ஈடாக, ஒருசில முறை மண்டியிடுதல் போதுமானவை என்று நினைத்துவிட்டீர்கள். இறைவன் ஒன்றும் சலனமற்று இருக்க வில்லை. அளப்பறிய அவரது பாசத்துக்கு இணையாக இத்தகைய இடைவெளியுடன் கூடிய உறவு போதாது. உங்களை இன்னும் நீண்ட காலத்துக்குப் பார்க்க விரும்பினார். இதுதான் அவர் உங்களை நேசிக்கும் முறை. உண்மையில், இதுதான் ஒரே வழியுமாகும். அவரைத் தேடி நீங்கள் வருவீர்கள் என்று காத்திருந்து அலுத்துப்போன அவர் இதன் காரணமாகத்தான், வரலாற்றின் தொடக்கக் காலத்திலிருந்து அத்தனைப் பாவ நகரங்களுக்கும் சென்றுவந்ததைப்போல் உங்களையும் சந்தித்துவர அந்தத் தீமைக்கு அவர் அனுமதி யளித்தார். பாவம் என்றால் என்னவென்று இப்போது உங்களுக்குப் புரிந்திருக்கும். பிரளயத்துக்கு முன் இருந்தவர்கள், கேயினுக்கும் அவனுடைய மகன்களுக்கும் தெரிந்ததுபோல், சோடோம், கொமோரா, ஃபேரோ, ஜாப் என சபிக்கப்பட்ட அனைவரும் அறிந்தது போல், உங்களுக்கும் பாவம் என்றால் என்னவென்று புரிந்திருக்கும். அன்று அவர்கள் என்ன செய்தார்களோ அதையேதான் நீங்களும் இப்போது செய்கிறீர்கள். உங்களையும் இந்தப் பேரழிவையும் சுற்றிலும் உள்ள கதவுகளை இந்த நகரம் அடைத்த நாளில் இருந்து மக்கள் மீதும் மற்ற விஷயங்கள்மீதும் புதியதொரு பார்வையைச் செலுத்திக்கொண் டிருக்கிறீர்கள். இறுதியில் உங்களுக்கே தெரியும். எப்படியும் பிரச்சினையின் முக்கியமான அம்சத்தை அணுகியாக வேண்டும்".

இப்போது தேவாலயத்தின் நடுக்கூடத்தில் ஈரக்காற்று வீச, மெழுகுவர்த்திச் சுடர்கள் பொறி பறக்க வளைந்து நெளிந்தன. மெழுகின் நெடி, இருமல், கொட்டாவி என இவை அனைத்தும் பாதிரியார் பனெலுவை நோக்கி எழுந்தன. பாராட்டும்படியானதொரு நுட்பத்துடன் இதுவரை அவர் அலசியவற்றின் சுருக்கத்தைக் கூறி அமைதியாக, "எனக்குத் தெரியும், உங்களில் பெரும்பாலானோர் நான் என்ன சொல்ல வருகிறேன் என்று புரியாமல் திகைக்க ஆரம்பித்துவிட்டீர்கள். உங்களை எதார்த்த நிலைக்கு அழைத்துவர விரும்புகிறேன். மேலும் நான் கூறிய எதிர்மறையான செய்திகளையும் கடந்து இவ்வாழ்க்கையை மகிழ்ச்சியுடன் அனுபவிப்பது எப்படி என்பதை உங்களுக்குக் கற்றுத்தரவும் விரும்புகிறேன். அறிவுரை கூறிக்கொண்டிருக்க இனியும் இது நேரமில்லை. நன்மையை

நோக்கி உங்களை அழைத்து செல்லும் வழிகளை வழங்கக்கூடிய சகோதரத்துவ உதவிக்கரம் நீட்டும் நேரம் இதுவல்ல. இன்று உண்மை என்பது ஒரு கட்டளை. இரட்சிப்புப் பாதையைக் காட்டி அதை நோக்கி அழைத்து செல்வது ஒரு சிவப்பு நிற ஈட்டியாகும். சகோதரர்களே, இறுதியில் தேவனின் கருணை வெளிப்படுவது இங்குதான். நன்மை, தீமை, கோபம், பரிதாபம், கொடுநோய், இரட்சிப்பு என அனைத்திலும் விதைக்கப்பட்டுள்ள கருணை இதுவாகும். உங்கள் மீது தாக்குதல் தொடுக்கும் இதே பேரழிவு தான் உங்களை எழச் செய்து பாதையையும் காட்டுகிறது.

வெகு காலத்துக்கு முன் அபிசீனியாவின் கிறிஸ்துவர்கள் முடிவற்ற நிலையை எட்ட இறைவனால் அனுப்பப்பட்ட ஆற்றல் வாய்ந்த சாதனமாக இந்தக் கொடுநோயைக் கருதினர். தொற்றுக்கு ஆளாகாதவர்கள் தங்கள் மரணத்தை உறுதியாக்கிக் கொள்ளும் நோக்கத்துடன் ஏற்கெனவே பலியானவர்களின் படுக்கை, உடைகளை அணிந்துகொண்டனர். இரட்சிப்பைத் தேடும் முயற்சியில் இத்தகைய ஆர்வத்தை யாரும் வரவேற்க முடியாது என்பது உண்மைதான். இது ஏறக்குறைய அகங்காரத்துக்கு நெருக்கமாகக் கருதக்கூடிய வருத்தத்துக்குரிய அவசரப் போக்கின் வெளிப்பாடாகும். யாரும் இறைவனைவிட அதிக அவசரம் காட்டக் கூடாது. இறைவனால் என்றென்றும் இருக்கும்படி வகுக்கப்பட்ட மாற்றியமைக்க முடியாத ஒழுங்கை மீறி வேகமாகச் செல்ல எண்ணும் எதுவும் தெய்வ நிந்தனையாகத்தான் முடியும். எப்படியோ இந்தச் சம்பவமானது நமக்குப் படிப்பினை ஒன்றை வழங்குகிறது. நம் துயரங்களின் ஆழத்தில் ஒளிரும் எல்லையற்றப் பொருளின் தனித்துவ ஒளியை மேலும் தெளிவாகக் காண இச்சம்பவம் அதிக தொலைநோக்குப் பார்வையுடைய நம் மனதுக்கு உதவுகிறது. நிரந்தர விடுதலைக்கான இருட்டான பாதையில் ஒளி பாய்ச்சுவது இந்த வெளிச்சம்தான். இன்றும் அது இறப்பு, கவலை, பதைப்பு, கூக்குரல்கள் ஆகிய பாதைகளின் வழியாக இறைவனின் அமைதியையும் ஒட்டுமொத்த வாழ்க்கையின் குறிக்கோளையும் நோக்கி அழைத்துச் செல்கிறது. "சகோதரர்களே, இதுதான் உங்களுக்கு நான் கூற இருக்கும் பெரும் ஆறுதலாகும். இதன் மூலம், இங்கிருந்து செல்லும் போது தண்டிக்கும் செய்தியை மட்டுமல்லாது உங்களுக்கு அமைதியைத் தரும் நற்செய்தியுடனும் நீங்கள் திரும்பிச் செல்ல வேண்டும்" என்று கூறி முடித்தார்.

பனெலு தன் உரையை முடித்துவிட்டார் என்பதை உணர முடிந்தது. வெளியில் மழையும் நின்றிருந்தது. நீரும் சூரிய ஒளியுமாய் கலந்திருந்த வானிலிருந்து சதுக்கத்தின்மீது புது வெளிச்சம் பரவியது. பேச்சுச் சத்தமும், வாகனங்கள் ஓடும்

இரைச்சலும் தெருவிலிருந்து எழும்பின. அதாவது நகரம் ஒன்று விழித்துக்கொண்டதற்கான அடையாளங்கள். தேவாலயத்துக்கு வந்தவர்கள் தங்கள் பொருட்களை அதிக ஓசை எழுப்பாமல் எடுத்து வைப்பது தெரிந்தது. எனினும், பாதிரியார் மீண்டும் பேச்சைத் தொடர்ந்தார். கொடுநோய் வந்திருப்பதற்கான இறைவன் தொடர்புடைய மூலக்காரணத்தையும் அதில் இருக்கும் தண்டனை சார்ந்த இயல்பையும் விளக்கிய பிறகு, இத்தகைய சோகமானதொரு பிரச்சினையாக இருப்பதால் முடிவுரையாகத் தன் பேச்சாற்றலைப் பயன்படுத்தினால் அது முறையாக இருக்காது என்றும் கூறினார். இந்நேரம் எல்லோருக்கும் விஷயம் முழுமையாகப் புரிந்திருக்கும் என நம்புவதாகத் தெரிவித்தார். ஒரே ஒரு சம்பவத்தை மட்டும் அவர் நினைவுகூர்ந்தார். மர்சேய் நகரத்தைக் கொடுநோய் தாக்கியபோது, வரலாற்று அறிஞர் மத்தியே மரே எவ்வித நம்பிக்கையுமின்றி யாருடைய உதவியுமின்றி நரகத்தில் தள்ளப்பட்டு வாழ்வதாக முறையிட்டார். போகட்டும், மத்தியே மரே பார்வையற்றவர். அனைவருக்கும் வழங்கப்பட்ட கிருத்துவ நம்பிக்கையையும் இறைவனின் உதவியையும் இந்தக் காலகட்டத்தைப்போல் எப்போதும் தான் உணர்ந்ததில்லை என்றார் பாதிரியார் பானெலு. இப்போது நாம் அனுபவித்துவரும் கொடுமை, காதில் விழும் மரணஓலம் இவற்றையெல்லாம் கடந்து கிருத்துவன் ஒருவன் இறைவனுக்குச் செலுத்த வேண்டிய ஒரே சொல்லான நேசம் என்பதைத்தான் நம் மக்கள் அனைவரும் செலுத்த வேண்டும். மற்றவற்றை இறைவன் பார்த்துக்கொள்வான்

இந்த உரை நம் நகர மக்கள்மீது தாக்கம் எதையாவது ஏற்படுத்தியதா என்பதை உறுதியாகக்கூற முடியாது. பாதிரியார் பனெலுவின் அலசல் முற்றிலும் மறுக்க முடியாததாகும் என்று உதவி நீதிபதியான திரு. ஒத்தோன், மருத்துவர் ரியேவிடம் கருத்துத் தெரிவித்தார். ஆனால் இத்தகைய உறுதியான கருத்தை எல்லோரும் கொண்டிருக்கவில்லை. அவரது உரை பொதுவாகச் சிலருடைய மனநிலையை மாற்றியமைத்தது. அதாவது, ஏதோ ஒரு தெரியாத பாவச்செயலுக்குக் கற்பனைக்கு எட்டாத காலச் சிறைவாசம் தங்களுக்கு விதிக்கப்பட்டுள்ளது என்ற தெளிவான முடிவுக்கு வர அந்த உரை உதவியது. அதற்கு முன்வரை இந்த எண்ணம் சற்றுக் குழப்பமாகவே இருந்து வந்தது. அதற்குப் பின் சிலர் தங்கள் சாதாரண வாழ்க்கையை எப்போதும்போல் தொடர்ந்த துடன் அடைப்பட்டுக்கிடக்கப் பழகிவிட்டனர். மற்றவர்களோ பாதிரியாரின் உரைக்குப் பின் இந்தச் சிறையிலிருந்து தப்பிவிட வேண்டும் என்பதை மட்டுமே குறிக்கோளாகக்கொண்டனர்.

தங்கள் வழக்கமான நடவடிக்கைகள் சிலவற்றில் மட்டும் பாதிப்பை ஏற்படுத்தும் தற்காலிக இடையூறைப்போல் வெளி உலகத்தொடர்பு துண்டிக்கப்பட்டதையும் மக்கள் ஏற்றுக்கொண் டனர். எனினும், கோடை தகிக்கத் தொடங்கிய போது, திடீரெனத் தாங்கள் ஒருவித சிறைவாசத்துக்குள் ளாகி இருக்கும் உண்மையை உணர்ந்ததுடன் அது தங்கள் ஒட்டு மொத்த வாழ்வையும் அச்சுறுத்தும் தன்மையுடையது என்பதும் ஓரளவு தெளிவானது. பொழுது சாயும் நேரமானதும் கிடைக்கும் புத்துணர்வு சில நேரங்களில் அவர்களை நம்பிக்கையற்ற நடவடிக்கைகளில் இறங்கத் தூண்டியது.

முதலாவதாக, அது தற்செயலாக நடந்ததா என்று தெரியாது. தங்களுக்கு ஏற்பட்ட நிலை குறித்து உண்மையிலேயே அறியத்தொடங்கியிருப்பார்களோ என்று சந்தேகப்படும்படியான பொதுவானதொரு அச்சம் உண்டானது. இந்தக் கோணத்தில் பார்த்தால், நம் ஊரின் பருவநிலையில் சிறு மாற்றம் ஏற்பட்டிருந்தது. ஆனால் உண்மையில் அந்த மாற்றம் பருவநிலையிலா நம் மனதிலா என்பதுதான் கேள்வி.

இந்த உரை நிகழ்த்திய சில நாட்களுக்குப் பிறகு, புறநகர்ப் பகுதியை நோக்கி நடந்து சென்றபோது, அது குறித்து மருத்துவர் ரியே கிரானிடம் விவாதித்தார். அப்போது முன்னே அடி எடுத்து வைக்க முயற்சி செய்யாமல் ஒருவர் தள்ளாடுவதை ரியே கவனித்தார். அதேநேரம், வரவரத் தாமதமாக எரியும் தெரு விளக்குகளும் திடீரென எரியத்தொடங்கின. நடந்து சென்று கொண்டிருந்த இவர்கள் பின் இருந்த விளக்கும், கண்களை மூடியபடி சத்தமின்றி சிரித்துக்கொண்டிருந்த பெயர் தெரியாத அந்தநபர் மீது சட்டெனை வெளிச்சத்தைப் பாய்ச்சியது. மௌனப் புன்னகை தவழ்ந்திருந்த வெளிறிய முகத்திலிருந்து வியர்வை வழிந்தோடியது. அந்த ஆளைக் கடந்து அவர்கள் இருவரும் சென்றனர்.

“மனநலமில்லாதவன்” என்றார் கிரான்.

கிரானை நடக்க வைக்க அவரது கையைப் பிடித்தபோது தான் அவர் பதற்றத்தில் நடுங்குவது தெரிந்தது.

“விரைவில் நம் நகரத்தில் மனநலமில்லாதவர்கள் மட்டும் தான் இருக்கப்போகிறார்கள்” என்றார் ரியே.

சோர்ந்து போயும் இருந்த காரணத்தால் தொண்டை வறண்டு போய் இருப்பதாக உணர்ந்தார்.

“ஏதாவது கொஞ்சம் குடிக்கலாமா?” என்றார்.

அடர் சிவப்பு நிற ஒளிச் சூழலில் இருந்த சிறிய உணவு விடுதிக்குள் அவர்கள் நுழைந்தனர். பணம் செலுத்துமிடத்துக்கு மேல் சிறிய விளக்கு ஒன்று எரிந்துகொண்டிருந்தது. எவ்விதக் காரணமுமின்றி மக்கள் அங்கு சன்னமானக் குரலில் பேசிக் கொண்டிருந்தார். பணம் செலுத்துமிடத்தை அடைந்ததும், ஒரு கிளாஸ் பிராந்தியை வாங்கிய கிரான் அதனை ஒரே மூச்சில் குடித்து முடித்து, காட்டமாக இருக்கிறது என்று கூறினார். அதைப் பார்த்து ரியே ஆச்சரியமானார். பிறகு கிரான் புறப்படத் தயாரானார். வெளியில், இரவு நேரம் முக்கலும் முனகலும் நிறைந்ததாக இருப்பதாக ரியேவுக்குத் தோன்றியது.

எரிந்து கொண்டிருந்த தெருவிளக்குகளின் மேலிருந்த கருத்த வானத்தில் கேட்ட சன்னமான சீழ்க்கைஒலி, வறண்ட காற்றில் தொடர்ந்து உழன்றுகொண்டிருக்கும் கண்ணுக்குப் புலப்படாத கொடுநோயை அவருக்கு நினைவூட்டியது.

“நல்ல வேளை, நல்ல வேளையாக . . .” என்று கிரான் தொடங்கினார்.

என்ன சொல்ல வருகிறார் என்று ரியேவுக்குப் புரியவில்லை.

“நல்ல வேளையாக எனக்கு வேலை இருக்கிறது” என்று சொல்லி முடித்தார் கிரான்.

“உண்மைதான். அது ஒரு வசதிதான்” வெளியில் கேட்ட சீழ்க்கை ஒலியைக் கவனிக்கக்கூடாது என்ற முடிவுடன், தான் பார்க்கும் வேலை திருப்திகரமாக இருக்கிறதா என்று கிரானிடம் ரியே கேட்டார்.

“திருப்தியாக, சரியான திசையில் போய்கொண்டிருப்பதாகத் தான் நினைக்கிறேன்” என்று அவர் பதிலளித்தார்.

“அப்படியே நீண்ட தூரம் உங்கள் பயணம் தொடரும் என்று நினைக்கிறீர்களா ?”

சிறிது உணர்ச்சிவயப்பட்டவராகத் தெரிந்த கிரானின் குரலில் அவர் அருந்திய மது தந்த ஊக்கமும் சேர்ந்துகொண்டது.

“தெரியவில்லை. ஆனால், இப்போது அதைப்பற்றிய கேள்வி இல்லை, அந்த கேள்விக்கே இடமில்லை” என்றார்.

அந்த இருட்டிலும் கைகளை ஆட்டி கிரான் பேசுவதை ரியேவால் ஊகம் செய்ய முடிந்தது. சட்டென மனதில் தோன்றியதை வேகமாகச் சொல்லிவிட அவர் முயற்சி செய்வதாகத் தெரிந்தது.

“டாக்டர், என் ஆசை என்ன தெரியுமா ? என் கையெழுத்துப் பிரதி பதிப்பாளரிடம் சேர்ந்தவுடன், அதைப் படித்து முடிந்ததும் எழுந்து நின்று அவருடைய சகப் பணியாளர்களிடம், “அந்தப் பெரிய மனிதருக்கு என் வணக்கம்” என்று தொப்பியைக் கழற்றி வணக்கம் செலுத்த வேண்டும்.

இத்தகைய திடீர் முழக்கத்தை ரியே எதிர்பார்க்க வில்லை. இதைக் கூறும்போது தன் தொப்பியை எடுக்க, கையைத் தலைக்குக் கொண்டுபோய், பக்கவாட்டில் வைத்து கிரான் காட்டுவதை ரியேவால் உணர முடிந்தது. இந்த நேரம், அந்த வினோதமான சீழ்க்கை ஒலி மேலும் பலமாக ஒலிப்பதைப்போல் இருந்தது.

"உண்மைதான் அப்போதுதான் அது முழுமை பெறும்" என்றார் கிரான்.

இலக்கிய உலகில் உள்ள நடைமுறைகள், சம்பிரதாயங்கள் குறித்து அதிகம் தெரியாவிட்டாலும் கிரான் நினைப்பதுபோல் அத்தனை எளிதாக இருக்காது என்று ரியே கருதினார். உதாரணமாக, அலுவலகத்தில் இருக்கும் பதிப்பாளர்கள் தொப்பி அணியாமல்தான் இருப்பர் என்று நினைத்தார். எனினும், நிச்சயமாக எதையும் சொல்ல முடியாததால், அது குறித்து எந்த கருத்தையும் தெரிவிக்காமல் இருப்பது என்று முடிவு செய்தார். தன்னையும் மீறி, பிளேக் நோயின் புதிர் நிறைந்த சத்தங்களை அவர் கேட்டுக்கொண்டிருந்தார். கிரான் வசிக்கும் பகுதியை இருவரும் நெருங்கிக்கொண்டிருந்தனர். சற்றே மேடான பகுதியாக இருந்ததால், அவர்கள்மீது மெல்லிய குளிர்ந்த காற்று வீசியது. சூழ்ந்திருந்த ஓசைகளையும் கலைத்து அது நகரைச் சுத்தம் செய்தது. எனினும், பேசுவதை நிறுத்தவில்லை. அவர் கூறுவதை ரியேவால் தொடர்ந்து புரிந்துகொள்ள இயல வில்லை. எழுதப்படும் படைப்பு பல பக்கங்கள்கொண்டது என்பதும், அதைச் செம்மையாக்க எடுக்கும் முயற்சிகள் மிகவும் கடினமான உழைப்பைக் கோருபவை என்பது மட்டும் ரியேவுக்குப் புரிந்தது, "அத்தனை மாலைப் பொழுதுகளும்... அத்தனை வார நாட்களும்... ஒற்றைச் சொல்லுக்காக... சில நேரம் சாதாரணமான இணைப்புச் சொல்லுக்காக அல்லாட வேண்டும்" என்று கிரான் விளக்கினார். இந்த இடத்தில், பேசுவதை நிறுத்திய கிரான், மருத்துவர் ரியேவின் அங்கியில் உள்ள பொத்தானைத் தொட்டார். அவர் வாய் குழறியது.

"டாக்டர், உங்களுக்குத் தெரியுமா, 'ஆனால், மற்றும்' என்ற இரண்டு இணைப்புச் சொற்களில் ஏதாவது ஒன்றைத் தெரிவு செய்வது மிகவும் எளிதுதான். ஏற்கெனவே 'மற்றும்' அல்லது 'அப்படியானால்' என்ற இரண்டு சொற்களில் எதைத் தெரிவு செய்வது என்பது கடினமாக இருக்கும். 'அப்படியானால், அதன் பிறகு' ஆகிய சொற்களுக்குள் தேர்வு செய்வது மேலும் கடினமாக இருக்கும். இவற்றில் மிகவும் கடினமான விஷயம் எதுவென்றால், 'மற்றும்' என்ற சொல்லைப் பயன்படுத்த வேண்டுமா இல்லையா என்பது தான்.

"புரிந்தது" என்றார் ரியே.

தொடர்ந்து நடக்க ஆரம்பித்தார் ரியே. ஏதோ குழப்பத்தில் இருப்பதைப்போல் இருந்த கிரான் மீண்டும் அவரைத் தடுத்து நிறுத்தி தடுமாற்றத்துடன், "மன்னிக்க வேண்டும், இன்று இரவு எனக்கு என்ன ஆயிற்று என்று தெரியவில்லை" என்றார்.

அல்பெர் கமுய்

அவரது தோள்களை மெல்லத் தட்டிக்கொடுத்த ரியே, அவர் கூறிய கதை மிகவும் பிடித்துப்போனதால் தான் உதவ விரும்புவதாகக் கிரானிடம் சொன்னார். சற்றே அமைதியடைந்தவராகத் தெரிந்தார் கிரான். அவரது வீட்டை அடைந்ததும், சிறியதொரு தயக்கத்துக்குப் பின் வீட்டுக்குள் வந்து போகுமாறு ரியேவை அவர் அழைத்தார். ரியேவும் அழைப்பை ஏற்று உள்ளே சென்றார்.

சாப்பாட்டு அறையில் இருந்த மேசைமுன் அமருமாறு ரியேவைக் கேட்டுக்கொண்டார் கிரான். அதன்மீது காகிதங்கள் சிதறிக் கிடந்தன. ஏராளமானத் திருத்தங்களுடன் சிறிய எழுத்தில் இருந்த கையெழுத்துப் பிரதி. என்ன இது என்பது போல் பார்த்த மருத்துவரிடம், “ஆமாம், அதே தான்” என்ற கிரான், “போகட்டும், ஏதாவது குடிக்கிறீர்களா? நான் கொஞ்சம் வைன் சாப்பிடலாம் என்று இருக்கிறேன்” என்றார்.

வேண்டாம் என மறுத்தார் ரியே. அந்தக் காகிதங்களையே பார்த்துக்கொண்டிருந்தார்.

“அதைப் பார்க்காதீர்கள். அது நான் எழுதிய முதல் வாக்கியம். எனக்குப் பெரும் பிரச்சினையாக இருக்கிறது” என்றார் .

அங்கிருந்த காகிதங்களை அவரும் உற்றுப் பார்த்துக் கொண்டிருந்தார். அவரையுமறியாமல் அதிலிருந்த ஒரு காகிதத்தின் பக்கம் அவரது கை போவதைப்போல் தோன்றியது. எரிந்துகொண்டிருந்த மின்விளக்கின் வெளிச்சம் படும்படி மேலே உயர்த்திப் பிடித்தார். கையிலிருந்த காகிதம் நடுங்கியது. கிரானின் நெற்றி வியர்த்திருப்பதை ரியே கவனித்தார்.

“உட்காருங்கள். எனக்குப் படித்துக் காட்டுங்கள்” என்றார் ரியே.

அவரைப் பார்த்து ஒருவிதமான நன்றியுணர்வோடு கிரான் சிரித்தார்.

“உண்மைதான். கேட்க வேண்டும்போல் இருக்கிறது” என்றார் மருத்துவர்.

காகிதத்தையே இன்னும் பார்த்துக்கொண்டிருந்த கிரான், சிறிது நேரம் கடந்ததும் உட்கார்ந்தார். அதே நேரத்தில், நகரத்தில் ஒருவித குழப்பமான தொடர் ஓசை கேட்பதை உணர முடிந்தது. அது கொடுநோயின் சீழ்க்கை ஒலிக்குப் பதில் அளிப்பதுபோல் இருந்தது. அந்தக் குறிப்பிட்ட நேரத்தில், ஒட்டுமொத்த நகரமே தன் காலடியில் பரந்து விரிந்து கிடப்பது போன்றதொரு மிகவும் வினோதமான உணர்வு ஏற்பட்டது. நகரம் உருவாக்கிய மூடிக்

கிடக்கும் அந்த உலகமும், இரவு நேரத்தில் அதில் ஒலிக்கும் பயங்கர ஓலங்களும் காலடியில் இருப்பதான உணர்வு உண்டானது. கிரானின் மங்கிய குரல் கேட்டது. "மே மாத அழகிய காலைப் பொழுதொன்றில், அழகிய பெண் ஒருத்தி செம்பழுப்பு நிறத்தில் இருந்த அற்புதமான குதிரையின்மீது அமர்ந்து புவா தெ புலோஞ் பகுதியின் மலர்கள் பூத்துக் குலுங்கும் சாலைகளின் வழியாகச் சென்றுகொண்டிருந்தாள்". மீண்டும் அமைதி. அத்துடன் வேதனையில் எழும் நகரத்தின் தெளிவற்ற முனகல் ஒலியும் கேட்க முடிந்தது. வாசித்துக்கொண்டிருந்த காகிதத்தைக் கீழே வைத்துவிட்டு, அதனையே ஆசையுடன் பார்த்துக்கொண் டிருந்தார். சிறிது நேரம் ஆனதும் மருத்துவரை நோக்கி நிமிர்ந்து பார்த்தார்.

"உங்கள் கருத்து என்ன?" என்று கேட்டார் கிரான்.

"ஆரம்பப் பகுதியைக் கேட்கும்போது தொடர்ச்சியைத் தெரிந்துகொள்ளவேண்டும் என்ற ஆவலைத் தருகிறது" என்று பதிலளித்தார் ரியே.

"ஆனால் அந்தக் கோணம் சரியில்லை" என்று படபடப்புடன் மறுத்த கிரான்; தாள்கள்மீது உள்ளங்கையால் தட்டினார்.

"அது ஒரு தோராயமான சித்திரிப்புதான். என் கற்பனையில் உள்ள காட்சியைத் துல்லியமாக படைக்க முயன்றால், அந்தக் குதிரைச் சவாரியின் ஓசையைக்கூட என் வாக்கியத்தில் கேட்க முயன்றால், ஒன்று, இரண்டு, மூன்று, ஒன்று, இரண்டு, மூன்று என அந்தக் காலடி ஓசை ஒலித்தால், மற்றவை எல்லாம் மிகவும் எளிதாகிவிடும். எல்லாவற்றுக்கும் மேலாக, அத்தகைய பிரமையை ஆரம்பிக்கும்போதே ஏற்படுத்திவிட்டால், "என் தலை தாழ்ந்த வணக்கம்" என்று என் படைப்பைப் பாராட்டிவிட முடியும்" என்று தன் நம்பிக்கையைக் கிரான் தெரிவித்தார்.

ஆனால் அந்தக் கட்டத்தை அடைய நிறைய வேலை பாக்கி இருக்கிறது. பதிப்பகத்தாரிடம் இந்த வாக்கியத்தை அப்படியே தர ஒருபோதும் சம்மதிக்கப் போவதில்லை. ஏனெனில், என்னதான் அவ்வப்போது அந்த வாக்கியம் திருப்தியளித்தாலும், எதார்த்தத்துடன் அது முற்றிலுமாகப் பொருந்தவில்லை என்பதை அவர் உணர்ந்துள்ளார். மேலும், வழக்கமான வர்ணனைபோல் தோன்றுமளவுக்கு அதில் ஒரு சராசரியான தொனி இருக்கிறது. ஆனாலும் அவ்வாறு தோன்றுமளவு இருக்கிறது. எப்படியும், கிரான் கூறியதன் சாராம்சம் அதுதான். அந்த நேரம், சன்னலுக்கு அப்பால் யாரோ சிலர் ஓடுவதைக் கேட்க முடிந்தது.

“இவையெல்லாம் முடிந்தவுடன் நான் என்ன செய்வேன் என்று புரிகிறதா?” என்று கேட்டபடி சன்னல் பக்கம் பார்த்தார்.

ஆனால், ஓடுகிறவர்களின் சத்தம் மீண்டும் கேட்டது. ரியே அதற்குள் கீழே இறங்கினார். அவர் வீதியை அடைந்தபோது, இரண்டு பேர் அவரைக் கடந்து ஓடினார்கள். நகர எல்லைகளை நோக்கிதான் ஓடுகிறார்கள் என்பது தெரிந்தது. உணமையில், நம் மக்களில் சிலர், வெப்பத்தின் காரணமாகவும் கொடுநோயின் காரணமாகவும் தன்நிலை இழந்து வன்முறையில் ஈடுபட்டு எப்படியாவது நகரத்தை விட்டுத் தப்பிச் செல்ல வேண்டும் என்ற நோக்கத்தில் எல்லையில் இருந்த காவலர்களை ஏமாற்றப் பார்த்தனர்.

ராம்பேர் போன்ற வேறு சிலரும் அச்சம் பெருகிவரும் இச்சூழலிலிருந்துத் தப்பித்துச் செல்ல முயன்றுகொண்டிருந்தனர். அதிக வெற்றி கிட்டவில்லையென்றாலும் அவர்களிடம் பிடிவாதம் அதிகமிருந்தது. முதலில் அலுவலக நடவடிக்கைகள் மூலம் தன் முயற்சிகளை ராம்பேர் தொடர்ந்தான். இடைவிடாத முயற்சி இருந்தால் இறுதியில் எதையும் சாதித்துவிடலாம் என்பதே அவனுடைய எண்ணம்; ஒரு வகையில் அவன் பார்த்து வந்தப் பணியின் முக்கியத் தேவை அது. எனவே, பல அரசு ஊழியர்களையும், சந்தேகத்துக்கு இடமில்லாமல் அறிவார்ந்தமக்களாக இருந்தவர்களையும் அவன் சந்தித்து வந்தான் ஆனால், பிரச்சினை என்று வரும்போது, அவர்களுடைய அறிவு எவ்விதத்திலும் கைக்கொடுக்கவில்லை. வங்கித் தொடர்பான தகவல்கள், ஏற்றுமதி, எலுமிச்சை, மது வர்த்தகம் என எதை எடுத்துக்கொண்டாலும் பெரும்பாலான நேரங்களில் அவை குறித்த முறையான, உறுதியான கருத்துக்களைக்கொண்டவர்கள்தான் அவர்கள். வழக்குகள், காப்பீடு தொடர்பான பிரச்சினைகளில் அபார திறமை பெற்றவர்கள். இதைத்தவிர பெரியப் பட்டங்கள், தெளிவாக வெளிப்பட்ட நல்லெண்ணம் ஆகியனவும் அவர்களிடம் இருந்தன. எல்லாவற்றையும்விட அனைவரிடமும் தனித்துவமாகத் தெரிந்த குணம் என்றால் அது அவர்களது உதவும் குணம்தான். ஆனால் இந்தக் கொடுநோயைப் பொறுத்தவரை, அவர்களுக்கு எதுவுமே தெரியவில்லை என்றுகூட சொல்லலாம்.

எனினும், யாரைச் சந்திக்க நேர்ந்தாலும் வாய்ப்பு கிடைக்கும் போதெல்லாம் தன் நியாயத்தை ராம்பேர் எடுத்து வைத்தான். நம் நகரத்தைப் பொறுத்தவரை தான் ஒரு அந்நியன் மட்டுமே என்ற காரணத்தால், தன் விஷயத்தில் சிறப்புக்

கண்ணோட்டத்துடன் அணுக வேண்டும் என்பதே எப்போதும் ராம்பேர் எடுத்து வைக்கும் வாதத்தின் அடிநாதமாக இருந்தது. பொதுவாக, பத்திரிகையாளரான ராம்பேரிடம் பேசுபவர்கள் அவன் கூறும் இக்கருத்தை ஏற்றுக்கொள்வார்கள். ஆனால், சிலரோ, இதே நிலையில்தான் கணிசமானவர்கள் இருக்கிறார்கள் என்று சாதாரணமாகக் குறிப்பிடுவார்கள். எனவே, ராம்பேர் நினைத்துக்கொண்டிருக்கும் அளவு அவனது பிரச்சினை தனித்துவமானது அல்ல என்பார்கள். இந்நிலை தன் வாதத்தை எவ்விதத்திலும் பாதிக்காது என்று ராம்பேர் பதில் அளிப்பான். இதைக் கேட்பவர்களோ, நிர்வாக அளவில் அது பாதிப்பை ஏற்படுத்தவே செய்யும் என்றனர். இவனுக்கு அளிக்கப்படும் விலக்கு அவர்களைப் பொறுத்தவரை 'முன்னுதாரண'மாக அமைந்துவிட வாய்ப்பு உள்ளதாகப் பெரும் வெறுப்புடன் விளக்குவார்கள். இவ்வாறு வாதிடுபவர்கள் சம்பிரதாயங்களுக்கு முக்கியத்துவமளிக்கும் கூட்டம் என்று மருத்துவர் ரியேவிடம் ராம்பேர் சொல்லியிருக்கிறான். மேலும் இனிக்கப் பேசுபவர்கள் என ஒரு சாரார் இருக்கிறார்கள். இப்போது நிகழும் சம்பவம் எதுவும் நீடிக்கப் போவதில்லை என்று உத்தரவாதம் அளிப்பார்கள். நிறைய அறிவுரை சொல்வார்கள்; என்ன முடிவு செய்துள்ளீர்கள் என்பதை மட்டும் சொல்லுங்கள் என்றால், இப்போது நடப்பவை எல்லாம் தற்காலிகமான அசௌகரியம் மட்டுமே என்று ராம்பேருக்கு ஆறுதல் சொல்வார்கள். அடுத்ததாக முக்கிய பதவிகளில் இருப்போர். தங்களைச் சந்திக்க வருபவரை சுருக்கமாகத் தன் நிலை குறித்து எழுதித் தருமாறு கேட்டு வாங்கிக்கொள்வார்கள். அதன் மீது தங்கள் முடிவைப் பிறகு தெரிவிப்பதாக சொல்வார்கள், எதையும் விளையாட்டாக எடுத்துக்கொள்பவர்கள், தங்குமிடச் சீட்டுகள் அல்லது குறைந்த வாடகைக்குக் கிடைக்கும் இருப்பிட முகவரிகள் ஆகியவற்றைத் தர முன்வருபவர்கள், எதிலும் ஒழுங்கைக் கடைபிடிப்பவர்கள், உங்களிடம் விண்ணப்பம் ஒன்றைத் தந்து அதனை நிரப்பித் தருமாறு கேட்டு கோப்பில் வைத்துக்கொள்வார்கள், அதிக பணிச்சுமையுடையவர்கள் வானத்தை நோக்கிக் கைகளை உயர்த்தித் தங்கள் இயலாமையை வெளிப்படுத்துவார்கள். தங்கள் பணியின் இடையில் குறுக்கிடும் உங்களிடம் பேசாமல் வேறு பக்கம் பார்வையைத் திருப்பிக்கொள்வார்கள். இறுதியாக, பழமைவாதிகள்; அதிக அளவில் இருந்த அவர்கள் ராம்பேரிடம் வேறு அலுவலகம் ஒன்றைக்காட்டி அங்கு போகும்படியோ புதிதாக விண்ணப்பம் எழுதித் தரும்படியோ சொல்வார்கள்.

இவ்வாறாக பல இடங்களுக்குச் சென்று வந்ததில் களைத்துப்போன ராம்பேர், நகர மன்றம் அல்லது மாவட்டத் தலைமை நிர்வாக அலுவலகம் எவ்வாறு இயங்குகிறது

என்று தெளிவாகத் தெரிந்துகொண்டான். வரிவிலக்கு வழங்கும் சேமிப்புப் பத்திரங்களில் முதலீடு செய்யும்படியும், காலனி இராணுவத்தில் சேரும்படியும் அழைப்புவிடுக்கும் சுவரொட்டிகளைப் பார்த்தவாறு அங்குள்ள செயற்கைத் தோல் பலகைமீது உட்கார்ந்து காத்திருக்க வேண்டியிருந்தது. ஒவ்வொரு அலுவலகமாக ஏறி இறங்கும்போது, அங்குள்ள விண்ணப்ப மையம், கோப்புகள் வைக்குமிடம் போல் அத்தனை முகங்களும் பரிச்சயமாகி இருந்தன. இத்தகைய அனுபவங்கள் குறித்து ரியேவிடம் ஒருவித கசப்புணர்வோடு ராம்பேர் பேசும்போது, இதில் உள்ள வசதி என்னவென்றால் எதார்த்த நிலையைத் தன் கண்களுக்குத் தெரியாமல் மறைத்ததுதான் என்று கூறினான். கொடுநோய் பெருகி வருவதை அவர் உணரவேயில்லை. அத்துடன் இச்சூழல் நாட்களை வேகமாக நகரச் செய்தது. ஒட்டுமொத்த நகரமும் இருக்கும் இச்சூழ்நிலையில், ஒவ்வொரு நாளின் முடிவும் ஒரு மனிதனை (அதாவது அவன் இறக்காமல் இருந்தால்), அவனது துன்பங்களின் முடிவுக்கு மிகஅருகில்கொண்டு செல்வதாக அமைந்தது. இந்த எண்ணம் உண்மைதான் என்பதை ரியே ஏற்றுக்கொண்டாலும், இந்தக் கருத்து கொஞ்சம் பொதுவானதாக இருந்தது.

ஒரு குறிப்பிட்ட காலகட்டத்தில், ராம்பேருக்கு நம்பிக்கை ஏற்பட்டது. நகரத்தின் தலைமை நிர்வாக அலுவலகத்திலிருந்து விண்ணப்பம் அனுப்பப்பட்டிருந்தது. அதனைத் தெளிவாக நிரப்பும்படிக் கேட்டிருந்தனர். அவனது அடையாளம், குடும்பச் சூழல், முந்தைய, தற்போதைய வருவாய் ஆகியவற்றைக் குறித்த தகவல்களைக் கேட்டிருந்த அந்த விண்ணப்பத்தை அவனது 'தன் விவரக் குறிப்பு' என்று பெயரிட்டிருந்தனர். தங்கள் வழக்கமான வசிப்பிடத்துக்கு அனுப்பப்படக் கூடியவர்களின் பட்டியலைத் தயார் செய்ய உருவாக்கப்பட்ட விசாரணையாக இருக்கும் என்ற எண்ணம் ராம்பேருக்கு உண்டானது. இந்த எண்ணத்தை உறுதி செய்யும் விதமாக அலுவலகம் ஒன்றில் கிடைத்த தெளிவற்ற தகவல் ஒன்றும் இருந்தது. ஆனால் இதை உறுதி செய்ய தீவிர முயற்சிகளை எடுத்த பிறகுதான் இந்த அறிவிப்பை வெளியிட்ட துறையினை ராம்பேரால் கண்டுபிடிக்க முடிந்தது. இந்தத் தகவல்களை அவர்கள் சேகரிப்பது குறிப்பிட்ட காரணத்துக்காகத்தான் என்பது தெரிந்தது.

"குறிப்பிட்டக் காரணம் என்றால் என்ன?" என்று ராம்பேர் விசாரித்தான்.

பெருந்தொற்றால் பாதிக்கப்பட்டவர் ஒருவேளை மரணமடைய நேர்ந்தால், அவருடைய குடும்பத்துக்குத் தகவல் தெரிவிக்கவும், சிகிச்சைக்கானச் செலவை அரசு ஏற்பதா,

அவரது குடும்பத்தாரிடமிருந்து எதிர்பார்க்க முடியுமா என்று அறியவும்தான் இந்த ஏற்பாடு என்னும் விளக்கம் கிடைத்தது. எனவே, தனக்காகக் காத்திருக்கும் பெண்ணிடமிருந்து முழுவது மாகப் பிரிந்திருக்கவில்லை என்பது இப்போது உறுதியானது. இதன் மூலம் அரசு அவர்கள்மீது அக்கறை கொண்டுள்ளது. எனினும், இதனை ஓர் ஆறுதலாகக் கொள்ள முடியாது. குறிப்பிடத்தக்க விஷயம் என்னவென்றால், (அதனை ராம்பேரும் பிற்காலத்தில் கவனித்துள்ளான்) இதுபோன்ற பேரழிவின் போதே, மற்ற நேரங்களைப்போல் நடவடிக்கைகளை எடுத்துத் தன் பணிகளைத் தொடர அலுவலகம் முயன்றால் முடியும். பெரும்பாலும் உயர்அதிகாரிகளுக்குத் தெரியாமல் செயல்படும் இத்தகைய அலுவலகம் அவ்வாறு இயங்க ஒரே காரணம் அதற்காக உருவாக்கப்பட்டது என்பதுதான்.

இதன் பிறகு வந்த காலகட்டம் ராம்பேருக்கு ஒரே நேரத்தில் எளிதாகவும் கடினமாகவும் இருந்தது. முற்றிலும் மரத்துப்போனதொரு காலகட்டமாகத் தோன்றியது. அனைத்து அலுவலகங்களையும் அவன் பார்த்து முடித்துவிட்டான். அனைத்து முயற்சிகளையும் எடுத்துவிட்டான். எனவே, இப்போதைக்கு அந்தத் திசைக்குச் செல்லும் அத்தனைப் பாதை களும் அடைக்கப்பட்டுவிட்டன. ஒவ்வொரு மதுக்கூடமாக சென்று வந்தான். காலை வேளைகளில், ஏதாவது ஒரு மொட்டை மாடியில் வெதுவெதுப்பான பீருடன் செய்தித்தாளை வாசித்துக்கொண்டிருப்பான். விரைவில் பெருந்தொற்று முடிவதற்கான அறிகுறி ஏதேனும் அதில் தெரிகிறதா என்று தேடிக்கொண்டிருப்பான். வீதியில் செல்பவர்களின் முகங்களில் தெரிந்த சோகத்தைப் பார்த்து முகத்தை வெறுப்புடன் திருப்பிக்கொள்வான். எதிர்ப்புறத்தில் உள்ள கடைகளில் உள்ள விளம்பரப் பலகைகளையும் உயர்ரக மதுபானங்களின் (இப்போதைக்கு விற்பனையில் இல்லாத) விளம்பரங்களையும் 101ஆவது முறையாகப் படித்து ஓய்ந்து போய் இருக்கை யிலிருந்து எழுந்து கால்போன போக்கில் அந்த நகரத்தின் மஞ்சள் தோய்ந்த வீதிகளில் நடந்து செல்வான். இப்படியாக, மதுக்கூடங்களுக்குத் தனியாளாக நடந்து செல்வதும் அங்கிருந்து உணவகங்களுக்குச் செல்வதுமாகப் பொழுது சாய்ந்துவிடும். இதுபோன்றதொரு மாலைப்பொழுதில்தான் ராம்பேரை ரியே சந்தித்தார். உள்ளே நுழையத் தயக்கத்துடன் மதுக்கூட வாசல் அருகில் ராம்பேர் நின்றிருந்ததைக் கண்டார். பிறகு அவன் மனத்தை மாற்றிக்கொண்டதைப்போல் தோன்றியது. உள்ளே சென்று அறையின் பின் பகுதியில் போய் உட்கார்ந்தான். பொது இடங்களில் விளக்குகளை எரியவிடும் நேரத்தை முடிந்தவரை தள்ளிப்போடும்படி மேலிட உத்தரவு வந்திருந்த காலகட்டம்

அது. சாம்பல் நிறத் திரைபோல் அறை முழுவதும் தூசு பரவியது. சன்னல்கள், கண்ணாடிகள் ஆகியவற்றில் அந்திச்சூரியனின் ஊதா நிறக்கதிர்கள் பட்டு எதிரொலித்தன.மேசையின் மீதிருந்த பளிங்கு மேற்பரப்பு குவியும் இருளில் ஜொலிக்க முயன்றது. வெறிச்சோடியிருந்த அந்த அறையில் கண்களுக்குத் தெரியாத நிழல் போல் ராம்பேர் அமர்ந்திருந்தான். எல்லா முயற்சியையும் கைவிட்டு விரக்தியானதொரு மனநிலையில் ராம்பேர் இருக்கும் நேரம் அது என்று ரியே நினைத்தார். அந்த நகரத்தில் சிறைப் பட்டிருந்த அத்தனை பேரும் அப்படியான விரக்தி ஏற்படுவதை உணர்ந்தனர். எனவே, அவர்கள் விடுதலை பெற ஏதாவது செய்தாக வேண்டும். ரியே தலையைத் திருப்பிக்கொண்டார்.

புகைவண்டி நிலையத்திலும் நீண்ட நேரத்தை ராம்பேர் கழித்தான். நடை மேடைப் பகுதிகளுக்குச் செல்லத் தடைவிதிக்கப் பட்டிருந்தது. ஆனால் காத்திருப்போர் அறைகள் திறந்தே இருந்தன. வெப்பமாக இருந்தபோது, அறைகள் நிழல் தருவதாகவும் குளிர்ச்சியாகவும் இருந்ததால், சில நேரங்களில் பிச்சைக்காரர்கள் அங்கே தங்கிவிடுவது உண்டு. பழைய நேர அட்டவணைகள், 'துப்பத்தடை' போன்ற வாசகங்கள், புகைவண்டி நிலைய விதிகள் ஆகியவற்றை ராம்பேர் படித்துக்கொண்டிருப்பான். பிறகு ஒரு மூலையில் போய் உட்கார்ந்துகொள்வான். அறை இருட்டாக இருந்தது. எட்டு வடிவில் காய்ந்துபோன தண்ணீர்ச் சுவடுகளுடன் பல மாதங்களாகப் பயன்படுத்தாமல் வார்ப்பு இரும்பு வாணலி ஒன்று குளிர்ந்து கிடந்தது. சுவரில் பேன்டால் அல்லது கான் நகரில் இனிமையான வாழ்க்கையை அனுபவிக்க வருமாறு அழைத்த விளம்பரச் சுவரொட்டிகள். வறுமை நிலையில் கிடைக்கும் கசப்பானதொரு சுதந்திரத்தை இவ்விடத்தில் ராம்பேரால் உணர முடிந்தது. ரியேவிடம் ராம்பேர் கூறியதை வைத்துப் பார்த்தால்கூட, அவனால் தாங்கிக்கொள்ள முடியாத படங்கள் நிச்சயமாகப் பாரீஸ் தொடர்பானவைதான் என்பது விளங்கும். பாறைகளும் நீர்நிலைகளும் கொண்ட இயற்கைக் காட்சி, பலே ரொயால் சதுக்கப் புறாக்கள், கார் துய் நோர் பகுதி, பாந்தெயோனைச் சுற்றியுள்ள வெறிச்சோடிய பகுதிகள், அத்துடன் அவ்வளவாக விரும்பாத நகரத்தின் மேலும் சில பகுதிகள் ஆகியவை ராம்பேரைப் பாதித்ததுடன் குறிப்பாக எந்த வேலையையும் செய்யவிடாமல் தடுத்துவிடும். தான் நேசித்த பெண்ணுடன் தொடர்புபடுத்தியே இக்காட்சிகளை ராம்பேர் பார்க்கிறான் என்று ரியே நினைத்துக்கொண்டார். மேலும், அன்று ஒருநாள், நான்கு மணிக்கு எழுந்து தன் ஊரை நினைத்துக்கொள்வது மிகவும் பிடிக்கும் என்று ராம்பேர் கூறியபோது, இதற்கான காரணத்தைத் தன் சொந்த அனுபவத்தின்

அடிப்படையில், ஊகிக்க ரியேவுக்குக் கடினமாக இல்லை. தான் நேசித்த பெண்ணை நினைத்துப்பார்க்க ராம்பேர் விரும்பும் நேரம் அது என்பது ரியேவுக்குத் தெரியும். உண்மையில் அவளை இறுக அணைத்துக்கொள்ளக் கூடிய நேரமது. பழிவாங்கிய இரவாகக் கழிந்திருந்தாலும் பொதுவாக காலை நான்கு மணிக்குத் தூங்குவதைத்தவிர நாம் வேறு எதுவும் செய்வதில்லை. ஆம், இதுதான் ஆழ்ந்து தூங்கும் நேரம். ஏனெனில் தான் நேசிப்பவரை முடிவின்றி அடைய வேண்டும் அல்லது அவர் இல்லாத போது கனவற்ற உறக்கத்தில் அவரை மூழ்கச் செய்துவிட வேண்டும் என்பதே கவலையிலிருக்கும் நெஞ்சத்தின் பெரும் விருப்பமாக இருக்கும். அந்த உறக்கம் இருவரும் ஒன்றுசேரும் நாளில்தான் முடியும்.

பாதிரியாரின் பேருரை முடிந்த சில நாட்களில் வெப்பமான வானிலை தொடங்கியது. ஜூன் மாத இறுதிக் கட்டம். பேருரை நடைபெற்ற ஞாயிற்றுக்கிழமை அன்று கொட்டிய கடும் மழை வானிலும் வீடுகளின்மீது கடும் வெயிலை திடீரெனத் தொடங்கி வைத்தது. முதலில் சூடான பெரும் காற்று ஒன்று வீசி ஈரச் சுவர்களை உலர வைத்தது. சூரியன் நன்றாக நிலைகொண்டுவிட்டது. அந்த நாள் முழுவதும் வெப்ப அலைகளும் ஒளிவெள்ளமும் தொடர்ந்து நகரத்தை நிறைத்தன. மேற்கூரையுடைய சில தெருக்கள், மக்கள் அடுக்ககங்கள் ஆகியவற்றைத் தவிர நகரத்தின் வேறு எந்த இடமும் கண்களைக் கூச செய்யும் வெளிச்சத்துக்குத் தப்ப முடியாது என்று தோன்றியது. வீதியின் எந்த மூலைக்குச் சென்றாலும் அவர்களைத் துரத்திச் சென்ற சூரியன், அவர்கள் நின்றால் சுட்டெரித்தது. இத்தகைய வெப்ப வானிலை நிலவிய நேரத்தில் கொடுநோய்க்குப் பலியானவர்களின் எண்ணிக்கை வாரத்துக்கு எழுநூறு என உயரவே அந்த நகரம் முழுவதும் துவண்டுபோய் கிடந்தது. உழைக்கும் மக்கள் வசிக்கும் பகுதிகளில், ஒரே அளவிலான வீதிகளுக்கும் மாடி வீடுகளுக்குமிடையே ஆள் நடமாட்டம் குறைய ஆரம்பித்தது. எப்போதும் முன் பகுதியிலேயே புழங்கும் வழக்கத்தைக் கொண்டிருந்த இப்பகுதி மக்களிடையே மாற்றம் தெரிந்தது. அனைத்துக் கதவுகளும் சன்னல்களும் மூடப்பட்டிருந்தன. எனினும், அவ்வாறு அவர்கள் செய்தது வெயிலில் இருந்து தப்பித்துக்கொள்ளவா அல்லது கொடுநோயில் இருந்து பாதுகாத்துக்கொள்ளவா என யாருக்கும் தெரியவில்லை. எனினும், ஓலங்களும் கூச்சல்களும் சில வீடுகளில் கேட்க முடிந்தது. தொடக்கத்தில், இவ்வாறு சத்தம் வரும்போது, அந்த வழியாக

நடந்து செல்பவர்கள் நின்று என்ன என்ற ஆர்வத்தில் கவனிப்பது வழக்கம். நீண்ட நாட்களாக நிலவி வந்த பரபரப்பின் காரணமாக மக்களின் மனம் இறுகிவிட்டதைப்போல் தோன்றியது. ஒலிக்கும் கூக்குரல்கள் ஏதோ மனித இனத்தின் இயல்பான மொழி என்பதைப்போல் அனைவரும் அவர்களைக் கடந்து செல்லவும், அவர்கள் அருகில் வசிக்கவும் பழகியிருந்தனர்.

எல்லைக் கதவுகள் அருகில் சில மோதல்கள் நடந்தன. அந்த நேரங்களில் தங்கள் ஆயுதங்கள் மூலம் காவல் துறையினர் நிலைமையைக் கையாள வேண்டியிருந்ததால் ஒருவிதமான அமைதியின்மை நிலவியது என்று சொல்லலாம். சிலர் காயமடைந்தது உண்மைதான் என்றாலும், சிலர் இறந்துவிட்டதாக நகரத்தில் பேச்சு இருந்தது. வெப்பம், அச்சம் ஆகியவற்றின் தாக்கம் காரணமாக அனைத்தும் மிகைப்படுத்தி பேசப்பட்டன. உண்மையைச் சொல்வதென்றால் மக்களிடையே அதிருப்தி தொடர்ந்து அதிகமாகிக்கொண்டே இருந்த காரணத்தால் நிலைமை மோசமாகக் கூடும் என்று அதிகாரிகள் பயந்தனர். இப்படியே இந்த நோயின் பாதிப்புக்குத் தொடர்ந்து ஆளானால், நகரத்தில் உள்ள மக்கள் கிளர்ச்சியில் ஈடுபடக்கூடும் என்று அஞ்சினர். அத்தகைய நிலை ஏற்பட்டால் அதனைச் சமாளிக்க எடுக்க வேண்டிய நடவடிக்கைகள் குறித்துத் தீவிரமாக யோசனை செய்ய ஆரம்பித்திருந்தனர். வெளியில் செல்லத் தடைவிதித்ததுடன் மீறுவோர் சிறைவாசத்துக்கு உட்படுவர் என்ற அரசு ஆணைகளைச் செய்தித்தாள்கள் தொடர்ந்து வெளியிட்டபடி இருந்தன. கண்காணிப்பு படைகள் நகரத்தைச் சுற்றி வந்தன. வெப்பம் மிகுதியாக உள்ள வெறிச்சோடிய வீதிகளில் சீருடை தாங்கிய காவலர்களை அடிக்கடிக் காண முடிந்தது. அதற்குமுன், மூடிய சன்னல்களை வரிசையாக உடைய அந்தத் தெருவின் நடைபாதையில் சென்ற குதிரைகளின் குளம்புச் சத்தம் கேட்கும். கண்காணிப்புப் படை அந்த இடத்தைவிட்டு விலகியதும் பயந்து போயுள்ள நகரத்தில் சந்தேகத்துக்குரியதொரு அமைதி குடிகொள்ளும். சிறப்புக் காவல் துறையினர் அவ்வப்போது துப்பாக்கியால் சுடும் சத்தம் கேட்டது. அண்மையில் கொண்டு வரப்பட்ட நடைமுறைப்படி, கிருமிகளைப் பரப்பக்கூடிய பூனைகள், நாய்கள் ஆகியவற்றைச் சுட்டுக்கொல்லும் பொறுப்பு அவர்களுக்கு வழங்கப்பட்டிருந்தது. இத்தகைய தெளிவான வேட்டுச் சத்தங்கள் அந்த நகரத்தில் எச்சரிக்கையுணர்வை உண்டாக்குவதாக அமைந்தது.

வெப்பமும் நிசப்தமும் கலந்த இச்சூழலில் மிரட்சியில் இருந்த நம் மக்களின் மனதில் அனைத்து விஷயங்களும் முக்கிய இடத்தைப் பெற்றன. முதல்முறையாக, வானத்தின் வண்ணங்கள்,

நிலத்தின் வாசனைகள் எனப் பருவநிலை மாற்றத்தின் வெளிப்பாடு களை மக்கள் உணரலாயினர். பெருந்தொற்றுக்கு வெப்பம் சாதகமாகச் செயல்படும் என்று எல்லோரும் கவலையுடன் அறிந்திருந்தபோதிலும் கோடைக்காலம் நிலைகொள்ளத் தொடங்கியிருப்பதைப் புரிந்துகொண்டனர். மாலை வானில், நகரத்தின்மீது பறக்கும் குருவிகளின் சத்தம் தெளிவாகக் கேட்க ஆரம்பித்தது. நம் நாட்டில் தொடுவானத்தைப் பின்னுக்குத் தள்ளும் ஜூன் மாத அந்திச்சூரியனுக்கு முன்பைப்போல் இல்லாமல் வானம் சுருங்கி இருந்தது. சந்தைகளில், மலர்கள் மொட்டுகளாக இல்லாமல் ஏற்கெனவே பூத்து வந்திருந்தன. காலையில் அவை விற்றுத் தீர்ந்தவுடன் அவற்றின் இதழ்கள் தூசு படிந்த நடைபாதைகளில் சிதறிக்கிடந்தன. எங்கும் காணப்படும் ஆயிரக்கணக்கான மலர்களை வாரி வழங்கிய களைப்பில் ஓய்ந்து போன வசந்தகாலம் இப்போது மங்கத் தொடங்குவதும், கொடுநோய், வெப்பம் என்னும் இரட்டை பாரத்தின் அடியில் மெல்ல நசுங்க இருப்பதும் தெளிவாகத் தெரிந்தது. இந்தக் கோடைச் சூரியன், சாம்பல் நிறத் தூசு போர்த்தியதிலும் சலிப்பிலும் மங்கிப் போயிருந்த வீதிகள் என அனைத்துமே, நகரை நாள்தோறும் உலுக்கும் நூற்றுக்கணக்கான மரங்களைப் போல் ஒரே விதமான அச்சுறுத்தும் தன்மைகொண்டவையாகவே அனைவரும் உணர்ந்தனர். இத்தகைய தொடர் வெயில், தூக்கமும் விடுமுறையுமாகக் கழியும் இந்தப் பருவ காலம் ஆகியவை முன்பைப்போல் தண்ணீர் அல்லது உடல் சார்ந்த கொண்டாட்டங்களில் ஈடுபடத் தூண்டவில்லை. மாறாக, மூடப்பட்டிருந்த நகரத்தின் நிசப்தத்தில் அவை சோகமானதொரு ஒலத்தை எழுப்பின. மகிழ்ச்சியாகக் கழிய வேண்டிய காலத்தின் உற்சாகத் தோற்றத்தை அவை இழந்தன. கொடுநோய் காலச் சூரியன் அத்தனை வண்ணங்களையும் நீர்க்கச் செய்ததுடன் அத்தனை சந்தோஷத்தையும் விரட்டியடித்தது.

பெருந்தொற்றால் விளைந்த தீவிர மாற்றங்களில் இதுவும் ஒன்று. பொதுவாக, கோடைக் காலம் நெருங்கும்போது நம் மக்கள் அனைவரும் உற்சாகமாக இருப்பது வழக்கம். நகர மக்கள் அனைவரும் கடலை நோக்கிச் செல்வார்கள். இளைஞர் களால் கடற்கரை நிறையும். ஆனால், இந்தக் கோடையின் போது, அருகில் இருந்த கடற்கரை தடைசெய்யப்பட்டிருந்தது. அதனை அனுபவிக்கும் உரிமை அவர்களது உடல்களுக்கு இல்லை. இத்தகைய சூழ்நிலையில் ஒருவர் என்னதான் செய்வது? அக்காலகட்டத்தில் வாழ்க்கை எவ்வாறு இருந்தது என்பதனைத் துல்லியமாகப் படம் பிடித்து காட்டியவன் தரு மட்டுமே. கொடுநோயின் போக்கை அவன் எப்போதும்போல்

கவனித்துவந்தான் என்பது உண்மைதான். அதில் ஏற்பட்ட மாற்றத்தை கவனித்தான். அதுவரையில் வாரந்தோறும் நூற்றுக்கணக்கானவர்கள் இறந்ததாகக் கூறிவந்த வானொலி, ஒவ்வொரு நாளும் 92, 107, 120 என்று அறிவிக்கத் தொடங்கியது. செய்தித்தாள்களும் அதிகாரிகளும் இந்த நோய் விஷயத்தில் திறமையாகச் செயல்பட விரும்பினர். 910ஐ விட 130 என்பது சிறிய எண்ணிக்கையாக இருப்பதால் தாங்கள் அந்த நோயை ஓரளவு சமாளித்துவிட்டதாக நினைத்துக்கொண்டனர். இதே போல் பெருந்தொற்றின் பின்னணியில் கவனத்தைக் கவரும் குறிப்பிடத்தக்க சம்பவங்களையும் குறித்து வைத்துள்ளான். வெறிச்சோடிய மாவட்டம் ஒன்றில் கதவுகளை அடைத்தபடி வசித்து வந்த பெண் ஒருவர் திடீரென சன்னல் ஒன்றைத் திறந்து இரண்டு முறை உரக்கக் கத்தினார் அதன்பின் சன்னல்களை மூடிவிட்டு, அறைக்குள் கும்மிருட்டில் தஞ்சம் புகுந்தார். மேலும், மருந்துக்கடைகளில் இருந்த இருமல் மிட்டாய்கள் அனைத்தும் விற்றுத் தீர்ந்ததன் காரணம், நோய்வராமல் தடுக்கும் என்று கருதி அவற்றைப் பலரும் சப்பிக்கொண்டிருந்ததுதான் என்றும் குறித்து வைத்தான் தரு.

சில சுவாரசியமான மனிதர்களையும் அவன் தொடர்ந்து கவனித்து வந்தான். பூனைகளுடன் இருந்த வயதான அந்தக் குள்ள மனிதர் தன் சொந்த வாழ்க்கையில் ஒரு சோகத்தை அனுபவித்து வருகிறார் என்ற செய்தி தருவுக்குத் தெரிய வந்தது. நடந்தது என்னவென்றால், ஒருநாள் காலை, துப்பாக்கியால் காவலர்கள் சுட, சில தோட்டாக்கள் அங்கிருந்தப் பெரும்பாலான பூனைகளைக் கொன்றுவிட்டன. மிரண்டு போன மற்றப் பூனைகள் அந்த வீதியில் இருந்து வெளியேறிவிட்டன. அன்று மாலையிலேயே வழக்கமான நேரத்தில் அந்த வயதான மனிதர் பால்கனிக்குப் போய் நின்றார். வெற்றிடத்தைப் பார்த்துக் கொஞ்சம் ஆச்சரியமடைந்த அவர் குனிந்து வீதியின் குறுக்கும் நெடுக்குமாகப் பார்த்துவிட்டுக் காத்திருக்க முடிவு செய்தார். அவரது கை பால்கனியின் கைப்பிடிமீது மெல்லத் தட்டியது. இன்னும் கொஞ்சம் நேரம் அதிகமாகக் காத்திருந்து பார்த்தார். காகிதம் ஒன்றைக் கிழித்தார். வீட்டுக்குள் சென்றவர் மீண்டும் திரும்பிவந்தார். சிறிது நேரம் கழித்து மறைந்துவிட்டார். போகும்போது அந்த சன்னல்களைக் கோபமாகச் சாத்திவிட்டுச் சென்றார். அடுத்தடுத்த நாட்களிலும் இதே காட்சிதான். ஆனால், வயதானவரின் முகத்தில் சோகத்தையும் விரக்தியை யும் தெளிவாகக் காணமுடிந்தது. ஒருவாரம் கடந்ததும் அவர் வருவாரா என்று நாள்தோறும் தரு காத்திருந்து ஏமாற்றமடைந்தான். சன்னல்கள் வைராக்கியமாக மூடப்

பெருந்தொற்று

பட்டிருந்தன. அதன் பின்னணியில் உள்ள சோகம் எளிதில் புரிந்துகொள்ளக்கூடியதுதான். இச்சம்பவத்தை விவரித்து முடிக்கும்போது, 'கொடுநோய் காலத்தில் பூனைகள்மீது துப்புவது தடை செய்யப்பட்ட செயல்' என்று தரு குறித்து வைத்துள்ளான்.

மாலையில் வீடு திரும்பும்போது, விடுதிக் கூடத்தில் குறுக்கும் நெடுக்குமாக நடந்துகொண்டிருந்த இரவுக்காவலரின் சோக முகத்தைப் பார்க்க தரு தவறுவதில்லை. போவோர் வருவோரிடமெல்லாம் அந்தக் காவலர் இப்போது நடப்பதைத் தான் ஏற்கெனவே கணித்துச் சொன்னதைச் சொல்லிக் காட்டினார். சோக நிகழ்வு ஒன்று ஏற்படபோகிறது என்று அவர் கூறியதை ஏற்றுக்கொண்ட தரு, நில அதிர்வு ஏற்படும் என்று தான் ஊகித்திருந்ததை நினைவூட்டினான். அதற்கு அந்த வயதான காவலர், "அப்படியான பூகம்பமாக இருந்திருக்கக் கூடாதா? ஒரு பெரிய அதிர்வு ஏற்படும். அவ்வளவுதான். அத்துடன் பிரச்சினை முடிந்துவிடும். எத்தனை பேர் இறந்தார்கள். எவ்வளவு பேர் பிழைத்தார்கள் என்று எண்ணி முடித்ததும் எல்லாம் முடிந்துவிடும். ஆனால் இந்தப் பாழாய் போன நோய் அப்படியா! நோய் இல்லாதவன்கூட அதை நெஞ்சில் சுமந்து கிடக்க வேண்டியிருக்கிறது" என்று அங்கலாய்த்தார்.

விடுதியின் மேலாளரும் களைத்துப்போயிருந்தார். எல்லைகள் மூடப்பட்டதால், நகரத்தை விட்டு வெளியேற முடியாத நிலையில் இருந்த சுற்றுலாப் பயணிகள் தொடக்கத்தில் விடுதியில் தங்க அனுமதிக்கப்பட்டனர். ஆனால், தொற்றுநோய் நீடிக்கவே, பலரும் தங்கள் நண்பர்கள் வீடுகளில் தங்கிக்கொள்வதையே பெரிதும் விரும்பினர். நம் நகரத்தில் புதிதாகச் சுற்றுலாப் பயணிகள் யாரும் வராததால் எந்தக் காரணத்தால் அனைத்து அறைகளும் நிரம்பி வழிந்ததோ, அதே காரணத்தால் இப்போது காலியாக இருந்தன. அரிதாக அந்த விடுதியில் தங்கியிருந்த ஒரு சிலரில் தருவும் ஒருவன். வாய்ப்பு கிடைக்கும்போதெல்லாம், கடைசியாகத் தங்க வந்தவர்களைக் கனிவுடன் உபசரிக்க வேண்டும் என்ற எண்ணம் மட்டும் தனக்கு இல்லாமல் போயிருந்தால் நீண்ட நாட்களுக்கு முன்பே இந்த விடுதியை மூடியிருக்க வேண்டும் என்று கூறுவார். இந்தத் தொற்றுநோய் தோராயமாக எவ்வளவு நாட்களுக்கு நீடிக்கும் என்று தருவிடம் அடிக்கடி கேட்பார். "இதுபோன்ற நோய்களுக்குக் குளிர்காலம் சாதகமாக இருக்காது என்று பேசிக்கொள்கிறார்கள்" என்று தரு சுட்டிக்காட்டினான். இதைக் கேட்ட மேலாளர், "இங்கேதான் எப்போதுமே நல்ல குளிர் இருக்காதே, அதற்கும் இன்னும் நிறைய மாதங்கள் இருக்கின்றன" என்று பதறினார். எப்படியும் நீண்ட நாட்களுக்கு இந்தப் பகுதிக்குச்

சுற்றுலாப் பயணிகள் வரமாட்டார்கள் என்று உறுதியாகத் தெரியும் என்று சொன்னார். சுற்றுலாவுக்கு இந்த தொற்றுநோய் பெரும் அழிவாகத் தோன்றியுள்ளது.

உணவு விடுதியில், சிறியதொரு இடைவெளிக்குப்பின் அந்த ஆந்தை மனிதரான ஒத்தோனை மீண்டும் பார்க்க முடிந்தது. அவருடன் பயிற்சி பெற்ற இரண்டு நாய்களும் வந்தன. விசாரித்ததில், அவருடைய மனைவி நோய்வாய்பட்டிருந்த அம்மாவை கவனித்து வந்ததாகவும் பிறகு சிகிச்சை பலனளிக்காமல் இறந்துபோன அவரது உடலை அடக்கம் செய்தபின் இப்போது தன்னைத் தனிமைப்படுத்திக் கொண்டிருப்பதாகவும் அறிய முடிந்தது.

“இதை நான் ஏற்றுக்கொள்ள மாட்டேன். தனிமைப்படுத்தவோ இல்லையோ, அந்தப் பெண் சந்தேகத்துக்குரியவர். அவர் மூலம் அவரைச் சார்ந்தவர்களும்தான்” என்று தருவிடம் மேலாளர் கருத்துத் தெரிவித்தார்.

இதைக் கேட்ட தரு, இந்தக் கோணத்தில் பார்த்தால் எல்லோருமே சந்தேகத்துக்குரியவர்கள்தான் என்று சுட்டிக் காட்டினான். ஆனால், மேலாளர் தன் கருத்தில் உறுதியாக இருந்தார். இவ்விஷயத்தில் வெட்டு ஒன்று; துண்டு இரண்டாகப் பேசினார்.

“இல்லை ஐயா. நீங்களோ நானோ சந்தேகத்துக்குரியவர்கள் இல்லை. ஆனால் அவர்கள் அப்படி இல்லை” என்றார்.

இத்தகைய அற்பமான காரணம் எதுவும் ஒத்தோனை மாற்ற முடியாது. இவரிடத்தில் கொடுநோய்க்கு வேலை இல்லை எப்போதும்போல் உணவு விடுதிக்குள் நுழைந்த ஒத்தோன் தன் பிள்ளைகளுக்கு முன் உட்கார்ந்தபடி அவர்கள்மீது எரிந்து விழுந்துகொண்டிருந்தார். சிறுவனின் தோற்றத்தில் மட்டும் மாற்றம் ஏற்பட்டிருந்தது. தன் அக்காவைப்போல் கருப்பு உடை அணிந்திருந்த அவன் தனக்குள் மேலும் ஒடுங்கியிருப்பதுபோல் தெரிந்தான். பார்க்க அப்பாவின் சிறிய நிழல்போல் இருந்தான். ஒத்தோனைப் பிடிக்காத இரவுக்காவலர் தருவிடம், “அந்த ஆள், இப்படியே உடை களையாமல் இறந்து போகப் போகிறார். அவருடைய சடலத்துக்கு எந்த அலங்காரமும் தேவைப்படாது. அப்படியே போய் சேர்வார்” என்றார்.

பாதிரியார் செய்த பேருரை பற்றியும் கீழ்க்காணும் கருத்துரை யுடன் தரு குறித்து வைத்துள்ளான். “அவரது அறைகூவலில் இருந்த தீவிரத்தை என்னால் புரிந்துகொள்ள முடிகிறது.

எந்தவொரு தொற்றுநோயின் ஆரம்பத்திலும், அது முடியும் போதும் மக்களின் பேச்சில் சிறிது அலங்கார நடை இருக்கத்தான் செய்யும். ஆரம்பத்தில் அப்படி நடந்துகொள்வதற்கு காரணம் அவர்களின் வழக்கம் இன்னும் மறையவில்லை என்பதாகும். நோய் முடியும்போது, மீண்டும் அந்த வழக்கம் திரும்பிவிட்டது என்று பொருள். துயரமான நேரத்தில்தான் நாம் எதார்த்தத்துக்குப் பழகிக்கொள்வோம். அதாவது அமைதியாக இருக்கப் பழகுவோம். பொறுத்திருந்து பார்ப்போம்."

இறுதியில், மருத்துவர் ரியேவுடனான நீண்டதொரு உரையாடலைப் பற்றி குறித்து வைத்துள்ளான் தரு. அது நல்ல பலனைத் தந்தது என்பது மட்டும் நினைவில் உள்ளதாகக் குறிப்பிட்டுள்ளான். இது தொடர்பாக விவரிக்கும் போது, ரியேவின் அம்மாவுடைய வெளிர் கருப்பு நிறக் கண்களைக் குறிப்பிடுகிறான். அந்த முகத்தில் கனிவைக் காணும் யாரும் கொடுநோயைவிட வலிமையானவராகத்தான் இருக்க முடியும் என்று விசித்திரமாகக் குறிப்பிட்டிருந்தான். இறுதியில், ஆஸ்துமா நோயால் அவதிப்பட்ட முதியவர் ஒருவருக்கு ரியே அளித்து வந்த சிகிச்சை பற்றி நிறைய எழுதி வைத்துள்ளான்.

மருத்துவர் ரியேவுடனான உரையாடல் முடிந்தபின் அவருடன் அந்த வயதானவரைப் பார்க்கச் சென்றிருக்கிறான் தரு. சிரித்தவாறும் கைகளைத் தேய்த்தபடியும் தருவை அவர் வரவேற்றார். இரண்டு பட்டாணிப் பாத்திரங்களுக்கு மேல் இருந்த தலையணையில் சாய்ந்தபடி அவர் கட்டிலில் உட்கார்ந்திருந்தார். தருவைப் பார்த்துவிட்டு, "அட, மேலும் ஒருவரா. உலகமே தலைகீழாக மாறிவிட்டது. நோயாளிகளைவிட மருத்துவர்கள் அதிகமாக இருக்கின்றனர். அதாவது, இது வேகமாகப் பரவுகிறது. அப்படித்தானே? பாதிரியார் சரியாகத்தான் சொன்னார். இவர்களுக்குத் தேவைதான்' என்றார். அடுத்த நாள், எவ்வித அறிவிப்பும் இல்லாமல் தரு மீண்டும் அவரைச் சந்திக்கவந்தான்.

தரு எழுதி வைத்துள்ள குறிப்பேடுகளின் அடிப்படையில் பார்த்தால், அந்த வயதான ஆஸ்துமா நோயாளி துணி வணிகம் செய்து வந்தவர். ஐம்பது வயதான போது, உழைத்தது போதும் என்று நிறுத்திக்கொண்டவர். படுக்கையில் விழுந்தவர் அதன்பின் எழுந்திருக்கவில்லை. எனினும், அவரது ஆஸ்துமா நோய் நிலையாக நின்றுவிட்டது. தனிப்பட்ட வகையில் வருவாயாகக் கிடைத்தச் சிறிய தொகைதான் அவரை எழுபத்தைந்து வயது வரை அழைத்து வந்துள்ளது. வயதின் பாரம் சற்றே அவர்மீது கனக்கிறது. கடிகாரம் ஒன்றைப் பார்த்தால் தாங்கிக்கொள்ள முடியாது. உண்மையில் அவருடைய வீட்டில் எங்கேயும் ஒரு

கடிகாரத்தைப்பார்க்க முடியாது. "கடிகாரம் விலை அதிகம், அதை வாங்குவது முட்டாள்தனம்" என்று சொல்வார். அவர் காலையில் விழித்தபோது, அருகில் இருந்த இரண்டு பாத்திரங்களில் ஒன்று பட்டாணியால் நிறைந்திருந்தது. அவர் நேரத்தைக் கணக்கிடத் தெரிந்துவைத்திருந்தார். குறிப்பாக, அவருக்கு முக்கியமானதான உணவு நேரத்தை அவ்வாறு கணக்கிடுவார். எனவே காலியாக இருந்த பாத்திரத்தை ஒவ்வொரு பட்டாணி யாக அதே வழக்கமான சிரத்தையுடன் நிரப்புவார். இப்படியாக, பாத்திரத்தின் அளவை வைத்து நாளில் எந்தப் பகுதி என்பதைக் கண்டுபிடித்துவிடுவார். "15 பாத்திரங்கள் முடிந்தால், சாப்பிட எனக்கு ஏதாவது தேவைப்படும். இது மிகவும் சுலபம்" என்று சொல்வார்.

அவருடைய மனைவி கூறுவது உண்மையென்றால், இளம் வயதிலேயே அந்த மனிதரின் குணநலன்கள் வெளிப்படையாகத் தெரிய ஆரம்பித்துவிட்டன. வேலை, நண்பர்கள், மதுக்கூடங்கள், இசை, பெண்கள், உலாவச்செல்லுதல் என எதன் மீதும் அவருக்கு நாட்டமில்லை. தன் ஊரைவிட்டு அவர் எந்த நாளிலும் வெளியே சென்றதில்லை. விதிவிலக்காக ஒரே ஒரு நாள் மட்டும் குடும்ப விஷயமாக அல்ஜியர்ஸ் நகரம்வரை செல்ல வேண்டியிருந்தது. ஓரானுக்கு அடுத்தப் புகைவண்டி நிலையத்திலேயே இறங்கிவிட்டார். அதற்கு மேல் பயணத்தைத் தொடர முடியாமல், முதலில் கிடைத்த புகைவண்டியில் ஏறி வீடு வந்து சேர்ந்தார்.

இவ்வாறு அடைபட்டதொரு வாழ்க்கையைக் கண்டு தருவின் முகம் ஆச்சரியமடைந்ததைக் கவனித்த அந்த வயதானவர், ஓரளவு விளக்க ஆரம்பித்தார். மதத்தின் அடிப்படையில் பார்த்தால், மனிதன் ஒருவனின் வாழ்க்கையில் முதல் பாதி ஏறுமுகமாகவும் அடுத்த பாதி இறங்குமுகமாகவும் இருக்கும். இறங்குமுகமாக உள்ள காலத்தின் நாட்கள் அந்த மனிதனுக்குச் சொந்தமானவை அல்ல, எந்த நேரத்திலும் அவனிடமிருந்து அவை பறிக்கப்பட லாம். அவனால் எதுவும் செய்ய இயலாது. பார்க்கபோனால் ஆகச்சிறந்தது எதுவும் செய்யாமல் இருப்பதுதான். மேலும் இதில் உள்ள முரண் குறித்துத் தான் பயந்ததில்லை. ஏனெனில் அதன் பின் சிறிது நேரத்திலேயே கடவுள் நிச்சயமாக இல்லை என்றார். காரணம், அவர் இருந்திருந்தால் பாதிரியார்களுக்கு வேலை இருக்காது. அதன் தொடர்ச்சியாக அவர் கூறிய கருத்துகள் சிலவற்றைக் கவனித்தபோது, அவர் தங்கியிருந்த பகுதியின் தேவாலயத்திலிருந்து அடிக்கடி நிதி திரட்டுவதால் உண்டான எரிச்சலுக்கும் அவரது தத்துவார்த்தக் கருத்துக்கும் நெருங்கியத் தொடர்பு இருக்கும் என்பதைத் தரு புரிந்துகொண்டான்.

பெருந்தொற்று

அந்த வயதான மனிதரின் சித்திரத்தை முடித்து வைத்த அம்சம், அவருக்கு இருந்த ஆசை. மிகவும் ஆழமாக இருந்த அந்த ஆசை தருவின் எதிரிலும் பலமுறை அப்பட்டமாக வெளிப்பட்டிருக்கிறது. அதாவது அவர் அதிக காலம் வாழ வேண்டும் என்ற விருப்பம்.

“அவர் என்ன புனிதரா?” என்று தரு தன்னைத்தானே கேட்டுக்கொண்டு பதில் அளித்தான். “ஆமாம். புனிதர்தான். புனிதம் என்பது சில பழக்கவழக்கங்களால் ஆனது என்றால்.”

அதே காலகட்டத்தில் பெருந்தொற்றால் பாதிக்கப்பட்ட நகரத்தின் வாழ்க்கையைத் துல்லியமாக விவரிக்கத் தொடங்கு கிறான் தரு. கோடைக் காலத்தில் எவ்வாறு நம் மக்கள் நேரத்தைக் கழித்தனர் என்பதை மிகச் சரியாகப் புரிந்துகொள்ள முடியும். ‘குடிகாரர்களைத் தவிர வேறு யாரும் சிரிப்பதில்லை. அவர்கள் அதிகமாகச் சிரித்தனர்’ என்று கூறும் தரு அந்தக் காட்சியை விவரிக்கத்தொடங்குகிறான். “விடியற்காலையில் மக்கள் நடமாட்டமில்லாத நகரத்தில் இளங்காற்று மெலிதாக வீசும். இரவில் கடைசியாக இறந்தவருக்கும், விடியும் காலையில் முதலில் இறந்தவருக்கும் இடைப்பட்ட அந்த நேரத்தில், மூச்சை இழுத்துவிடச் சிறிது நேரம் அந்தக் கொடுநோய் தன் வேலையை நிறுத்தி இளைப்பாறுவதுபோல் இருந்தது. அனைத்துக் கடைகளும் அடைக்கப்பட்டிருந்தன. ஆனால், சில கடைகளில், ‘பெருந்தொற்றின் காரணமாக மூடப்பட்டுள்ளது’ என்றிருந்த வாசகம், வழக்கமான நேரத்தில் மற்ற கடைகளுடன் சேர்ந்து அவை திறக்கப்படாது என்பதை உணர்த்தியது. இன்னும் தூக்கம் கலையாத செய்தித்தாள் விற்பவர்கள் முக்கிய செய்திகளைக் கூவி விற்காமல், தெருமுனைகளில் சுவர்மீது சாய்ந்தபடி, தூக்கத்தில் நடப்பவர்கள்போல், தங்கள் பொருட்களைத் தெரு விளக்குகளுக்குக் காட்டியவாறு இருந்தனர். இன்னும் சற்று நேரத்தில், முதலில் வரும் டிராம் வண்டிகள் எழுப்பும் சத்தத்தில் விழித்துக்கொள்வர். கைகளில் செய்தித்தாள்களைப் பிடித்தபடி நகரமெங்கும் ஓடி விற்பார்கள். அந்தச் செய்தித்தாளிலிருந்து தெறிக்கும் வார்த்தை ‘பிளேக்’ என்னும் சொல். ‘இலையுதிர் கால பிளேக்குக்கு வாய்ப்பு உள்ளதா?’ ‘இல்லை’ என்கிறார் பேராசிரியர் பா. 124 பேர் மரணம் இது. பிளேக் பாதிப்பில் 94ஆம் நாளில் ஏற்பட்ட இறப்பு எண்ணிக்கை இது. மென்மேலும் தீவிரமாகி வரும் காகிதப் பற்றாக்குறையால் சில இதழ்கள் பக்கங்களைக் குறைக்க வேண்டிய நிலைக்குத் தள்ளப்பட்டன. இத்தகையச் சூழ்நிலைக்கு மத்தியிலும், ‘தொற்று நோய் செய்தி’ என்ற புதிய செய்தித்தாள் வெளிவரத் தொடங்கியது. “நோயின் முன்னேற்றம், பின்னடைவு ஆகியவை குறித்து நடுநிலைக் கண்ணோட்டத்துடன் நம் மக்களுக்குத் தகவல் கூற வேண்டும். தொற்றுநோயின்

எதிர்காலம் குறித்து அதிகாரப்பூர்வமான செய்திகளை வழங்க வேண்டும். இந்தப் பேரழிவை முறியடிக்கக்கூடிய பிரபலங்கள் அல்லது சாதாரணமானவர்கள், அனைவருக்கும் தங்கள் செய்தித்தாளின் பத்திகளை ஒதுக்கி ஆதரிக்க வேண்டும். நகரத்தில் வசிப்பவர்களின் நம்பிக்கையை வளர்க்க வேண்டும். அதிகாரிகளிடமிருந்து வரும் வழிகாட்டு நெறிமுறைகளை மக்களுக்கு அறிவிக்க வேண்டும். சுருக்கமாகச் சொன்னால், நம்மைச் சூழ்ந்துள்ள இந்தப் பேரழிவை பலமாக எதிர்க்க நல்லெண்ணம் கொண்ட அத்தனை பேரையும் ஒன்றிணைக்க வேண்டும்" இத்தகைய குறிக்கோளுடன் தொடங்கப்பட்ட செய்தித்தாள் விரைவிலேயே கொடுநோயிலிருந்து பாதுகாத்துக் கொள்வதில் உறுதியான பலனளிக்கக்கூடிய புதிய தயாரிப்புகளுக் கான விளம்பரங்களை வெளியிடுவதில் மும்முரமாக இருந்தது.

காலை ஆறு மணிவாக்கில், கடைகளின் எதிரில் அவை திறப்பதற்கு முன் ஒரு மணி நேரத்துக்கும் அதிகமாக வரிசையாக நின்றிருந்தவர்கள் இந்தச் செய்தித்தாள்களை வாங்கிச் சென்றனர். பிறகு, வெளி மாவட்டங்களில் இருந்து வந்த மக்கள் கூட்டம் நிரம்பி வழிந்த டிராம்வண்டிகளிலும் அவை விற்றுத்தீர்ந்தன. டிராம்வண்டிகள்தான் ஒரே போக்குவரத்து வாகனம். அவை நகர முடியாத அளவுக்குக் கூட்டம் இருந்தது. அவற்றின் படிக்கட்டுகளும் கைப்பிடிகளும் நொறுங்கி விழுமளவுக்கு நெரிசல் இருந்தது. எனினும், தொற்று வராமல் தவிர்க்க, தங்களால் ஆனவரை பயணிகள் ஒவ்வொருவரும் முதுகைத் திருப்பிக்கொண்டனர். நிறுத்தங்களில், ஆண், பெண் என அனைத்துப் பாரச்சுமைகளையும் இறக்கிவிட்டு, தனிமையில் விலகி இருக்கும் அவசரத்தில் அவை விரைந்தன. எரிச்சலான மனநிலையில் உள்ள ஒரே காரணத்தால் அடிக்கடி சில மோதல்கள் நிகழ்ந்தன. அவை இப்போது வாடிக்கையாகி இருந்தன.

நாளின் முதல் டிராம் வண்டிகள் வந்து போனதும் நகரம் கொஞ்சம்கொஞ்சமாக விழித்துக்கொள்ளும். சிற்றுண்டி விடுதி களின் கதவுகள் திறக்கத்தொடங்கும். பணம் செலுத்துமிடத்தில் அறிவிப்புப் பலகைகள் 'காபி தீர்ந்து விட்டது' 'சர்க்கரையை நீங்களே கொண்டு வரவும்' என்பது போன்ற வாசகங்களைத் தாங்கி நிற்கும். பிறகு மற்ற கடைகளும் திறக்க வீதிகள் சுறுசுறுப்பாகும். அதே நேரத்தில், வெளிச்சம் கூடிக்கொண்டே போகும். வெப்பம் மெல்ல மெல்ல ஜூலை மாத வானத்தை ஈயம் போன்ற கனத்துடன் அடர்த்தியாக்கும். எந்த வேலையும் இல்லாமல் இருப்பவர்கள் துணிந்து சாலைகளில் இறங்கும் நேரமும் இதுதான். தங்களிடம் உள்ள செல்வத்தை ஆடம்பரமாக வெளிப்படுத்துவதன் மூலமாக பெருந்தொற்றை விரட்டி

விடலாம் என்ற முடிவுக்கு இவர்களில் பெரும்பாலானோர் வந்திருந்ததைப் போல் தெரிந்தனர். தினமும் காலை 11 மணி வாக்கில் இளம் வயது ஆண்களும் பெண்களுமாக முக்கிய சாலைகளில் செல்வதைப் பார்க்க முடிந்தது. இத்தகைய பேரழிவின் மத்தியிலும் அவர்களிடம் வாழ்க்கையின்மீது ஒரு மோகம் இருப்பதை உணர முடியும். இந்தத் தொற்றுநோய் நீடிக்கும்போது ஒழுக்க எல்லைகளும் விரியும். கல்லறைகளின் அருகிலேயே களியாட்டங்களைப் பார்க்கலாம்.

கண்ணிமைக்கும் நேரத்தில் நண்பகலில் உணவு விடுதிகள் நிறைந்துபோகும். உள்ளே இடம் கிடைக்காதவர்கள் சிறு கும்பலாக விடுதியின் வாசல் அருகில் கூடும் நிலை விரைவிலேயே ஏற்பட்டுவிடும். மிதமிஞ்சிய வெப்பத்தின் காரணமாகத் தன் ஒளிவீச்சினை வானம் இழக்க ஆரம்பிக்கும். கொளுத்தும் வெயிலில், சாலை ஓரங்களில் இருந்த பெரிய கடைகளின் நிழல்களின் கீழ் உணவுக்காக விண்ணப்பம் செய்திருந்தவர்கள் தங்கள் முறைக்காக காத்துக்கிடப்பார்கள். உணவகங்கள் நிரம்பி வழிந்ததற்குக் காரணம், உணவுப் பிரச்சினையை அவை பெரும்பாலானோருக்குத் தீர்த்துவைத்ததுதான். ஆனால், நோய்த் தொற்றினைக் குறித்த அச்சம் எவ்வித மாற்றமும் இல்லாமல் அப்படியேதான் இருந்தது. சாப்பிட வருபவர்கள் பொறுமையாகத் தங்கள் கத்தி, முள்கரண்டி ஆகியவற்றைப் பலமுறை கழுவிக்கொண்டிருந்ததைப் பார்க்க முடிந்தது. ‘இங்கே உள்ள பாத்திரங்கள் அனைத்தும் வெந்நீரால் கழுவியவை’ என்ற அறிவிப்பை அண்மைக்காலம்வரை பல உணவு விடுதி களில் கண்டிருக்கலாம். ஆனால், கொஞ்சம்கொஞ்சமாக இவ்வாறான விளம்பரம் எதையும் செய்வதை அவர்கள் நிறுத்திக்கொண்டனர். ஏனெனில், வாடிக்கையாளர்கள் வேறு வழியின்றி வரவேண்டியிருந்தது. மேலும், பணம் செலவிடுவதில் வாடிக்கையாளர்கள் பெரிதும் மகிழ்ச்சியடைந்தனர். நல்ல வைன்கள், அல்லது அவ்வாறு கூறப்படுகின்ற வைன்கள், மிக விலை உயர்ந்த உணவு வகைகள் என அனைத்தும் கண்மூடித்தனமாக வாங்கப்பட்டன. ஒரு உணவு விடுதியில், வாடிக்கையாளர் ஒருவருக்கு உடலில் ஏதோ அசௌகரியம் ஏற்பட்டு முகம் வெளிறி எழுந்தவர் அப்படியே தள்ளாடிப் பிறகு வேகமாக அந்த இடத்தை விட்டு வெளியேறினார்.

பகல் இரண்டு மணி வாக்கில் நகரில் படிப்படியாகக் கூட்டம் குறையும். அமைதி, தூசு, சூரியன், கொடுநோய் என அனைத்தும் வீதியில் சந்திக்கும் நேரம் இதுதான். உயர்ந்து நிற்கும் சாம்பல் நிற வீடுகளின் மீது வெப்பம் ஓயாமல் பொழிந்து கொண்டிருக்கும். இந்நிலையைத்தான் நீண்ட சிறைவாச

நேரமாக அங்குள்ளவர்கள் உணர்ந்தனர். அந்நகரத்து மக்கள் கூட்டமும் அவர்களின் அரட்டைசத்தமும் நிறைந்த பரபரப்பான மாலை நேரத்தில்தான் இந்தக் கொடுமை முடிவுக்கு வரும் கோடை அதிகமாக இருந்த ஆரம்ப நாட்களில் அவ்வப்போது மாலை நேரத்தில் ஊர் வெறிச்சோடிக் கிடந்தது. யாருக்கும் காரணம் தெரியவில்லை. ஆனால், இப்போது குளிர்ந்த காற்று வீசத்தொடங்கியதும் ஒருவித நிம்மதியும், ஏன் நம்பிக்கையும்கூட வருகிறது. எனவே, அனைவரும் வீதிகளை நோக்கி வந்து விடுகின்றனர். அன்பாகவோ வாதம் செய்தோ காது கிழியப் பேசிக்கொள்கின்றனர். ஜோடிகளாலும் சத்தத்தாலும் நிறைந்து ஜூலை மாத சிவந்த சூரியனின் பார்வையில் உள்ள நகரம் பதற்றமானதொரு இரவில் மூழ்கிப்போகும். நாள்தோறும் மாலை வேளைகளில் சாலைகளில் கத்திக்கொண்டு போகும் உத்வேகமான முதியவர் ஒருவரைப் பார்க்கலாம். இறகு சொருகிய தொப்பி, நீண்ட கழுத்துப்பட்டையுடன் இருந்தவர் “இறைவன் பெரியவர், அவரிடம் வாருங்கள்” என்று மக்கள் கூட்டத்தின் இடையில் உரத்தக் குரலில் தொடர்ந்து சொல்லிக் கொண்டு போவார். ஆனால் மக்களோ, எதைத் தேடி போகிறோம் என்று தெரியாமலேயே, வேகமாக விரைந்துகொண்டிருந்தனர். ஆனால், அவர்களுக்கு அது இறைவனைவிட அவசரம்போல் தோன்றியது. ஆரம்பத்தில் எல்லா நோயையும்போல் இதுவும் ஒன்று என அவர்கள் நினைத்தபோது, மதத்துக்கு இடமிருந்தது. அது தீவிரமான ஒன்று என்று கண்டுகொண்டதும் அவர்களுக்குத் தனிப்பட்ட இன்பம் குறித்த நினைவு வந்தது. எனவே, ஒளிரும் தூசு படிந்த அந்திப் பொழுதின் போது நாள் முழுவதும் அவர்கள் முகத்தில் குடிகொண்டிருந்த கவலைகள் எல்லாம் ஒருவித வெறிபிடித்த உற்சாகத்திலும், அத்தனை பேரையும் ஆட்கொண்டிருந்த அசௌகரியமான சுதந்திர உணர்விலேயும் கரைந்துப் போயின.

“நானும் அவர்களைப் போல்தான். ஆனால் என்ன இருந்தாலும்! என்னைப் போன்றோர்களுக்கு மரணம் என்பது பெரிதாக ஒன்றுமில்லை. நாம் எல்லோரும் நினைப்பது சரிதான் என்பதை நிரூபிக்கும் நிகழ்ச்சி”

தன் கையேட்டில் குறிப்பிடும் உரையாடல் மருத்துவர் ரியேவிடம் தரு கேட்டுக்கொண்டதால் நிகழ்ந்ததாகும். தருவுக்காக மருத்துவர் ரியே காத்திருந்த மாலைப்பொழுதில், சாப்பிடும் அறையில் நாற்காலியில் அமைதியாக உட்கார்ந்திருந்த தன் அம்மாவை பார்த்துக்கொண்டிருந்தார். வீட்டு வேலைகளை முடித்தபின் இங்குதான் மீதி நேரத்தை அவர் கழித்து வந்தார். முட்டி மீது கைகளை வைத்தபடி காத்திருப்பார். தனக்காகத்தான் அவ்வாறு அவர் காத்திருக்கிறாரா என்பதுகூட ரியேவுக்கு உறுதியாகத் தெரியாது. ஆனால், ரியே அங்கே வந்தவுடன் அவருடைய அம்மாவின் முகத்தில் ஏதோவொரு மாற்றம் தெரிந்தது. அந்த நேரத்தில், கடும் உழைப்பால் விளைந்த அமைதியின்மை அதிகமாவதைப்போல் இருந்தது. அதன் பின் மீண்டும் அவர் அமைதியாகிவிடுவார். அன்றைய மாலையில், வெறிச்சோடிக் கிடந்த வீதியை எட்டிப் பார்த்தார். தெரு விளக்குகளின் வெளிச்சம் மூன்றில் இரண்டு பங்குவரை குறைக்கப்பட்டிருந்தது. நகரில் இங்குமங்குமாக மங்கிய ஒளியின் நிழல்கள் தென்பட்டன.

“நோய் முடியும்வரை இப்படி வெளிச்சத்தைக் குறைக்கப் போகிறார்களா?” என்று ரியேவின் அம்மா கேட்டார்.

“இருக்கலாம்”

“குளிர்காலம்வரை நீடிக்காமல் இருந்தால் சரி, இல்லையென்றால் மிகவும் வேதனையாக இருக்கும்”

“ஆமாம்”

தன் நெற்றியை அம்மா பார்த்துக்கொண்டிருப்பதை ரியே கவனித்தார். கவலையும் கடந்த

சில நாட்களாக இருந்துவரும் அதிக வேலைச் சுமையும் சேர்ந்து தன் முகத்தில் மாற்றத்தை உண்டாக்கியிருப்பதை அவர் அறிவார்.

"அப்படியானால் இன்று சரியில்லை. அப்படித்தானே?" என்று அம்மா விசாரித்தார்.

"ஆமாம். எப்போதும் போல்தான்"

எப்போதும்போல்! அதாவது பாரீஸில் இருந்து அனுப்பப்பட்ட புதிய சீரம் முந்தையதைவிட குறைவான பலனையே தந்தது என்பதுடன் மரண எண்ணிக்கைக் கூடியவாறு இருக்கிறது. ஏற்கெனவே நோயால் பாதிக்கப்பட்ட குடும்பங்களைத் தவிர தற்காப்பு சீரத்தை செலுத்தும் சாத்தியக்கூறு இன்னும் உருவாகவில்லை. அனைவருக்கும் சீரம் செலுத்தவேண்டும் என்றால் தொழிற்சாலைகளில் அதிக அளவில் உற்பத்தி செய்து அனுப்பியாக வேண்டும். பழுக்க வேண்டிய காலம் தங்களுக்கு வந்துவிட்டதைப்போல் பெரும்பாலான கட்டிகள் அறுபட மறுத்து நோயாளிகளைச் சித்திரவதைக்கு ஆளாக்கின. முந்தைய நாள் இரவிலிருந்து நகரத்தில் இரண்டு பேர் தொற்றுநோயின் புதியவகையால் பாதிக்கப்பட்டு இருந்தனர். இவர்களுக்கு நோய் நுரையீரலைப் பாதிக்கத் தொடங்கியிருந்தது. அதேநாளில் கூட்டம் ஒன்றில் தொல்லைகளுக்குள்ளான மருத்துவர்களும், மாவட்ட நிர்வாகியும் கலந்துகொண்டனர். இந்த நுரையீரல் வகை தொற்றிலிருந்து பாதுகாத்துக்கொள்ள, ஒருவர் வாயிலிருந்து மற்றவர் வாய்க்குத் தொற்று ஏற்படாமல் தவிர்க்க வேண்டும். அதற்கான புதிய நடவடிக்கைகளை எடுக்கக் குழப்பத்தில் இருந்த நிர்வாகியிடம் ஒப்புதல் பெறப்பட்டது. வழக்கம்போல், யாருக்கும் எதுவும் தெரியவில்லை.

தன் அம்மாவை மருத்துவர் பார்த்தார். அவரது மெரூன் நிறக் கண்கள், அக்காலக் கனிவை நினைவூட்டின.

"அம்மா, பயமாக இருக்கிறதா?"

"என் வயதில், பெரிதாக எதற்கும் பயமிருக்காது"

"நேரம் போவது கடினமாக இருக்கும். நானும் எப்போதும் இங்கு இருப்பதில்லை."

"நீ வருவாய் என்று தெரிந்தால், காத்திருப்பதில் எனக்கு ஒன்றும் பிரச்சினையில்லை. நீ இல்லாதபோது, நீ செய்து கொண்டிருக்கும் வேலையை நினைத்துக்கொள்வேன். உன் மனைவி குறித்து ஏதாவது தகவல் கிடைத்ததா?"

“கிடைத்தது. அவள் கடைசியாக அனுப்பியிருக்கும் தந்தியைப் பார்த்தால் எல்லாம் சரியாக இருப்பதாகச் சொல்லலாம். ஆனால், நான் கவலைப்படக்கூடாது என்பதற் காகத்தான் அப்படியான செய்தி அவளிடமிருந்து வருகிறது என்று எனக்குத் தெரியும்.”

வீட்டின் அழைப்பு மணி ஒலித்தது. அம்மாவைப் பார்த்துச் சிரித்துவிட்டு கதவைத் திறக்கச் சென்றார். வாசலின் பாதி இருட்டில், சாம்பல் நிற உடை அணிந்த பெரியக் கரடியைப் போல் தரு நின்றிருந்தான். தன் மேசை முன் தருவை உட்கார வைத்துவிட்டு அவனது நாற்காலியின் பின்புறம் ரியே நின்று கொண்டார். மேசை மீது இருந்த ஒற்றை விளக்கு மட்டுமே அவர்களுக்கு இடையில் இருந்தது. அறையில் அந்த விளக்கு மட்டுமே ஏற்றப்பட்டிருந்தது.

எவ்விதப் பீடிகையுமில்லாமல், “உங்களிடம் வெளிப்படை யாகப் பேச முடியும் என்று எனக்குத் தெரியும்” என்று தரு கூறியதை ரியே தலையசைத்து ஆமோதித்தார்.

“இன்னும் இரண்டு வாரங்கள் அல்லது ஒரு மாதம் போனால் உங்களால் இங்கு எந்தப் பயனும் இருக்காது. இங்கிருக்கும் சூழலுடன் உங்களால் ஒத்துப்போக முடியாது.”

“அதுவும் உண்மைதான்” என்றார் ரியே.

“சுகாதாரத்துறையின் அமைப்பு மோசமான முறையில் உள்ளது. உங்களுக்குப் போதுமான அளவு பணியாளர்களோ நேரமோ இல்லை.”

மீண்டும் ஒருமுறை அவன் கூறியதை ஏற்கும் விதமாகத் தலையசைத்தார் ரியே.

“சமூகச்சேவை போன்றதொரு அமைப்பை உருவாக்கலாம் என்ற எண்ணத்தில் மாவட்ட நிர்வாகம் இருப்பதாகக் கேள்விப்பட்டேன். பொதுவான மீட்புப் பணிகளில் தகுதியுள்ள ஆட்கள் பங்கேற்பது கட்டாயமாக்கப்படும்.”

“உங்களுக்குச் சரியான தகவல்தான் கிடைத்திருக்கிறது. ஆனால், மக்களிடையே ஏற்கெனவே பெரும் அதிருப்தி நிலவுவதால் இம்முயற்சியில் அடுத்தக் கட்டத்துக்கு நகர்வதா என்று மாவட்ட நிர்வாகம் தயங்குகிறது.”

“தன்னார்வலர்கள் கிடைக்கிறார்களா என்று பார்க்கலாமே.”

“முயற்சி செய்தோம். ஆனால் அதிக அளவில் முன்வர வில்லை.”

"சொல்லப்போனால் நம்பிக்கையில்லாமல் அதிகார வழிகளைக் கையாண்டனர். அவர்கள் சிந்தித்துப் பார்க்கத் தவறிவிட்டனர். பேரழிவு விடுக்கும் சவாலை எதிர்கொள்ளும் அளவுக்கு அவர்கள் நடவடிக்கை இல்லை. அவர்கள் எண்ணியுள்ள சிகிச்சை எல்லாம் ஜலதோஷத்தைக் குணப்படுத்த மட்டுமே முடியும். இப்படியே செயல்படும்படி அவர்களை விட்டால் அவர்களோடு நாமும் சேர்ந்து மடிந்துபோவோம்."

"அதற்கான சாத்தியக்கூறு இருக்கிறது. எனவே கைதிகளை இந்த வேலைக்குப் பயன்படுத்தலாமா என்றுகூட யோசித்தார்கள். என்னைக் கேட்டால் அது கடினமான வேலை என்றே சொல்வேன்."

"என்னைப் பொறுத்தவரை, சுதந்திரமான மனிதர்கள்தான் இதற்குச் சரிவரும் என்று நினைக்கிறேன்."

"நானும்தான்; ஆனால் என்ன காரணம்?"

"மரண தண்டனையை வெறுப்பவன் நான்."

தருவை ரியே உற்றுப் பார்த்தார். பிறகு,

"அதனால்?"

"அதனால் தன்னார்வலர் குழு அமைக்க என்னிடம் ஒரு திட்டம் இருக்கிறது. அதன் பொறுப்பில் என்னை நியமியுங்கள். அதிகாரிகளை அதில் சேர்க்காமல் விட்டுவிடுவோம். அவர்களுக்கும் நிறைய வேலைகள் இருக்கும். எனக்கு எல்லா இடங்களிலும் நண்பர்கள் இருக்கிறார்கள். அவர்கள் மூலம் முதல் அணி உருவாகும். நிச்சயமாக நானும் அதில் பங்கேற்பேன்."

"உண்மைதான். நீங்கள் நினைப்பது போல் நடந்தால் நான் மிகவும் மகிழ்ச்சியடைவேன். இந்த வேலையில் உதவி அவசியம் தேவைப்படும். இந்தத் திட்டத்துக்கு மாவட்ட நிர்வாகத்திடமிருந்து அனுமதி பெற்றுத்தரும் பொறுப்பை நான் ஏற்றுக்கொள்கிறேன். எப்படியும் அவர்களுக்கும் வேறு வழியில்லை."

சற்று யோசித்த ரியே, "ஆனால், இந்த வேலை உயிருக்கு ஆபத்தாகவும் முடியலாம் என்பது உங்களுக்கே தெரியும். இருந்தாலும் உங்களை எச்சரிக்க வேண்டியது என் கடமை. அதைப் பற்றி நீங்கள் உண்மையிலேயே எண்ணிப் பார்த்தீர்களா?" என்று கேட்டார்.

தன் சாம்பல் நிறக் கண்களுடன் ரியேவைப் பார்த்தான் தரு.

"பனெலு ஆற்றிய உரை பற்றி என்ன நினைக்கிறீர்கள் டாக்டர்?" கேள்வி இயல்பாக வந்தது.

ரியேவும் இயல்பாகப் பதில் கூறினார்.

"என் வாழ்க்கையில் பெரும்பகுதியை மருத்துவமனையில் கழித்துவிட்டேன். எனவே, கூட்டமாகத் தண்டனை பெறுவது என்ற எண்ணம் எனக்கும் பிடிக்காது. ஆனால், கிறித்துவர்கள் சில நேரங்களில் தாங்கள் பேசுவதைப் பற்றி யோசித்துப் பார்க்காமல் அப்படிப் பேசிவிடுவார்கள். பார்வைக்குத் தெரிவதைவிட அவர்கள் நல்லவர்கள்."

"எனவே நீங்களும் பனெலு நினைப்பதைப்போல் இந்தக் கொடுநோய் மக்களின் கண்களைத் திறந்துவிட்டுச் சிந்தித்துப் பார்க்கத் தூண்டுவதால் இதற்கும் சில பயன்கள் இருக்கின்றன என நம்புகிறீர்களா?"

மருத்துவர் அவசரமாகத் தலையை ஆட்டினார்.

"எந்த ஒரு நோயையும் போல்தான்; இந்த உலகில் உள்ள அத்தனை நோய்க்கும் உள்ள எதார்த்தநிலைதான் இந்த நோய்க்கும். சிலரின் வளர்ச்சிக்கு இது உதவக்கூடும் எனினும், அது தரும் வேதனையையும் வலியையும் பார்க்கும்போது, கொடுநோயிடம் பணிந்து போக நீங்கள் ஒரு மனநலம் குன்றியவராகவோ, பார்வையற்றவராகவோ, கோழையாகவோ இருக்க வேண்டும்."

ரியே சற்றே குரலை உயர்த்திப் பேசினார். ஆனால், அவரை அமைதியடையச் செய்வதுபோல் கைகளை அமர்த்தித் தரு சிரித்தான்.

"ஆமாம்" என்று தோள்களைக் குலுக்கிக்கொண்டார் ரியே. "ஆனால், நீங்கள் இன்னும் என் கேள்விக்குப் பதில் கூறவில்லை. எப்போதாவது அதைப் பற்றி யோசித்திருக்கிறீர்களா?"

நாற்காலியில் இன்னும் சரிந்து உட்கார்ந்துகொண்ட தரு, தன் முகம் வெளிச்சத்தில் இருக்குமாறு முன்பக்கம் குனிந்தான்.

"நீங்கள் கடவுளை நம்புகிறீர்களா டாக்டர்?"

மீண்டும் கேள்வி இயல்பாக இருந்தது. ஆனால் இம்முறை ரியே சற்றே தயங்கினார்.

"இல்லை. ஆனால், நம்புவதென்றால் என்ன? நான் இருட்டில் இருக்கிறேன். வெளிச்சத்தைப்பார்க்க முயன்று கொண்டிருக்கிறேன். அதில் எதுவும் தவறில்லை என்ற முடிவுக்கு வந்து வெகுநாளாகிறது."

“இதன் மூலம் பனெலுவிடமிருந்து நீங்கள் வேறுபடுகிறீர்கள் இல்லையா?”

“நான் அப்படி நினைக்கவில்லை. பனெலு நன்கு கற்றறிந்தவர். போதுமான அளவு மக்கள் இறப்பதை அவர் நேரடியாகப் பார்த்ததில்லை என்பதால்தான் சத்தியத்தின் அடிப்படையில் அவர் பேசிக்கொண்டிருக்கிறார். தங்கள் பங்குத் தொகுதியைச் சார்ந்தவர்களின் இறுதி நிகழ்ச்சியில் கலந்துகொண்ட அல்லது சாகும் தறுவாயில் இருந்த மனிதனின் முனகலைக் கேட்ட சாதாரண கிராமத்துப் பாதிரியார்கூட என்னைப் போல்தான் நினைப்பார். வேதனைக்குச் சிகிச்சை அளிப்பதில்தான் கவனம் செலுத்துவார். அது எவ்வளவு அற்புதமான்து என்று எடுத்துச்சொல்ல முயன்றுகொண்டிருக்க மாட்டார்.”

ரியே எழுந்துகொண்டார், இப்போது அவரது முகம் நிழலில் இருந்தது.

“நீங்கள் அந்தக் கேள்விக்குப் பதில் சொல்ல விரும்பாததால் அதை விட்டுவிடுவோம்” தரு நாற்காலியைவிட்டு நகராமல் சிரித்தான்.

“ஒரு கேள்வியின் மூலம் என் பதிலைக் கூறட்டுமா?” இப்போது மருத்துவர் சிரித்தார்.

“உங்களுக்குப் புதிராகப் பேசுவது பிடிக்கிறது. சரி சொல்லுங்கள்.”

“அதேதான். உங்களுக்குக் கடவுள்மீது நம்பிக்கை இல்லையென்றால் ஏன் இத்தகைய அர்ப்பணிப்பு உணர்வுடன் வேலை செய்கிறீர்கள்? நீங்கள் கூறும் பதில் ஒருவேளை எனக்கும் பதிலளிக்க உதவும்”

தன் முகத்தை வெளிச்சத்தில் காட்டாமல் தான் ஏற்கெனவே அந்தக் கேள்விக்குப் பதில் கூறிவிட்டதாகச் சொன்னார். “எல்லாம் வல்ல இறைவனை நம்புவதாக இருந்தால் மக்களுக்குச் சிகிச்சை அளிப்பதை நிறுத்திவிட்டு இறைவனிடத்திலேயே பொறுப்பை விட்டிருப்பேன்” என்றார். இந்த உலகில் யாரும் அது போன்றதொரு கடவுளை நம்புவதில்லை. அப்படித்தான் நம்பிக்கொண்டிருப்பதாக நினைக்கும் பனெலுவும்கூட இதற்கு விதிவிலக்கல்ல. ஏனெனில், அந்த இறைவனுக்கே தன்னை முழுமையாக ஒப்படைத்துக் கொண்டவர்கள் யாரும் இல்லை. உலகினை அதன் இயல்பிலேயே எதிர்த்து போராடி வருவதால் இவ்விஷயத்திலாவது தான் சரியான பாதையில் செல்லும் உணர்வினைப் பெறுவதாக ரியே கருதினார்.

"அப்படியானால், உங்கள் பணி குறித்து உங்கள் பார்வை அதுதானா?" என்று தரு கேட்டான்.

"ஏறக்குறைய அப்படித்தான்" என்று மருத்துவர் ரியே மீண்டும் வெளிச்சத்துக்கு வந்தார்.

தரு மெல்லிய ஒலியில் சீழ்க்கையடித்துக்கொண்டிருந்தான். மருத்துவர் அவனைப் பார்த்தார்.

"நான் சொல்வது உண்மைதான். அதில் ஓரளவு பெருமை வேண்டும் என்று நினைக்கிறீர்கள். ஆனால், என்னை நம்புவதாக இருந்தால் ஒன்றைக் கூறுகிறேன். எனக்குரிய பெருமையை மட்டுமே நான் அடைகிறேன். என் எதிர்காலம் எப்படி இருக்கும் என்று தெரியாது. இவையெல்லாம் முடிந்தபின் என்ன நடக்கும் என்றும் எனக்குத் தெரியாது. இப்போதைக்கு நான் சிகிச்சையளிக்க வேண்டிய நோயாளிகள் இருக்கின்றனர். அதன் பிறகு அவர்கள் சிந்தித்துப் பார்ப்பார்கள். நானும்தான். ஆனால், உடனடியாக செய்ய வேண்டிய வேலை, அவர்களுக்குச் சிகிச்சை அளித்து குணமாக்க வேண்டியதுதான். என்னால் முடிந்தவரை அவர்களைப் பாதுகாக்கப் போராடி வருகிறேன். அவ்வளவுதான்"

"யாருக்கு எதிராக?"

சன்னல் பக்கம் ரியே திரும்பினார். தூரத்தில் தொடுவானம் கருமை நிறத்தில் திரண்டிருந்தது. கடல் இருப்பதை உணர்ந்தார். தான் முற்றிலும் சோர்ந்துவிட்டது மட்டும் தெரிந்தது. அதே நேரத்தில் எதிரில் உள்ள இந்த இளைஞரிடம் மனதில் உள்ள மேலும் சிலவற்றை பேச வேண்டும் என்று காரணம் கூற முடியாத திடீர் விருப்பம் ஏற்படுவதையும் உணர்ந்தார். இந்த இளைஞர் அசாதாரணமானவராகத் தெரிந்தாலும், தனக்கு ஒரு நண்பனாகவும் சகோதரனாகவும் பார்த்தார்.

"எனக்குத் தெரியவில்லை தரு; சத்தியமாக எனக்குத் தெரியவில்லை. இந்தப் பணியை முதலில் நான் ஏற்றுக் கொண்ட போது, கடமை என்ற வகையில் மேலோட்டமாகத்தான் பார்த்தேன். ஏனெனில் தங்களுக்கு வாய்த்த பல வேலைகளில் இதுவும் ஒருவேலை என்று நினைத்தேன். அத்துடன், தொழிலாளி ஒருவரின் மகனான என்னைப் போன்றவனுக்குக் கடினமாக இருந்ததும் காரணமாக இருக்கலாம். பிறகு, மக்கள் மடிவதை நேரில் பார்க்க வேண்டியதாயிற்று. இறக்க மறுக்கும் மக்களும் இருக்கிறார்கள் தெரியுமா? மரணத்தின் விளிம்பில், 'முடியவே முடியாது' என்று கத்திய பெண்ணைப் பார்த்திருக்கிறீர்களா. அந்தக் குரலை நான் கேட்டிருக்கிறேன். அந்த நொடியில்தான்

இந்தச் சூழலை என்னால் பழகிக்கொள்ள முடியாது என்பதைப் புரிந்துகொண்டேன். நான் இளைஞனாக இருந்ததால் உலகின் ஒழுங்கு எனப்படும் அம்சத்தின் மீதே என் வெறுப்பு திரும்பியது என்று கருதினேன். அன்றிலிருந்து நான் மேலும் எளிமையானவனாக மாறிவிட்டேன். மக்கள் இறப்பதைப் பார்க்க நான் இன்னும் பழகவில்லை என்பது மட்டும் உண்மை. இதற்கு மேல் வேறு எதுவும் எனக்குத் தெரியாது. ஆனால், எப்படிப் பார்த்தாலும்…"

இந்த இடத்தில் சிறிது நேரம் பேசுவதை நிறுத்திவிட்டு உட்கார்ந்தார். நாக்கு வறண்டிருப்பதாக உணர்ந்தார்.

"எப்படிப் பார்த்தாலும் என்றால்?" தரு மெல்ல கேட்டான்.

தருவை உற்று கவனித்தபடி, மீண்டும் சிறியதொரு தயக்கத்துக்குப் பிறகு தொடர்ந்தார்.

"எப்படிப் பார்த்தாலும், உங்களைப் போன்றவர் புரிந்து கொள்ளக்கூடிய விஷயம்தான் இது. உலகத்தின் ஒழுங்கு என்பது மரணத்தால் நிர்வகிக்கப்படுவதால் இறைவனை நம்பாமல் இருப்பதுதான் ஒருவேளை இறைவனுக்கு நல்லதாக இருக்கும். இறைவனை நம்பாமல், அமைதி காக்கும் வானை நோக்கி எதிர்பார்க்காமல், தன் சக்தியுள்ள மட்டும் மரணத்தை எதிர்த்துப் போராடுவதுதான் நல்லது."

"நீங்கள் சொல்வது புரிகிறது. ஆனால் உங்களுக்குக் கிடைக்கும் வெற்றியெல்லாம் எப்போதும் தற்காலிகமானவையே."

ரியேவின் முகத்தில் சோகச்சாயல் தெரிந்தது.

"எப்போதும் அப்படித்தான் என்பது எனக்குத் தெரியும். அந்தக் காரணத்துக்காகப் போராடாமல் இருக்க முடியாது."

"இல்லை. அதை ஒரு காரணமாக ஏற்க முடியாது. ஆனால் இந்த நிலையில் கொடுநோய் குறித்த உங்கள் பார்வையை என்னால் ஊகிக்க முடிகிறது.

"ஆமாம், இது ஒரு முடிவில்லாப் போராட்டம்" என்றார் ரியே.

மருத்துவர் ரியேவைச் சிறிது நேரம் தரு உற்றுப் பார்த்தான். பிறகு எழுந்து விறைப்பாக வாசலை நோக்கி நடந்தான். ரியேவும் பின்தொடர்ந்தார். சேர்ந்து நடக்க ஆரம்பிக்கும் நேரம் ரியேவின் கால்களைத் தரு கவனிப்பதைப்போல் இருந்தது.

ரியேவைப் பார்த்து,"இவற்றையெல்லாம் யார் உங்களுக்குக் கற்றுத் தந்தது?" என்று கேட்டான்.

இதற்கான பதில் உடனடியாக வந்தது.

"வேதனை"

தன் அலுவலக அறையை ரியே திறந்தார். கூடத்துக்கு வந்ததும், தானும் கீழே உடன் இறங்கிவருவதாகத் தருவிடம் சொன்னார். புறநகரில் தன்னிடம் சிகிச்சை பெறும் நோயாளி ஒருவரைப் பார்க்கச் செல்ல வேண்டும் என்றார். தானும் உடன் வர தரு தெரிவித்த விருப்பத்தை ரியே ஏற்றுக்கொண்டார். கூடம் முடியும் இடத்தில் ரியேவின் அம்மா எதிரில் வந்தார்.

அவரிடம், "என் நண்பர்" என்று கூறி தருவை ரியே அறிமுகம் செய்துவைத்தார்.

"அப்படியா! உங்களைச் சந்தித்ததில் மகிழ்ச்சி" என்றார் மருத்துவரின் அம்மா.

அங்கிருந்து அவர் சென்றதும், தரு மீண்டும் மருத்துவர் பக்கம் திரும்பினான். மருத்துவர் விளக்கினைப் போட முயன்றார். முடியவில்லை. எனவே படிக்கட்டுகள் இருளிலேயே கிடக்க வேண்டியிருந்தது. இதுவும் புதிய சிக்கன நடவடிக்கையின் விளைவாக இருக்குமோ என்று யோசித்துப்பார்த்தார். அவரால் முடிவுக்கு வர இயலவில்லை. அண்மைக்காலமாக வீட்டிலும் நகரத்திலும் எல்லாவற்றிலும் குழப்பம் தெரிகிறது. ஒருவேளை விடுதிக்காப்பாளர்கள் மட்டுமல்ல பொதுவாகவே முன்பைப் போல் எதையும் மக்கள் பொறுப்பாகக் கவனிக்காதது இந்த நிலைக்குக் காரணமாக இருக்கலாம். ஆனால் இவை பற்றி யெல்லாம் யோசிக்க மருத்துவர் ரியேவுக்கு அவகாசம் இல்லை. அதற்குள் பின்னிருந்து தருவின் குரல் கேட்டது.

"இன்னும் ஒரு விஷயம் சொல்ல வேண்டும் டாக்டர். உங்களுக்கு நகைப்புக்குரியதாக இருந்தாலும் அதுதான் உண்மை. நீங்கள் நினைப்பது சரிதான்."

இருட்டில் தனக்குள் தோள்களைக் குலுக்கிக்கொண்டார்.

"உண்மையில் அதைப் பற்றி எனக்கு எதுவும் தெரியாது. உங்களுக்கு?"

"அதுவா, எனக்குப் பெரும்பாலான விஷயங்கள் தெரியும்" என்று பதற்றப்படாமல் சொன்னான் தரு. மருத்துவர் நடப்பதை நிறுத்தினார். பின்னால் வந்த தருவின் கால் படிக்கட்டில் இடறியது. ரியேவின் தோள்மீது கை வைத்து விழாமல் சுதாரித்துக் கொண்டான் தரு.

"வாழ்க்கையைப் பற்றி உங்களுக்கு எல்லாம் தெரியும் என்று நினைக்கிறீர்களா?" என்று மருத்துவர் கேட்டார்.

இருட்டாக இருந்தாலும், அதே அமைதியான தொனியில் பதில் வந்தது.

"தெரியும் என்றே நினைக்கிறேன்"

இருவரும் வெளியில் வந்தபோது, இருட்டியிருந்தது. அதிக நேரம் கடந்திருந்ததை அவர்கள் உணர்ந்தனர். 11 மணி இருக்கலாம். ஒரு சில சலசலப்புகளைத் தவிர நகரமே அமைதியாக இருந்தது. வெகுதூரத்தில் அவசர ஊர்தி வருவதை அறிவிக்கும் ஒலி கேட்டது. இருவரும் ஏறி காருக்குள் உட்கார்ந்தனர். காரை ரியே ஓட்டினார்.

"முன் எச்சரிக்கைக்கான தடுப்பூசி போட்டுக்கொள்ள நீங்கள் நாளை மருத்துவமனைக்கு வரவேண்டும். ஆனால், நீங்கள் இந்த விஷயத்தில் இறங்கும் முன் இதிலிருந்து தப்பிக்க மூன்றில் ஒரு வாய்ப்புதான் உள்ளது என்பதை முடிவாக உங்கள் மனதில் நிறுத்திக்கொள்ளுங்கள்" என்றும் ரியே சொல்லி வைத்தார்.

"டாக்டர், இதுபோன்ற கணக்குகள் எல்லாம் அர்த்தமற்றவை என்பது என்னைப்போல் உங்களுக்கும் தெரியும். நூறு ஆண்டுகளுக்கு முன் வந்த ஒரு தொற்றுநோய் பெர்ஷியாவின் நகரம் ஒன்றில் இருந்த அத்தனை பேரையும் பலி வாங்கியது. பிணங்களை ஓய்வின்றி தொடர்ந்து குளிப்பாட்டிய நபரைத் தவிர அனைவரும் மாண்டு போனார்கள்.

"மூன்றில் ஒருவராக அந்த நபர் இருந்திருக்கிறார், அவ்வளவுதான்" என்று கூறிய ரியேவின் குரல் திடீரென கம்மியது. ஆனாலும் இந்த விஷயத்தில் நாம் தெரிந்துகொள்ள நிறைய இருக்கின்றன" என்றார்.

இப்போது அவர்களது வாகனம் புறநகர்ப் பகுதியை அடைந்தது. காரின் விளக்கு வெறிச்சோடிக் கிடந்த வீதிகளின் மீது வெளிச்சத்தைப் பாய்ச்சியது. கார் நின்றது. இறங்கியதும், தன்னுடன் வர விருப்பமா என்று தருவிடம் ரியே கேட்டார். ஆம் என்று கூறி அவனும் இறங்கினான். வானில் தோன்றிய சிறியதொரு ஒளியில் அவர்கள் முகம் தெரிந்தது. திடீரென ரியேவின் முகத்தில் நட்பு கலந்த சிரிப்பு உண்டானது.

"இப்போது சொல்லுங்கள் தரு. இந்த விஷயத்தில் உங்களை ஈடுபாடு காட்ட வைத்தது என்ன?"

"தெரியவில்லை. ஒழுக்கம் குறித்த என் பார்வையாக இருக்கலாம்?"

"என்ன ஒழுக்கம்?"

"புரிந்துகொள்ளும் இயல்பு"

தரு அந்த வீட்டை நோக்கித் திரும்பி நடந்தான். அந்த ஆஸ்துமா நோயாளியின் அடுக்குமாடிக் குடியிருப்பினை அடையும்வரை தருவின் முகத்தை ரியே பார்க்கவில்லை.

அடுத்த நாளே தரு வேலையை ஆரம்பித்தான். முதல் அணியைத் திரட்டியிருந்தான். அடுத்தடுத்து பல அணிகள் தொடர்ந்தன.

எப்படியும் இந்தச் சுகாதாரக் குழுக்களுக்கு அவற்றின் தகுதிக்கு மீறிய முக்கியத்துவத்தைத் தருவது இச்சம்பவத்தை விவரிப்பவரின் நோக்கமல்ல. அவர் இடத்தில் இப்போது இருந்திருந்தால் பெரும்பாலானவர்கள் அக்குழுக்களின் பங்கை மிகைப்படுத்தும் சபலத்துக்கு ஆளாகிவிடுவார்கள் என்பது உண்மைதான். சிறந்த செயல்களுக்கு அதிக முக்கியத்துவம் தருவதன் மூலம் மறைமுக மான ஆனால் வலிமையானதொரு ஆதரவைத் தீமைக்கு அளிப்பதாகிவிடும் என்று அவர் நினைக் கிறார். ஏனெனில் அவ்வாறு செய்யும்போது அந்தச் சிறந்த செயல்கள் மதிப்புமிக்கவையாக இருப்பதற்கு அவை அரிதாக இருப்பதே காரணம் என்றும் மனிதர்களின் நடவடிக்கைகளில் தீய எண்ணம் அல்லது மெத்தனம் ஆகியன பொதுவாகக் காணப்படும் பண்புகளாக உள்ளன என்றும் விளங்கிக் கொள்ளப்படும். இக்கருத்தில் எடுத்துரைப் பாளருக்கு உடன்பாடில்லை. எப்போதும் தீமை என்பது பெரும்பாலும் அறியாமையில் இருந்துதான் வரும். தெளிவாக இல்லாமல் போனால், தீய எண்ணத்தைபோல் அதே அளவு நல்ல எண்ணமும் சேதங்களை ஏற்படுத்திவிடும். அது ஒரு பிரச்சினை இல்லை; என்றாலும்கூட மக்கள் பெரும்பாலும் தீயவர்களாய் இருப்பதைவிட நல்லவர்களாகவே இருக்கின்றனர். ஆனால் அவர்கள் ஏறக்குறைய அறியாமையில் இருக்கின்றனர். இதைத்தான் ஒழுக்கக்கேடு அல்லது அறம் என்று அழைப்பார்கள். மிகவும் வெளிப்படையான ஒழுக்கக்கேடு அனைத்தும் தமக்குத் தெரியும் என்று நினைக்கும் அறியாமையாகும். இறுதியில் அந்த அறியாமை

கொல்வதற்கான உரிமையைத் தானே எடுத்துக்கொள்ளும் கொலைகாரனின் ஆன்மா கண்கள் கட்டப்பட்ட நிலையில் இருக்கும். இயன்றவரையிலான தெளிவு இல்லாமல் உண்மையான நல்லெண்ணத்துக்கோ அருமையான நேசிப்புக்கோ இடமில்லை.

இதன் காரணமாகத்தான் தருவின் முயற்சியால் அமைக்கப்பட்ட சுகாதாரக் குழுக்களைத் திருப்தியுடனும் நடுநிலைமையோடும் பார்க்க வேண்டும். இதனாலேயே தன் முனைப்பு, சாகசச் செயல் ஆகியவற்றைப் பற்றி விவரிப்பாளர் அளவுக்கு அதிகமான புகழ்மாலைகளைச் சூட்டுவதில்லை. அவற்றுக்கு மிதமான முக்கியத்துவத்தையே அவர் தருகிறார். எனினும் அந்த நேரத்தில் இந்தக் கொடுநோயின் காரணமாக நம் மக்கள் அனுபவித்த மனவேதனைகள், அவர்களது ஏக்கங்கள் ஆகியவற்றைத் தொடர்ந்து பதிவு செய்பவராக அவர் இருப்பார்.

உண்மையில் சுகாதாரக் குழுக்களில் தங்களை அர்ப்பணித்துக் கொண்டவர்களுக்கு அதிக பெருமை சேராது. ஏனெனில், அப்போது செய்யவேண்டியது அதுதான் என்றும் அவ்வாறு செய்யாமல் விடுவது வெறுப்புக்குரியதாகி இருக்கும் என்றும் அவர்களுக்குத் தெரியும். கொடுநோயைப் பற்றி மக்கள் மேலும் ஆழமாக அறிந்துகொள்ள இந்தக் குழுக்கள் உதவின. அத்துடன், நோய் வந்திருப்பதால் அதனை எதிர்கொள்ளத் தேவையான அத்தனை நடவடிக்கைகளையும் அவர்கள் மேற்கொண்டாக வேண்டும் என்பதை ஓரளவுக்கு அவர்கள் ஏற்கும்படி செய்தனர். எனவே, நம்மில் சிலருக்குப் பெரும் பிரச்சினையாக இந்தக் கொடுநோய் ஆகிவிட்ட காரணத்தால், அனைவருக்குமான பிரச்சினையாக அது தோன்றியது. பார்க்கப்போனால் அதுதான் உண்மை.

இவையெல்லாம் சரிதான். ஆனால், இரண்டும் இரண்டும் நான்கு என்று சொல்லித்தருவதற்காக எந்தவொரு பள்ளி ஆசிரியரையும் யாரும் பாராட்டிக் கொண்டிருக்கமாட்டார்கள். அற்புதமானதொரு பணியைத் தேர்ந்தெடுத்ததற்காக வேண்டு மானால் பாராட்டுவார்கள். வேறு மாதிரியாக அல்லாமல் இரண்டும் இரண்டும் நான்கு என்று காட்டும் வேலையைச் செய்ய முன் வந்ததற்கும் தருவும் மற்றவர்களும் பாராட்டுக்குரியவர்கள். மேலும் பள்ளி ஆசிரியரைப் போன்ற மன உறுதியையே இவர்களும் கொண்டிருந்தனர் என்பதும் அவ்வாறான உறுதியைக் கொண்டவர்கள் நாம் நினைப்பதைவிட அதிகமான அளவில் இருந்தனர் என்பதும் மனிதாபிமானத்துக்குக் கிடைத்த வெற்றி என்பதைக் குறிப்பிட்டாக வேண்டும். எப்படியும் இதுதான் விவரிப்பாளரின் கருத்து. மேலும், நீங்கள் எழுப்பக்கூடிய மறுப்பைப் பற்றி அவருக்கு நன்கு தெரியும். அதாவது, அந்தக்

குழுவைச் சேர்ந்தவர்கள் தங்கள் உயிரினைப் பணயம் வைக்கின்றனர் என்பதுதான் அது. எப்போதுமே வரலாற்றில் ஒரு குறிப்பிட்ட காலத்தில் இரண்டும் இரண்டும் நான்கு என்று துணிந்து சொல்பவனுக்கு மரண தண்டனை கிடைக்கும். பள்ளி ஆசிரியருக்கு இது நன்றாக தெரியும். நியாயத்தைக் கூறி முடித்த பின் எத்தகைய வெகுமதி அல்லது தண்டனை கிடைக்கப்போகிறது என்பது பிரச்சினையில்லை; இரண்டும் இரண்டும் நான்கா இல்லையா என்று தெரிந்துகொள்வதுதான் இப்போதுள்ள பிரச்சினை. நகர மக்களில் தங்கள் உயிரைப் பணையம் வைத்துள்ளவர்களின் முன் உள்ள பிரச்சினை தாங்கள் கொடுநோய் என்னும் சூழலில் வாழ்கிறோமா என்று முடிவு செய்யவேண்டும் என்பதோடு அதனைச் சமாளிக்க முயற்சி செய்யவேண்டுமா இல்லையா என்பதும்தான்.

அறக்கருத்துக்களைக் கூறும் புதிய போதனையாளர்கள் அதிக அளவில் இந்த நேரத்தில் தோன்றினார்கள். எந்த நடவடிக்கையும் பயன் தராது என்றும் அடிபணிந்து போவதே ஒரே வழி என்றும் அவர்கள் வாதிட்டார்கள். தரு, ரியே, அவர்களுடைய நண்பர்கள் என அனைவருக்கும் இதற்கெல்லாம் பதில் அளிக்க முடிந்தது. எனினும் எப்போதும் அவர்களது முடிவு தெரிந்ததுதான். ஏதாவது ஒருவழியில் நாம் போராடிப் பார்க்க வேண்டும், மண்டியிடக்கூடாது. பெரியதொரு எண்ணிக்கையில் மக்கள் செத்து மடிவதையும் நிரந்தரமாகப் பிரிந்திருக்க வேண்டிய வேதனையையும் எந்த அளவுக்குத் தவிர்க்க முடியும் என்பது தான் இப்போதுள்ள முக்கிய பிரச்சினை யாகும். இதற்கு உள்ள ஒரே வழி பெருந்தொற்றை எதிர்த்து நின்று சமாளிப்பதுதான். இந்த எதார்த்தத்தில் போற்றுவதற் கென்று எதுவுமில்லை. மாறாக இயல்பாகப் பின்பற்றவேண்டிய செயலாக இது அமைந்தது.

இதன் காரணமாகத்தான், கையில் கிடைத்ததை வைத்துக் கொண்டு தன் ஒட்டுமொத்த நம்பிக்கையையும் சக்தியையும் செலவிட்டு அந்த இடத்திலேயே தடுப்பூசி தயாரிப்பதில் பெரியவர் கஸ்தேல் இயல்பாக இறங்கினார். நகரில் தொற்றினைப் பரப்பும் நுண்ணுயிரை வைத்தே தயாரிக்கப்படும் தடுப்பூசி வெளியிலிருந்து தருவிக்கப்படும் வேறு எந்தத் தடுப்பு ஊசியைவிட நேரடியாக அதிகப் பலனளிக்கக்கூடியதாக இருக்கும் என்று தருவும் ரியேவும் நம்பினர். ஏனெனில் காலங்காலமாக பகுக்கப்பட்ட பெருந்தொற்றின் நுண்ணுயிர்களில் இருந்து சற்றே இந்த நுண்ணுயிரிகள் வேறுபட்டிருந்தன. விரைவில் தன் தயாரிப்பில் முதல் தடுப்பூசி கிடைத்துவிடும் என்று கஸ்தேல் நம்பினார்.

இதனால்தான் சுகாதார அமைப்புகளின் செயலகப் பொறுப்பாளராக இருப்பதில் எந்தவொரு பெருமிதமும் கொள்ளாமல் தரு இயல்பாக இயங்கினான். அதிக மக்கள் எண்ணிக்கை கொண்ட மாவட்டங்களில் தற்காப்பு உதவிகளைச் செய்யும் பணியைத் தரு அமைத்திருந்த குழுக்களில் ஒன்று கவனித்துக்கொண்டது. இதுவரை தூய்மைக்குழுக்கள் பார்வையிடாத பரண்கள், பாதாள அறைகள் ஆகியவற்றைச் சோதித்து மருந்து தெளிப்பதுடன் அத்தியாவசியமான சுகாதாரத்தை வலியுறுத்தவும் முயற்சி மேற்கொண்டனர். சுகாதாரக் குழுக்களின் வேறு ஒரு பிரிவு, வீட்டுக்குச் சென்று சிகிச்சையளிக்கும் மருத்துவர்களுக்கு உதவி செய்தது. நோயினால் பாதிக்கப்பட்டவர்களை மருத்துவமனைக்கு அழைத்துச் செல்வது மட்டுமின்றி ஒரு கட்டத்தில் பயிற்சி பெற்ற பணியாளர்கள் இல்லாத போது அவசர ஊர்திகளையும் பிண ஊர்திகளையும் ஓட்டிச் செல்லும் வேலையையும் கவனித்தனர். இவை அனைத்துக்கும் பதிவு, புள்ளிவிவரங்கள் ஆகியவை தேவைப் பட்டன. இவற்றைச் செய்து தர கிரான் ஒப்புக்கொண்டார்.

இந்தக் கோணத்தில் பார்த்தால், ரியே, தரு ஆகியோரைக் காட்டிலும் சுகாதாரக்குழுக்களை உத்வேகமடையச் செய்த அனுமதியான நல்லெண்ணப் பிரதிநிதி உண்மையில் கிரான் தான் என்று இந்த நிகழ்ச்சியை விவரிப்பவர் கருதுகிறார். எதற்கும் தயக்கமில்லாமல் சரி என்று கிரான் தன் வழக்கமான நல்லெண்ணத்துடன் கூறினார். சின்னச்சின்ன வழிகளில்தான் பயன்படவேண்டும் என்று மட்டுமே விரும்பினார். இவற்றைவிட அதிகமாக எதையும் செய்யும் அளவில் அவரது வயதில்லை. மாலை 6 மணிமுதல் இரவு 8 மணிவரை தான் உதவி செய்யத் தயாராக இருப்பதாகத் தெரிவித்தார். அவருக்கு மனப்பூர்வமாக ரியே நன்றி கூறியபோது, அவர், “இதில் பெரிதாக ஒன்றுமில்லை. நமக்குப் பெருந்தொற்று வந்துவிட்டது. அதனைப் போக்கியாக வேண்டும். இது அத்தனை சுலபமானதாக இல்லையே!” என்று கூறினார். மீண்டும் அவர் எழுதத் தொடங்கியிருந்த புதினத்தின் வாக்கியத்துக்குச் சென்றுவிட்டார். சில மாலை நேரங்களில், கணக்கெடுப்பு பதிவு வேலை முடிந்தவுடன் ரியே, கிரானிடம் பேசுவதுண்டு. பிறகு தருவையும் தங்களது உரையாடலில் சேர்த்துக்கொண்டனர். இந்த இரண்டு நண்பர்களிடமும் உற்சாகமாக நிறைய விஷயங்களைக் கிரான் பகிர்ந்து கொண்டார். நோய்ப் பாதிப்புக்குள்ளான இந்த நேரத்தில் கிரான் பெருமையுடன் ஈடுபட்டிருந்த பணியை அவர்களும் கவனிப்பதில் ஆர்வம் காட்டினர். முடிவில், அதில் ஒருவிதமான வடிகாலை அவர்கள் உணர்ந்தனர்.

"அந்தக் குதிரைப் பெண்மணி எப்படி இருக்கிறார்?" என்று தரு அடிக்கடி விசாரித்தான். சளைக்காமல் எப்போதும் ஒரே பதிலைச் சிரித்தபடி கிரான் வைத்திருப்பார். "நடந்துகொண்டே இருக்கிறது. நடந்துகொண்டிருக்கிறது" ஒருநாள் மாலை, "நான் ஒருவழியாக 'எடுப்பான' என்ற பெயரடையை குதிரை ஓட்டுபவரிடமிருந்து எடுத்துவிட்டேன். இனி அப்பெண்ணை 'ஒல்லியான' என்று விவரிக்கப்போகிறேன். அதுதான் அதிக அழுத்தத்தைத் தருகிறது" என்றார். மற்றுமொரு முறை, இந்த மாற்றத்தை செய்து முடித்தபின் முதல் வாக்கியத்தை இருவருக்கும் வாசித்துக்காட்டினார். "அருமையானதொரு மே மாத காலைப் பொழுதில் பூத்துக்குலுங்கும் புவா தெ புலோஞ் நிகழ்சாலைகளின் வழியாக அற்புதமான குதிரையில் ஏறி ஒல்லியான பெண் ஒருத்தி சவாரி சென்றாள்."

"அப்பெண் இப்போது மேலும் நன்றாக இருக்கிறாள் இல்லையா? என்ன நினைக்கிறீர்கள்?" என்று கிரான் கேட்டார். "அத்துடன் நான் மே காலை" என்று சொல்வதைத்தான் பெரிதும் விரும்புகிறேன்; ஏனெனில் மே மாதத்தில் என்றால் அது மேலும் வாக்கியத்தை நீளமாக்கிவிடும்" என்று விளக்கமளித்தார்.

அதன் பின், 'அற்புதமான' என்ற பெயரடை குறித்து அதிகக் கவலைப்பட்டார். எதிர்பார்த்த அளவுக்கு அது பொருத்தமாக இல்லை என்பதால் தன் மனதில் உள்ள அற்புதமான மிருகத்தை ஒற்றைச் சொல்லில் காட்சிப்படுத்தும் அளவு அது இருக்க வேண்டும். "அந்தச் சொல்லைத்தான் தேடிக்கொண்டிருக்கிறேன்" என்றார். 'கொழுத்த' என்பது சரிவராது. பொருளைத் தந்தாலும் கொஞ்சம் இழிவானத் தொனி இருக்கும். பிரகாசமான என்ற சொல்லை பயன்படுத்தலாமா என்று சிறிது நேரம் சிந்தித்தேன். ஆனால் அதிலும் சரியான ஒலிப்பு இல்லை. ஒருநாள் மாலை, வெற்றிப் புன்னகையுடன் அந்தச் சொல் கிடைத்துவிட்டதாக அறிவித்தார். 'கருப்பு அலேஸான் பெட்டைக் குதிரை' கருப்பு என்ற சொல் பூடகமாக எடுப்பான தோற்றத்தைக் குறிப்பதாக அவர் கருதினார்.

"இது சரிவராது" என்று ரியே கருத்து தெரிவித்தார்.

"ஏன் அப்படி?"

"ஏன் என்றால் அலேஸான் என்பது இனத்தைக் குறிக்காது. அது நிறத்தைக் குறிப்பது"

"என்ன நிறம்"

"எப்படியும் அது கருப்பு கிடையாது"

கிரான் மிகவும் உணர்ச்சிவசப்பட்டவராகத் தெரிந்தார்.

“மிக்க நன்றி. நல்ல வேளை நீங்கள் இங்கு இருக்கிறீர்கள். இது எவ்வளவு கஷ்டம், பார்த்தீர்களா?”

“‘ஜொலிக்கும்’ என்ற சொல் பற்றி என்ன நினைக்கிறீர்கள்?” என்று கேட்டான் தரு.

யோசனையுடன் அவரைப் பார்த்தார் கிரான்.

“சரி. சரியாக இருக்கும்” என்ற கிரானின் முகத்தில் மெலிதானப் புன்னகைத் துளிர்ப்பது தெரிந்தது.

சில நாட்களுக்குள், ‘பூத்துக் குலுங்கிய’ என்ற வார்த்தையில் தனக்குத் திருப்தியில்லை என்பதை கிரான் பகிர்ந்துகொண்டார். ஓரான், மோன்தெளிமார் ஆகிய ஊர்களுக்கு மட்டுமே போயிருப்ப தால், புவா தெ புலோஞ் சாலைகளில் எந்த அளவுக்குப் பூக்கள் நிறைந்திருக்கின்றன என்று நண்பர்களிடம் விசாரிப்பார். உண்மையைச் சொல்ல வேண்டுமென்றால் அங்கு மலர்கள் இருப்பதைப் பார்த்ததாக ரியே, தரு இருவருக்குமே நினைவில்லை. எனினும், கிரான் உறுதியாக விவரிப்பதால் தங்களுக்குச் சந்தேகம் உண்டாகிறது என்பதை அவர்கள் தெரிவித்தனர். அவ்வாறு அவர்கள் எழுப்பிய சந்தேகத்தைக் கண்டு கிரான் ஆச்சரியப்பட்டு, “கலைஞர்களுக்குத்தான் தங்கள் கண்களை முறையாகப் பயன்படுத்தத் தெரியும்” என்றார். பிறகு, ஒருநாள், கிரான் மிகுந்த உற்சாகத்துடன் இருந்ததை ரியே கவனித்தார். ‘பூத்துக் குலுங்கிய’ என்ற பதத்தை, ‘பூக்கள் நிறைந்த’ என்று மாற்றிவிட்டாராம். கைகளைத் துடைத்துக்கொண்டு ஒருவழியாக, இப்போது அவற்றை நாம் பார்க்கலாம். முகரலாம். உங்களுக்கு என் பாராட்டுகள் என்று கூறிவிட்டு வெற்றிக்களிப்புடன் அந்த வாக்கியத்தை வாசித்தார். “அருமையானதொரு மே மாத காலைப்பொழுதில் ஒல்லியான பெண் ஒருத்தி ஜொலிக்கும் அலேஸான் குதிரையின்மீது ஏறி புவா தெ புலோஞ்சின் மலர் நிறைந்த சாலைகளின் வழியாகச் சவாரி சென்றாள்.” ஆனால் சத்தமாக வாசித்தபோது, குதிரையின், புலோஞ்சின் என்று ‘இன்’ என்ற ஒட்டு மீண்டும் மீண்டும் வருவது நெருடலாக இருந்ததுடன் கிரானும் வாசிக்கத் தடுமாறினார். குழம்பிய நிலையில் அப்படியே உட்கார்ந்துவிட்டார். தான் சிறிது நேரம் யோசிக்க வேண்டும் என்பதால் புறப்படுவதாக ரியேவிடம் பணிவாகக் கூறிவிட்டு அங்கிருந்து சென்றுவிட்டார்.

இந்தக் காலகட்டத்தில்தான் அலுவலகத்தில் சில நேரங்களில் கிரானுக்கு ஞாபக மறதி இருப்பதற்கான அறிகுறி தோன்றியதாக அவர்கள் தெரிந்துகொண்டனர். நகர மன்றத்தில்

கோரிக்கை மனுக்கள் நிரம்பிவழிந்துகொண்டிருந்ததுடன் குறைவான எண்ணிக்கையில் இருந்த பணியாளர்களுடன் சமாளிக்க வேண்டியிருந்த அந்த நேரத்தில் இவருக்கு ஏற்பட்ட கோளாறு மிகவும் துரதிர்ஷ்டமானதாகக் கருதப்பட்டது. இவர் செய்ய வேண்டிய பணிகள் பாதிக்கப்பட்டன. அவருடைய துறைத்தலைவர் நேரடியாகக் குற்றம்சாட்டிப் பேசினார். எந்தவொரு வேலையைச் செய்வதற்காக இவருக்குச் சம்பளம் வழங்கப்படுகிறதோ அந்த வேலையை இவர் செய்வதில்லை எனச் சாடினார். "உங்கள் வேலையோடு, சுகாதாரக் குழுக்களுக்காக தன்னார்வ சேவை செய்வதாகத் தெரிகிறது. அதைப் பற்றி எனக்கு கவலையில்லை. என் கவலையெல்லாம் நீங்கள் இங்கு செய்ய வேண்டிய வேலை. நீங்கள், எங்களுக்காகச் செய்து முடிக்க வேண்டிய வேலையை நல்ல முறையில் செய்வதுதான். இந்த மோசமான சூழ்நிலையில் உங்களைப் பயனுள்ளவராக மாற்றும் முதல் வழியாகும். இல்லையென்றால் மற்ற அனைத்தும் வீண்" என்று விளக்கினார் துறைத் தலைவர்.

"அவர் கூறுவது சரிதான்" என்று ரியேவிடம் கிரான் கூறினார்.

"ஆமாம். நியாயம்தான்" என்று மருத்துவரும் ஆமோதித்தார்.

"என்ன செய்வது. என்னால் முழுமையாக வேலையில் ஒன்ற முடியவில்லையே. என் வாக்கியத்தின் கடைசிப் பகுதியில் உள்ள பிரச்சினையை எப்படி முடிப்பது என்று தெரியவில்லையே" 'புவா' என்றாலே எல்லோருக்கும் தெரியும். 'புலோஞ்' என்ற சொல்லை எடுத்துவிட்டால் வாக்கியம் கொஞ்சம் எளிமையாகிவிடும் என்று நினைத்தார். 'புவாவின் மலர்கள்' என்று போட்டால், அந்த வாக்கியத்தில் மலர்களைச் சாலைகளோடு தொடர்புபடுத்தாமல் 'புவா'வோடு சேர்ப்பதாக ஆகும். 'மலர்கள் நிறைந்த புவாவின் சாலைகள்' என்று வாக்கியத்தை அமைக்கலாமா என்றுகூட யோசித்துப்பார்த்தார். ஆனால், அப்படி அமைத்தால் மலர்கள் புவாவுக்கு உரியனவா அல்லது சாலைகளைச் சேர்ந்தனவா என்பதில் தெளிவு இருக்காது. இப்பிரச்சினை அவரை வாட்டியெடுத்தது. சில மாலைப் பொழுதுகளில் ரியேவைக் காட்டிலும் அதிக சோர்வுடன் கிரான் இருப்பதுபோல் தோன்றியதை மறுக்க முடியாது.

உண்மைதான். இந்த ஆராய்ச்சியில் அவர் முற்றிலுமாகக் களைத்துப்போனார். எனினும், சுகாதாரக் குழுக்களுக்குத் தேவைப்பட்ட புள்ளிவிவரக் கணக்குகள், மதிப்பீடுகள் ஆகியவற்றைத் தொடர்ந்து வழங்க அவர் தவறவில்லை. நாள்தோறும் மாலை வேளைகளில், புள்ளிவிவரங்களைப் பொறுமையாக வகைப்படுத்தி, அவற்றை வரைபடங்களாக

மாற்றித் தற்போதுள்ள சூழலை முடிந்தவரையில் துல்லியமாகக் காட்டுவார். பல நேரங்களில், ஏதாவதொரு மருத்துவமனையில் இருக்கும் மருத்துவர் ரியேவைச் சந்தித்து அங்குள்ள அலுவலகம் அல்லது சிகிச்சை அளிக்கும் அறையிலுள்ள மேசை முன் அமர்ந்து வேலை செய்ய அனுமதி கேட்பார். கையிலுள்ள தாள்களுடன் மேசை அருகில் உட்காரும் கிரானைப் பார்த்தால். ஏதோ நகரமன்ற அலுவலகத்திலுள்ள தன் மேசை முன் உட்கார்ந்திருப்பதைப்போலவே இருக்கும். தொற்றுநோய் நீக்கும் திரவ நெடியும், தொற்றுநோயின் நெடியும்கூட காற்றில் கலந்திருக்கும் சூழலில், கையிலுள்ள காகிதங்களின் மை காய்வதற்காக அவற்றை அசைத்துக்கொண்டிருப்பார். தன் வேலையை மட்டும் செய்ய வேண்டும், அந்தக் குதிரை சவாரி செய்யும் ஒல்லியானப் பெண்ணைப் பற்றிய சிந்தனை வரக்கூடாது என்று அந்த நேரங்களில் உண்மையிலேயே முயற்சி செய்வார்.

கதாநாயகர்கள் என்று அழைக்கப்படும் உதாரணங்களுக்கு உரியவர்கள் அல்லது முன் மாதிரிகள் என்று எடுத்துக் கொண்டால், இந்த நிகழ்விலும் அப்படி ஒருவர் உண்மையில் இருக்க வேண்டுமென்றால் சாதாரண மனிதராகத் தன்னை மறைத்துக்கொண்டு வாழும் கதாநாயகரான இவரைத்தான் விவரிப்பாளர் காட்டுவார். மனதில் சிறிதளவு நல்லெண்ணமும், நகைப்புக்குரிய குறிக்கோளையும் தவிர இவரைப் பற்றிச் சிறப்பாகக் கூற வேறு எதுவுமில்லை. இதுதான் நாம் உண்மைக்கு செலுத்தும் மரியாதையாக இருக்கும். இரண்டும் இரண்டும் நான்கு என்று ஏற்றுக்கொள்வதாகும். மேலும் சாதனைக்கு அதற்குரிய இரண்டாவது இடத்தைத் தரும் முறையும் இதுதான். தாராளமாகக் கிடைக்கும் மகிழ்ச்சிக்குப் பிறகே சாதனைக்கு இடம் தர வேண்டும். நிச்சயம் அதற்கு முன் அல்ல. அதேநேரம், இந்தப் பதிவு எத்தகையத் தன்மையுடையது என்பதைத் தெரியப்படுத்தவும் முடியும். வெளிப்படையாகத் தெரியும் கெட்ட எண்ணங்களை உடையதாக இல்லாத அதேசமயத்தில் மேடை நாடகம்போல் அருவருப்பான முறையில் உணர்வுகளைத் தூண்டும் விதமாகவும் இல்லாதவகையில் நல்ல எண்ணங்களைக் கொண்ட பதிவாக இது இருக்கும்.

பாதிக்கப்பட்ட இந்த நகரத்துக்கு வெளியுலகத்தால் வைக்கப்படும் கோரிக்கைகள், வழங்கப்படும் ஊக்கமொழிகள் ஆகியவற்றைச் செய்தித்தாள்களில் வாசிக்கும் போதும் வானொலியில் கேட்கும் போதும் இதுபோன்றதொரு எண்ணம் தான் மருத்துவர் ரியேவுக்கு ஏற்பட்டது. வான் மூலமாகவோ தரை மூலமாகவோ உதவி வரும்போது, மாலைவேளைகளில் வானொலியிலும் செய்தித்தாள்களிலும் இந்த தனித்த

நகரத்தின் நிலை குறித்த புகழ்மொழிகளோ, அனுதாபங்களோ பொழிந்தவண்ணம் இருக்கும். ஒவ்வொன்றிலும் காணப்படும் பரிசளிப்பு விழாவின் தொனி அல்லது சம்பிரதாய வார்த்தை ஆகியவை ரியேவை எரிச்சலடையவைக்கும். அவர்களிடமுள்ள கரிசனம் உண்மையானதுதான் என்று ரியேவுக்குத் தெரியும். ஆனால், தங்களை மற்ற மனிதர்களுடன் இணைப்பது எது என்பதை விளக்க மக்கள் முயற்சி செய்யும் வழக்கமான மொழியால் தான் சாத்தியமாகும். அத்தகைய மொழியை உதாரணமாகச் சிறிய அளவில் கிரான் செய்யும் அன்றாட முயற்சிகளையோ இந்தக் கொடுநோயில் கிரானின் முக்கியத்துவத்தையோ விளக்கப் பயன்படுத்த முடியாது.

சில நாட்களில் நகரம் வெறிச்சோடிக் கிடக்கும். ஆழ்ந்த மௌனத்தில், மிகக்குறுகிய நேரத் தூக்கத்துக்குத் தயாராகும் முன் வானொலியைக் கேட்க மருத்துவர் ரியே விரும்புவார். பல்லாயிரம் கிலோ மீட்டர் தூரத்தில், உலகின் தொலைதூரங்களிலிருந்து பெயர் தெரியாத சகோதரக் குரல்கள் ஒலிக்கும். தங்கள் ஆதரவை ஒருவிதமான சலிப்பூட்டும் வகையில் அவர்கள் தெரிவிப்பார்கள். அவ்வாறு தெரிவித்தபோதிலும் தங்களால் பார்க்கவோ, துன்பத்தில் பங்குகொள்ளவோ முடியாமல் உள்ள மனிதர்களின் மோசமான இயலாமை குறித்து விவரித்துக்கொண்டிருப்பார்கள். அந்தோ ஓரான், ஓரான்! கடல் கடந்து இந்தக் கூக்குரல்கள் பயனற்று ஒலித்தன. ரியேவும் பயனின்றிக் காத்துக்கிடந்தார். சிறிது நேரத்திலேயே அந்தக் குரல்களின் எடுப்பான பேச்சு வளரும்போது, அந்தப் பேச்சாளருக்கும் கிரானுக்கும் உள்ள அடிப்படையான வேறுபாட்டினை மேலும் தெளிவாகிவிடும். “ஓரான், ஓரான் சரிதான், ஆனால் பயன் எதுவும் இல்லையே” என்று மருத்துவர் நினைத்தார். “நேசிப்பது அல்லது ஒன்றாக மடிவது, இதைத்தவிர செய்வதற்கு வேறு ஒன்றுமில்லை. அவர்கள் வெகுதூரத்தில் இருக்கின்றனர்.”

இந்த நகரத்தை நிரந்தரமாக ஆட்கொள்ள, தன் ஒட்டுமொத்தச் சக்தியையும் ஒன்று திரட்டிக் கொண்டிருந்த கொடுநோய் உச்சக்கட்டத்தில் இருந்த அந்தச் சூழ்நிலையைப் பற்றி விவரிக்கும் முன் ராம்பேர் போன்ற தனிமனிதர்கள் தங்கள் சந்தோஷத்தை மீட்கவும், அத்தனைத் தாக்குதலையும் மீறிக் கொடுநோயிலிருந்து தங்களைப் பாதுகாத்துக்கொள்ளவும் மேற்கொண்ட அலுப்பூட்டும் ஏமாற்றத்துக்குரிய நீண்ட முயற்சிகள் பற்றிக் குறிப்பிட்டாக வேண்டும். தங்களை அச்சுறுத்தும் அடிமைத்தனத்தை ஏற்க மறுக்க அவர்களுக்குத் தெரிந்த வழி இதுதான். இந்த நிகழ்ச்சியின் எடுத்துரைப்பாளரைப் பொறுத்தவரை, இவர்கள் கையாண்ட எந்த ஒரு வழியும் பலனளிக்கவில்லை என்றாலும் அவரவர் கையாண்ட வழிக்கென ஓர் அர்த்தம் இருந்தது. அத்துடன் பயனற்றவையாக முரண்களுடையவையாக அவை இருந்த காரணத்தாலேயே அந்த நேரத்தில் நம் ஒவ்வொருவரிடமும் இருந்த பெருமித உணர்வை வெளிப்படுத்துவதாக அவை அமைந்துவிட்டன.

பலியாகாமல் கொடுநோயிடமிருந்து பாதுகாத்துக்கொள்ளப் பத்திரிக்கையாளர் ராம்பேர் போராடிக்கொண்டிருந்தான். சட்டப்படி அந்த நகரத்தைவிட்டு வெளியில் செல்வதற்கான சான்றிதழ் கிடைக்காது என்பதை அறிந்து கொண்ட அவன் ரியேவிடம் தெரிவித்தபடி வேறு வழிகளை முயன்று பார்க்கத் தொடங்கினான். முதலாவதாக உணவகப் பணியாளர்களை அணுகினான். ஏனெனில், ஊரில் நடப்பவை அனைத்தும் உணவகப் பணியாளர்களுக்குத் தெரியும். அவ்வாறு அணுகியபோது, இதுபோன்ற குறுக்குவழியில் ஈடுபடுபவர்களுக்கு விதிக்கப்படும் தீவிரமான தண்டனைகள் குறித்து அவர்கள் நன்கு

தெரிந்து வைத்திருந்தனர் என்று புரிந்தது. அவர்களில் ஒருவன் ராம்பேரைக் காவல் துறையைச் சார்ந்த ஒற்றர் என்று கூட சந்தேகப்பட்டான். ரியேவின் அலுவலகத்தில் கொத்தாரைச் சந்திக்கும் நாள்வரை இந்தத் தேக்கநிலை நீடித்தது. அன்றைய நாளில், அலுவலகங்களில் தான் மேற்கொண்ட முயற்சிகள் பலனளிக்காமல் போனதைப் பற்றி மீண்டும் ரியேவிடம் ராம்பேர் பேசிக்கொண்டிருந்தான். சில நாட்கள் சென்றதும், வீதியில் ராம்பேரைச் சந்தித்த கொத்தார், தயக்கமின்றி நலம் விசாரித்துப் பேசினான். அண்மைக் காலமாக மற்றவர்களிடம் அவ்வாறு சங்கோஜமின்றி பேசும் வழக்கத்தை அவன் கடைபிடித்து வருகிறான்.

“இன்னும் எதுவும் நடக்கவில்லையே?”

.“இல்லை, எதுவுமில்லை.”

“அந்த அதிகாரிகளை நம்பி பயனில்லை. அவர்கள் நம்மைப் புரிந்துகொள்ளக்கூடிய ஆட்கள் இல்லை.”

“உண்மைதான். அதனால்தான் நான் வேறுவழி கிடைக்குமா என்று பார்க்கிறேன். கஷ்டமாக இருக்கிறது.”

“அப்படியா, புரிகிறது” என்றான் கொத்தார்.

தனக்குச் சில வழிமுறைகள் தெரியும் என்று கூறி அவை குறித்து ராம்பேரிடம் விவரித்தான். ராம்பேருக்கு ஆச்சரியமாக இருந்தது. நீண்ட நாட்களாக ஒரானில் உள்ள அத்தனை உணவகங்களுக்கும் சென்று வருவதாகவும், தனக்கு ஏராளமான நண்பர்கள் இருப்பதாகவும் கூறினான். இதுபோன்ற வேலைகளை முடித்துத்தரும் அமைப்பு ஒன்று இருப்பது தனக்குத் தெரியும் என்றான். அளவிட்டு வழங்கப்படும் பொருட்களைப் பதுக்கும் வேலையில் மும்முரமாக ஈடுபட்டிருந்தான் என்பதுதான் உண்மை. அண்மைக்காலமாக அவனது செலவு வருவாயை மிஞ்சுவதால் இதுபோன்ற தொழிலில் ஈடுபட்டிருந்தான். சீராக விலை உயர்ந்துகொண்டே போகும் சிகரெட்டுகள், தரம் குறைந்த மதுவகைகள் ஆகியவற்றை விற்றுவந்தான். இத்தொழிலில் சிறிய அளவில் பணம் சேர்ந்தது.

“உங்களுக்கு நன்றாகத் தெரியுமா?”

“தெரியும். எனக்கே முடித்துத் தர முன்வந்தார்களே.”

“அப்படியென்றால் அதை ஏன் நீங்கள் பயன்படுத்திக் கொள்ளவில்லை?”

"சந்தேகப்படாதீர்கள்" என்று கொத்தார் நல்லவிதமாக விளக்கினான்.

"ஏன் அந்த வாய்ப்பைப் பயன்படுத்திக்கொள்ளவில்லை என்றால், இங்கிருந்து போக எனக்கே விருப்பமில்லை. தனிப்பட்ட சில காரணங்கள் இருக்கின்றன" என்று விளக்கமளித்த அவன் சிறிது நேர இடைவெளிக்குப் பின்,

"என்ன காரணம் என்று கேட்கமாட்டீர்களா?"

"எனக்கு ஓரளவு தெரிகிறது. இருந்தாலும் அதில் எனக்கு அக்கறையில்லை.

"ஒருவகையில் அது இல்லை. இது வேறு . . . போகட்டும் எது எப்படியோ, இந்தக் கொடுநோய் வந்ததிலிருந்து இந்த இடம் எனக்கு வசதியாக இருக்கிறது என்பது மட்டும் உண்மை."

ராம்பேர் எதுவும் சொல்லாமல் கேட்டுக்கொண்டிருந்தான்.

"அந்த அமைப்பில் சேருவது எப்படி?"

"அதைக்கேட்கிறீர்களா? அது அவ்வளவு எளிதில்லை. என்னுடன் வாருங்கள்" என்று சொல்லி கொத்தார் அழைத்துச் சென்றான்.

அப்போது மாலை நான்கு மணி. கனத்த வானின் கீழ் நகரம் மெல்ல வெந்துகொண்டிருந்தது. கடைகள் அனைத்திலும் சன்னல்கள் அடைக்கப்பட்டிருந்தன. பாதைகள் வெறிச்சோடி கிடந்தன. வளைவுகள் அமைக்கப்பட்டிருந்த வீதிகள் வழியாகக் கொத்தாரும் ராம்பேரும் சிறிது நேரம் எதுவும் பேசிக்கொள்ளாமல் நடந்து சென்றனர். பிளேக் கண்ணுக்குத் தெரியாத நேரங்களில் இதுவும் ஒன்று. இந்த அமைதி, மங்கிய நிறங்கள், முடங்கிய செயல்பாடுகள் இவை அனைத்தும் கோடைக்கு மட்டுமல்ல கொடுநோய்க்கும் உரியவையாகக்கூடும். காற்றுவெளியின் அடர்த்தியாக இருப்பது, தூசு, சுட்டெரிக்கும் வெயில் ஆகியவற்றாலா அல்லது அச்சுறுத்தலாலா என்று யாராலும் கூற முடியாது. சிறிது நேரம் கூர்ந்து கவனித்து கொடுநோயைத் திரும்பிப் பார்க்க வேண்டும். ஏனெனில், அது எப்போதும் எதிர்மறையான சமிக்ஞைகள் மூலமாகவே வெளிப்படும். அந்த நோயினை ஓரளவு புரிந்து வைத்திருந்த கொத்தார் ஒரு மாற்றத்தை ராம்பேருக்குச் சுட்டிக்காட்டினான். உதாரணமாக, அவர்கள் கண்ணுக்கு நாய்கள் எதுவும் தென்படவில்லை என்பதைக் கவனிக்கச் சொன்னான். பொதுவாகத் தெரு வாசல்களின் அருகில், வீதியோரங்களில், எட்டாத குளிர்ச்சி

ஏதாவது கிடைக்குமா என்ற ஏக்கத்தில் மூச்சு இரைத்தவாறு அலைவது அவற்றின் வழக்கம்.

புல்வார் தெ பல்மியே வழியாக நடந்து சென்ற அவர்கள், ஊர்வலத் திடலைக் கடந்து துறைமுகப் பகுதியை நோக்கிப் போய்க்கொண்டிருந்தனர். இடதுபுறத்தில், பச்சைநிற உணவகம் ஒன்று இருந்தது. மஞ்சள் நிறத்தில் பெரிய துணிக்கூடாரத்தின் கீழ் அது அமைந்திருந்தது. அதனுள் நுழைந்த கொத்தாரும் ராம்பேரும் தங்கள் நெற்றியைத் துடைத்துக்கொண்டனர். பச்சை நிறத்தில் இருந்த வார்ப்பு இரும்பு மேசைகளுக்குமுன் போடப்பட்டிருந்த மடக்கு நாற்காலிகளில் இருவரும் அமர்ந்தனர். அறையில் யாரும் இல்லை. மேலே ஈக்கள் பறந்து சத்தம் எழுப்பின. பணம் செலுத்துமிடத்தின்மீது இருந்த மஞ்சள் கூண்டுக்குள் பச்சைக்கிளி ஒன்று தன் சிறகுகள் அனைத்தும் உதிர்ந்துபோகத் தளர்ந்துபோய் அமர்ந்திருந்தது. சுவர்களில் போர்க்காட்சிகள் இடம்பெற்ற படங்கள் மாட்டப்பட்டிருந்தன. அவற்றின்மீது மொத்தமான சிலந்தி வலைகளும் அழுக்கும் மண்டிக்கிடந்தன. ராம்பேர் எதிரில் இருந்த மேசை உள்ளிட்ட அனைத்து இரும்பு மேசைகளின்மீதும் பறவைகளின் எச்சம் உலர்ந்து கிடந்தது. எங்கிருந்து இந்தப் பறவைகள் வந்திருக்கும் என்று ராம்பேர் யோசித்துக்கொண்டிருந்தபோது, இருண்ட மூலையில் சலசலப்பு கேட்டது. சிறிது நேரத்தில் அழகான சேவல் ஒன்று துள்ளிக் குதித்து வெளியில் வந்தது.

அந்தநேரம்தான் வெப்பம் மேலும் அதிகமாவதுபோல் தோன்றியது. தன் மேல் அங்கியைக் கழற்றி மேசைமீது பொத்தென்று போட்டான் கொத்தார். நீல நிறத்திலான சமையல் அங்கி அணிந்திருந்த குள்ளமான நபர் ஒருவர் இருட்டிலிருந்து வெளியில் வந்தார். கொத்தாரைப் பார்த்த மாத்திரத்திலேயே நலம் விசாரித்த அந்த நபர் வழியில் இருந்த சேவலை உதைத்து ஓரமாகத் தள்ளினார். வலியில் சேவல் கொக்கரித்துக்கொண் டிருக்க, சாப்பிட என்ன வேண்டும் என்று கேட்டார். தனக்கு வெள்ளை வைன் கேட்ட கொத்தார், கர்ஸியா என்ற ஆளைப் பற்றி அந்தப் பணியாளரிடம் விசாரித்தான். கொஞ்ச நாட்களாக அவரை உணவகத்தில் பார்க்க முடிவதில்லை என்று அந்தக் குள்ளப் பணியாளர் பதிலளித்தார்.

"இன்று மாலை அவர் வருவார் என்று நினைக்கிறீர்களா?"

"யாருக்குத் தெரியும்? அவர் வழக்கமாக எந்த நேரத்தில் இங்கு வருவார்?"

"அது முக்கியமில்லை. அவரிடம் நான் ஒரு நண்பரை அறிமுகம் செய்து வைக்கவேண்டும். அவ்வளவுதான்."

ஈரமாக உள்ள கைகளைத் தன் அங்கியில் துடைத்துக் கொண்டார் அந்த நபர்.

“சரி, இவரும் தொழிலில் இருப்பவரா?”

“ஆமாம்” என்று பதில் அளித்தான் கொத்தார்.

அந்தக் குள்ள நபர் மூக்கை உறிந்துவிட்டு,

“அப்படி என்றால் சரி, மாலை திரும்பி வாருங்கள். அவரிடம் தகவல் சொல்லப் பையனை அனுப்புகிறேன்.

வெளியில் வந்ததும் அந்த நபர் குறிப்பிட்ட தொழில் என்ன என்று கொத்தாரிடம் ராம்பேர் கேட்டான்.

“கள்ளச்சந்தைதான். நகர எல்லை வாசல் வழியாகப் பொருட்களை வாங்கி, அதிக விலைக்கு விற்பார்கள்”

“நல்லது. காவல் துறையுடன் கூட்டா?”

“நிச்சயமாக”

அன்று மாலை, கூடாரம் அகற்றப்பட்டது. கூண்டிலிருந்த கிளி கிறீச்சொலி எழுப்பியபடி இருக்க இரும்பு மேசைகளைச் சுற்றிலும் ஆண்கள். அங்கிகளின்றி சட்டையுடன் அமர்ந்திருந்தனர். அதில் இருந்த ஒருவன் பின்பக்கமாகச் சரியவிட்டிருந்த கோரைத் தொப்பியும், வெள்ளைச் சட்டையும் அணிந்திருந்தான். சுட்ட மண்ணின் நிறத்தில் இருந்த மார்பைக் காட்டியபடி இருந்தவன், கொத்தார் உள்ளே வருவதைப்பார்த்ததும் எழுந்து நின்றான். வெயிலில் காய்ந்து பழுப்பேறிப்போன சராசரி முகம், சிறிய கருப்புக் கண்கள், வெள்ளைப் பற்கள், விரல்களில் இரண்டு அல்லது மூன்று மோதிரங்கள். முப்பது வயது மதிக்கத்தக்கத் தோற்றம்.

“‘ஹாய்’. நாங்கள் அந்த மதுக்கூடத்தில் குடித்துக் கொண்டிருந்தோம்.”

மூன்று சுற்று எதுவும் பேசாமல் மூவரும் குடித்து முடித்தனர். பிறகு கர்ஸியாதான் ஆரம்பித்தான்.

“என்ன, வெளியில் போய் பேசலாமே?”

துறைமுகப் பகுதியை நோக்கி நடந்தனர். தன்னிடம் ஆக வேண்டிய வேலை என்ன என்று தெரிந்துகொள்ள கர்ஸியா ஆசைப்பட்டான். உண்மையில் தொழில் விஷயமாக ராம்பேரை அறிமுகம் செய்ய வரவில்லை என்றும், “வெளியே செல்லும் அனுமதி”க்காகத்தான் என்றும் விளக்கினான்.

ராம்பேர் இருப்பது தெரியாததைப்போல்,

“உண்மையில் அவருக்கு என்ன வேண்டும்?” என்று அந்த நபர் கேட்டான்.

“அவருடைய மனைவி பிரான்ஸில் இருக்கிறார்.”

“அப்படியா?”

சிறியதொரு இடைவெளிக்குப் பின்,

“அவருக்கு என்ன வேலை?”

“பத்திரிகையாளர்”

“அதிகம் பேசுபவர்களைக்கொண்ட ஒரு தொழில்.”

ராம்பேர் எதுவும் பேசவில்லை.

“அவர் எனக்கு வேண்டியவர்” என்றான் கொத்தார்.

யாரும் பேசாமல் நடந்தபடி இருந்தனர். துறைமுக வாசலருகில் வந்தடைந்தனர். பெரிய இரும்பு வேலிகள் அமைத்து அதற்கு மேல் செல்வதைத் தடுக்கத் தடை செய்திருந்தனர். அருகில் இருந்த சிறிய உணவகம்வரை நடந்து சென்றனர். அங்கு விற்கப்பட்ட புது சர்தீன் மீன்களின் வாசம் அவர்கள் பக்கம் வீசியது.

“எப்படிப் பார்த்தாலும், இந்த வேலையைக் கவனிக்கும் ஆள் நான் இல்லை. ராவூல்தான் பார்க்கிறான். அவனைத் தேடிப்பிடித்தாக வேண்டும். அது சாதாரண காரியமில்லை” என்றான் முடிவாக.

“ஏன், மறைந்து வேலை செய்கிறானா?” என்று கொத்தார் கேட்டான்.

இதற்குக் கர்ஸியாவிடமிருந்து பதில் வரவில்லை. உணவகத்தின் அருகில் நின்ற கர்ஸியா முதல்முறையாக ராம்பேர் பக்கம் திரும்பி,

“நாளை மறுநாள், காலை 11 மணிக்கு, நகரத்தின் உயரமான பகுதியில் உள்ள சுங்கத்துறையின் பாதுகாப்பு முகாம் இருக்கும் மூலையில் சந்திப்போம்” என்றான்.

புறப்படுவதுபோல் தெரிந்த அவன், திரும்பி இருவரையும் பார்த்து,

“கொஞ்சம் செலவு ஆகும்” என்றான். அது எதார்த்தமான தொரு தகவல்தான்.

"நிச்சயமாகச் செய்கிறேன்" என்று ராம்பேர் ஒப்புக் கொண்டான்.

சிறிது நேரம் சென்றதும், கொத்தாருக்கு ராம்பேர் நன்றி கூறினான்.

"அதெல்லாம் எதற்கு? உங்களுக்கு உதவ முடிந்ததில் எனக்கு சந்தோஷம், அத்துடன், நீங்கள் ஒரு பத்திரிகையாளர் என்றைக்காவது ஒருநாள் எனக்குத் திருப்பிச் செய்யப் போகிறீர்கள்" என்று வேடிக்கையாகக் குறிப்பிட்டான்.

இரண்டு நாட்கள் கழித்து, நகரத்தின் உயரமான பகுதிக்குச் செல்லும் மரங்களற்ற அகலமான பாதை வழியாக ராம்பேரும் கொத்தாரும் ஏறிச்சென்றனர். முகாமின் ஒரு பகுதியை மருத்துவமனையாக மாற்றியிருந்தனர். பெரிய வாசல் கதவின் முன் மக்கள் குழுமியிருந்தனர். அனுமதிக்க முடியாத அந்த இடத்தைப் பார்வையிடலாம் என்ற எதிர்பார்ப்புடன் வந்தவர்கள் சிலர். ஏதாவது செய்தி கிடைக்குமா என்று தேடிவந்தவர்கள் சிலர். அவ்வாறானத் தகவலும் அடுத்த ஒரு மணிநேரத்தில் காலாவதியாகிவிடக்கூடியதுதான். நிலைமை எதுவாக இருந்தபோதும் இந்தக் கூட்டம் பலர் வந்து போவதற்கு வாய்ப்பை ஏற்படுத்தித் தந்தது. எனவே, கர்ஸியாவும் ராம்பேரும் சந்திக்க ஏற்பாடாகிய விதத்திற்கும் இந்த வசதியான சூழலுக்கும் தொடர்பில்லாமல் இல்லை என்பதை யாரும் எளிதில் ஊகிக்க முடியும்.

"எப்படியும் இந்த இடத்தைவிட்டுப்போயாக வேண்டும் என்ற வைராக்கியம் விசித்திரமாக இருக்கிறது. மொத்தத்தில், நடப்பதைப் பார்த்தால் வேடிக்கையாகத்தான் இருக்கிறது" என்று கொத்தார் சொன்னான்.

"எனக்கு அப்படி இல்லை" என்றான் ராம்பேர்.

"ஆமாம். ஆபத்து இருப்பது உண்மைதான். ஆனால், இந்தக் கொடுநோய் வருவதற்கு முன் பரபரப்பான சாலைச் சந்திப்பைக் கடந்து செல்வதிலும் அதே அளவு ஆபத்து இருந்தது என்பதும் உண்மைதானே"

அந்த நேரம் ரியேவின் கார் அவர்கள் அருகில் நின்றது. தரு கார் ஓட்டிவர ரியே பாதித் தூக்கத்தில் இருந்ததைப்போல் தெரிந்தார். அறிமுகம் செய்து வைக்க அவர் விழித்துக்கொண்டார்.

"எங்களுக்குள் அறிமுகம் தேவையில்லை. நாங்கள் ஒரே விடுதியில்தான் தங்கியிருக்கிறோம்" என்றான் கொத்தார்.

ராம்பேரை நகரம்வரை காரில் ஏற்றிச்செல்ல முன் வந்தார்.

"இல்லை, ஒருவரை இங்கு நாங்கள் சந்திக்க திட்டமிட் டிருக்கிறோம்."

ரியே ராம்பேரைப் பார்த்தார்.

"ஆமாம்" என்று ராம்பேரும் ஆமோதித்தான்.

"அட, நம் டாக்டருக்கு விஷயம் தெரியுமா?" என்று ஆச்சரியப் பட்டான் கொத்தார்.

"இதோ நீதிபதி வருகிறார்" என்று கொத்தாரிடம் தரு சைகைக் காட்டினான்.

கொத்தாரின் முகம் மாறியது. வீதியில் சீரான அடி எடுத்து வைத்து ஆனால் வேகமாக அவர்களை நோக்கி நீதிபதி ஒத்தோன் நடந்து வந்துகொண்டிருந்தார். இவர்களைக் கடந்து சென்றபோது தன் தொப்பியைச் சற்றே உயர்த்தி வணக்கம் கூறினார்.

"வணக்கம் ஜட்ஜ் ஐயா" என்றான் தரு.

காரில் இருந்தவர்களுக்கு நீதிபதி பதில் வணக்கம் கூறிவிட்டு, பின்னால் நின்றுகொண்டிருந்த கொத்தாரையும் ராம்பேரையும் பார்த்துத் தலையசைத்து வணக்கம் கூறினார். கொத்தாரையும் ராம்பேரையும் தரு அறிமுகம் செய்துவைத்தான். ஒரு நொடி வானத்தைப் பார்த்த நீதிபதி, "இது சோகமான காலகட்டம்" என்று பெருமூச்சுவிட்டார்.

"தரு, நீங்கள் முன்னெச்சரிக்கை நடவடிக்கைகளில் ஈடுபட்டு வருவதாகக் கேள்விப்பட்டேன். இதை அவ்வளவாக என்னால் பாராட்ட முடியவில்லை. டாக்டர், இந்த நோய் பரவும் என்று நீங்கள் நினைக்கிறீர்களா?"

"பரவாது என்றுதான் நம்பவேண்டும்" என்றார் ரியே. இதைக் கேட்ட நீதிபதி,

"எல்லோருக்கும் நம்பிக்கைதான் எப்போதும் வேண்டும். ஆனால் இறைவனின் கணக்கு யாருக்கும் தெரியாது."

"இப்போதைய நிகழ்வுகளால் பணிச்சுமை கூடிவிட்டதா?" என்று நீதிபதியைக் கேட்டான் தரு.

"இல்லை. பொது வழக்குகள் என்று சொல்லப்படும் வழக்கு களின் எண்ணிக்கை குறைந்து வருகின்றன. இப்போதெல்லாம் புதிய சட்டதிட்டங்களைப் பெரிய அளவில் மீறும் வழக்குகளையே விசாரிக்க வேண்டியிருக்கிறது. முந்தைய சட்டவழிகளை மக்கள் இந்த அளவு எப்போதும் மதித்ததில்லை."

பெருந்தொற்று

“இதற்குக் காரணம், ஒப்பிட்டுப் பார்த்தால் அவை நிச்சயமாக சிறந்தவையாகத் தோன்றுவதுதான்” என்றான் தரு.

வானத்தை நோக்கி ஏதோ சிந்தனையில் இருந்ததைப்போல் தோன்றிய நீதிபதி, தருவை முறைத்துப்பார்த்து,

“அதனால் என்ன? இதில் முக்கிய பிரச்சினை சட்டம் இல்லை, கொடுக்கப்படும் தண்டனைதான். அதில் செய்வதற்கு நம் கையில் எதுவுமில்லை” என்று கூறிவிட்டு விடைபெற்றார் நீதிபதி.

அங்கிருந்து நீதிபதி அகன்றதும், “அந்த ஆள்தான் முதல் எதிரி” என்று கொத்தார் கூறினான்.

கார் புறப்பட்டது. சிறிது நேரத்தில், கர்ஸியா வருவதை ராம்பேரும் கொத்தாரும் பார்த்தனர். எவ்வித முகமன் சைகையும் காட்டாமல் அவர்களை நோக்கி நடந்து வந்த கர்ஸியா, வணக்கம் கூறுவதற்குப் பதிலாக நேரடியாக, “கொஞ்சம் காத்திருக்க வேண்டும்” என்றான்.

சுற்றிலும் நின்றிருந்த கூட்டத்தில் முழு அமைதி. அவர்களில் பெரும்பாலானோர் பெண்கள். ஏறக்குறைய எல்லோருடைய கைகளிலும் கூடையோ பையோ இருந்தது. எல்லைக்கு அந்தப் பக்கத்தில் இருக்கும் நோய்வாய்ப்பட்ட தம் உறவினர்களுக்குப் பொருட்களைக்கொண்டு செல்லலாம் என்ற வெற்று நம்பிக்கையுடன் அவர்கள் காத்திருந்தனர். இந்தப் பொருட்களை அவர்கள் பயன்படுத்தக்கூடும் என்ற முட்டாள்தனமான எண்ணமும் அவர்களிடம் இருந்தது. அந்த வாசலுக்குக் காவலாக ஆயுதம் ஏந்திய காவலர்கள் நின்றனர். அவ்வப்போது முகாமையும் வாசல் கதவையும் பிரிக்கும் முற்றத்தின் உட்புறத்திலிருந்து வினோதமான கூச்சல் கேட்டது. அப்போதெல்லாம் காத்திருப்பவர்களில் சிலர் பரபரப்பாக சிகிச்சைக் கூடத்தைப் பார்த்தனர்.

இந்தக் காட்சியை மூவரும் பார்த்துக்கொண்டிருந்தனர். அப்போது, யாரோ ஒருவர் தெளிவாக சத்தமான குரலில் ‘வணக்கம்’ என்று அவர்களுக்குப் பின்னாலிருந்து குரல் கொடுக்க, திரும்பிப் பார்த்தனர். வெப்பம் அதிகமாக இருந்ததையும் பொருட்படுத்தாமல் ராவூல் முறையான உடையில் இருந்தான். உயரமாகவும் திடமாகவும் இருந்த அவன் கட்டம்போட்ட கருப்புக் கோட்டும் விளிம்புகள் திரும்பியிருந்த தொப்பியும் அணிந்திருந்தான். அவனது முகம் வெளிறிப்போய் இருந்தது. இறுக மூடிய உதடுகள், சாம்பல் நிறக் கண்கள்கொண்ட அவன் வேகமாகவும் தெளிவாகவும் பேசினான்.

"நகரத்துக்குள் போய் பேசுவோம்" என்று கூறியவன், "கர்ஸியா, நீ போகலாம்" என்றான். கர்ஸியா சிகரெட் ஒன்றைப் பற்ற வைத்தபடி அங்கேயே நின்றுகொண்டான். ராவூல் வேகமாக நடக்க, அவனது இருபுறமும் இருந்த கொத்தாரும் ராம்பேரும் அவனது நடைக்கு ஈடுகொடுத்து வேகத்தைக் கூட்டினர்.

"கர்ஸியா எல்லாவற்றையும் எனக்கு விளக்கமாகச் சொன்னான். அதை முடித்துவிடலாம். எப்படியும் பத்தாயிரம் பிரான்க் ஆகும்."

அந்தத் தொகையைத் தரச் சம்மதம் தெரிவித்தான் ராம்பேர்.

"நாளை ஸ்பெயின் உணவகத்தில் என்னுடன் சாப்பிட வாருங்கள்" என்றான் ராவூல்.

சரி என்று ஏற்றுக்கொண்ட ராம்பேருடன் கைகுலுக்கிய ராவூலின் முகத்தில் முதல்முறையாகப் புன்னகை தெரிந்தது. அவன் போன பிறகு, அடுத்த நாள் தம்மால் வர முடியாததற்குக் கொத்தார் வருத்தம் தெரிவித்தான். தனக்கு வேலை இருப்பதாகவும், எப்படியும் ராம்பேருக்குத் தன் உதவி இனி தேவைப்படாது என்றும் கூறினான்.

அடுத்த நாள், ஸ்பெயின் உணவகத்துக்குள் ராம்பேர் நுழைந்தபோது அங்கிருந்த அத்தனைத் தலைகளும் அவனைத் திரும்பிப் பார்த்தன. உலர்ந்துபோய் பழுப்புநிறத்தில் இருந்த சிறிய தெரு ஒன்றின் தாழ்வானப்பகுதியில் அமைந்திருந்த இருட்டான இந்தக் கடைக்கு ஆண்கள்தான் போவது வழக்கம். அதுவும் பெரும்பாலும் ஸ்பெயின் நாட்டைச் சேர்ந்தவரைப் போன்ற முகத்தோற்றம் உடையவர்களாக இருப்பர். அறையின் பின் பகுதியில் ஒரு மேசைமுன் அமர்ந்திருந்த ராவூல், அங்கிருந்த படியே ராம்பேருக்குச் சைகை செய்தான். ராம்பேரும் அவனை நோக்கி நடக்க ஆரம்பித்ததும் அங்கிருந்தவர்களின் முகத்தில் இருந்த ஆச்சரியம் மறைந்து தங்கள் உணவின்மீது கவனத்தைத் திருப்பினர். ராவூலுடன் உயரமான நபர் ஒருவன் உட்கார்ந்திருந்தான். ஒல்லியான தோற்றமுடைய அவன் சரியாக மழிக்கப்படாத முகத்துடனும், மிகையாக அகன்றிருந்த தோள்களுடனும் இருந்தான். குதிரையைப்போன்ற முகமுடைய அவனது தலைமுடி அடர்த்தியாக இல்லை. சட்டையில் கைகள் மடிக்கப்பட்டிருக்க கருப்பு முடி போர்த்தியிருந்த அவனது ஒல்லியானக் கைகள் வெளியில் தெரிந்தன. அவனிடம் ராம்பேரை அறிமுகம் செய்து வைத்தபோது மூன்று முறை தலையை அசைத்தான். அவனது பெயரைச் சொல்லாமல், "நம் நண்பர்" என்றே ராவூல் அவனைக் குறிப்பிட்டான்.

பெருந்தொற்று

"உங்களுக்கு உதவ முடியும் என்று நம் நண்பர் நினைக்கிறார்" என்றான். மேலும், "அவர்..." என்று எதையோ சொல்ல வாயெடுத்த ராவூல், உணவு வகைகளைக் குறித்துக்கொள்ளப் பணிப்பெண் வருவதைப்பார்த்து நிறுத்திக்கொண்டான். மீண்டும் விட்ட இடத்திலிருந்து தொடர்ந்தான்.

"நம் நண்பர்கள் இருவர் இருக்கின்றனர். அவர்களிடம் உங்களை அறிமுகம் செய்து வைப்பார். அவர்கள் எல்லை வாசலில் பாதுகாப்புப் பணியில் இருக்கும் நமக்கு வேண்டிய காவலர்கள் சிலரிடம் அறிமுகம் செய்து வைப்பார்கள். அத்துடன் பிரச்சினை முடியாது. சரியான நேரம் எது என்று அந்தக் காவலர்கள்தான் முடிவு செய்யவேண்டும். அவர்களில் ஒருவர் அந்த எல்லைக் கதவுகளின் அருகில் தங்கியிருக்கிறார். அந்தக் காவலருடன் சில நாட்கள் இரவைக் கழிப்பதுதான் எளிதான வழியாக இருக்கும். அதற்கு முன் உங்களுக்குத் தேவைப்படும் நண்பர்களைப் பற்றிய தகவல்களை நம் நண்பர் தந்தாக வேண்டும். இந்த ஏற்பாடுகள் அனைத்தும் முடிந்ததும், பேசிய தொகையை அவருக்கு நீங்கள் கொடுத்துவிட வேண்டும்."

மீண்டும் ஒருமுறை தன் குதிரை முகத்துடன் அவனுடைய நண்பன், தக்காளி, மிளகு கலந்த சாலடை சாப்பிட்டுக்கொண்டே தலையை அசைத்தான். பிறகு பேச ஆரம்பித்தான். பேச்சில் சிறிதளவு ஸ்பெயின் மொழியின் சாயல் இருந்தது. மறுநாள் காலை 8 மணிக்கு, தேவாலய நுழைவாயிலின் கீழ் அவனும் ராம்பேரும் சந்தித்தாக வேண்டும் என்றான்.

"இன்னும் இரண்டு நாட்கள் காத்திருக்க வேண்டும்" என்றான் ராம்பேர்.

"வேலை அவ்வளவு எளிதானதல்ல. அதற்கான ஆட்களைக் கண்டுபிடித்தாக வேண்டும்."

அந்தக் குதிரைமுகக்காரன் மீண்டும் தலையை அசைத்தான். எதையும் வெளியில் காட்டிக்கொள்ளாமல் ராம்பேர் அவன் கூறியதை ஏற்றுக்கொண்டான். பேச வேறு எதுவும் கிடைக்காமல் மீதமுள்ள நேரம் உணவுடன் கடந்துகொண்டிருந்தது. அந்தக் குதிரை முகக்காரன் கால்பந்து மீது விருப்பமுடையவன் என்று தெரியவந்ததும் பிரச்சினை தீர்ந்தது. அவனே நிறைய விளையாடியுள்ளதாகத் தெரிந்தது. எனவே, பிரஞ்சுத் தேசியக் கால்பந்துப் போட்டிகள், தொழில் சார் ஆங்கிலேய அணிகளின் தரம், பந்தினைக் கடத்தும் போது மூவர் முன் களத்திலும் இருவர் பின் களத்திலுமாக நின்று கொள்ளும் உத்தி ஆகியன குறித்து இருவரும் உரையாடினர். சாப்பிட்டு முடிக்கும்போது, குதிரை முகக்காரன் மிகவும் உற்சாகமடைந்து காணப்பட்டான். பாதி

ஆடுகளத்தில் நின்று தற்காப்பை உறுதி செய்யும் ஆட்டக்காரராக இருப்பதுதான் சிறப்பு என்று சொல்ல முயன்றபோது ராம்பேரை "நீ" என ஒருமையில் அழைக்க ஆரம்பித்தான்.

"கவனித்தாயா, நடுவில் நின்று ஆட்டத்தை நகர்த்தி செல்பவன் அவன்தான், மொத்த கால்பந்தாட்டமே அதில் தான் அடங்கியுள்ளது" என்றான்.

எப்போதும் முன்கள வீரராக விளையாடுவதுதான் பழக்கம் என்றாலும் அவன் கூறியதை ராம்பேர் ஏற்றுக்கொண்டான். வானொலியில் வந்த அறிவிப்பு ஒன்று இந்த உரையாடலை இடைமறித்தது. உணர்ச்சிகரமானப் பாடல்களை மெலிதான ஒலியில் ஒலிபரப்பிக்கொண்டிருந்த வானொலியில் முந்தைய நாளில் மட்டும் கொடுநோய்க்கு 137 பேர் பலியாயினர் என்று அறிவிக்கப்பட்டது. அங்கு இருந்த யாருக்கும் இந்த அறிவிப்பு எந்த கவனத்தையும் ஏற்படுத்தவில்லை. தோள்களைக் குலுக்கியபடி எழுந்தான் குதிரைமுகக்காரன். ராவூலும் ராம்பேரும் அவனைப் பின்தொடர்ந்தனர். வெளியே போகும்போது, ராம்பேரின் கைகளை அந்த நடுகள ஆட்டக்காரன் பலமாகக் குலுக்கினான்.

"என் பெயர் கோன்ஸலாஸ்" என்று அறிமுகம் செய்து கொண்டான்.

அடுத்த இரண்டு நாட்களும் ராம்பேருக்கு நீளமானதாக தெரிந்தன. ரியேவைச் சந்திக்கச்சென்றான். நடந்தவை பற்றி விரிவாக அவரிடம் பேசினான். பிறகு நோயாளி ஒருவருக்கு அவரது வீட்டுக்குப்போய் சிகிச்சை அளிக்க மருத்துவர் புறப்பட்ட போது அவருடன் ராம்பேரும் சென்றான். பாதிப்புக்கு உள்ளாகியிருக்கக்கூடிய நோயாளி காத்திருக்கும் வீடு வந்து சேர்ந்ததும், வாசல் அருகிலேயே மருத்துவரிடம் விடை பெற்றுக்கொண்டான் ராம்பேர். கூடத்தில் கூச்சல்களும் வேகமாக நடக்கும் சத்தமும் கேட்டது. மருத்துவர் வந்து விட்டதைக் குடும்பத்தாரிடம் சொல்லத்தான் அவ்வாறு விரைந்துகொண்டிருந்தனர்.

"தரு வர நேரமாகாது என்று நினைக்கிறேன்" என்று ரியே முணுமுணுத்தார். மிகவும் சோர்வாகக்காணப்பட்டார்.

"தொற்றுநோய் வேகமாக பரவுகிறதா?" என்று ராம்பேர் கேட்டான்.

"அது பிரச்சினையில்லை; புள்ளிவிவரக் கணக்குகளும் குறைவாகத்தான்காட்டுகின்றன. பிரச்சினை என்னவென்றால் இந்த நோயைச் சமாளிக்கப் போதுமான ஆயுதங்கள் நம்மிடம் இல்லை"

"ஆம். நம்மிடம் உபகரணங்கள் இல்லை. பொதுவாக, உலகில் உள்ள எந்தப் படையாக இருந்தாலும் ஆயுதங்கள் பற்றாக்குறையாக இருக்கும்போது அவற்றுக்குப் பதிலாக மனிதர்களை நிரப்புவார்கள். ஆனால் நம்மிடமோ மனிதர்களுக்கும் பற்றாக்குறை"

"மருத்துவர்களும் சுகாதாரப் பணியாளர்களும் வெளியில் இருந்து வரவழைக்கப்பட்டுள்ளனர்."

"உண்மைதான், பத்து மருத்துவர்களும் சுமார் 100 ஆட்களும் வந்துள்ளனர். பார்க்க இது அதிகம்தான். ஆனால், நோய் பாதிப்பின் இப்போதைய நிலையில் இது நிச்சயம் போதாது. நோய் பரவ ஆரம்பித்தால், இந்த எண்ணிக்கை மிகவும் குறைவானதாக இருக்கும்" என்று விளக்கினார் ரியே.

வீட்டின் உள்ளே எழும் கூச்சல்களைக் கவனித்த ரியே, ராம்பேரைப் பார்த்து மெல்ல சிரித்தார்.

"அதுதான். நீங்கள் சீக்கிரமாக இங்கிருந்து போய்விட வேண்டும்" என்றார்.

ராம்பேரின் முகம் சற்றே மாறியது.

"உங்களுக்கு ஒன்று தெரியுமா? நான் போவதற்கு அதுமட்டும் காரணமல்ல" என்று உற்சாகமற்ற குரலில் கூறினான் ராம்பேர்.

"எனக்கு அது தெரியும்."

"நான் ஒரு கோழை என்று நினைக்கவில்லை. குறைந்த பட்சம் பெரும்பாலான நேரத்தில் அப்படி இல்லை என்றே கருதுகிறேன். அதனைச் சோதித்துப் பார்க்க எனக்குச் சந்தர்ப்பம் கிடைத்துள்ளது. சில விஷயங்களைத்தான் என்னால் தாங்கிக் கொள்ள முடியவில்லை."

இப்போது மருத்துவர் அவன் முகத்தை நேரடியாகப் பார்த்துப் பேசினார்.

"நீங்கள் உங்கள் காதலியை மீண்டும் சந்திப்பீர்கள்" என்றார்.

"இருக்கலாம். ஆனால் நிலைமை இப்படியே நீடித்துக் கொண்டிருக்க அவளுக்கு வயதாகிக்கொண்டிருக்கும் என்பதை என்னால் தாங்கிக்கொள்ள முடியவில்லை. முப்பது வயதில் நமக்கு வயதாக ஆரம்பிக்கிறது. எனவே எல்லாவற்றையும் அனுபவித்தாக வேண்டும். நான் சொல்ல வருவது உங்களுக்குப் புரியுமா என்று எனக்குத் தெரியவில்லை."

தனக்குப் புரியும் என்று ரியே முணுமுணுத்தபோதே தருவும் பரபரப்பாக வந்து சேர்ந்தான்.

“சற்றுமுன்தான் பனெலுவை இங்கு வரச்சொன்னேன்.”

“அப்படியா?” என்று மருத்துவர் ஆச்சரியப்பட்டார்.

“அவரும் யோசித்துவிட்டு வருவதாகக் கூறினார்.”

“அவரது சமயப் பேருரையைவிட அவர் சிறந்தவராக எனக்குத் தெரிகிறார்.”

“எல்லோரும் அப்படித்தான். அவரவருக்கு ஒரு வாய்ப்பு கொடுத்துப் பார்க்க வேண்டும்” என்று சொல்லிவிட்டு ரியேவைப் பார்த்து கண்சிமிட்டினான் தரு.

“வாய்ப்பு கொடுப்பதுதான் என் வேலை”

“மன்னிக்க வேண்டும். நான் புறப்பட்டாக வேண்டும்” என்று விடைபெற்றான் ராம்பேர்.

திட்டமிட்டபடி வியாழக்கிழமையன்று காலை 7.55 மணிக்கே தேவாலய நுழைவாயிலின் கீழ் ராம்பேர் காத்திருந்தான். குளிர்ந்த காற்று வீசிக்கொண்டிருந்தது. வானில் வட்டவட்டமாக இருந்த வெண்மேகங்களை இன்னும் சில நொடிகளில் அதிகமாகப் போகும் வெப்பம் விழுங்கிவிடும். வறண்டிருந்தபோதிலும், புல் தரைகளில் இருந்து ஒருவித ஈரப்பதமான வாசனை எழுந்தபடியே இருந்தது. கிழக்குப் பகுதியில் உள்ள வீடுகளின் பின்புறம் எழும் சூரியன் அந்தச் சதுக்கத்தை அழகு செய்யும் ழான்தார்க் சிலையின் தொப்பியை மட்டுமே கதகதப்பாக்கிக்கொண்டிருந்தது. ஏதோ ஒரு கடிகாரம் எட்டு முறை அடித்தது. யாரும் இல்லாத அந்தத் தேவாலய நுழைவாயிலில் ராம்பேர் சில அடிகள் எடுத்து வைத்தான். உள்ளிருந்து நிலவறையின் பழைய நறுமணம், ஊதுவத்தி ஆகியவற்றின் வாசனையுடன் ஏதோ ஆராதனைப் பாடல்களும் வருவதை உணர முடிந்தது. திடீரெனப் பாடல்கள் நின்றன. சுமார் பத்து சிறிய கருப்பு உருவங்கள் தேவாலயத்தில் இருந்து வெளியே வந்தன. நகரத்தை நோக்கி அவை நடக்கத் தொடங்கின. ராம்பேர் பொறுமை இழக்கத் தொடங்கினான். மேலும் சில கருப்பு உருவங்கள் பெரிய படிக்கட்டில் ஏறி நுழைவாயிலை நோக்கி வந்தன. ஒரு சிகரெட்டைப் பற்ற வைத்த ராம்பேர், பிறகு இது அதற்கான இடமாக இருக்காதோ என்று நினைத்தான்.

8.15க்குத் தேவாலய இசை மெலிதாக ஒலிக்க ஆரம்பித்தது. இருட்டாக இருந்த வளைவுப் பகுதிக்குள் ராம்பேர் சென்றான். சிறிது நேரத்தில், தனக்கு முன் சென்ற கருப்பு உருவங்களின் அடையாளம் தெரிந்தன. பலிபீடம் போன்ற அமைப்பின்மீது உள்ளூர்ப் பட்டறையில் அவசரமாக வார்க்கப்பட்ட புனிதர்

ரோச்சின் சிலையை வைத்திருந்தனர். அந்தப் பலிபீடத்தைச் சுற்றிக் கருப்பு உருவங்கள் அனைத்தும் கூடியிருந்தன. மண்டியிருந்த அவர்கள், மேலும் வளைந்து சுருங்கிப்போய் இருப்பதுபோல் தோன்றினர். மூடுபனியில் அங்குமிங்கும் மிதந்து கொண்டிருந்தவற்றைவிட சற்றே பெரிய அளவிலான உறைந்த துகள்கள்போல் இருட்டில் அவர்கள் அசைந்துகொண்டிருந்தனர். அவர்களுக்கு மேல் பகுதியில் முடிவின்றி விதவிதமான இசை தொடர்ந்துகொண்டிருந்தது.

ராம்பேர் வெளியே வந்தபோது, அதற்குள் கோன்ஸலாஸ் படிக்கட்டில் இறங்கி நகரத்தை நோக்கி நடக்க ஆரம்பித்திருந்தான்.

"நீ போய்விட்டிருப்பாய் என்று நினைத்தேன், அது இயற்கைதான்" என்று ராம்பேரிடம் அவன் சொன்னான்.

7.50க்கு இந்த இடத்துக்கு வெகுஅருகில் வேறு சில நண்பர்களைச் சந்திக்க வரும்படி சொல்லியிருந்ததாகவும் அங்கு இருபது நிமிடம் காத்திருந்து ஏமாற்றம் அடைந்ததாகவும் விளக்கினான்.

"இதில் ஏதோ பிரச்சினை இருப்பது உண்மைதான். நாங்கள் பார்க்கும் வேலையில் எல்லாமே சுமூகமாக முடிந்து விடுவதில்லை."

இதே நேரம் போர் வீரர் நினைவுச் சின்னத்தின் எதிரில் நாளை மீண்டும் சந்திக்கலாம் என்று கூறினான். ராம்பேர் பெருமூச்சு விட்டபடி தொப்பியைப் பின் பக்கம் இழுத்துவிட்டான்.

"இவற்றைப் பெரிதாக எடுத்துக்கொள்ள வேண்டாம். நீ ஒரு கோல் போடும் முன் எத்தனை முறை பந்தை நகர்த்த வேண்டி இருக்கிறது. குறுக்கில் பாய வேண்டி இருக்கிறது. அடுத்தக் காலுக்குக் கடத்த வேண்டி இருக்கிறது. அதை நினைத்துக்கொள்."

"நீ சொல்வது உண்மைதான். ஆனால் ஆட்டம் ஒரு மணி நேரம்தான் நீடிக்கும்."

நின்று பார்த்தால் கடல் தெரியக்கூடிய ஒரே இடம் ஓரானில் உண்டு என்றால் அது போர்வீரர் நினைவுச்சதுக்கம்தான். துறைமுகத்தைப் பார்த்தவாறு அமைந்திருந்த குன்றுகளின் வழியே செல்லும் சிறியதொரு உலாப் பாதையாகவும் அந்த இடம் பயன்பட்டது. அடுத்த நாள் சந்திக்க ஒப்புக்கொள்ளப்பட்ட அந்த இடத்துக்கு முதல் ஆளாகச் சென்ற ராம்பேர், பெருமைக்குரிய யுத்தகளத்தில் தங்கள் உயிரைவிட்டவர்களின் பட்டியலைக் கவனமாக படித்துக் கொண்டிருந்தான். சில நிமிடங்கள் கடந்ததும் இரண்டு

பேர் அங்கு வந்தனர். பிறகு வெறிச்சோடிக் கிடந்த துறைமுக மேடைகளை ரசிப்பதில் மூழ்கிப்போனவர்களைப் போல் உலாப் பாதையின் கைப்பிடிச்சுவற்றின்மீது சாய்ந்தபடி நின்றனர். வந்தவர்கள் இருவரும் ஒரே உயரம். இருவரும் நீல நிறத்தில் கால்சட்டையும் அடர் நீலவண்ணத்தில் அரைக்கை மேல்சட்டையும் அணிந்திருந்தனர். சிறிது தூரம் நகர்ந்து சென்ற ராம்பேர், அவர்களைப்பார்க்கக்கூடிய தூரத்தில் இருந்த பலகை ஒன்றில் உட்கார்ந்துகொண்டான். அப்போதுதான் அவர்களுக்கு 20 வயதுக்கு மேல் இருக்காது என்பதைக் கவனித்தான். அதே நேரத்தில் கோன்ஸலாஸ் தன்னை நோக்கி வருவதை ராம்பேர் பார்த்தான். தாமதத்துக்கு வருத்தம் தெரிவித்துவிட்டு,

"இவர்கள்தான் நம் நண்பர்கள்" என்று அந்த இளைஞர்கள் இருந்த இடத்துக்கு அழைத்துச்சென்றான். அவர்களை மர்சேல், லூயி என அறிமுகம் செய்துவைத்தான். இருவரும் ஒரே சாயலில் இருந்தனர். அனேகமாக சகோதரர்களாக இருக்க வேண்டும் என்று ராம்பேர் ஊகித்தான்.

"எல்லோரும் அறிமுகம் ஆகிவிட்டோம். இனி ஆக வேண்டிய ஏற்பாடுகளை மேற்கொள்ள வேண்டும்."

பாதுகாப்புப் பணியில் தங்கள் முறை இரண்டு நாட்களில் தொடங்கும் என்றும் ஒரு வாரம் நீடிக்கும் என்றும் கூறினார்கள். வசதியான நாளைக் கண்டுபிடித்தாக வேண்டும். மொத்தம் நான்கு பேர் மேற்கு வாயில் காவல் பணியில் இருந்தனர். மீதி இரண்டு பேர் இராணுவ வீரர்கள். அவர்களை இந்தச் செயலில் ஈடுபடச் செய்யும் பேச்சுக்கே இடமில்லை. அவர்களை நம்பமுடியாது என்பதுடன் செலவும் அதிகமாகிவிடும். எனினும் சில நேரங்களில் அந்த இரண்டு காவலர்களும் தங்களுக்குத் தெரிந்த மதுக்கூடம் ஒன்றின் பின்னறையில் இரவைக் கழிக்கச் செல்வதுண்டு. எனவே எல்லை வாசல் கதவின் அருகில் தங்களுடன் ராம்பேர் வந்து தங்கியிருக்க வேண்டும் என்று மர்சேலும் லூயியும் திட்டம் வகுத்தனர். ராம்பேரை அங்கிருந்து அழைத்துச் செல்ல யாராவது வரும்வரை காத்திருக்க வேண்டும். இதுபோன்ற சூழலில் நகரத்து எல்லையைக் கடப்பது எளிதாக முடியும். ஆனால் இத்திட்டத்தை விரைவாக முடித்தாக வேண்டும். ஏனெனில் நகரத்துக்கு வெளியில் இரண்டு பாதுகாப்பு முகாம்கள் அமைக்க இருப்பதாகப் பேச்சு உள்ளது.

திட்டத்துக்கு ராம்பேர் சம்மதம் தெரிவித்துத் தன்னிடம் எஞ்சியிருந்த சிகரெட்டுகளை எல்லோருக்கும் வழங்கினான். இதுவரை வாயைத் திறக்காத இருவரில் ஒருவன்

கோன்ஸைலாஸிடம் செலவுத்தொகை பேசிமுடிக்கப்பட்டு விட்டதா, முன் பணம் கிடைக்குமா என்று கேட்டான்.

“இல்லை. அதற்கு அவசியமில்லை. அவர் எனக்குத் தெரிந்தவர். வாயிலைவிட்டு வெளியில் புறப்படும் நேரத்தில் கணக்குத் தீர்க்கப்பட்டுவிடும்” என்று உறுதியளித்தான்.

அவர்கள் புதியதாக ஒரு சந்திப்புக்கு நாள் குறித்தனர். இரண்டு நாள் கழித்து ஸ்பெயின் உணவகத்தில் சாப்பிடலாம் என்று கோன்ஸலாஸ் யோசனை கூறினான். அங்கிருந்து காவலர்கள் தங்கியுள்ள வீட்டுக்குச் செல்லத் திட்டம் வகுக்கப்பட்டது.

“முதல் நாள் இரவு நான் உன்னுடன் தங்குவேன்” என்று அவன் ராம்பேரிடம் தெரிவித்தான்.

அடுத்த நாள் விடுதியிலுள்ள தன் அறைக்குச் செல்ல மாடிப்படி ஏறுகையில் தருவைச் சந்தித்தான் ராம்பேர்.

“ரியேவைப்பார்த்துவரப் போகிறேன். நீங்களும் வருகிறீர்களா?” என்று கேட்டான் தரு.

ராம்பேர் தயக்கத்துடன், “நான் அவருக்கு இடையூறாக இருக்கிறேனா என்று தெரியவில்லை” என்றான்.

“நான் அப்படி நினைக்கவில்லை. அவர் அடிக்கடி உங்களைப் பற்றிப் பேசுகிறார்.”

சிறிது நேர யோசனைக்குப் பின்,

“இரவு உணவுக்குப் பிறகு ஓய்வாக இருந்தால் எவ்வளவு நேரமானாலும் பரவாயில்லை, நீங்கள் இருவரும் விடுதி மதுக்கூடத்துக்கு வர முடியுமா என்று பாருங்களேன்.”

“அவருக்கு இருக்கும் வேலையையும் கொடுநோய் பாதிப்பின் அளவையும் பொறுத்துதான் சொல்லமுடியும்.”

இவ்வாறு தரு சந்தேகத்துடன் சொல்லியிருந்தாலும் அவனும் ரியேவும் அந்தக் குறுகிய சிறிய மதுக்கூடத்துக்கு இரவு 11 மணி வாக்கில் வந்தனர். சுமார் 30 பேர் வரை நெருக்கமாக அமர்ந்தபடி, உரத்த குரலில் அரட்டையடித்துக்கொண்டிருந்தனர். பாதிப்புக்குள்ளாகி அமைதியில் இருக்கும் நகரத்திலிருந்து உள்ளே நுழைந்த இருவரும் சற்றே ஆச்சரியத்துடன் நின்றனர். அந்த நேரத்திலும் மதுவகைகள் பரிமாறப்படுவதைப் பார்த்த அவர்களுக்கு அங்கு நிலவிய சத்தமானச் சூழல் புரிந்து விட்டது. மது வாங்கும் இடத்தில் இருந்த ராம்பேர், மதுக்கூடப் பெஞ்சில் இருந்தபடியே அவர்களை நோக்கிக் கைகளை அசைத்தான். சத்தமாகப் பேசிக்கொண்டிருந்த ஒருவரை கொஞ்சம்

தள்ளிப்போகும்படி அமைதியாகச் சொன்னான் தரு. பிறகு மூவரும் சேர்ந்து உட்கார்ந்துகொண்டனர்.

“மது குடிப்பதில் உங்களுக்கு ஒன்றும் பிரச்சினையில்லையே?”

“இல்லவே இல்லை”

தன் கோப்பையில் இருந்த கசப்பான இலைகளின் வாசத்தை முகர்ந்து பார்த்தார் ரியே. சத்தமான அந்தச் சூழலில் பேசுவது கஷ்டமாக இருந்தது. ஆனால் ராம்பேர் குடிப்பதிலேயே அதிகக் கவனம் செலுத்துபவனாகத் தெரிந்தான். ராம்பேர் குடித்து முடித்திருந்தானா என்று ரியேவால் ஊகிக்க முடியவில்லை. அந்தக் குறுகிய அறையில் மீதம் இருந்த இரண்டு மேசைகளில் ஒன்றின் எதிரில் ஒரு கடற்படை அதிகாரி உட்கார்ந்திருந்தார். இரண்டு பெண்களிடையே அமர்ந்திருந்த அவர் தன் இரு கைகளைப் பக்கத்தில் இருந்த அவர்கள் தோள்மீது வைத்தபடி பருத்த நபர் ஒருவரிடம் பேசிக்கொண்டிருந்தார். கெய்ரோவில் பிளேக் நோய் பரவ ஆரம்பித்ததை விவரித்துக்கொண்டிருந்தார். அப்போது அவர்கள் உள்ளூர் மக்களுக்காக முகாம்கள் அமைத்திருந்தனர். நோய் பாதிப்புக்கு உள்ளானவர்களுக்கான கூடாரங்கள் போடப்பட்டுச் சுற்றிலும் பாதுகாப்புப் பணியில் காவலர்கள் நிறுத்தப்பட்டனர். நோயாளிகளின் குடும்பத்தினர் யாராவது உள்ளே நுழைய முயன்றால் அந்தக் காவலர்கள் சுட்டு விடுவார்கள். ஏற்றுக்கொள்ளக் கடினமாகத்தான் இருந்தது. ஆனால் அதுதான் முறை. எடுப்பாக இருந்த இளைஞர்கள் அமர்ந்திருந்த அடுத்த மேசையில் நடந்த உரையாடல் புரியவில்லை. ஏனெனில் செயின்ட் ஜேம்ஸ் இன்பிர்மரி என்ற இசையின் ஒலி, மேற்கூரை அருகில் தொங்கிய கிராமபோனில் இருந்து வரவே அந்த உரையாடலை அது அபகரித்துக் கொண்டிருந்தது.

“என்ன உங்களுக்குத் திருப்திதானே?” என்று ராம்பேரைப் பார்த்து ரியே குரலை உயர்த்திக்கேட்டார்.

“ஏறக்குறைய நெருக்கத்தில் இருக்கிறது. இன்னும் ஒரு வாரத்தில் முடியலாம்.”

“பரிதாபம்” என தரு கத்தினான்.

“ஏன்”

தரு ரியேவைப்பார்த்தான்.

“அதைக் கேட்கிறீர்களா? தரு அப்படிச் சொல்லக் காரணம், நீங்கள் இங்கு இருந்தால் எங்களுக்குப் பயனுள்ளதாக

இருக்கும் என்று அவர் நினைக்கிறார். நீங்கள் இங்கிருந்து கிளம்ப எவ்வளவு ஆவலாக இருக்கிறீர்கள் என்று எனக்குத்தான் தெரியும்.”

மேலும் ஒரு சுற்று மதுவுக்குத் தரு பணம் செலுத்தினான். தன் இருக்கையில் இருந்து எழுந்த ராம்பேர், முதல்முறையாகத் தருவை நேராகப்பார்த்துப் பேசினான்.

“நான் எந்த வகையில் உங்களுக்குப் பயன்படுவேன்?”

அவசரப்படாமல் மெல்ல தன் கோப்பையை எடுத்தபடியே தரு, “அப்படிக் கேளுங்கள். எங்கள் சுகாதார குழுக்களுக்குத்தான்” என்றான்.

தன் முடிவில் உறுதியாக இருக்கும் ராம்பேர் தன் வழக்கமான இயல்புக்கு மாறி இருக்கையில் மீண்டும் அமர்ந்தான்.

“இந்தக் குழுக்களால் ஏதேனும் பயன் கிடைக்கும் என்று நீங்கள் உண்மையில் நினைக்கவில்லையா?” என்று கேட்டுவிட்டு ஒரு கோப்பை மதுவை தரு குடித்தான். பின் ராம்பேரை உற்று கவனித்துக்கொண்டிருந்தான்.

ராம்பேரும் மதுவை அருந்தியபின்,

“ஆமாம். அதிக பயனுள்ளதாக இருக்கும்” என்று கூறினான்.

ராம்பேரின் கை நடுங்குவதைக் கவனித்த ரியே, நிச்சயமாக அவன் அதிகமாகக் குடித்துவிட்டான் என்ற முடிவுக்கு வந்தார்.

அடுத்தநாள், இரண்டாவது முறையாக ஸ்பெயின் உணவகத்துக்குள் ராம்பேர் வந்தபோது சிறு கூட்டம் ஒன்று நாற்காலிகளை வாசலுக்கு வெளியில் கொண்டுவந்து போட்டு அமர்ந்திருந்ததைக் கவனித்தான். அப்போதுதான் வெப்பம் குறைய ஆரம்பித்திருந்த நேரம். அந்தப் பசுமையானப் பொன்னிற மாலைப்பொழுதை அனுபவித்துக்கொண்டிருந்தனர். அவர்கள் கெட்ட நெடி வீசும் சுருட்டைப் புகைத்துக் கொண்டிருந்தனர். உள்ளே ஏறக்குறைய உணவகம் காலியாக இருந்தது. கோன்ஸலாஸை ராம்பேர் முதன்முதலில் சந்தித்த மேசை பின் பக்கம் இருந்தது. அங்கு சென்று அவன் அமர்ந்து கொண்டான். உபசரிக்க வந்த பெண்ணிடம் தான் காத்திருப்பதாகச் சொல்லி அனுப்பிவிட்டான். அப்போது மணி 7.30. கொஞ்சம்கொஞ்சமாக உள்ளே வந்த வாடிக்கையாளர்கள் உணவு மேசைகள் முன் உட்கார ஆரம்பித்தனர். சாப்பிட விரும்பிய உணவு வகைகள் பரிமாறப்பட ஆரம்பிக்க, கரண்டி, தட்டு சத்தமும் கலவையான உரையாடல் சத்தமும் மங்கிய ஒளியின் கீழ் நிறைந்தன. எட்டு மணி ஆகியும் இன்னமும்

ராம்பேர் காத்துக்கொண்டிருந்தான். விளக்குகள் எரியத் தொடங்கின. புதிய வாடிக்கையாளர்கள் ராம்பேரின் மேசையின் முன் வந்து அமர்ந்தனர். தனக்கான உணவை வரவழைத்துச் சாப்பிட்டு முடித்த பின்பும், கோன்ஸலாஸோ அந்த இரண்டு இளைஞர்களோ வரக்கூடிய அறிகுறி எதுவுமில்லை. வெளியே வேகமாக இருட்டிக்கொண் டிருந்தது. கடலிலிருந்து கதகதப்பான தென்றல் வீச, சன்னல்களின் திரைச்சீலைகள் மெல்ல மேலே சென்றன. 9 மணிக்கெல்லாம் அறை முற்றிலும் காலியாக, தன்னை உபசரித்த பெண் ஆச்சரியத்துடன் பார்ப்பதை ராம்பேர் கவனித்தான். பணத்தைச் செலுத்திவிட்டு வெளியில் வந்தான். உணவகத்தின் எதிரில் ஒரு மதுக்கூடம் திறந்திருந்தது. பணம் செலுத்தும் இடத்தில் நின்றபடி உணவக வாயிலைக் கவனித்தான். 9.30க்குத் தன் விடுதியை நோக்கி நடக்க ஆரம்பித்தான். முகவரியும் இல்லாததால், கோன்ஸலாஸை எப்படிக் கண்டுபிடிப்பது என்று யோசித்தபடியே நடந்தான். மீண்டும் முதலிலிருந்து அனைத்து நடவடிக்கைகளையும் ஆரம்பித்தாக வேண்டும் என்று நினைத்தபோது இதயமே நின்றுவிடுவதைப்போல் இருந்தது.

அங்குமிங்கும் பரபரக்கும் அவசர ஊர்திகள் மிகுந்த அந்த இரவு நேரத்தின்போதுதான், மருத்துவர் ரியேவிடம் ராம்பேர் கூறியதுபோல், அந்த நேரம் முழுவதும் ஒருவகையில் அவனுடைய மனைவியின் நினைவு வரவில்லை. கவனம் முழுவதும் தன்னை அவனிடமிருந்து பிரிக்கும் சுவர்களைக் கடக்க ஏதாவது வழி கிடைக்குமா என்பதிலேயே இருந்தது. அதேபோல், அனைத்துப் பாதைகளும் மீண்டும் அடைக்கப்பட்ட அதே நேரத்தில்தான் தன் விருப்பங்களின் மையப் புள்ளியாய் அவள் இருப்பதை மீண்டும் உணர்ந்தான். இதன் காரணமாகத் திடீரெனப் பெரும் வலி உண்டாகியது. காதின் இருபுறமும் இருந்து துன்புறுத்திக் கொண்டிருக்கும் இவ்வலியை வேறுவழி யின்றி அவன் சுமந்து வருகிறான். பயங்கரமான இந்த வேதனையில் இருந்து தப்பிக்கும் முயற்சியில், விடுதியை நோக்கி ஓட வைக்கும் அளவு, அத்தனை கடுமையாக இருந்தது அவனது வலி.

நிலைமை இவ்வாறாக இருந்தபோதும் அடுத்த நாள் காலை சீக்கிரமாகவே ரியேவைப் போய்ப் பார்த்தான் ராம்பேர். கொத்தாரை எப்படி தொடர்பு கொள்ளலாம் என்று கேட்கவே அங்குச் சென்றான்.

"அவர்கள் போட்டுத் தந்த திட்டப்படி மீண்டும் முயன்று பார்ப்பதை தவிர வேறு வழி எதுவும் எனக்கு இல்லை" என்று தன் நிலைமையை விளக்கினான் ராம்பேர்.

"நாளை மாலை வாருங்கள். கொத்தாரை அழைக்கும்படி என்னிடம் தரு கேட்டுக்கொண்டார். ஏன் என்று தெரியவில்லை. அவர் இங்கு பத்து மணிக்கு இருப்பார் என்று நினைக்கிறேன். நீங்கள் அரை மணி நேரம் கழித்து, 10.30க்கு வாருங்கள்" என்றார் ரியே.

அடுத்த நாள் மருத்துவர் ரியே வீட்டுக்குக் கொத்தார் வந்தபோது, அவர் சிகிச்சை அளித்த நோயாளிகளில் ஒருவர் யாரும் எதிர்பாராத வகையில் உயிர்பிழைத்துகொண்டதைப்பற்றி அவரும் தருவும் பேசிக்கொண்டிருந்தனர்.

"அவர் பத்தில் ஒருவர். அவருக்கு அதிர்ஷ்டம் இருந்திருக்கிறது" என்றான் தரு.

"அட! அப்படியானால், அது பிளேக் நோய் கிடையாது" என்றான் கொத்தார்.

அது நிச்சயம் பிளேக்தான் என்று இருவரும் அவனுக்கு உறுதியளித்தனர்.

"அவர் குணமடைந்துவிட்டபடியால் நிச்சயமாக அப்படி இருக்க வாய்ப்பில்லை. எனக்கு எவ்வளவு தெரியுமோ அதே அளவு உங்களுக்கு நன்றாகத் தெரியும். பிளேக் யாரையும் விட்டு வைக்காது."

"பொதுவாக அப்படித்தான். ஆனால் விடாமுயற்சி கொஞ்சம் இருந்தால் ஆச்சரியம் காத்திருக்கும்" என்று விளக்கினார் ரியே.

இதைக் கேட்டுக் கொத்தார் சிரித்தான்.

"எனக்கு அப்படி தோன்றவில்லை. இன்று இரவு பாதிப்பு எண்ணிக்கையைக் கேட்டீர்களா?"

அவனைக் கனிவுடன் பார்த்த தரு, தனக்கு அந்த புள்ளி விவரம் தெரியும் என்பதோடு நிலைமை மோசமாக இருப்பதும் தெரியும் என்றும், "எனினும் அது தெரிவிக்கும் செய்தி என்ன" என்று கேட்டுவிட்டு, "மேலும் தீவிரமான நடவடிக்கைகளை மேற்கொள்ளவேண்டும் என்ற செய்தியைத்தான்" என்றான்.

"நீங்கள்தான் ஏற்கெனவே எடுத்து வருகிறீர்களே"

"இல்லையென்று சொல்லவில்லை. ஆனால் ஒவ்வொருவரும் தானே பொறுப்பேற்று அதனைச் செய்ய வேண்டும்."

தரு சொல்ல வருவதைப் புரியாமல் கொத்தார் அவனைப் பார்த்தான்.

தரு அவனுக்கு விளக்க ஆரம்பித்தான். "நிறைய பேர், தொற்றுநோய் என்பது தனிமனிதனின் பிரச்சினை என்பதால் ஒவ்வொருவரும் தன் கடமையைச் செய்தாக வேண்டும் என்பதை மறந்து, எந்தச் செயலிலும் இறங்காமல் பேசாமல் இருக்கின்றனர். தன்னார்வக் குழுக்களில் யார் வேண்டுமானாலும் வந்து இணையலாம்."

"பொறுப்பேற்று அதனை செய்ய வேண்டும். நல்ல யோசனைதான். ஆனால் அதனால் எந்த பலனும் கிடைக்கப் போவதில்லை. இந்தப் பெருந்தொற்று மிகவும் சக்திவாய்ந்தது."

"அனைத்து முயற்சிகளையும் செய்து பார்த்த பிறகு எங்களுக்கும் அது தெரியவரும்" என்று பொறுமையான தொனியில் தரு சொன்னான். இந்த உரையாடல் நடந்துகொண்டிருந்த அதே வேளையில் தன் அலுவலகத்தில் சில பதிவுகளைப் பார்த்து ரியே எழுதிக்கொண்டிருந்தார். கொத்தார் தன் நாற்காலியில் அமர்ந்தபடியே அசைந்துக்கொண்டிருந்ததை தரு தொடர்ந்து பார்த்துக்கொண்டு இருந்தான்.

"நீங்கள் ஏன் எங்களுடன் வரக்கூடாது?" என்று கொத்தாரைப் பார்த்து தரு கேட்டான்.

அவமதிக்கப்பட்டதைப் போன்று முகம் மாறிய கொத்தார் தன் வட்டமானத் தொப்பியை கையில் எடுத்துக்கொண்டு,

"அது என் வேலை கிடையாது" என்றான். பிறகு வெற்றிக் களிப்புடன், "இன்னும் ஒரு விஷயம். இந்த நோய் எனக்கு வசதியாக இருக்கிறது. எனவே, அதை நிறுத்தும் வேலையில் நான் ஏன் ஈடுபட வேண்டும் எனத் தெரியவில்லை" என்றான்.

ஏதோ ஒன்று நினைவுக்கு வந்துவிட்டதைப்போல் தன் தலையைத் தட்டிக்கொண்டு, "உண்மைதான், நான்தான் மறந்துபோகிறேன். இது மட்டும் இல்லையென்றால் இந்நேரம் உங்களைக் கைது செய்திருப்பார்கள்" என்றும் கூறினான் தரு.

இதைக் கேட்டுத் துணுக்குற்ற கொத்தார், தள்ளாடிக் கீழே விழுந்து விடுபவனைப்போல் அவசரமாக நாற்காலியை இழுத்தான். ரியேவும் எழுதுவதை நிறுத்திவிட்டு அவனை ஆர்வமாகக் கூர்ந்துப் பார்த்தார்.

"உங்களுக்கு யார் அப்படிச் சொன்னது?" என்று கத்தினான் கொத்தார்.

ஆச்சரியமடைந்தவனைப்போல் காணப்பட்ட தரு,

"நீங்கள்தான். நீங்கள் பேசியதைப் பார்த்தால் அப்படித்தான் சொல்ல வருகிறீர்கள் என்று நானும் டாக்டரும் நினைத்தோம்" என்றான்.

திடீரெனக் கட்டுப்படுத்த முடியாத கோபம் உண்டாகவே கொத்தார் ஏதேதோ உளர ஆரம்பித்தான்.

"பதற்றமடையாதீர்கள். டாக்டரோ நானோ உங்களைக் காட்டிக் கொடுக்கமாட்டோம். உங்கள் தனிப்பட்ட பின்னணி பற்றி எங்களுக்கு அக்கறையில்லை. அத்துடன், காவல் துறையை அந்த அளவு எங்களுக்குப் பிடிக்காது. அதை மறந்துவிட்டு உட்காருங்கள்" என்று ஆறுதலாகப் பேசினான் தரு.

நாற்காலியை உற்றுப்பார்த்துப் பின் சிறியதொரு தயக்கத்துடன் உட்கார்ந்துகொண்டான். சிறிது நேரம் கழித்துப் பெருமூச்சுவிட்டபடிப் பேச ஆரம்பித்தான்.

"ஒரு பழையச் சம்பவத்தை அவர்கள் தூசு தட்டி எடுத்துள்ளார்கள். அதை மறந்துவிட்டிருப்பார்கள் என்று நான் நினைத்தேன். ஆனால் எவனோ ஒருவன் அதைப் பற்றி பேசி இருக்கிறான். என்னை வரச் சொல்லி விசாரணை முடியும்வரை தாங்கள் அழைக்கும் போது வந்து ஒத்துழைக்க வேண்டும் என்றனர். விசாரணை முடிவில் அவர்கள் என்னை கைது செய்துவிடுவார்கள் என்பதை நான் புரிந்துகொண்டேன்."

"ஏதாவது ஆபத்தான பிரச்சினையா?" என்று தரு கேட்டான்.

"அது நீங்கள் என்ன சொல்ல வருகிறீர்கள் என்பதைப் பொறுத்தது. எப்படியும் அது ஒன்றும் கொலைக்குற்றமில்லை."

"சாதாரண சிறைவாசமா, கடுந்தண்டனையா? மிகவும் சோர்ந்து போனவனாகத் தெரிந்த கொத்தார்,

"அதிர்ஷ்டம் இருந்தால் எனக்குச் சாதாரண சிறைவாசம் கிடைக்கும்" என்று கூறி விட்டு சிறிது நேரத்திற்குப் பிறகு, கோபமானக் குரலில் பேசினான். "அது ஒரு சாதாரணத் தவறு. எல்லோருமே தவறு செய்வார்கள்தான். இந்தச் சாதாரணத் தவறுக்காக என்னைத் தூக்கிச் செல்லும் முடிவை, என்னால் ஏற்க முடியாது. என் வீட்டை, பழக்கவழக்கங்களை, எனக்குத் தெரிந்தவர்களை என எல்லோரையும் என்னிடமிருந்து பிரிக்கப் பார்ப்பதை, என் மனம் தாங்கிக்கொள்ளாது" என்றான்.

"அப்படியா? இப்போதுதான் புரிகிறது. நீங்கள் தூக்குப்போட முயற்சி செய்தது இதற்காகத்தானா?" என்று கேட்டான் தரு.

“ஆமாம். அது ஒரு முட்டாள்தனமான செயல்தான்”. முதல்முறையாக பேசிய ரியே, கொத்தாரிடம் அவனுக்குள்ள பிரச்சினையைப் புரிந்துகொள்வதாகச் சொன்னதோடு, எல்லாம் சுமூகமாக முடிய வாய்ப்புள்ளது என்று ஆறுதல் சொன்னார்.

“தற்போதைக்குப் பயப்படவேண்டிய அவசியமில்லை என்று எனக்குத் தெரியும்”

“புரிகிறது. எங்கள் குழுவில் நீங்கள் சேரப்போவதில்லை. அப்படித்தானே?” என்றான் தரு.

கைகளுக்கிடையில் தொப்பியைச் சுழற்றியபடியே, தருவைத் தயக்கத்துடன் பார்த்து,

“அதற்காக என்னை எதிரியாகப்பார்க்காதீர்கள்” என்றான்.

“நிச்சயம் அப்படி நினைக்கமாட்டோம். குறைந்தது வேண்டு மென்றே கிருமியைப் பரப்பாமல் இருக்கவாவது முயற்சி செய்யுங்கள்” என்றான் தரு சிரித்தபடியே.

இப்படியான எண்ணத்தை ஏற்க மறுத்த கொத்தார், தான் எப்போதுமே பிளேக்நோயை விரும்பியதில்லை என்றும் அப்படி ஒரு சூழ்நிலை தானாக அமைந்துவிட்டது என்றான். தற்போதைக்குத் தன் பிரச்சினைக்கு வசதியாக அது அமைந்திருப்ப தற்கும் தனக்கும் எந்த தொடர்பும் இல்லை என்றான். அந்த நேரம் கதவருகில் ராம்பேர் வந்து சேர்ந்ததைப்பார்த்து, மேலும் உறுதியான குரலில்,

“மற்றபடி நீங்கள் எதுவும் சாதிக்கப்போவதில்லை என்பது தான் என் கணிப்பு” என்றான்.

கோன்ஸலாஸின் முகவரி கொத்தாருக்கும் தெரியாது என்பதை ராம்பேர் அறிந்துகொண்டான். ஆனால், மீண்டும் அந்தச் சிறிய மதுக்கூடத்துக்குப் போனால் கிடைத்துவிடும். அடுத்த நாளே சந்திப்பது என்று திட்டமிடப்பட்டது. என்ன நடக்கிறது என்று தெரிந்துகொள்ள விரும்புவதாக ரியே கூற, அவரையும் தருவையும் வாரக் கடைசியில் அறைக்கு வரும்படி அழைத்தான் ராம்பேர். இரவில் எந்த நேரமானாலும் பரவாயில்லை என்றான்.

அடுத்தநாள் காலை, அந்தச் சிறிய மதுக்கூடத்துக்குச் சென்ற கொத்தாரும் ராம்பேரும் கர்ஸியாவைச் சந்திக்க விரும்பும் செய்தியை அங்கிருந்த பணியாளரிடம் கொடுத்து வந்தனர். அன்று மாலையோ, ஏதாவது பிரச்சினையால் முடியாமல் போனால் அடுத்த நாளோ சந்திப்பதாக அதில் குறிப்பிட்டிருந்தனர். அன்று மாலை அவர்கள் காத்திருந்ததில் பலனில்லை. அடுத்த நாள் கர்ஸியா வந்தான். ராம்பேர் நடந்தவற்றைக் கூறியபோது

மௌனமாகக்கேட்டுக்கொண்டான். தனக்கு எந்த செய்தியும் தெரியாது என்று சொன்ன அவன், வீடுவீடாக பரிசோதனை நடத்த ஏதுவாகச் சில பகுதிகள் முழுவதையுமே தடை செய்யப்பட்டவையாக அறிவித்து உள்ளனர் என்பது மட்டும் தெரியும் என்றும் கூறினான். எனவே, இத்தடைகளைக் கடந்து இங்கு வர அந்த இரண்டு இளைஞர்களும் கோன்ஸலாஸும் இயலாமல் போயிருக்க வாய்ப்பு இருக்கிறது. ஆனால், மீண்டும் ராவூலிடம் அவர்களைச் சந்திக்க வைக்க கோன்ஸலாஸ் உதவலாம். எப்படியும் இது இன்னும் இரண்டு நாட்களுக்குப்பின்தான் முடியும்.

"புரிகிறது மீண்டும் முதலில் இருந்து ஆரம்பிக்க வேண்டும்" என்றான் ராம்பேர்.

இரண்டு நாள் கழித்து, வீதி ஒன்றின் மூலையில் ராவூல் கண்ட காட்சி, கர்ஸியா செய்த ஊகத்தை உறுதி செய்தது. நகரத்தின் கீழ்ப் பகுதிகளில் நுழையத் தடுப்புகள் ஏற்படுத்தப்பட்டிருந்தன. எனவே மீண்டும் கோன்ஸலாஸைத் தொடர்புகொள்ள முயன்றாக வேண்டும். இரண்டு நாட்களுக்குப் பிறகு அந்தக் கால்பந்தாட்ட வீரனுடன் ராம்பேர் உணவகத்தில் சாப்பிட்டுக்கொண்டிருந்தான்.

"தவறு செய்துவிட்டோம். நாம் மீண்டும் சந்திக்க ஒரு வழியை உண்டாக்கியிருக்க வேண்டும்" என்றான் அவன்.

ராம்பேரும் அவன் கூறியதை ஏற்றுக்கொண்டான்.

"சரி, நாளை காலை, அந்தப் பிள்ளைகளின் வீட்டுக்குப் போய் பார்த்து ஏற்பாடுகளைக் கவனிப்போம்."

மறுநாள் அவர்கள் வீட்டுக்குச் சென்றபோது, அங்கு அந்த இளைஞர்கள் இல்லை. அடுத்த நாள் பகல் 12 மணிக்கு லிசே சதுக்கத்தில் சந்திக்கும் திட்டம் பற்றிய தகவலை அவர்களுக்கு வைத்துவிட்டு வந்தனர். அன்று பிற்பகலில் ராம்பேரை அவனது வீட்டில் சந்தித்த தரு, ராம்பேரின் முகம் சோர்ந்திருப்பதைக் கண்டான்.

"என்ன, ஏதாவது பிரச்சினையா?" என்று தரு கேட்டான்.

"எல்லாம் மறுபடியும் முதலில் இருந்து தொடங்க வேண்டி யிருக்கிறது அதுதான். சரி, இன்று மாலை வாருங்கள்" என்று ராம்பேர் அவனை அழைத்தான்.

அன்று மாலை, ரியேவும் தருவும் ராம்பேரின் அறைக்குள் நுழைந்தபோது, ராம்பேர் சற்றே அமைதியடைந்தவனாய் தெரிந்தான். எழுந்து சென்று தயாராக வைத்திருந்த கோப்பைகளில் மதுவை நிரப்பினான். தன் கோப்பையை எடுத்துக்கொண்ட

ரியே, ஏற்பாடு நல்லவிதமாகப் போய்க்கொண்டிருக்கிறதா என்று விசாரித்தார். மீண்டும் ஒரு சுற்று முதலில் இருந்து அந்த முயற்சியைத் தொடங்கி முடித்திருப்பதாக ராம்பேர் கூறினான். அதே புள்ளியில் வந்து நிற்பதாகவும் கடைசிச் சந்திப்பு நாளை நடக்க வாய்ப்பு இருப்பதாகவும் சொன்னான். கோப்பையை எடுத்துக் குடித்துவிட்டு,

"நிச்சயமாக அவர்கள் வரமாட்டார்கள்."

"அப்படி ஒரு முடிவுக்கு நீங்கள் வரக்கூடாது" என்றான் தரு.

"உங்களுக்கு இன்னமும் புரியவில்லை" என்றான் ராம்பேர் தோள்களைக் குலுக்கியபடி.

"எது புரியவில்லை?"

"பிளேக் நோயை."

"அட, என்ன சொல்கிறீர்கள்?" என்றார் ரியே.

"இல்லை. அது எப்போதும் மீண்டும் தொடங்கக்கூடாது என்பதை நீங்கள் புரிந்துகொள்ளவில்லை."

அறையின் மூலைக்குச் சென்று சிறியதொரு இசைத்தட்டுக் கருவியைத் திறந்தான்.

"அது என்ன இசைத்தட்டு? அதைக் கேட்டிருக்கிறேன்" என்றான் தரு.

"செயின்ட் ஜேம்ஸ் இன்பிர்மரி புலூஸ்"

இசையைக் கேட்டுக்கொண்டிருந்தபோது, தூரத்தில் இரண்டு முறை துப்பாக்கி சுடும் சத்தம் கேட்டது.

"ஒரு நாய் மாட்டியிருக்க வேண்டும் அல்லது யாராவது தப்பிக்க முயற்சி செய்திருக்க வேண்டும்."

சிறிது நேரத்தில் அந்த இசைத்தட்டு இசைத்து முடிந்ததும், அவசர ஊர்தியின் சத்தம் தெளிவாகக் கேட்டது. சத்தம் நெருங்கி வந்தது. பிறகு விடுதி அறையின் சன்னல்களின் கீழ் கடந்து சென்றபின் படிப்படியாகக் குறைந்து முற்றிலுமாகக் கரைந்தது.

"அந்த இசைத்தட்டு வித்தியாசமானது இல்லையென்றாலும் இதை நான் இன்று மட்டும் பத்து முறையாவது கேட்டிருப்பேன்."

"அந்த அளவு இது உங்களுக்குப் பிடிக்குமா?"

"அப்படி இல்லை. இது மட்டும்தான் என்னிடம் இருக்கிறது."

சிறிது நேரம் சென்றதும்,

பெருந்தொற்று

"அது எல்லாவற்றையும் மீண்டும் ஆரம்பிக்கக்கூடியது என்பதை உங்களுக்குச் சொல்கிறேன்" என்றான் ராம்பேர்.

ரியேவிடம் சுகாதாரக்குழுக்கள் குறித்து விசாரித்தான். பணியில் ஏற்கெனவே ஐந்து குழுக்கள் இருக்கின்றன. மேலும் சில குழுக்களை அமைக்கும் நம்பிக்கை உள்ளது. கட்டிலின் மீது உட்கார்ந்திருந்த ராம்பேர், தன் நகங்களை கவனிப்பதில் ஆர்வம் காட்டுவதைப்போல் இருந்தது. கட்டிலின் விளிம்பில் உட்கார்ந்திருந்த அவனது சிறிய திடமான உருவத்தைக் கவனித்தார். தன்னை ராம்பேர் பார்த்துக்கொண்டிருப்பதைத் திடீரென ரியே உணர்ந்தார்.

"டாக்டர், உங்கள் அமைப்பு குறித்து நிறைய யோசித்துப் பார்த்தேன் தெரியுமா? நான் அதில் சேராததற்கு ஒரு காரணம் இருக்கிறது. மற்றபடி, இன்னமும் என்னால் இந்தச் செயலில் உயிரைப் பணயம் வைத்துப் பணியாற்ற முடியும் என்றே நம்புகிறேன். நான் ஸ்பெயின் போரில் கலந்துகொண்டவன்."

"யார் பக்கம்?" என்று கேட்டான் தரு.

"தோற்றவர்கள் பக்கம். ஆனால் அப்போது முதல் கொஞ்சம் சிந்திக்க ஆரம்பித்துவிட்டேன்."

"எதைப் பற்றி?"

"வீரத்தைப் பற்றி. பெரிய வேலைகளைச் செய்து முடிக்கக் கூடிய திறன் படைத்தவன் மனிதன் என்று இப்போது எனக்குத் தெரியும். ஆனால் அவன் பெரிய உணர்வுகளைப் புரிந்துகொள்ள முடியாதவன் என்றால் அவனை எனக்குப் பிடிக்காது."

"எதை வேண்டுமானாலும் அவனால் செய்ய முடியும் என்று தோன்றுகிறது" என்றான் தரு.

"அதுதான் இல்லை. அவனால் நீண்ட காலத்துக்கு வேதனையிலோ, சந்தோஷத்திலோ இருக்க முடியாது. எனவே, உருப்படியாக அவனால் எதுவும் செய்ய முடியாது."

அவர்களை அவன் பார்த்துக்கொண்டிருந்தான்.

பிறகு அவன்,

"சரி, தரு நீங்கள் நேசத்துக்காக உயிரை விடக்கூடியவரா?"

"தெரியவில்லை. ஆனால் இப்போது முடியாது என்றே தோன்றுகிறது."

"பார்த்தீர்களா! ஒரு கொள்கைக்காக உயிரைவிட உங்களால் முடியும் என்பது தெளிவாகத் தெரிகிறது. கொள்கைக்காக

உயிரை விடுபவர்களைப்பார்த்துச் சலித்துப்போய்விட்டேன். எனக்கு இந்தச் சாகசத்தில் நம்பிக்கையில்லை. அது எளிதானது என்பது எனக்குத் தெரியும் என்பதுடன் மிகவும் கொடுமையானது என்பதையும் புரிந்துகொண்டேன். நான் விரும்புவதெல்லாம் எதை நேசிக்கிறோமோ அதற்காக வாழ்ந்து சாகவேண்டும்."

ராம்பேர் பேசுவதை ரியே கவனமாகக் கேட்டுக்கொண் டிருந்தார். அவன் மீதிருந்த பார்வையை விலக்காமல், "மனிதன் என்பவனுக்கு ஒரு கொள்கையும் கிடையாது" என்றார் ரியே.

முகத்தில் உணர்ச்சிகள் பெருக்கெடுக்கக் கட்டிலில் இருந்து துள்ளி எழுந்து, "அவனும் ஒரு கொள்கைதான். ஆனால், அவன் நேசத்தில் இருந்து விலகிச்செல்லும் போது, குறுகிய காலமே நீடிக்கக்கூடியவனாகிறான். எனவேதான் நாம் நேசத்துக்குத் தகுதியற்றவர்கள். டாக்டர்! சரணடைந்துபார்ப்போமே. நம்மால் அப்படி ஆகமுடிகிறதா என்று பொறுத்திருந்துபார்ப்போம்; உண்மையிலேயே அது சாத்தியமில்லை என்றால் சாகச நாயகராக இல்லாமல் பொதுவான விடுதலைக்குக்காத்திருப்போம். என்னைப் பொறுத்தவரை, இதைத் தாண்டி வெகுதொலைவுக்குச் செல்லப்போவதில்லை."

திடீரெனச் சோர்வுற்றவராய் ரியே எழுந்தார்.

"நீங்கள் நினைப்பது சரிதான் ராம்பேர். முற்றிலும் சரிதான். நீங்கள் எடுக்கப்போகும் முயற்சியை எக்காரணத்தைக் கொண்டும் நான் திசை திருப்பப்போவதில்லை. ஏனெனில் அதுதான் சரியென்றும் சிறந்ததென்றும் எனக்குத் தோன்றுகிறது. இருந்தாலும் நான் ஒரு விஷயத்தைச் சொல்லியாக வேண்டும். இவற்றில் எல்லாம் சாகசம் என்று எதுவுமில்லை. இதில் விசுவாசம்தான் முக்கியம். கேட்க வேடிக்கையாக இருக்கலாம். பிளேக்நோயை எதிர்த்துப் போராட ஒரே வழி விசுவாசமாக இருப்பதுதான்."

திடீரென இறுகிய முகத்துடன் ராம்பேர்,

"விசுவாசம் என்றால் என்ன?" என்று கேட்டான்.

"அது என்ன என்று பொதுவானதொரு விளக்கத்தை என்னால் தர முடியாது. ஆனால் என் விஷயத்தில், என் வேலையை ஒழுங்காகச் செய்வதுதான் விசுவாசம்."

"அப்படியா! என் வேலை என்ன என்று எனக்குத் தெரியவில்லை. நான் நேசம் வைப்பது ஒருவேளை தவறாக இருக்கலாம்" என்றான் கோபமாக.

அவன் முன் ரியே எழுந்து நின்றார்.

பெருந்தொற்று

"கிடையாது. நீங்கள் நினைப்பது தவறு" என்றார் உறுதியாக.

அவர்கள் இருவரையும் ஏதோ யோசனையில் ராம்பேர் பார்த்தான்.

"இந்தப் பணிகளில் இழக்க உங்கள் இருவருக்கும் ஒன்று மில்லை என்று நினைக்கிறேன். சரியான பக்கத்தில் இருப்பது எப்போதும் எளிதானதாகும்."

ரியே கோப்பையைக் குடித்து முடித்தார்.

"சரி விடுங்கள். நமக்கு செய்து முடிக்க வேண்டிய வேலைகள் நிறைய இருக்கின்றன" என்று சொல்லிவிட்டு வெளியில் சென்றார்.

தருவும் அவரைப் பின்தொடர்ந்தான். ஆனால் புறப்படுவதற்கு முன் ஏதோ சொல்ல மறந்தவனாய், ராம்பேர் பக்கம் திரும்பி,

"இங்கிருந்து சுமார் 100 மைல் தூரத்தில் உள்ள காசநோய் மருத்துவ முகாமில் ரியேவின் மனைவி சிகிச்சைப் பெற்று வருகிறார் என்ற விஷயம் உங்களுக்குத் தெரியுமா?" என்று கேட்டான்.

இதைக்கேட்ட ராம்பேர், அப்படியா என்பதுபோல் ஆச்சரியப்பட்டான். தரு அதற்குள் அங்கிருந்து சென்றுவிட்டான்.

அடுத்த நாள் காலை, ராம்பேர் ரியேவிடம் தொலைபேசியில் பேசினான்.

"இந்த நகரைவிட்டு வெளியே செல்ல வழி கிடைக்கும் நாள் வரையில் உங்களுடன் சேர்ந்து பணியாற்ற என்னை அனுமதிப்பீர்களா?" என்று கேட்டான்.

சிறிது நேரம் மௌனத்துக்குப்பின்,

"சரி ராம்பேர் நன்றி" என்று பதில் வந்தது.

பகுதி III

இவ்வாறாக, வாரம் முழுவதும், தொற்று நோயால் சிறைப்பட்டிருந்த மக்கள் தங்களால் முடிந்த அளவு போராடிக்கொண்டிருந்தனர். ராம்பேரைப்போல, அவர்களில் சிலர் தாங்கள் விரும்புவதைத் தெரிவு செய்யமுடியும் என்ற நம்பிக்கையில் தங்களைச் சுதந்திர மனிதர்களாக எண்ணிக்கொண்டு வாழ்ந்து வந்தனர் என்பது தெரிந்தது. ஆனால், அந்தக் காலகட்டத்தில், ஆகஸ்ட் மாதத்தின் இரண்டாவது வாரத்தில் பிளேக் நோய் அனைத்தையும் உண்மையில் ஆட்கொண்டுவிட்டது என்பதை ஏற்றுக்கொண்டாக வேண்டும். இந்தக் கொடுநோய் என்பது இனி யாருக்கும் தனிப்பட்ட விதி என்று எதுவுமில்லை, அனைவருக்குமான பொது வரலாறு என அமைந்திருந்தது. எல்லோரும் ஒரே விதமான உணர்வுகளுடன் இருந்தனர். இவற்றில் பிரிவு, நாடுகடத்தப்பட்டது போன்ற உணர்வு இவற்றுடன் தொடர்புள்ள அச்சம், எதிர்க்குரல் ஆகிய உணர்வுகள் மேலோங்கி நின்றன. இதன் காரணமாகத்தான், வெப்பமும் நோயின் பாதிப்பும் உச்சத்தில் இருக்கும் இந்தக் காலகட்டத்தில், பொதுவாக நிலவிவந்தச் சூழல் பற்றி விவரிக்க இதுதான் ஏற்ற இடம் என்று இச்சம்பவத்தைப் பதிவு செய்பவர் கருதுகிறார். உதாரணங்களாக, நம் மக்கள் ஈடுபட்ட வன்முறைச் சம்பவங்கள், இறந்தவர்களை அடக்கம் செய்யப்பட்ட விதம், பிரிக்கப்பட்ட காதலர்கள் அடைந்த துன்பம் ஆகியவற்றைச் சுட்டுகிறார்.

நோய்த்தாக்குதலுக்கு உள்ளான இந்த நகரத்தின்மீது இந்த ஆண்டின் மையப் பகுதியில் காற்று மேலெழும்பிப் பல நாட்கள் தொடர்ந்து வீசிக்கொண்டிருந்தது. இக்காற்றின்மீது ஓரான் மக்களுக்குக் குறிப்பிடத்தக்க சந்தேகமிருந்தது. ஏனெனில், அது உருவாகும் சமவெளிப் பகுதியில்

எந்தத் தடையையும் சந்திக்க வேண்டி இருக்காததால் முழுமை யான மூர்க்கத்துடன் வீதிகளில் வீசிச் செல்வதாக இருந்தது. நகரத்தைக் குளிர்விக்க ஒரு சொட்டு மழைநீரும் விழாமல் கழிந்த பல மாதங்களுக்குப் பின், நகரின்மீது சாம்பல் நிறப் பசைப் போல் அழுக்கு ஒட்டியிருந்தது. காற்று வீசும்போது அது உலர்ந்து உதிர்ந்தது. இவ்வாறாகத் தூசும் காகிதங்களும் கலந்து எழும் புழுதிக்காற்று அரிதாக வீதியில் நடக்கும் மக்களின் கால்களை வந்து சுற்றிக்கொண்டன. கைக்குட்டை அல்லது கையை மூக்கில் பொத்தி, முன் பக்கமாக வளைந்தபடி அவர்கள் வேகமாக வீதிகளில் நடந்து செல்வதைப்பார்க்க முடிந்தது. மாலை வேளை களில், யாருக்கு வேண்டுமானாலும் அது கடைசிப் பொழுதாக இருக்க வாய்ப்பு உள்ளதால் முடிந்தவரையில் அந்த நாளை நீடிக்கும் எண்ணத்துடன் கூட்டம் கூடிப் பேசுவது வழக்கம். ஆனால், அதற்குப் பதிலாக வேகவேகமாக வீட்டிற்கோ அல்லது உணவகங்களுக்கோ செல்லத்துடிக்கும் கூட்டத்தினர் சிலரைப் பார்க்க முடிந்தது. சில நாட்களில், அந்தக் காலகட்டத்தில் விரைவாக வந்துவிடும் அந்திப்பொழுதின் போது தெருக்கள் வெறிச்சோடிக் கிடக்கக் காற்று மட்டுமே அங்கு தொடர்ந்து பொறுமிக்கொண்டிருந்தது. கண்களுக்கு அப்பால் காற்றில் எழுந்த கடல் அலைகளில் இருந்து உப்பும் கடல்பாசியும் கலந்தவொரு வாடை வீசியது. புழுதியால் வெண்சாம்பல் பூசியபடி, கடல்வாசத்துடன் வெறிச்சோடிய இந்நகரில் காற்று எழுப்பும் எந்த சத்தமும் சோகமான தீவு ஒன்றின் ஓலமாகக் கேட்டது.

நகரத்தின் மையப் பகுதியைக் காட்டிலும் வெளிப் பகுதி களில் தான் இந்தக் கொடுநோய்க்கு இதுவரையில் அதிக அளவில் மக்கள் பலியாகினர். அந்த இடங்களில் அதிக எண்ணிக்கையிலான மக்கள் வசித்ததுடன் அவர்கள் வசதிக்குறைவானவர்களாகவும் இருந்தனர். ஆனால், திடீரென அந்நோய் கொஞ்சம் நெருங்கி வந்து வணிகப் பகுதிகளிலும் குடிகொள்ள ஆரம்பித்ததைப்போல் தோன்றியது. தொற்றுக்கிருமிகள் பரவக் காரணமாக இருப்பது காற்றுதான் என்று மக்கள் கருதினர். அது எல்லாவற்றையும் குழப்பத்தில் ஆழ்த்திவிடுகிறது என்று விடுதியின் மேலாளர் கூறினார். எது எப்படியோ, இரவு நேரத்தில் தங்கள் சன்னல்களின் கீழிருந்து அடிக்கடி ஒலிக்கும் அவசர ஊர்திகளின் சிரத்தையற்ற பயங்கர எச்சரிக்கை ஒலி, தங்களையும் அந்த நோய் பாதிக்கத் தொடங்கிவிட்டது என்பதை உணர்த்துவதாக இருந்தது.

நகரத்துக்கு உள்ளேயும் அதிக பாதிப்புக்குள்ளான சில பகுதிகளைத் தனிமைப்படுத்தி, அத்தியாவசியப் பணியில் ஈடுபட்டுள்ள நபர்கள் மட்டும் வெளியே செல்ல அனுமதிப்பது

என்று திட்டமிடப்பட்டது. அதுவரையில் அங்கு வசித்தவர்கள், இந்த நடவடிக்கையைத் தங்கள்மீது மட்டுமே குறிவைத்து கொடுக்கும் நெருக்கடியாகக் கருதும் நிலைக்குத் தள்ளப்பட்டனர். எப்படியும் மற்ற பகுதிகளில் உள்ளவர்கள் சுதந்திர மக்களாக இருப்பதாக அவர்கள் நினைத்தனர். இதேபோல், மற்ற பகுதிகளில் இருந்தவர்களுக்கும் தங்களை விடவும் அதிகக் கட்டுப்பாடு களுக்கு உள்ளாகியவர்களும் அந்த நகரத்தில் இருக்கிறார்கள் என்று தெரியவர அந்தக் கடினமானக் காலகட்டத்தில் சிறியதொரு ஆறுதல் கிடைத்தது. அப்போது அவர்களது ஒரே நம்பிக்கையின் சாராம்சமாக இருந்த வாசகம் “என்னைவிடவும் யாரோ ஒருவன் அதிகச் சிறைவாசத்தை அனுபவிக்கிறான்.”

‘தோராயமாக அதே காலகட்டத்தில், நகரத்தின் மேற்கு எல்லையில் உள்ள பொழுதுபோக்குப் பகுதிகள் சிலவற்றில் அடிக்கடி தீ விபத்து ஏற்பட்டது. விசாரணையில், இதற்கான காரணம் தெரிந்தது. தனிமைப்படுத்தப்பட்டிருந்த மக்கள் தங்கள் வீட்டுக்குத் திரும்பியவுடன் சோகத்தாலும் துரதிர்ஷடத்தாலும் நிலை மறைந்து, நோய்க் கிருமியை நெருப்பு கொன்றுவிடும் என்ற தப்புக்கணக்கில் தங்கள் வீடுகளுக்கு அவர்களே தீ வைத்துள்ளனர் என்று தெரியவந்தது. இத்தகையச் செயல்களைச் சமாளிப்பது பெரும்பாடாக இருந்தது. ஏனெனில் காற்றின் மூர்க்கம் காரணமாக அனைத்துப் பகுதிகளையும் நிரந்தர ஆபத்தை எதிர்நோக்கிச் செல்வதாக இத்தகைய தீ விபத்துகள் இருந்தன. எத்தகையத் தொற்று நோய் பாதிப்பு அபாயத்தையும் எதிர்கொள்ள அதிகாரிகள் மேற்கொள்ளும் தொற்று நீக்கும் நடவடிக்கைகளே போதுமானவை என்பதை விளக்கியும் பயனில்லாமல் போனதால் வேறுவழியின்றி இதுபோன்று கற்பனையான பயத்துக்கு ஆளான அப்பாவிகளுக்குக் கடுமையான தண்டனை விதிக்க வேண்டியதாயிற்று. சிறை தண்டனை மட்டுமே இத்தகைய பரிதாபத்துக்குரியவர்களை அச்சுறுத்தவில்லை. மாறாக, வட்டார சிறையில் மரணவிகிதம் அதிக அளவில் இருந்ததால் சிறைத்தண்டனை என்றாலே அது மரணத்தண்டனைக்குச் சமமானது என்ற எண்ணம் மக்கள் அனைவரிடமும் பதிந்திருந்ததும்தான் காரணம். இந்தக் கணக்கு ஆதாரமற்றது என்று கூறமுடியாது. படைவீரர்கள், சமய அமைப்புகளில் உள்ள உறுப்பினர்கள், கைதிகள் எனக் கூட்டமாக வாழப்பழகியிருந்த அனைவரின்மீதும் இந்த நோய் பாதிப்பை ஏற்படுத்தியிருந்தது. சில கைதிகள் தனிமைப்படுத்தப்பட்டிருந்த போதும் சிறைக்கூடம் என்பது ஒரு கூட்டமைப்பு. இதனை உறுதி செய்யும் விதமாக நம் வட்டாரச் சிறையில் கைதிகளைப் போலவே சிறைக் கண்காணிப்பாளர்களும் நோய்க்குப் பலியாகும்

அபாயத்தில் இருந்தனர். இந்த நோயின் உயர்ந்த கோணத்தில் இருந்து பார்த்தால், சிறையின் மூத்த அதிகாரி முதல் சாதாரண கைதிகள்வரை அனைவரும் தண்டனைக்கு ஆளாகியிருந்தார்கள். சிறைக்குள் முழுமையானதொரு நியாயம் கடைபிடிக்கப்படுவது இதுவே முதல்முறையாக இருக்கலாம்.

இந்த ஏற்றத்தாழ்வை சரிசெய்யும் விதமாகப் பணியின் போது இறந்த சிறை அதிகாரிகளுக்குப் பதக்கம் வழங்குவது என்று திட்டமிடப்பட்டது. இதன் மூலம் அவர்கள் வகித்து வந்த உயர்நிலை மதிக்கப்படும். தடையுத்தரவு அமுல்படுத்தப்பட்டிருந்ததால், ஒரு வகையில் பார்க்கும்போது, அப்போது சிறை அதிகாரிகள் முழு நேரப்பணியில் இருந்தனர் என்று சொல்லலாம். எனினும், அவர்கள் மறைவுக்குப் பின்னரே இராணுவ பதக்கம் வழங்கப்பட்டது. இதற்குச் சிறைக் கைதிகள் எந்தவொரு எதிர்ப்பும் தெரிவிக்கவில்லை என்றாலும் இராணுவத்தினர் தங்கள் அதிருப்தியைத் தெரிவித்தனர். மக்களிடையே இதன் மூலம் குழப்பம் வரும் என்பது வருத்தத்துக்குரியது என்பதைச் சரியாகச் சுட்டிக் காட்டினர். அவர்கள் வைத்த வாதம் ஏற்றுக் கொள்ளப்பட்டு, இப்பிரச்சினையைச் சாதாரணமாகத் தீர்க்க, இறக்க நேரும் சிறை அதிகாரிகளுக்கு நோய்க்காலப் பதக்கம் தருவது என முடிவு செய்யப்பட்டது. ஆனால் ஏற்கெனவே சில சிறை அதிகாரிகளுக்குப் பதக்கம் வழங்கப்பட்டுவிட்டதால் தீங்கு இழைக்கப்பட்டுவிட்டது. இராணுவ அதிகாரிகள் தொடர் கோரிக்கைகள் வைத்தபோதும், வழங்கிய பதக்கங்களைத் திரும்பப் பெறும் பேச்சுக்கே இடமில்லை. எப்படியும், நோய்காலப் பதக்கத்தைப் பொறுத்தவரை இராணுவப் பதக்கம் பெறும்போது கிடைக்கும் மதிப்பை அது தரவில்லை என்பது அதன் குறை. ஏனெனில் தொற்றுநோய் ஏற்படும்போது, இவ்வாறான பதக்கம் பெறுவது வாடிக்கையானதுதான். மொத்தத்தில் யாருக்கும் திருப்தி ஏற்படவில்லை.

மேலும், சமயத் தலைவர்கள்போல் சிறை அதிகாரிகள் செயல்பட முடியவில்லை. இராணுவ அதிகாரிகளுக்கும் ஓரளவு இதேநிலைதான். நகரத்தில் இருந்த இரண்டே மடத்தில் இருந்த துறவிகள் வெளியேற்றப்பட்டுத் தற்காலிகமாகச் சமயப்பற்றுடைய குடும்பங்களில் தங்கவைக்கப்பட்டனர். இதேபோல், முடிந்த இடங்களில் எல்லாம், காவல் முகாமில் இருந்து சிறிய அளவிலான மக்கள் கூட்டத்தை அப்புறப்படுத்திப் பள்ளிகள், அரசு கட்டடங்கள் ஆகியவற்றில் தங்க வைக்கப் பட்டனர். இதன் மூலம், தடையுத்தரவின் கீழ் உள்ள ஓரான் நகரத்தில் மக்களிடையே ஒற்றுமையை ஏற்படுத்திய கொடுநோய்,

காலங்காலமாக இருந்துவந்த கூட்டு வாழ்க்கைமுறையைச் சிதைத்துவிட்டது. எங்கும் குழப்பநிலை.

இத்தகையச் சூழ்நிலையில் காற்றும் சேர்ந்துகொள்ள, மனித மனங்களிலும் தீயை மூட்டிவிட்டது என்று எண்ண இடமிருந்தது. இரவு நேரங்களில், நகரத்து எல்லைக் கதவுகள் மீண்டும் பலமுறை தாக்குதலுக்கு உள்ளாயின. ஆனால் இம்முறை ஆயுதம் தாங்கிய சிலர் அத்தகைய செயலில் ஈடுபட்டனர். இவர்களுக்கும் காவலர்களுக்கும் இடையில் தோட்டாக்கள் சுடப்பட்டு சிலர் காயமடைந்தனர். சிலர் தப்பிச் சென்றனர். காவல் முகாம்கள் பலப்படுத்தப்பட்டு இந்த முயற்சிகள் விரைவிலேயே நின்றுவிட்டன. ஆனால், சில வன்முறைச் சம்பவங்களைத் தூண்டுவதாக அமைந்த ஒருவித புரட்சிக்கான மனநிலையை நகரத்தில் உண்டாக்க அந்த முயற்சிகள் போதுமானவையாக இருந்தன. தீ விபத்தில் எரிந்து போனதாலோ சுகாதாரக் காரணங்களுக்காகவோ மூடிக்கிடந்த வீடுகள் கொள்ளையடிக்கப்பட்டன. உண்மையில், இத்தகைய செயல்கள் முன்கூட்டியே திட்டமிடப்பட்டவையா என்று உறுதியாகக் கூற முடியாது. பெரும்பாலான நேரங்களில், திடீரெனக் கிடைக்கக்கூடிய வாய்ப்பு நல்ல மனிதர்களைக்கூட மோசமான நடவடிக்கைகளில் இறங்கத் தூண்டும். அவற்றைப் பார்க்கும் மற்றவர்களும் அவர்களைப்போலவே நடந்துகொண்டனர். எரிந்துகொண்டிருக்கும் வீடுகளில்கூட துயரத்திலும் திகைப்பிலும் ஆழ்ந்திருக்கும் வீட்டு உரிமையாளரின் கண் எதிரிலேயே முரட்டு ஆசாமிகள் சிலர் உள்ளே நுழையும் சம்பவங்களும் நடந்தன. உரிமையாளர் செய்வதறியாது நிற்பதைப் புரிந்து கொள்ளும் போதும் பலர் முதலில் சென்றவர்களைப் பின்தொடர்ந்து, இருட்டானத் தெருவில் நாலாப்புறமும் சிதறியோடுவது எரிந்து கொண்டிருக்கும் நெருப்பின் வெளிச்சத்தில் தெரியும். வெந்து முடியும் தீச்சுடர்கள், அல்லது தங்கள் தோள்களில் சுமந்து செல்லும் பொருட்கள் அல்லது மேசை நாற்காலிகள் ஆகியவற்றின் மங்கிய உருவங்கள் தெரியும். இத்தகைய சம்பவங்களின் காரணமாகத்தான், கொடுநோயின் தாக்குதலை முற்றுகைக் காலநிலையுடன் ஒப்பிட்டு அதற்கான சட்டங்களை அமுல்படுத்த வேண்டியக் கட்டாயத்துக்கு அதிகாரிகள் தள்ளப்பட்டனர். இரண்டு திருடர்கள் சுட்டுக் கொல்லப்பட்டனர். மற்றவர்கள்மீது பெரும் பாதிப்பை ஏற்படுத்தியதா என்று கூறுவது கடினம். ஏனெனில், இவ்வளவு மரணங்களின் மத்தியில், இந்த இரண்டு மரண தண்டனைகளும் யாருடைய கவனத்தையும் ஈர்க்காமல் பெருங்கடலில் விழுந்த சிறு துளியாய் மறைந்தன. மேலும், இதுபோன்ற கொள்ளைச்

சம்பவங்கள் அடிக்கடி நடந்தேறின என்பதுடன் அதிகாரிகள் யாரும் இதைத் தடுக்க முயற்சி எடுப்பதற்கான அறிகுறியும் தெரியவில்லை என்பதுதான் உண்மை. அனைத்து மக்களின் கவனத்தையும் ஈர்த்த ஒரே நடவடிக்கை ஊரடங்கு உத்தரவு மட்டுமே. இரவு 11 மணிக்கு மேல் இருளில் மூழ்கிய அந்த நகரம் நினைவுச்சின்னம்போல் காட்சியளித்தது.

நிலவொளியில், மரம் ஒன்றின் கருத்த வடிவம், நடந்துச் செல்பவரின் காலடி ஓசைகள், நாயின் ஓலம் என எதுவும் குறுக்கிடாமல் அந்த நகரத்தின் வெள்ளைச்சுவர்களும் நேரான வீதிகளும் நேர்கோட்டில் அணிவகுத்து நின்றன. இனி இந்த அமைதியான நகரம் என்பது பிரம்மாண்டமான அளவற்றப் பொருட்களின் தொகுப்பு. இவற்றுக்கு இடையில் வெண்கலத்தில் வார்க்கப்பட்டு நின்றிருந்த மறந்துபோன நன்மையாளர் அல்லது அக்கால பெரிய மனிதர்கள். மனிதன் எப்படியெல்லாம் இறந்துள்ளான் என்பதை விளக்க முயல்வதைப்போல்; தங்களைப் போன்ற உருவங்களைக் கல் அல்லது இரும்பில் வடிக்கத் தனிமையில் அவர்கள் முயன்றுகொண்டிருந்தனர். கனத்த வானத்தின் கீழ், களை இழந்த சாலைச் சந்திப்புகளில் நின்றிருந்த இந்தப் பரிதாபத்துக்குரிய சிலைகள், எந்தவொரு உணர்வையும் வெளிப்படுத்தாத இந்த அஃறிணைகள் நாம் ஆழ்ந்துள்ள அசைவற்ற நிலையை உணர்த்துவதாக இருந்தன. குறைந்தபட்சம் பகலோ இரவோ, எந்தக் குரலையும் பிளேக் நோயின் விளைவுகள் இறுதியில் மௌனமாக்கிவிடும். மயான அமைதி ஒன்றுக்கு ஆளாகியுள்ளோம் என்பதையாவது இச்சிலைகள் தெரிவித்தன.

அனைத்து மனித மனங்களிலும் இருள் குடிகொண்டிருந்தது. உடல்களை அடக்கம் செய்வது குறித்தான உண்மைகளும் கட்டுக்கதைகளும் நம் மக்களுக்கு நம்பிக்கையூட்டுவதாக இல்லை. அடக்கங்களைக் குறித்துப் பேசியாக வேண்டும். இதற்காக இச்சம்பவத்தை எடுத்துரைப்பவர் வருத்தம் தெரிவித்துக் கொள்கிறார். இவ்விஷயத்தில் அவர் மீது வைக்கப்படும் விமர்சனம் புரிந்துகொள்ள முடிகிறது. என்றாலும் இதனை நியாயப்படுத்த அவரிடம் உள்ள ஒரே வாதம், அந்தக் காலகட்டம் முழுவதும் சவ அடக்கங்கள் நடைபெற்றுள்ளன என்பதும், ஒருவகையில், நகரத்தில் உள்ள மற்ற எவரையும்போல், அவற்றின்மீது தனக்கும் அக்கறை உண்டானது என்பதும் தான். இத்தகைய சடங்குகளில் அவருக்கு அதிக விருப்பம் இருந்தது என்று இதற்குப் பொருள் இல்லை. மாறாக, உயிருடன் இருப்பவர்களுடனான நட்பு தான் இவருக்குப் பெரிதும் பிடிக்கும். உதாரணத்துக்குச் சொல்ல வேண்டுமென்றால் கடலில் நீராடுவதில் அவர் அதிக விருப்பமுடையவர். ஆனால்,

கடலில் நீராடுதல் தடைசெய்யப்பட்டுள்ளது; உயிருடன் இருப்பவர்களுடன் பழகுதல் என்பது மரணத்துக்குக்கொண்டு போகக் கூடிய நிரந்தர அபாயத்துக்குட்பட்டதாக உள்ளது. இது வெளிப்படையாகத் தெரிந்தது. நாம் எப்போதுமே வெளிப்படையாகத் தெரியும் ஒன்றைப் புறந்தள்ளிக் கண்களை மூடிக்கொண்டு அதனைப் பார்க்காமல் இருக்க முயற்சி செய்வோம். ஆனால் அனைத்தையும் உங்கள் முன் கொண்டுவந்து நிறுத்தும் அபார சக்தி அதனிடம் உள்ளது. உதாரணமாக, நீங்கள் நேசித்த ஒருவருக்கான சவ அடக்கம் செய்தாக வேண்டிய நாள் வரும்போது எவ்வாறு நீங்கள் சவ அடக்கங்களைத் தவிர்க்க முடியும்?

அடுத்ததாக ஆரம்பத்தில், நம் சடங்குகளின் முக்கிய அம்சமாக விரைவாகக் காரியத்தை முடிப்பது இருந்தது. அனைத்துச் சம்பிரதாயங்களும் எளிமையாக்கப்பட்டன. பொதுவாக, சவ அடக்கத்துக்குரிய விமர்சையான அம்சங் களும் சூழல்களும் தவிர்க்கப்பட்டன. பலியானவர்களின் குடும்பத்தினர் தூரத்தில் இருந்தனர். இறந்தவரின் உடல் அருகில் இருந்து, சவ அடக்கத்துக்கு முந்தைய நாள் இரவு கண் விழிக்கும் சடங்கும் தடைசெய்யப்பட்டது. எனவே, மாலை நேரத்தில் ஒருவர் இறக்க நேர்ந்தால் தனிமையில் அந்த இரவைக் கழித்தாக வேண்டும். பகல் நேரத்தில் இறந்தால் கூடிய விரைவில் அடக்கம் செய்யப்பட்டார். குடும்பத்தினருக்குத் தகவல் தெரிவிக்கப்பட்டது என்பதை மறுப்பதற்கில்லை. ஆனால், பெரும்பாலானோர் விஷயத்தில், குடும்ப உறுப்பினர்களால் சவ அடக்கத்தில் கலந்துகொள்ள இயலாமல் போனது. ஏனெனில், நோய்வாய்ப்பட்டவருடன் வசித்தவராக இருக்க நேர்ந்தால் அவர் தனிமைப்படுத்தப்பட்டு இருப்பார். பலியானவருடன் குடும்பத்தினர் வசிக்காமல் இருந்தால், கல்லறைக்குப் புறப்படக் குறிக்கப்பட்ட நேரத்தில் அவர்கள் வந்து சேர்வார்கள். அதற்குள் சடலத்தை வெளியில் கிடத்தி பிறகு சவப் பெட்டிக்குள் வைத்து மூடியிருப்பார்கள்.

மருத்துவர் ரியே பொறுப்பில் இருந்த துணை மருத்துவமனையில் இப்படியானச் சடங்கு நடப்பதாக வைத்துக்கொள்வோம். மருத்துவமனை அமைந்திருந்த பள்ளிக்கூடத்தில் முக்கிய கட்டடத்தின் பின்புறம் வாசல் ஒன்று இருந்தது. அங்குக் கூடத்தின் அருகே இருந்த பெரிய அறை ஒன்றில் சவப்பெட்டிகள் அடுக்கி வைக்கப்பட்டிருந்தன. அந்தக் கூடத்திலேயே மூடப்பட்ட சவப்பெட்டி ஒன்று தங்களுக்காகக் காத்திருப்பதைக் குடும்பத்தினர் தெரிந்து கொள்வர். உடனடியாகக் குடும்பத்தலைவரிடம் சில படிவங்களில்

கையெழுத்து வாங்கும் முக்கிய வேலை ஆரம்பமாகும். அடுத்து, பெரிய வாகனம் ஒன்றில் உடலை ஏற்றுவார்கள். அது சவ வாகனமாக இருக்கலாம் அல்லது பெரியதொரு அவசர ஊர்தியே அவ்வாறு மாற்றியமைக்கப்பட்டும் இருக்கலாம். விதிவிலக்காக அனுமதிக்கப்பட்ட வாடகை வண்டி ஒன்றில் உறவினர்கள் ஏறிக்கொள்வர். பிறகு இடுகாட்டை நோக்கி இரண்டு வாகனங்களும் முழு வேகத்தில் செல்லும். அவ்வாறு போகும்போது நகரின் மையப்பகுதி தவிர்க்கப்படும். வாயிலின் அருகில் வாகனங்களை நிறுத்தும் காவலர்கள், அனுமதி முத்திரை ஒன்றைப் பதித்துத்தருவார்கள். அது இல்லாமல், நம் மக்களால் அழைக்கப்படும் 'இறுதி இல்லம்' கிடைக்காது. காவலர்கள் வழிவிட்டதும், நிரப்பப்படக் காத்திருக்கும் ஏராளமான சவக்குழிகள் பக்கத்தில் உள்ள சதுக்கத்தில் போய் வாகனங்கள் நிற்கும். தேவாலயத்தில் இறுதிச் சடங்குகள் தடைசெய்யப்பட்டு இருந்ததால் பாதிரியார் ஒருவர் உடலைப் பார்வையிடுவார். பிரார்த்தனை செய்தபடி சவப்பெட்டி வெளியில் கொண்டுவரப்படும். பெட்டியைச் சுற்றி கயிற்றால் கட்டி இழுத்து வந்து குழியில் இறக்குவார்கள். உடலின் மீது புனித நீரைத் தெளிக்கும்போதே சவப்பெட்டியின் மூடி மீது மண் போர்த்தியிருக்கும். சிறிது நேரத்துக்கு முன் அவசர ஊர்தி புறப்பட்டு சென்றிருக்கும். அதனைத் தொற்று நீக்கும் மருந்தால் நன்கு சுத்தம் செய்வர். சவப்பெட்டியின் மீது விழுந்து மணல் குவியல் எழுப்பும் சத்தம் கொஞ்சம்கொஞ்சமாக மங்க, வந்திருந்த உறவினர்கள் மீண்டும் வாகனத்தில் ஏறி கால் மணி நேரத்தில் தங்கள் வீட்டை அடைந்திருப்பார்கள்.

எனவே, அனைத்துச் சடங்குகளும் முடிந்த அளவு வேகமாகவும் அதிக ஆபத்தில்லாமலும் நடந்து முடிந்தன. ஆரம்ப நாட்களிலாவது உறவினர்களின் பொதுவான உணர்வுகள் நோகடிக்கப்பட்டது என்பதை மறுப்பதற்கில்லை. ஆனால், கொடுநோய் காலத்தில் இத்தகைய விஷயங்களில் கவலையடையக் கூடாது. ஏனெனில் முறையான பாதுகாப்புக்காக அனைத்தும் விட்டுக்கொடுக்கப்பட்டது. மேலும், தொடக்கத்தில் இத்தகைய நடவடிக்கைகள் மக்களின் நம்பிக்கையைப் பாதிக்கவே செய்தது. ஏனெனில் மரியாதையுடன் அடக்கம் செய்யப்பட வேண்டும் என்ற எண்ணம் நாம் நினைத்திருப்பதைக் காட்டிலும் மக்களிடையே அதிகம் பரவியிருந்தது. எனினும், நல்ல வேளை யாகச் சிறிது காலம் கடந்ததும் உணவுப் பற்றாக்குறை என்னும் அவசரத் தேவை ஏற்படவே மக்களது கவனம் முழுவதும் உடனடியாகத் தீர்க்க வேண்டிய பிரச்சினைமீது அதிகம் சென்றுவிட்டது. சாப்பிட்டாக வேண்டுமென்றால் வரிசையில்

நிற்பது, செல்வாக்கைப் பயன்படுத்துவது, விண்ணப்பங்களை நிறைவு செய்வது, எனப் பல வேலைகள் இருந்ததால் தங்களைச் சுற்றி எத்தனை பேர் இறந்துகொண்டிருக்கின்றனர் என்பதைப் பற்றியோ, தாங்களே என்றாவது ஒருநாள் எப்படி இறப்போம் என்பது குறித்தோ கவலைப்பட அவர்களுக்கு நேரமில்லை. இத்தகைய பணப் பிரச்சினைகள் அனைத்தும் துன்பமாக நினைத்ததுபோய் அவையே ஒரு வரமாகத் தோன்றியது. நாம் ஏற்கெனவே பார்த்ததைப்போல், இந்தத் தொற்றுநோய் மட்டும் வராமல் இருந்திருந்தால் அனைத்தும் நன்மைக்கே என்று இருந்திருக்கும்.

ஏனெனில் சந்தையில் சவப்பெட்டிகள் குறைவாக இருந்தன. பிணங்களின்மீது போர்த்தத் துணிகளுக்கும் கல்லறையில் இடங்களுக்கும் பஞ்சமேற்பட்டது. பிரச்சினையைச் சமாளிக்க ஏதாவது செய்தாக வேண்டும். மீண்டும் பாதுகாப்புக் கருதி தனித்தனியாகச் செய்வதற்குப் பதிலாக ஒரே நேரத்தில் பல உடல்களை அடக்கம் செய்வதுதான் மிக எளிமையான வழியாகத் தோன்றியது. தேவைப்பட்டால் மருத்துவமனைக்கும் கல்லறைக்குமாகப் பயணத்தை அதிகரித்துக்கொள்ள முடிவு செய்யப்பட்டது. எனவே, ரியேவின் மருத்துவமனையைப் பொறுத்தவரை, தற்போதைக்கு ஐந்து சவப்பெட்டிகள் உள்ளன. அவற்றில் உடல்களை வைத்து மூடப்பட்டதும், அவசர ஊர்திகளில் ஏற்றப்படும். கல்லறையை அடைந்ததும், சவப்பெட்டிகளில் இருந்து உடல்கள் இறக்கப்பட்டன. சாம்பல்நிறத்தில் இருந்த உடல்கள், காலில்லாக் கட்டிலில் கிடத்தப்பட்டு இதற்கென அமைக்கப்பட்ட கூடாரம் ஒன்றில் காத்திருந்தன. சவப்பெட்டிகள் மீது கிருமிநாசினித் திரவம் தெளித்துக் கழுவப்பட்டு மீண்டும் அவை மருத்துவமனைக்குக் கொண்டு செல்லப்பட்டன. அங்கிருந்து தேவைப்படும் போதெல்லாம் அதே நடைமுறை மீண்டும் தொடங்கியது. இவை அனைத்தும் முறையாக நிர்வகிக்கப்பட்டதில் மாவட்ட ஆட்சியரும் திருப்தி தெரிவித்தார். கூட்டிக்கழித்துப் பார்க்கும்போது, முந்தைய தொற்றுநோய்க் காலங்களில் நடந்ததாக பதிவுகளில் வாசித்துள்ள நடைமுறையான, கருப்பு அடிமைகளால் கொண்டு செல்லப்பட்ட வாகனங்களை விட, இப்போதைய நடைமுறையே சிறந்தது என்று ஆட்சியர் ரியேவிடம் தெரிவித்தார்.

"இறுதிச் சடங்கு இப்படித்தான் நடக்கும். ஆனால் நம்மிடம் கணக்கு இருக்கும். நாம் உண்மையிலேயே வளர்ச்சி கண்டிருக்கிறோம் என்பதில் சந்தேகமில்லை" என்று கருத்துத் தெரிவித்தார் ரியே.

இறுதிச் சடங்கினை நிறைவேற்றுவதில் இத்தகைய வெற்றிகளை அரசு பெற்றிருந்தாலும், இவற்றில் நேர்ந்துவிட்ட சில விரும்பத்தகாத நடவடிக்கைகளின் காரணமாக, நிகழ்வுகளில் உறவினர்கள் கலந்துகொள்ளக்கூடாது என்னும் தடையை மாவட்ட ஆட்சி அலுவலகம் விதிக்க வேண்டியதாயிற்று. கல்லறையின் வாசல்வரை உறவினர்கள் அனுமதிக்கப்பட்டனர். அதுவும் அதிகாரப்பூர்வமாக இல்லை. ஏனெனில், இறுதிச் சடங்குகளில் சில மாற்றங்கள் உண்டாகியிருந்தன. கல்லறையின் கோடியில், மரங்கள் நிறைந்த ஒதுக்குப்புறத்தில், இரண்டு பெரிய குழிகள் வெட்டப்பட்டிருந்தன. ஒன்று ஆணுக்கும் மற்றொன்று பெண்ணுக்குமென ஒதுக்கப்பட்டிருந்தன. இதன்படிப்பார்த்தால், அதிகாரிகள் ஒரு ஒழுங்கைக் கடைபிடித்து வந்தனர். ஆனால் தவிர்க்க முடியாத காரணங்களால் இந்தக் குறைந்தபட்ச நாகரிகமும் மறைந்து ஒன்றின் மீது ஒன்றாகப் பெண் பிணத்தின் மீது ஆண் பிணம் என எவ்வித மரியாதையுமின்றித் தாறுமாறாகப் புதைக்கப்பட்டன. நல்ல வேளையாக, இதுபோன்ற தீவிரக் குழப்பம் கொடுநோயின் கடைசிக்கட்டத்தில்தான் ஏற்பட்டது. நம் கவனத்தைக் கவரும் காலகட்டத்தில், குழிகளுக் கிடையே இடைவெளி இருந்ததுடன் அதிகாரிகளும் அந்த நடைமுறையைப் பாதுகாப்பதில் அக்கறை செலுத்தினர். ஒவ்வொரு குழியின் அடிப்பகுதியிலும், சுண்ணாம்பு வெந்து புகையுடன் அடர்த்தியாகப் படிந்து இருக்கும். விளிம்புகளில் அதே ரசாயனக்கலவை கொப்பளிப்பது தெரியும். அவசர ஊர்திகள் கல்லறைக்கு வந்து சேர்ந்ததும், உடல்கள் கிடத்தப்பட்ட படுக்கைகளை ஊர்வலமாகக்கொண்டு வந்து, ஆடையின்றி சற்றே முறுக்கியவாறு இருக்கும் உடல்கள் ஏறக்குறைய அருகருகே இருப்பதுபோல் குழியில் போடப்படும். அதன் பிறகு அவை சுண்ணாம்பாலும் மணலாலும் மூடப்படும். அவ்வாறு செய்யும் போதும் வரவிருக்கும் உடல்களுக்கு இடம்விட்டுக் குறிப்பிட்ட அளவுதான் மூடுவார்கள். அடுத்த நாள், பதிவேடு ஒன்றில் உறவினர்கள் கையொப்பமிட வரும்படிச் சொல்வார்கள். மனிதர்களுக்கும் உதாரணமாக நாய்களுக்குமிடையே வித்தியாசம் தெரிவதற்காக இந்த நடைமுறை. இதன்மூலம் எத்தனை பேர் இறந்தனர் என்ற கணக்குத் தெரியும்.

இத்தகைய நடவடிக்கைகளுக்குப் பணியாளர்கள் தேவைப்பட்டனர். பெரும்பாலும் ஆட்களைத் தேடும் நிலை ஏற்பட்டது. பெரும்பாலான ஆண் செவிலியர்களும், முதலில் அதிகாரப்பூர்வமாகப் பணியாற்றிய சவக்குழி தோண்டுபவர்களும், பிறகு தற்காலிகமாக அப்பணிக்கு வந்தவர்களும் கொடுநோய்க்குப் பலியானார்கள். எத்தகைய முன்னெச்சரிக்கை

நடவடிக்கையை எடுத்தபோதும் தொற்றுநோய்க்கு ஆளானார்கள். இதைப் பற்றி யோசிக்கும்போது, ஆச்சரியப்படவைக்கும் விஷயம் என்னவென்றால் அந்த நோய் நீடிக்கும்வரை, பணி செய்ய ஆட்கள் இல்லாமல் போனதில்லை. பிளேக் நோய் உச்சத்தைத் தொட இருந்த காலகட்டத்துக்குச் சற்று முன்பாக மோசமான காலமாக இருந்தது. மருத்துவர் ரியே பயந்ததில் நியாயமிருந்தது. மேற்பார்வைக்கோ ‘கடுமையான பணி’ என்று சொல்லப்படுகிற வேலையைப் பார்க்கவோ போதுமான ஆட்கள் இல்லை. நகரம் முழுவதும் அந்த நோய் ஆட்கொண்ட நேரம் முதல், நோயின் தீவிரமே இப்பிரச்சினைக்கு வசதியான தீர்வைக்கொண்டு வந்தது. ஏனெனில், ஒட்டுமொத்தப் பொருளாதார வாழ்வையும் அது பாதிக்கவே பெருமளவிலான மக்கள் வேலையிழந்தனர். பெரும்பாலான துறைகளில் மேற்பார்வையாளர்கள் அனுப்பப்பட வில்லை. ஆனால், கீழ்மட்ட வேலைகளைப் பொறுத்தவரை ஆட்கள் கிடைப்பது எளிதாக இருந்தது. உண்மையில், அந்தக் காலகட்டத்திலிருந்து, பயத்தை வறுமை வென்றது. வேலையில் இருக்கும் அபாயத்துக்கு ஏற்றவாறு ஊதியம் வழங்கப்பட்டது என்னும் அளவுக்கு இப்போக்கு இருந்ததும் பணியிடம் காலியான வுடன் வேலை தேடுபவர்களின் பட்டியலைச் சுகாதாரத்துறை தயாரித்து, அதில் இருந்த வரிசைப்படி அவர்களுக்குத் தகவல் தெரிவிக்கப்பட்டதும் அவர்கள் தவறாமல் வேலையில் சேர வந்தனர். அதற்குள் அழைக்கப்பட்டுள்ள நபர்களே இறந்து போய் இடம் காலியாகாமல் இருக்க வேண்டும். மரண தண்டனை அல்லது ஆயுள் தண்டனைக் கைதிகளை இவ்வாறான பணியில் அமர்த்துவதில் நீண்ட காலமாக முடிவு எடுக்காமல் இருந்த மாவட்ட ஆட்சித் தலைவரும் அவர்களைத் தவிர்க்க முடிந்தது. வேலையில்லாமல் இருப்பவர்கள் உள்ளவரை, அந்த முடிவைத் தள்ளிப்போடலாம் என்று அவர் நினைத்தார்.

எனவே, நிலைமை எவ்வாறாக இருந்தாலும் ஆகஸ்ட் இறுதிவரையில் நகரத்தில் இருந்த மக்கள் உரிய மரியாதை யுடன் என்றில்லாவிட்டாலும், போதுமான ஒழுங்குமுறை கடைபிடிக்கப்பட்டு தங்கள் இறுதியாத்திரைக்குச் செல்ல முடிந்தது. மனசாட்சியுடன் தங்கள் கடமையைச் செய்வதாக அதிகாரிகளுக்கும் திருப்தி ஏற்பட்டது. இறுதியாக எடுக்க வேண்டி யிருந்த நடவடிக்கைக் குறித்து அறிய சில சம்பவங்களை நாம் கடந்து செல்ல வேண்டியிருக்கிறது. ஆகஸ்ட் மாதத்துக்குப்பின் நோயின் தீவிரத்தில் மாற்றமில்லாமல் இருந்தது. நம் சிறிய கல்லறையைவிட அதிக எண்ணிக்கையிலானவர்கள் பலியாகி இருந்தனர். கல்லறைச் சுவர்களை உடைத்து அருகில் இருந்த நிலத்திலும் இறந்தவர்களுக்கு இடமளித்துப் பார்த்தனர்.

ஆனால் போதவில்லை. விரைவாக வேறு ஏதாவது செய்தாக வேண்டும். முதலில், இரவு நேரத்தில் சவ அடக்கங்களை வைத்துக்கொள்வது என்று முடிவு செய்யப்பட்டது. சில சடங்கு சம்பிரதாயங்களைத் தவிர்க்க இது உதவியது. அவசர ஊர்திகளில் ஏராளமான உடல்களை ஏற்ற முடிந்தது. அத்தனைச் சட்டங்களையும் மீறி ஊரடங்குச் சட்டம் வந்த பிறகும், புறநகர்ப் பகுதிகளில் சுற்றிக்கொண்டிருந்த சிலர் (அல்லது வேலை செய்வதற்காக அங்கு செல்ல வேண்டியவர்கள்) குறைத்து வைக்கப்பட்ட எச்சரிக்கை ஒலி எதிரொலித்தபடி அவசர ஊர்திகள் இரவு நேரத்தில் குறுகிய தெருக்களின் வழியாகத் தங்களைக் கடந்து செல்வதைப்பார்த்தனர். அவ்வாறு கொண்டு செல்லப்படும் உடல்கள் அவசரஅவசரமாக குழிகளில் வீசப்பட்டன. மேலும் ஆழமாகத் தோண்டப்பட்ட குழிகளுக்குள் அந்த உடல்கள் போய் விழுந்த அடுத்த நொடி சுண்ணாம்பும் மண்ணும் அவர்களது முகங்களையும் உடல்களையும் போர்த்தி மூடிவிடும்.

என்றாலும், சில நாட்களிலேயே மேலும் சில இடங்களைத் தேட வேண்டியிருந்தது. ஆயுட்காலக் குத்தகைக்கு எடுக்கப்பட்டிருந்த சவக்குழியில் புதைக்கப்பட்டவர்களின் உறவினர்களுக்கு மாவட்ட ஆட்சியரிடம் இருந்து காலி செய்யும் உத்தரவு சென்றது. எஞ்சியிருந்த உடலின் மீதங்களைத் தோண்டி எடுத்துத் தகனமேடைக்குக்கொண்டு செல்லப்பட்டன. கொடுநோயால் இறந்தவர்களின் உடல்களைத் தகனமேடைக்கு உறவினர்களேகொண்டு வரவேண்டும். ஆனால் எல்லை வாசல்களுக்கு வெளியில் நகரத்தின் கிழக்கே இருந்த பழைய தகன அடுப்பைத்தான் பயன்படுத்த வேண்டும். எல்லைக் காவல் பகுதி மேலும் சிறிது தூரம் நீடிக்கப்பட்டது. ஒரு காலத்தில் கடலோர நடைபயிற்சிப் பாதையில் இருந்து இப்போது இயங்காமல் இருக்கும் டிராம் வண்டித்தடங்களைப் பயன்படுத்தும்படி ஆலோசனை கூறும் பொறுப்பை நகரமன்ற ஊழியர் ஒருவர் கவனித்துக்கொண்டதால் அதிகாரிகளின் வேலை எளிமையானது. அதைச் செயல்படுத்த டிராம் வண்டிகள், சரக்குப் பெட்டிகள் ஆகியவற்றின் இருக்கைகளை அப்புறப்படுத்தி உட்புறத்தில் சில மாற்றங்களைச் செய்தனர். பிறகு அதன் பாதையைத் தகன அடுப்பின் பக்கம் திருப்பி விட்டனர். இப்போது அது வாகனத்தின் தலைப் பகுதியாகிவிடுகிறது.

கோடைக்கால இறுதி முழுவதும், இலையுதிர்க் கால மழையின் போதும், நள்ளிரவு நேரங்களில் பயணிகள் யாரும் இல்லாமல் கடலின் மீது சத்தமிட்டபடி வினோதமான டிராம் வண்டிகள் செல்வதைப் பார்க்க முடிந்தது. காலப்போக்கில்

அவை எதற்காக அப்படிச் செல்கின்றன என்ற விஷயம் அங்கு வசிப்பவர்களுக்குத் தெரிய வந்தது. அந்த நடைபயிற்சிப் பாதைக்குச் செல்லாதபடி இரவுக்காவலர்கள் பார்த்துக்கொண்ட போதும்கூட, குன்றுகளின் மேல் ஏறி நின்ற சில குழுக்கள், அந்த வழியாகச் சென்ற டிராம் வண்டிகளின்மீது எப்படியோ மலர்களைத் தூவினர். அந்தக் கோடை இரவிலும், மலர்களும் உடல்களுமாக வாகனங்கள் ஓசை எழுப்பியபடி செல்வதைக் கேட்க முடிந்தது.

காலைப்பொழுதில், பெருந்தொற்றின் ஆரம்ப நாட்களி லாவது நகரத்தின் கிழக்குப் பகுதியிலிருந்து கெட்ட நெடியுடன் அடர்ந்தப்புகை எழும்புவதைக் காண முடிந்தது. முகம் சுளிக்க வைக்கக்கூடியதாக இருந்தபோதும் இந்தப் புகை மூட்டத்தால் யாருக்கும் பாதிப்பு ஏற்படாது என்று மருத்துவர்கள் அனைவரும் கருதினர். எனினும், அந்தப் பகுதிகளில் வசித்தவர்கள் தங்கள்மீது வான் வழியாக தொற்றுநோய் விழும் என்று நம்பினர். எனவே அந்த இடத்திலிருந்து வெளியேறப் போவதாக மிரட்டினர். அதிருப்தி அதிகமாகவே, குழாய் அமைத்துச் சிக்கலான முறையில் புகையைத் திசைத் திருப்ப வேண்டியக் கட்டாயத்துக்கு அதிகாரிகள் தள்ளப்பட்டனர். ஒருவழியாக அங்கிருந்தவர்கள் அமைதியானார்கள். அதிகமாகக் காற்று வீசும் நாட்களில் மட்டும், ஒருவித வித்தியாசமான வாடை கிழக்கிலிருந்து வீசும். தாங்கள் புதியதொரு வாழ்க்கை முறையை அனுபவித்து வருவதையும் ஒவ்வொரு நாள் மாலையிலும் தனக்குப் பலியானவர்களை கொடுநோயின் தீ நாக்குகள் விழுங்கி வருவதையும் அந்த வாடை நினைவூட்டும்.

பெருந்தொற்றின் மிக மோசமான விளைவுகள் இவ்வாறாக இருந்தன. நல்ல வேளையாக, அதற்கு மேல் அதிகமாகவில்லை. ஏனெனில் நம் நிர்வாகத்தின் சாமர்த்தியம், மாவட்ட ஆட்சியின் திறமை, ஏன் தகன அடுப்பின் கொள்ளளவு ஆகியவை கூட போதுமானதாக இருக்குமா என்ற சந்தேகம் இருந்தது. உடல்களைக் கடலில் தூக்கி வீசுவது போன்ற அவநம்பிக்கையான யோசனைகளும் தோன்றின என்பது மருத்துவர் ரியேவுக்குத் தெரியும். நீல நிற அலைகளில் எழும் பயங்கர நுரை அவருடைய மனக்கண்ணில் தோன்றியது. பலி எண்ணிக்கை அதிகமாக நேர்ந்தால் என்ன நடக்கும் என்பதையும் ரியே அறிவார். எவ்வளவு திறமையான அமைப்பாக இருந்தபோதும் அதனால் அத்தகைய நிலைமையைச் சமாளிக்க முடியாது. மாவட்ட ஆட்சி நிர்வாகத்தின் நடவடிக்கை களைத் தாண்டி, மக்கள் கொத்துக்கொத்தாகச் சாவதுடன் வீதிகளிலேயே முடைநாற்றத்துடன் கிடப்பார்கள். இறக்கும்

தறுவாயில் இருப்பவர்கள் உயிரோடு இருப்பவர்களைப் பொதுச் சதுக்கத்தில் நியாயமானதொரு வெறுப்புடனும் நகைப்புக்குரிய ஏக்கத்துடனும் இறுகப் பற்றிக் கொள்வதைப் பார்க்க முடியும்.

இத்தகைய அச்சம் அல்லது எதார்த்த நிலை தான் நம் மக்களிடையே நாடு கடத்தப்பட்ட நிலையும் பிரிவின் துயரமும் தொடர்ந்து நீடிப்பதை உணர்த்தியது. இந்த இடத்தில், நம் பண்டையக் கதைகளில் வரும் துடிப்புமிக்க கதாநாயகன் அல்லது மலைக்கவைக்கும் செயல் போன்ற உண்மையிலேயே வியக்கும் காட்சியை விளக்க முடியாதது துரதிர்ஷ்டமானது என்று எடுத்துரைப்பாளர் அறிந்துள்ளார். இதில் பிரச்சினை என்னவென்றால் கொள்ளைநோயைவிட வியக்கவைக்கும் நிகழ்வு வேறு எதுவுமில்லை. அந்த நோய் நீண்ட நாட்களுக்கு நீடிப்பதால் பெரும் துன்பங்கள் அத்தனையும் சலிப்பூட்டுபவையாக இருக்கின்றன. இக்கொடிய அனுபவத்தை எதிர் கொண்டவர்களின் நினைவில், கொடுநோயின் நாட்கள் என்பவை பிரம்மாண்டமான கொடூர தீச்சுடர்களாகத் தெரியவில்லை. மாறாகத் தன் பாதையில் சந்திக்கும் அத்தனை உயிர்களையும் அடிமட்டமாக்கும் முடிவற்ற சக்தியாகத் தெரிந்தது.

பெருந்தொற்று தொடங்கியபோது இப்படியெல்லாம் ஆகக்கூடும் என்று மருத்துவர் ரியே அஞ்சிய மோசமான காட்சிகளுக்கும் இப்போதைய கொடுநோய்க்கும் தொடர்பில்லை. முதலாவதாக, சிறப்பான திறமையுடன் செயல்பட்ட நன்கு வடிவமைக்கப்பட்ட குறைகளற்ற நிர்வாகம். இதன் காரணமாகத்தான் எடுத்துரைப்பாளரும் விலகி நின்று பார்க்கத் தொடங்கினார். (யாரையும் ஏமாற்றாமல் இருக்கவும் தன்னைத் தானே ஏமாற்றிக்கொள்ளாமல் இருக்கவும்) ஏறக்குறைய கோர்வையானதொரு பதிவாக மாற்ற முயற்சி எடுக்கும் நேரத்தைத்தவிர மற்ற இடங்களில் கலையம்சத்தை கூட்டவென எதையும் எடுத்துரைப்பாளர் மாற்றவில்லை. அக்காலகட்டத்தில் ஆழமானதும் அதிக பாதிப்பை ஏற்படுத்தியதுமான துயரம் என்பது பிரிவுதான் என விலகி நின்று பார்க்கும் இதே போக்குதான் எடுத்துரைப்பாளரைக் கருதச் செய்கிறது. இக்குறிப்பிட்ட காலத்தில் கொடுநோய் எவ்வாறு இருந்தது என்பதைப் பற்றிய புதியதொரு விளக்கத்தைத் தருவது அவசியம் என்றாலும் இத்தகையத் துயரங்கள்கூட அவற்றின் துக்கத்தை இழந்திருந்தன.

நம் நகரத்து மக்கள் (இப்பிரிவுத் துயரத்தில் அதிகம் பாதிக்கப்பட்டவர்களாவது) இத்தகையச் சூழலுக்கு பழகிவிட்டார்களா? அவர்கள் அவ்வாறு பழகியிருந்தார்கள் என்று சொல்வது முற்றிலும் சரியாக இருக்காது. மாறாக,

உண்மையில் மக்களிடையே உடல்ரீதியாகவும் ஆன்மீகரீதியாக வும் ஒருவிதப் பின்னடைவு ஏற்பட்டிருந்தது. கொடுநோயின் தொடக்கத்தில் தங்களிடையே இல்லாமல்போனவர்களை நன்கு நினைவு வைத்திருந்தனர் என்பதுடன் அவர்கள் இல்லாததை நினைத்து மிகவும் வருத்தமடைந்தனர். தங்களுக்கு நெருக்கமானவர்களின் முகமும் சிரிப்பும் நினைவுக்கு வந்தன. தாங்கள் மகிழ்ச்சியாகக் கழித்த நாள் நினைவுக்கு வந்தது. ஆனால் தங்களால் நினைக்கப்படும் நபர், தாங்கள் நினைக்கும் இதே நேரத்தில் வெகுதூரத்தில் என்ன செய்துகொண்டிருப்பார் என்று அவர்களால் சரியாக ஊகிக்க முடியவில்லை. சுருக்கமாகச் சொன்னால், அந்த நேரத்தில் அவர்களிடம் நினைவு மட்டுமே இருந்தது. போதுமான அளவு கற்பனை செய்யும் சக்தி இல்லை. பெருந்தொற்றின் இரண்டாம் காலகட்டத்தின் போது நினைவும் மறைந்தது. அவர்கள் முகம் மறந்துவிட்டது என்று அர்த்தமில்லை. ஆனால் ஏறக்குறைய அப்படித்தான். நினைவு மங்கிவிட தங்களுக்குள் மட்டுமே அந்த நபரின் முகத்தைப் பார்க்க முடிந்தது. முதல் சில வாரங்களில் தங்கள் நேசத்தின் நிழல்கள் மட்டுமே பாக்கியிருப்பதாக முறையிட்டனர். பிறகு அவை மேலும் வலுவிழந்து அவர்களது நினைவின் எஞ்சியத்துகள்களையும் தாங்கள் இழந்து விட்டதை உணர்ந்தனர். இத்தகைய நீண்ட காலப் பிரிவுக்குப் பின் அந்த நபருக்கும் தங்களுக்குமான நெருக்கம், தங்களுடன் எவ்வாறெல்லாம் அந்த நபர் வாழ்ந்தார், நினைத்த நேரத்தில் தோள்மீது கை போட முடிந்த அந்தத் தொடர்பு என எதையும் நினைத்துப் பார்க்கும் சக்தியும் இழந்துப்போயினர்.

இந்தக் கோணத்தில் பார்த்தால், தீவிரமானதாக இருந்தாலும் சாதாரணமானதாகக் கருதத்தக்க அளவுக்கு கொடுநோயை வாழ்க்கை முறையாகவே மக்கள் ஏற்கும் நிலைக்கு வந்துவிட்டனர். “முன்னைப் போல் யாரிடமும் பெரிய அளவிலான உணர்வுகள் காணப்படவில்லை. ஆனால் எல்லோருமே பொதுவான எண்ணங்களுடன் வாழ்ந்து வந்தனர்.” அது முடிவதற்கான நேரம் இதுதான் என்று கூறி வந்தனர். ஏனெனில், இதுபோன்ற நோய்க் காலங்களில், கூட்டமாக அனுபவிக்கும் இத்துன்பம் விரைவில் நீங்க வேண்டும் என்று விரும்புவது இயல்புதான் என்பதுடன் அவ்வாறு அது முடிவுக்கு வர வேண்டும் என உண்மையிலேயே அவர்கள் ஏங்கினர். ஆனால் அவ்வாறு சொல்லும்போது, ஆரம்ப நாட்களில் இருந்ததைப்போல் மனதில் கசப்போ கோபமோ இல்லாமல் பேசினர். நமக்குத் தெளிவாகத் தெரிந்த ஆனால் வலுவில்லாத சில வாதங்களை மட்டும் முன் வைத்து தங்கள் எதிர்பார்ப்பை வெளியிட்டனர். ஆரம்ப வாரங்களில் எழுந்த உணர்ச்சிப் பெருக்குகள் மறைந்து ஒருவித வெறுப்பு நிலவியது. இதனை

யாரும் விரக்தி என்று தவறாகப் பொருள் கொள்ளக் கூடாது. மாறாக, இது தற்காலிகமாக நிலைமையை ஏற்றுக்கொள்ளும் மனநிலையாகும்.

நகர மக்கள் முதல் அடி எடுத்து வைக்க ஆரம்பித்தனர். எல்லோரும் கூறுவதைப்போல், அவர்கள் அந்த வாழ்க்கை முறைக்குப் பழக ஆரம்பித்தனர். ஏனெனில், அதைத் தவிர அவர்களுக்கு வேறு வழியில்லை. துரதிர்ஷ்டம், துன்பம் என்ற மனநிலை இயல்பாகவே இன்னமும் இருந்தன என்றாலும் அவ்வளவு தீவிரமாக இல்லை. உதாரணமாக ரியேவைப் பொறுத்தவரை, இதுதான் உண்மையில் துரதிர்ஷ்டம். விரக்தியை விட மோசமானது அத்தகைய விரக்திக்குப் பழகிப்போவதுதான். இதற்கு முன், பிரிந்திருந்தவர்கள் உண்மையிலேயே சோகமாக இல்லை. அவர்களது முகத்தில் வெளிப்படையாகத் தெரிந்த துயரம் அண்மையில் மறைந்திருந்தது. இப்போதெல்லாம் அவர்களை வீதிமுனையிலோ, மதுக்கூடங்களிலோ பார்க்க முடிகிறது. சில சமயம் நண்பர்களுடன் பொழுதைக் கழிக்கின்றனர். தெளிவாக இருந்த அவர்கள், அலையும் மனங்களுடன் காணப்பட்டனர். சலிப்படைந்த அவர்களது கண்களைப் பார்த்தால் அவர்களால் அந்த நகரம் முழுவதுமே ஒரு காத்திருப்போர் கூடம்போல் தோன்றியது. வேலையில் இருந்தவர்கள், பெருந்தொற்றின் வேகத்துக்கு ஈடுகொடுத்து இயங்கினர். மிகவும் கவனமாகவும் எந்திர கதியிலும் வேலை பார்த்தனர். எல்லோரும் பகட்டு எதுவுமின்றி எளிமையாக இருந்தனர். முதல்முறையாக, பிரிந்து இருந்தவர்கள், அங்கு இல்லாதவர்களைப் பற்றிப் பேசத் தயங்கவில்லை. அவ்வாறு பேசும்போது பொதுவான மொழியைப் பயன்படுத்தியதுடன் பெருந்தொற்றின் புள்ளிவிவரத்தை அலசுவதைப்போல் தங்கள் பிரிவையும் அலசினர். அதுவரை, ஒட்டுமொத்த மக்களின் துரதிர்ஷ்டத்திலிருந்து தங்கள் துயரத்தைக் கழித்து வந்த அவர்கள், அதனை மொத்தத் துயரத்தில் ஓர் அங்கம் என்று ஏற்றுக்கொண்டனர். நினைவுகள், எதிர்பார்ப்புகள் எல்லாம் மறைந்து போக நிகழ்காலத்தில் நிலை கொண்டனர். உண்மையில், அனைத்தும் இப்போது அவர்களுக்கு நிகழ்காலமாக மாறின. ஒன்றைக் கூறியாக வேண்டும். அவர்கள் அனைவரிடமும் இருந்து நேசத்தின், ஏன் நட்பின் சக்தியையும் பெருந்தொற்று அபகரித்துவிட்டது. ஏனெனில் நேசம் என்பது சிறிதளவு எதிர்காலத்தை எதிர்பார்ப்பது. ஆனால் நமக்குத் தெரிவதோ இப்போதைய தருணங்கள்தான்.

இவை எதுவும் முழுமையானவை இல்லை என்பதை மறுப்பதற்கில்லை. பிரிந்திருந்தவர்கள் அத்தனை பேரும் இந்த

நிலையை அடைந்திருந்தனர் என்பது உண்மை என்றாலும் எல்லோருமே ஒரே நேரத்தில் அந்த நிலையை எட்டவில்லை என்பதையும் கூறியாக வேண்டும். இத்தகைய புதிய மனநிலை ஏற்பட்டபின், திடீர் என எழும் நினைவுகள், சட்டென ஏற்படும் தெளிவு ஆகியவற்றின் விளைவாக அவர்கள் அதிக வேதனையளிக்கக்கூடிய உணர்வுகளுக்குத் தள்ளப்பட்டனர். அவர்கள் தற்காலிகமாக வேறு சிந்தனையில் ஈடுபட வேண்டி யிருந்தது. அப்போது, ஏதாவது செய்ய வேண்டும் என்று திட்டம் வகுத்தனர். அதாவது பெருந்தொற்று அந்நேரத்தில் முடிந்திருக்கும் என்று பொருள். ஏதோ ஒரு அருள் மூலம், காரணமில்லாத பொறாமை உணர்வுக்கு ஆளாவதை உணர வேண்டியிருந்தது. மேலும் சிலர் ஞாயிற்றுக்கிழமை, சனிக்கிழமை பிற்பகல் என வாரத்தின் சில நாட்களில் திடீரென விழிப்பு வந்து மனச்சோர்வில் இருந்து எழுவதைப் போன்றதொரு அனுபவத்தைப் பெற்றனர். ஏனெனில் இப்போது பிரிந்திருக்கக் கூடியவர்களுடன் ஒரு காலத்தில் இருந்தபோது இந்த நாட்களில் குறிப்பிட்ட பழக்க வழக்கங்களைக் கடைபிடிப்பது வழக்கம். இல்லையென்றால், நாள் ஒன்றின் முடிவில் தங்களுக்கு ஏற்படும் சோகமான மனநிலை, அவர்களுக்கு நினைவு திரும்பு கிறது என்பதை எச்சரிக்கும். ஆனால் அது எப்போதும் சரியாக இருக்காது என்பது உறுதியானது. அந்த மாலைப்பொழுது, இறை நம்பிக்கையுடையவர்களைப் பொறுத்தவரை மனசாட்சியை அலசும் நேரம். வெறுமை மட்டுமே எதிரில் தெரியும். தனிமைச் சிறையில் இருப்பவர்களுக்கும் நாடு கடத்தப்பட்ட நிலையில் இருப்பவர்களுக்கும் அந்தப் பொழுது மிகவும் கடினமானதாகும். ஒரு கணம் அவர்களை அது புதிர்கலந்த குழப்பநிலையில் நிறுத்திவைக்கும். பிறகு உணர்வுகள் மங்கிய நிலைக்குத் திரும்பும். அவர்கள் பெருந்தொற்றுச் சிறையில் தங்களை அடைத்துக்கொண்டிருந்தனர்.

இது ஒரு வகையில், தங்களுக்குத் தனிப்பட்ட முறையில் அதிக விருப்பமான ஒன்றைத் துறத்தல் என்பது ஏற்கெனவே தெரிந்ததுதான். பெருந்தொற்றின் ஆரம்ப நாட்களில், பல சின்னஞ்சிறு விஷயங்கள் அவர்களைப் பாதித்தன. மற்றவர் களைப் பொறுத்தவரை அவை சாதாரணமானவை என்றாலும் அவர்களைப் பொறுத்தவரை அவை முக்கியமானவையாகும். எனவே வாழ்க்கை குறித்த விரிவான பார்வை இல்லாமல் வாழ்ந்து வந்தனர். ஆனால், இப்போதோ பொதுவான பிரச்சினைகளின் மீதே அதிக ஈடுபாடு கொண்டுள்ளனர். அவர்களது நேசம் கூட உணர்வுகளற்றத் தோற்றத்தை அளித்தது. கொடுநோய் உறக்கத்தில் இருப்பதாகவும், திடீரென அவர்களைப் பற்றி, “இதோ நெரிகட்டிகள், வாழ்க்கையை முடித்துக்கொள்ளலாம்”

என்று கூறாதா என்ற ஏக்கம் மட்டுமே அவர்களிடம் இருந்தது. அந்த அளவு அவர்கள் பெருந்தொற்றிடம் சரணடைந்திருந்தனர். ஆனால் உண்மையில் அவர்கள் உறக்கத்தில்தான் இருந்தனர். அந்தக் காலகட்டம் முழுவதுமே நீண்ட தூக்கம்தான். நகரம் முழுவதுமே விழித்தபடியே தூங்குபவர்களால் நிறைந்திருந்தது. அவர்கள் அனைவரும் உண்மையில் விதியிலிருந்து தப்பாதவர்கள். விதிவிலக்காகச் சில அரிதான பொழுதுகள் அமையும். உதாரணமாக, இதுவரை குணமாயிருந்த புண் திடீரெனத் திறந்துகொள்ளும். துணுக்குற்று விழித்தெழும் அவர்கள் பாதித்தூக்கத்தில் ஒருவித ஆச்சரியத்துடன் பார்ப்பார்கள். உதடுகளில் எரிச்சல் ஏற்பட சட்டென வலி அதிகமாகும். தாங்கள் நேசிக்கும் நபரின் கவலைதோய்ந்த முகம் தோன்றும். விடிந்ததும், மீண்டும் பெருந்தொற்றுக்குத் திரும்பிவிடுவார்கள். அதாவது வழக்கமான வாழ்க்கை முறைக்கும் திரும்புவார்கள்.

இவ்வாறு பிரிவுத்துயரை அனுபவிப்பவர்களின் முகம் எப்படி இருக்கும் என்று சொல்லலாமா? அதுவா, மிகவும் எளிதாக விளக்கலாம். அது எதுபோலவும் இருக்காது. வேண்டுமானால், சராசரி முகமாக இருக்கும் என்று சொல்லலாம். அதாவது முற்றிலும் பொதுவான முகம். இந்த நகரத்தின் அமைதியையும் வெகுளித்தனமான எதிர்ப்பையும் அந்த முகங்களில் காண முடியும். மதிப்பீட்டளவிலான தோற்றங்கள் மறைந்து சலனமற்றத் தோற்றத்தை அவர்கள் அடைந்திருந்தனர். உதாரணமாக, அவர்களிடையே இருந்த மிகச்சிறந்த அறிவாளி களும் எல்லோரையும்போல் செய்தித்தாள்கள் அல்லது வானொலி ஒலிபரப்புகளில் பெருந்தொற்று விரைவில் முடிவுக்கு வரும் என்பதை நம்புவதற்கானக் காரணங்களைத் தேடுவதாகக் காட்டிக்கொள்வதைப் பார்க்க முடிந்தது. ஏதோவொரு செய்தியாளர் போகிறப் போக்கிலோ, சலிப்பில் கொட்டாவிவிட்டபடியோ எழுதிய கருத்துகளை வாசித்து கற்பனையான நம்பிக்கைகளையோ அடிப்படையற்ற அச்சத்தையோ அவர்கள் வளர்த்துக் கொள்வதைப் பார்க்க முடிந்தது. மற்றபடி, எப்போதும் போல் பீர் குடிப்பது, நோயாளி களைப் பார்த்துக்கொள்வது, சோம்பலாய் பொழுதைக் கழிப்பது அல்லது சோர்ந்துபோவது, விண்ணப்பங்களை நிரப்புவது, ஒலித்தட்டுகளில் இசை கேட்பது என மற்றவர்களிடமிருந்து வேறுபடாமல் பொழுதைக் கழித்தனர். வேறுவிதமாகச் சொல்ல வேண்டுமென்றால், எந்தவொரு விஷயத்துக்கும் முக்கியத்துவம் தருவதை நிறுத்திக்கொண்டனர். பொருள்கள் மீதான மதிப்பீடுகளைப் பெருந்தொற்று நீக்கியது. அவர்கள் வாங்கிய உடைகள், உணவுகள் ஆகியவற்றின் தரத்தைப் பற்றிக்

கவலைப்படுவதை நிறுத்தியிருந்தனர் என்பதிலிருந்தே இதைப் புரிந்துகொள்ள முடிந்தது. எதையும் அப்படியே ஏற்றுக்கொள்ள ஆரம்பித்தனர்.

இறுதியாக ஒரு விஷயத்தைக் குறிப்பிட்டாக வேண்டும். ஆரம்பத்தில், பிரிவுத்துயரை அனுபவிப்பவர்களைப் பாதுகாக்கக் காரணமாக அவர்கள்மீது இருந்த வினோதமான பரிவு இப்போது இல்லை. நேரத்தின் சுயநலம், அதன் காரணமாக அவர்கள் அடைந்த ஆதாயம் என அனைத்தையும் அவர்கள் இழந்தனர். இப்போது, நிலைமை தெளிவாகிவிட்டது. எல்லோருமே பெருந்தொற்றால் பாதிப்புக்கு உள்ளாகியிருக்கின்றனர். எல்லாக் கதவுகளின் அருகே எழும் வேட்டு சத்தம், நம் வாழ்க்கையின் அல்லது இறப்பின் ஓட்டத்தைத் தட்டி இயக்கும் முத்திரை குத்தப்படும் ஒலி, தீ விபத்துகள், விண்ணப்பங்கள், கொடூரமான நடப்புகள், சம்பிரதாயங்கள் ஆகியவற்றுக் கிடையில் வாழ்ந்து வந்த நாம் அனைவரும் பெரும் அவமதிப்புக்குரிய ஆனால் பதிவு செய்யப்பட்ட மரணம் நிச்சயிக்கப்பட்டவராய் பயங்கரப் புகை, அவசர ஊர்திகளின் அமைதியான ஒலி ஆகியவற்றின் மத்தியில் இருந்தபடியே நாடுகடத்தப்பட்டவரின் மனநிலையில் உள்ள அதே உணவை உண்டு, எப்போது அது நடக்கும் என்று தெரியாவிட்டாலும், பிரிந்தவர்கள் மீண்டும் சந்திக்கக்கூடிய நெகிழவைக்கும் அதே தருணத்துக்கும் அதே அமைதிக்கும் காத்திருப்போம். எங்கள் நேசம் இன்னமும் மறையவில்லை என்பது உண்மைதான். ஆனால் அது பயன்படுத்தமுடியாமல் சுமக்கப் பாரமாக, குற்றச்செயல் போலவோ தண்டனை போலவோ எவ்விதப் பலனுமின்றி எங்களுக்குள்ளே உணர்வற்றுக் கிடந்தது. இனி அது ஒருவிதமான உறுதியாகக் காத்திருத்தலும் பெருமையுணர்வும் மட்டுமே. அதற்கு எதிர்காலமில்லை. இந்தக் கோணத்தில் பார்த்தால், நம் மக்கள் சிலரின் மனப்போக்கு நகரத்தின் பல பகுதிகளிலும் உணவுக் கூடங்களின் முன் காணப்படும் நீண்ட வரிசைகளை நினைவூட்டும். அங்கும் எவ்வித நம்பிக்கைக்கும் இடம் தராமலும் எல்லையற்ற முறையில் அதேபோல் மண்டியிட்டு எல்லாவற்றையும் தாங்கிக்கொள்ளும் மனநிலையைக் காணலாம். பிரிவைப் பொறுத்தவரை அந்த உணர்வை ஆயிரம் மடங்கு பெரிய அளவிலான அளவுகோலைக்கொண்டுதான் மதிப்பிட முடியும். ஏனெனில், இவ்விஷயத்தில் வேறுவிதமான பசி இருக்கும். அது எல்லாவற்றையும் விழுங்கக்கூடியதாக இருக்கும்.

நம் நகரத்தில் பிரிவுத்துயரை அனுபவிக்கும் மக்களின் மனநிலையைத் துல்லியமாகத் தெரிய வேண்டுமென்றால் ஆண்களும் பெண்களும் மரங்களற்ற இந்த நகரத்தின் எல்லா

வீதிகளிலும் கூட்டமாக இறங்கி நடந்த, தூசு படிந்த முடிவற்ற பொன்மாலைப் பொழுதுகளை மீண்டும் ஒரு முறை விளக்கியாக வேண்டும். ஏனெனில், வழக்கமாக அந்த நகரின் மொழியாக ஒலிக்கக்கூடிய வாகனங்களின் சத்தமும் எந்திரங்களின் சத்தமும் இல்லாத அந்த மாலை நேரத்தில், இன்னமும் சூரிய வெளிச்சமுள்ள உணவுக் கூடங்களின் மொட்டை மாடிகளை நோக்கி வினோதமான முறையில் வேறு சத்தங்கள் எழும்பின. காலடி ஓசைகள், கவலையான பேச்சுச் சத்தம், வானத்தை அடர்த்தியாக்கும் பெருந்தொற்றின் வேகத்துக்கு ஏற்ப நடக்கும் ஆயிரக்கணக்கான மக்கள் எழுப்பும் காலணிகளின் வேதனை யான முனகல் ஒலி, முடிவற்ற முறையில் நடந்து இறுதியில் சேரும் சத்தம் என இந்த இரைச்சல் கொஞ்சம்கொஞ்சமாக நகரம் முழுவதையும் நிரப்பியது. மாலைதோறும் தன் விசுவாசமான சோகந்தோய்ந்த குரலை இத்தகைய கண்மூடித்தனமான மன உறுதிக்கு வழங்கியது. அதுதான் நம் நெஞ்சில் அந்நேரத்தில் நேசத்துக்கு மாற்றாக அமைந்தது.

# பகுதி IV

செப்டம்பர், அக்டோபர் மாதங்களில் அந்த நகரம் முழுவதையும் பெருந்தொற்று தனக்குள் அடக்கி வைத்திருந்தது. மெதுவாக நகரும் காலம் என்பதால், தொடர்ந்து பல வாரங்களுக்கு ஆயிரக்கணக்கானவர்கள் இன்னமும் நிதானமாக முன்னேறியபடி இருந்தனர். பனி, வெப்பம், மழை என ஒன்றன்பின் ஒன்றாக வானம் மாறியபடி இருந்தது. தென் பகுதியிலிருந்து வந்த பறவைகள் உச்சியில் பறந்தன. அவை நகரைச் சுற்றி வட்டமடித்த போதும், வீடுகளின் மேல் அவை பறந்தபோது, அந்த மரத்துண்டு வினோதமான சீழ்க்கை ஒலியை எழுப்ப, பனெலு குறிப்பிட்ட பேரழிவிடமிருந்து கொஞ்சம் விலகி இருப்பதைப்போல் தோன்றியது. அக்டோபர் மாத ஆரம்பத்தில் வீதிகளில் பெரும் சூறாவளியுடன் மழை பெய்தது. இக்காலகட்டம் முழுவதையும் எடுத்துக்கொண்டால் இந்தப் பெரிய மழையைத் தவிர வேறு எதுவும் முக்கியமாக நிகழவில்லை. எந்த அளவு தாங்கள் சோர்வடைந் திருக்கிறோம் என்பதை ரியேவும் அவருடைய நண்பர்களும் உணர்ந்துகொண்டனர். சுகாதாரக்குழு உறுப்பினர்களால் உண்மையில் இத்தகைய சோர்வை ஏற்றுக்கொள்ள முடியவில்லை. தன் நண்பர்களிடமும், ஏன் தன்னிடமேகூட வினோத மான வகையில் வளர்ந்து வரும் ஆர்வமின்மையைக் கவனித்தபோது இதனை ரியே புரிந்துக்கொண்டார். உதாரணமாக, பெருந்தொற்று தொடர்பான செய்திகளில் அதிக ஆர்வம் காட்டியவர்கள் அவற்றை இப்போது கண்டுகொள்வதில்லை. தனிமைப் படுத்தப்பட்ட வீடுகளில் ஒன்றைத் தற்காலிகமாகக் கவனிக்கும் பொறுப்பு வழங்கப்பட்டிருந்த ராம்பேர் கொஞ்ச நாட்களாக விடுதியில் இருந்தபடியே தன் கண்காணிப்பில் எத்தனைபேர் உள்ளனர் என்பதை

நன்கு தெரிந்துவைத்திருந்தான். திடீரென நோயின் அறிகுறி தோன்றும் நபர்களை அப்புறப்படுத்த, தான் அமைத்திருந்த குழுவின் சின்னஞ்சிறு அம்சங்களையும் ராம்பேர் அறிந்திருந்தான். தனிமைப்படுத்தப்பட்ட நபர்களுக்குச் செலுத்தப்பட்ட தடுப்பூசி எந்த அளவு பலன் அளித்தது என்ற புள்ளி விவரக்கணக்கு அவனது மனதில் நன்கு பதிந்திருக்கும். எனினும், வாரத்தில் எத்தனைபேர் பெருந்தொற்றுக்குப் பலியாகினர் என்று அவனால் சொல்ல முடியாது. உண்மையில் பலி எண்ணிக்கை அதிகமாகிறதா குறைகிறதா என்று அவனுக்குத் தெரியாது. இத்தனைப் பிரச்சினைக்கு இடையிலும், விரைவில் இங்கிருந்து தப்பித்துவிடலாம் என்ற நம்பிக்கையை அவன் இழக்கவில்லை.

இன்னும் சிலரைப் பொறுத்தவரை, தங்கள் வேலையில் இரவும் பகலும் மூழ்கிய நிலையில் செய்தித்தாள் படிப்பது, வானொலி கேட்பது என வேறு எதையும் செய்வதில்லை. நோய் தொடர்பாக ஏதாவதொரு எண்ணிக்கையை அறிவித்தால், ஆர்வமாய்க் கேட்பது போல் காட்டிக்கொள்வார்கள். ஆனால், உண்மையில் அவர்கள் பெரும் போர்களில் பங்கேற்கும் வீரர்கள்போல்தான். போரிட்டுக் களைத்துப் போய், தங்களுக்கு விதிக்கப்பட்ட அன்றைய கடமைகளை மட்டும் செய்து முடித்துவிட வேண்டும் என்ற மனஉறுதியுடன் இருப்பவர்கள் அவர்கள். இறுதிக்கட்டப் போரினையோ போர்நிறுத்த நாளினையோ இனி எதிர்பார்த்துக் காத்திருப்பதில்லை என்ற நிலைக்கு ஆளாகியிருந்தனர். அந்தப் போர்வீரர்கள் எவ்வாறு நடந்துகொள்வார்களோ அப்படித்தான் இந்தத் தகவலையும் ஆர்வமின்றி கேட்டுவைப்பார்கள்.

பெருந்தொற்று தொடர்பாகத் தேவையான கணக்குகளைத் தயாரித்துக்கொண்டிருந்த கிரான், அவற்றின் அடிப்படையில் வரக்கூடிய பொதுவான முடிவுகள் குறித்து நிச்சயமாக எதுவும் சொல்ல இயலாத நிலையில் இருந்தார். தரு, ராம்பேர், ரியே ஆகியோர் தாக்குப்பிடித்துத் திடமாக இருந்தனர். அவர்களைப் போல் இல்லாமல் கிரானின் உடல் நிலை ஆரம்பத்திலிருந்தே சரியில்லை. எனினும், நகர மன்றத்தில் உதவியாளராகத் தன் பணியைப் பார்த்தபடியே ரியேவுக்குச் செயலராகவும் அதன் பிறகு இரவில் தன் சொந்த வேலையையும் கிரான் கவனித்து வந்தார். இதன் விளைவாக, தொடர்ந்து களைத்துப்போன நிலையிலேயே அவர் இருப்பதைப் பார்க்க முடிந்தது. எப்போதும் அவரது மனதில் இரண்டு அல்லது மூன்று திட்டங்கள் நிலை கொண்டிருந்தன. உதாரணமாக, பெருந்தொற்று முடிவுக்கு வந்ததும் குறைந்தது ஒரு வார காலமாவது விடுப்பில் செல்வது, தான் எழுதிக்கொண்டிருக்கும் புதினத்தில் அப்போதுதான்

முனைப்புடன் ஈடுபடமுடியும், தொப்பியைத் தாழ்த்திப் பதிப்பாளருக்கு முதல் வணக்கம் தெரிவிக்க முடியும். திடீர்த் திடீரென உணர்ச்சி வசப்படும் நிலைக்குச் சென்றார் கிரான். அதுபோன்ற நேரங்களில் தன் மனைவி ழானைப் பற்றி ரியேவிடம் பேசலானார். இப்போது அவர் எங்கு இருக்கிறாரோ என்றும் செய்தித்தாளில் ஓரானைப்பற்றி வாசிக்கும் போது தன்னைப் பற்றி நினைப்பாரோ என்றும் கூறுவார். தன் மனைவியைப் பற்றியும் சகஜமாகக் கிரானிடம் பேசிக்கொண்டிருப்பதை நினைத்தபோது ரியேவுக்கும் ஆச்சரியமாக இருந்தது. அதுவரையில் அவ்வாறு அவர் பேசியதில்லை. தன் மனைவியிடமிருந்து வரும் தந்திகள் எப்போதும் நம்பிக்கை அளிப்பதாகவே இருந்தன. அவற்றை எந்த அளவுக்கு நம்புவது என்று தெரியாததால், அவர் சிகிச்சை பெறும் காசநோய் மருத்துவமனையின் தலைமை மருத்துவருக்குச் செய்தி அனுப்புவது என்று முடிவு செய்தார். கிடைத்த பதிலில், அவருடைய மனைவியின் உடல்நிலை மோசமாகிவிட்டது என்றும், நோய் பரவாமலிருக்க அனைத்து முயற்சிகளும் எடுக்கப்படும் என்றும் தெரிவிக்கப்பட்டிருந்தது. இத்தகவலை யாருக்கும் சொல்லாமல் மனதுக்குள் வைத்துக் கொண்ட ரியே, கிரானிடம் இவ்வாறு மனம்விட்டுப் பேசக்காரணம் தன்னுடையச் சோர்வாகத்தான் இருக்குமோ என்று நினைத்தார். ழானைப் பற்றிய பேச்சு முடிந்ததும், ரியேவிடம் அவருடைய மனைவி குறித்து விசாரித்துவிட்டு, “உங்களுக்குத்தான் தெரியுமே. இப்போது இந்த நோயைக் குணப்படுத்திவிடலாம்” என்றார் கிரான். உண்மைதான் என ஏற்றுக்கொண்ட ரியே, தாங்கள் இருவரும் பிரிந்திருக்கும் காலம் அதிகமாகிக்கொண்டே போகிறது என்றார்; பக்கத்தில் இருந்திருந்தால் அவரது நோயைச் சமாளிக்க உதவியிருக்க முடியும் என்றும் இந்த நேரத்தில் தன்னந்தனியாக இருக்கும் உணர்வு தன் மனைவிக்கு ஏற்படும் என்றும் அவர் கூறினார். அதன்பிறகு கிரான் எழுப்பிய கேள்வி களுக்கு மழுப்பலானப் பதில்களையே தந்த அவர் எதுவும் பேசவில்லை.

வேறு சிலரும் இதே மனநிலையில்தான் இருந்தனர். நோயைச் சமாளித்துத் தரு நன்கு தாக்குப்பிடித்தான். ஆனால், பெருந்தொற்றின் மீதிருந்த ஆர்வம் குறையவில்லை என்றாலும் பரவலானப் பார்வையில்லை என்பதை அவனது குறிப்பேடுகள் மூலம் அறிய முடிகிறது. பார்க்கப்போனால், அந்தக் காலகட்டம் முழுவதும் கொத்தார்மீது மட்டுமே அக்கறை செலுத்தினான். மாலைவேளைகளில், ரியேவின் வீட்டில் இருப்பான். அவர் தங்கியிருந்த விடுதி தனிமைப்படுத்தப்பட்டவர்கள் வசிக்கும் இடமாக மாற்றப்பட்டதிலிருந்து ரியேவின் வீட்டில்தான்தரு

வசிக்கிறான். கிரான், ரியே ஆகியோர் அன்றைய புள்ளி விவரக் கணக்கைச் சொல்லும்போது அவ்வளவாகக் கவனம் செலுத்தமாட்டான். பேச்சை உடனடியாக திசைத்திருப்பி ஓரான் நகர மக்களின் அன்றாட வாழ்க்கை முறையில் சின்னஞ்சிறு விஷயங்கள் குறித்து பேச வைப்பான். அவற்றின் மீதே அவன் அக்கறை இருக்கும்.

கஸ்தேலைப் பொறுத்தவரை சீரம் தயாராகி உள்ளது என்ற தகவலைக் கூற ஒருநாள் ரியேவிடம் வந்தார். நீதிபதி ஒத்தோனின் மகன்மீது முதல் பரிசோதனைகளைச் செய்து பார்ப்பது என்று முடிவு செய்தனர். ரியேவைப் பொறுத்தவரை அந்தச் சிறுவனின் உடல்நிலை மிகமோசமாக இருந்தது. அன்றையப் புள்ளி விவரங்களைப் பற்றிப் பேசிகொண்டிருந்த ரியே, நாற்காலியில் சரிந்து உட்கார்ந்திருந்த கஸ்தேல் நன்கு தூங்கிக்கொண்டிருப்பதைக் கவனித்தார். வழக்கமாக மென்மையும் கிண்டலும் ததும்பும் முகத்துடன் இளமையானத் தோற்றத்துடன் காணப்படும் இவரைத் திடீரெனக் களைப்புடன், பாதி திறந்திருந்த உதடுகளுக்கிடையில் எச்சில் ஒழுகிக்கொண்டிருந்ததைப் பார்க்கும்போது வயதும் மூப்பும் ஏற்படுத்தியிருந்த பாதிப்பு தெரிந்தது. ரியேவுக்குத் தொண்டை கரகரப்பதைப்போல் இருந்தது.

இத்தகைய சில பலவீனங்களால் தனக்கு ஏற்பட்டுள்ள சோர்வையும் ரியேவால் புரிந்துகொள்ள முடிந்தது. அவரது உணர்ச்சிகள் கட்டுப்பாட்டில் இல்லை. பெரும்பாலான நேரங்களில் முடிச்சுகளில் கட்டுண்டு, இறுக்கமாகி வறண்டு போனதொரு உணர்வு நிலையில் இருந்தார். அடிக்கடி சில உணர்வுகளுக்கு ஆளாகி அவை தன் கைகளை மீறுவதை உணர்ந்தார். அவரது ஒரே தற்காப்பு, இறுகிய மனநிலைக்குச் சென்று தன்னுள் ஏற்கெனவே இருக்கும் முடிச்சுகளை மேலும் இறுக்கிக்கொண்டு இருப்பதுதான். தொடர்ந்து செல்ல, அதுதான் சரியான வழியாக இருக்கும் என்று அவருக்குத் தெரிந்திருந்தது. மற்றபடி, அவரிடம் போலியான நம்பிக்கைகள் அதிகமில்லை. எஞ்சியிருந்த நம்பிக்கைகளையும் அதீதச் சோர்வு தகர்த்து விட்டது. சில காலத்துக்குத், (எவ்வளவு காலம் அது நீடிக்கும் என்று அவரால் ஊகிக்க முடியவில்லை) தான் ஒரு சிகிச்சையாளர் என்ற நிலை போய், நோயின் தன்மை குறித்து மதிப்பிட்டுக் கூறுபவர் என்ற நிலைக்கு வந்திருப்பதை ரியே அறிவார். என்ன நோய் எனக் கண்டுபிடிப்பது, பரிசோதிப்பது, விவரிப்பது, குறித்துக்கொள்வது, இறுதியில் கைவிடுவது இவைதான் அவருடைய இப்போதையப் பணி. நோயாளியின் மனைவி அவரது கையைப் பிடித்துக்கொண்டு, “டாக்டர், அவரை எப்படியாவது உயிர் பிழைக்க வையுங்கள்” என்று கதறுவார். ஆனால்

அந்த நோயாளிக்கு உயிர் தருவதற்காக ரியே அங்கு நிற்கவில்லை. அவரைத் தனிமைப்படுத்த வேண்டும் என்று கூறத்தான் அங்கு இருக்கிறார். அவர் இருப்பதில் என்ன பயன் என்ற வெறுப்பினை எதிரில் உள்ள மக்களின் முகங்களில் காண முடிந்தது. ஒருமுறை யாரோ ஒருவர், 'உங்களுக்கு இதயம் என்றே ஒன்று கிடையாது' என்றார். ஆனால், ரியேவிடம் இதயம் ஒன்று இருக்கிறது. அதை நாள்தோறும் 20 மணிநேரத்துக்குப் பயன்படுத்தி வருகிறார். வாழ்வதற்காகப் படைக்கப்பட்ட மனிதர்கள் செத்து மடிந்துகொண்டிருப்பதை அந்த நேரத்தில் பார்த்துக்கொண்டிருக்கிறார். அடுத்தடுத்த நாளிலும் மீண்டும் அதையே பயன்படுத்தி, நாட்களைக் கடத்தி வருகிறார். தற்போதைக்கு, இந்த ஒரு விஷயத்துக்காக மட்டுமே அந்த ஒரு இதயம் போதுமானதாக இருக்கிறது. உயிரை வழங்கும் அளவுக்குப் பெரிதாக அது எப்படி இருக்க முடியும்?

நாள் முழுவதும் அவர் வழங்கி வந்தது உதவியல்ல. வெறுமனே தகவல்கள்தான். இதை ஒரு மனிதனின் பணியாக ஏற்றுக்கொள்ள முடியாது என்பது உண்மைதான். ஆனால், அனைத்தையும் முயன்று பார்த்து முடித்தபின், மிரண்டுபோய், பலர் இறந்தும் விட்டனர். அவர்களுள் ஒரு மனிதனுக்கானப் பணியைச் செய்ய யாருக்கு இங்கு அவகாசம் இருக்கிறது? நல்ல வேளையாக அவர் சோர்ந்து போய் இருந்தார். மாறாக, ரியே மட்டும் புத்துணர்வோடு இருந்திருந்தால், எங்கும் பரவியிருக்கும். மரணத்தின் வாடை அவரை மேலும் உணர்ச்சிவயப்பட வைத்திருக்கும். நாள்தோறும் நான்கு மணிநேரம் மட்டுமே தூங்க முடிந்தவருக்கு உணர்ச்சிவயப்பட நேரமிருக்காது. எந்த விஷயத்தையும் ஆராயாமல் அவை இருக்கும் நிலையிலேயே பார்க்கிறோம். அதாவது நியாயத்தின்படி பார்க்கிறோம். அது ஒரு அருவருப்பான, இகழ்ச்சிக்குரிய நீதி. பாதிக்கப்பட்டவர்களும் அதை நன்கு உணர்கின்றனர். பெருந்தொற்றுக்கு முன் ரியே வரும்போது அவர் ஒரு மீட்பராகத் தெரிந்தார். எந்த நோயை யும் மூன்று மாத்திரைகள், ஒரு ஊசி ஆகியவற்றைக்கொண்டு சரி செய்து விடுவார். வீட்டின் கூடம் முடியும்வரையில் உடன் வரும் நோயாளியின் உறவினர் அவரது கைகளை இறுகப் பற்றி நன்றி கூறியபடி அழைத்துவருவர். அது அதிக புகழ்ச்சியாக இருந்தாலும் ஆபத்தாக இருந்தது. மாறாக இப்போதோ இராணுவ வீரர்களுடன் வருகிறார். வீட்டுக் கதவைக் குடும்பத்தினர் திறக்க வைக்க, துப்பாக்கிக் கட்டையால் தட்ட வேண்டியிருந்தது. அந்தக் குடும்பத்தினர் அவரை மட்டுமல்ல தங்களுடன் ஒட்டு மொத்த மனித இனத்தையும் மரணத்துக்குள் இழுத்துச் செல்ல விரும்பினர். மற்றவர்களை விட்டுவிட்டு மனிதனால் வாழ முடியாது

என்பது எத்தனை உண்மை. இந்தப் பரிதாபத்துக்குரியவர்களைப் போலவே இவரும் திக்கற்று நிற்பவர்தான். அவர்களை விட்டு வெளியேறும் போது ரியேவுக்கு அவர்கள்மீது பரிதாப உணர்ச்சி எழும். ரியேவும் அதேபோன்ற பரிதாப உணர்ச்சி எழக்கூடிய தகுதியுடையவர்தான்.

அவரையும் பிரிவுத்துயரை அனுபவிக்கும் நபர் என்று மற்றவர்கள் கவலை கொள்ளும்போது, இத்தகைய சிந்தனை தான் பல வாரங்களாக ரியேவுக்கு இருந்தது. நண்பர்களின் முகங்களைப் பார்க்கும்போது, இதே சிந்தனைதான் அவர்களிடமும் எதிரொலிப்பதாக ரியே நினைத்தார். பாதிப்பை எதிர்கொள்ளும்போது ஏற்பட்ட எதிர்மறையான விளைவுகளிலேயே மிக மோசமானது வெளியில் நடக்கும் சம்பவங்கள், மற்றவர்களுடைய உணர்வுகள் ஆகியவற்றின்மீது அக்கறை செலுத்தாதது மட்டுமல்ல, மக்களிடையே உண்டான அலட்சியப் போக்குதான். மிகவும் அத்தியாவசியமானதாக இல்லாத தாகவோ தங்களை அதிக அளவில் கஷ்டப்பட வைப்பதாகவோ தோன்றினால் அத்தகைய செயல்களில் ஈடுபடுவதை அந்தக் காலகட்டத்தில் மக்கள் தயங்கினர். இதன் விளைவாக நிர்ணயிக்கப்பட்ட சுகாதார விதிகளை இந்த மக்கள் உதாசினப் படுத்தினர். தாங்கள் கடைபிடிக்க வேண்டிய கிருமி அகற்றும் முறைகளில் சிலவற்றை தவிர்க்க முயன்றனர். தேவையான முன்னெச்சரிக்கைச் செயல்கள் எதுவுமில்லாமல் நுரையீரல் பாதிப்புக்குள்ளான நோயாளிகளைப் பார்க்கச் சில நேரங்களில் விரைந்தனர். கடைசி நேரத்தில் இத்தகைய தொற்றுநோய் பாதிப்புக்குள்ளானோரின் வீட்டுக்குப் போகும்படி தகவல் வரவே, உரிய இடத்துக்குச் சென்று சொட்டு மருந்துகள், ஊசிகள் ஆகியவற்றை எடுத்து வருவதென்றால் மேலும் சோர்வு ஏற்படும் என்பதால் இவ்வாறு நடந்துகொண்டனர். இது போன்ற விஷயங்களில்தான் உண்மையான ஆபத்து உள்ளது. பெருந்தொற்றை எதிர்த்துப் போராட அவர்கள் எடுக்கும் முயற்சிகளே அவர்களுக்குத் தொற்றுப் பாதிப்புக்கு உள்ளாக அதிக வாய்ப்பை ஏற்படுத்தித் தருவதாக அமைந்தன. சுருக்கமாகக் கூறினால் அதிர்ஷ்டத்தை நம்பிப் போராடினார்கள். ஆனால் அதிர்ஷ்டம் யார் பக்கமும் இல்லை.

நகரத்தில் நிலவிய இத்தனைப் பரபரப்புக்குமிடையிலும், ஒருவன் மட்டும் களைப்போ தளர்ச்சியோ இல்லாமல் திருப்தியாக வாழ்வதுபோல் இருந்தது. அவன்தான் கொத்தார். வழக்கம்போல் யாருடனும் சேராமலும் மற்றவர்களிடம் உள்ள தொடர்புகளை விட்டுவிடாமலும் வாழ்க்கையைத் தொடர்ந்தான். தருவை மட்டும் அவனது பணி பாதிக்காத வகையில் ஓய்வு

நேரத்தில் சந்தித்து வந்தான். இதற்குக் காரணம், கொத்தாரின் கடந்த காலம் குறித்துத் தருவுக்கு ஏற்கெனவே நன்கு தெரிந்திருந்தது. அத்துடன் மாறாத நட்புடன் அவனை வரவேற்று உபசரித்ததும்தான். நிறைய வேலைகள் இருந்தபோதும் எப்போதும் தோழமையுடனும் அக்கறையுடனும் பேசும் வழக்கத்தைத் தரு கொண்டிருந்தான். உண்மையிலேயே அது ஒரு முடிவில்லாத அதிசயம்தான். மாலை வேளையில் சோர்ந்து போய் துவண்டுவிழும் நிலையில் இருந்தாலும் அடுத்த நாள் புத்துணர்வோடு இருப்பதைப் பார்க்க முடியும். "அந்த மனிதரிடம் நீங்கள் பேசலாம், ஏன் என்றால் அவர் மனிதாபிமானம் கொண்டவர். எப்போதும் உங்களைப் புரிந்துகொள்ளக்கூடியவர்" என்று ராம்பேரிடம் கொத்தார் கூறியிருக்கிறான்.

இதன் காரணமாகத்தான், அக்காலகட்டத்தில் எழுதப்பட்ட தருவின் குறிப்புகள் அனைத்தும் ஏறக்குறையக் கொத்தாரைப் பற்றியே மையம் கொண்டிருந்தன. கொத்தார் நடந்துகொண்ட விதம் அவனது சிந்தனைகள் ஆகியவைக் குறித்து விளக்க தரு முயன்றிருப்பான். அவை கொத்தார் கூறியவற்றை வைத்து எழுதியவையாக இருக்கும் அல்லது தருவின் பார்வையாக இருக்கும். 'கொத்தாரும் பெருந்தொற்றும்' என்ற தலைப்பில் சில பக்கங்கள் குறிப்பேட்டில் இடம் பெற்றுள்ளன. அதனைப் பற்றிய சிறு குறிப்பை இங்கு தருவது நல்லது என்று எடுத்துரைப்பாளர் கருதுகிறார். கொத்தார் குறித்துத் தரு வைத்துள்ள பொதுவானப் பார்வையை அவனது கருத்தான 'அவன் ஒரு வளர்கின்ற மனிதன்' என்ற சொற்றொடர் தொகுத்து வழங்கிவிடும். நாளடைவில் அவனது உற்சாகமும் சேர்ந்து வளர்வதுபோல் தோன்றியது. நகரத்தில் நடந்தேறிய சம்பவங்களைப் பற்றி அவன் அதிகம் கவலைப்படவில்லை. "ஆமாம், முன்னேற்றம் எதுவும் தெரியவில்லை என்பது உண்மைதான். நல்ல வேளை, நாம் எல்லோரும் ஒரே நிலையிலாவது இருக்கிறோமே" என்பது போன்ற அவனது கருத்துகளில் இருந்து கொத்தாரின் மனப்போக்கைத் தரு சுருக்கமாக விளக்குவான்.

"எல்லோரையும் போல் இவனுக்கும் தொற்றுநோய் பாதிக்கும் அபாயம் உள்ளது. ஆனால் இதில் முக்கியமானது என்னவென்றால் இவன் எல்லோருடனும் சேர்ந்துதான் இருக்கிறான். மேலும், தான் பாதிப்புக்கு உள்ளாகக்கூடும் என்று அவன் உள்ளபடியே நினைக்கவில்லை என்பது மட்டும் உறுதியாகத் தெரியும். ஒருவன் பெரியதொரு நோயால் பாதிக்கப் பட்டவன் அல்லது பெரிய அச்ச உணர்வுடன் வாழ்ந்து வருபவன் என்றால், மற்ற நோய்கள், கவலைகள் அனைத்திலிருந்தும் அவன் தானாக விடுபட்டுவிடுவான் என்ற எண்ணத்திலேயே (அது

அப்படி ஒன்றும் முட்டாள்தனமான எண்ணமில்லை) காலத்தைக் கழித்துவிடலாம் என்று கொத்தார் நினைப்பதைப்போல் தோன்றியது. ஒருமுறை என்னைப்பார்த்து, "நோய்களைச் சேர்த்து வைக்க முடியாது என்பதைக் கவனித்திருக்கிறீர்களா? தீவிரப் புற்றுநோய், முற்றிய காசநோய் என ஏதோ ஒரு தீவிரமான நோய் உங்களுக்கு இருக்கிறது என்று வைத்துக்கொள்வோம், உங்களுக்குப் பிளேக் அல்லது டைப்பாயிட் போன்ற நோய் வரவே வராது. அதையும் தாண்டி அது வேலை செய்யும். புற்று நோயால் பாதிக்கப்பட்டவன் யாரும் வாகன விபத்தில் சாவதில்லை" என்றான். கொத்தார் கொண்டுள்ள கருத்து சரியோ தவறோ, அது அவனை உற்சாகமாக வைத்திருந்தது. மற்றவர்களிடமிருந்து பிரித்து வைக்கப்படுவதை மட்டுமே அவன் விரும்பவில்லை. தன்னந்தனி ஆளாகச் சிறையில் கைதியாக இருப்பதைவிட முற்றுகையில் அனைவருடனும் சேர்ந்து இருப்பதையே அவன் பெரிதும் விரும்பினான். பெருந்தொற்று நீடிக்கவே, இரகசிய விசாரணை, கோப்புகள், குறிப்பு அட்டைகள், மர்மக் கட்டளைகள், உறுதியாகக் கைது செய்யப்படக்கூடிய நிலை என எதுவும் இல்லை. முறையாகப் பார்த்தால், காவல் துறை, புதிய குற்றங்கள், குற்றவாளிகள் என எதற்கும் இப்போது சாத்தியமில்லை. நடுநிலையான நிவாரணத்தை எதிர்நோக்கிக் காத்திருக்கும் பாதிக்கப்பட்டவர்கள் மட்டுமே உள்ளனர். அவர்களில் காவலர்களும் அடக்கம். எனவே தரு கருதுவது போல், கொத்தார் நினைப்பது சரிதான். "பேசுங்கள். பேசிக்கொண்டே இருங்கள். உங்களுக்கு முன்பே நான் அதை அனுபவித்துவிட்டேன்" என்று அவன் கூறும்போதெல்லாம் நம் மக்களிடையே காணப்படும் கவலை, குழப்பம் ஆகியவற்றை முழு திருப்தியுடன் அவன் பார்ப்பதில் உள்ள நியாயம் தெரியும்.

"மற்றவர்களிடமிருந்து பிரியாமல் இருக்க ஒரே வழி தெளிவான மனசாட்சியுடன் இருப்பதைத்தவிர வேறில்லை என்று பல முறை அவனிடம் கூறி ஓய்ந்துவிட்டேன்" என்னைக் குறும்பாகப் பார்த்துவிட்டு, "அப்படிப் பார்த்தால் யாரும் யாரோடும் இல்லை. நீங்கள் எப்படி வேண்டுமானாலும் நினைத்துக் கொள்ளுங்கள். எனக்குத் தெரிந்தவரை, மக்களை ஒன்றாக வைப்பதற்கு ஒரே வழி அவர்களுக்கு மேலும் பெருந்தொற்றை அனுப்புவதுதான். உங்களைச் சுற்றி நடப்பதைக் கொஞ்சம் பாருங்கள்" என்றான் கொத்தார். மேலும், உண்மையில் அவன் என்ன சொல்ல வருகிறான் என்பதையும் இன்றைய வாழ்க்கை முறை அவனுக்கு எவ்வளவு வசதியாகத் தோன்றுகிறது என்பதையும் நான் புரிந்துகொண்டேன். தன்னைப்போலவே நடந்துகொள்ளும் மற்றவர்களின் நடவடிக்கைகளை எவ்வாறு அவன் கவனிக்காமல் இருக்க முடியும்? ஒவ்வொருவரும்

அடுத்தவரைத் தன் பக்கத்தில் வைத்துக்கொள்ள வேண்டும் என எடுக்கும் முயற்சி; வழித்தெரியாமல் விழிக்கும் ஒருவருக்கு உதவும் அக்கறை, அதே நேரம் மற்ற நேரங்களில் அவர் மீது கொள்ளும் எரிச்சல், சொகுசான உணவகங்களை நோக்கிச் செல்ல மக்கள் காட்டும் அவசரம்; அங்கு கூடுவதிலும் நீண்ட நேரம் அங்கு கழிப்பதிலும் அவர்களிடையே காணும் திருப்தி, நாள்தோறும் திரையரங்குகள், நாடக அரங்குகள், நடனக் கூடங்கள் ஆகியவற்றை நிறைக்க வரிசைகளில் கூச்சலும் குழப்பமுமாய் நிற்கும் கூட்டம். இவர்கள் மடை திறந்த வெள்ளம்போல் பொது இடமெங்கும் பரவி நின்றனர்; யாரைப் பார்த்தாலும் பின்வாங்கும் அதே நேரம், ஒருவரை ஒருவர் நாடிச் செல்லத் தூண்டும் மனித அரவணைப்புக்கான ஏக்கமும் இருக்கும்; கைகள் மற்ற கைகளை நோக்கியும், பாலுணர்வைத் தூண்டும் அங்கங்கள் மற்றவர்களின் அங்கங்களை நோக்கியும் ஈர்க்கப்படும்; இத்தகைய அனுபவங்களை மற்றவர்களுக்கு முன்பாகவே கொத்தார் பெற்றிருந்தான். இதில் பெண்கள் விஷயம் மட்டும் விதிவிலக்கு. இதற்குக் காரணம் அவனது தோற்றம்; பாலியல் தொழிலாளி ஒருவருடன் செல்ல வேண்டுமென்று தோன்றும் போது அவனே வேண்டாம் என்று விட்டிருப்பான் என்று நினைக்கிறேன். பிற்காலத்தில் தனக்குப் பாதகமாக அமையக்கூடியப் அவப்பெயரைப் பெற்றுத் தந்துவிடும் என்று அவன் நினைத்திருக்கலாம்.

"சுருக்கமாகச் சொன்னால், பெருந்தொற்று அவனுக்குச் சாதகமாக இருந்தது. தனிமையில் இருக்க விரும்பாத தனியாக இருந்த ஒருவனுக்கு அது சாதகமாகத்தான் இருக்கும். ஏனெனில் அவன் தெளிவான ஒரு கூட்டாளியாக இருந்தான். அதுவும் அதில் இன்பம் காணும் கூட்டாளி. தான் பார்க்கும் அத்தனை விஷயத்திலும் அவனது பங்களிப்பும் இருந்தது. மூட நம்பிக்கைகள், தேவையற்ற அச்சங்கள், விருப்புடன் இருக்கும் இந்த மக்களின் மென்மையான உணர்வுகள் என அனைத்திலும் இவனும் பங்குகொண்டான். பெருந்தொற்றைப் பற்றி எவ்வளவு குறைவாகப் பேச முடியுமோ அந்த அளவு குறைவாகப் பேச முயலும் அவர்கள் அதைப் பற்றித் தொடர்ந்து பேசிக்கொண்டிருந்தனர்; கடும் தலைவலிதான் நோயின் ஆரம்ப அறிகுறி என்று தெரிந்துக்கொண்ட நாள் முதல், சாதாரண தலைவலி ஏற்பட்டாலும் அவர்கள் பதற்றமும் பீதியும் அடைந்தனர்; சின்னஞ்சிறு விஷயங்களுக்குப் பரபரப்பாகும் எரிச்சலூட்டும் மனப்போக்குகள் காணப்பட்டன. சாதாரண மறதிகூட பெருங்குற்றமாகக் கருதப்பட்டது. கால்சட்டையின் பொத்தான் ஒன்று தொலைந்துவிட்டாலும் பெரும் இழப்பாகச் சோகத்தில் ஆழ்ந்தனர். இத்தகைய நடவடிக்கைகள் அனைத்திலும் கொத்தாரும் இடம் பெற்றிருந்தான்.

தருவும் கொத்தாரும் மாலைப் பொழுதுகளில் வெளியில் சென்று வருவது அடிக்கடி நிகழ்ந்தது. அந்தி சாயும் போது எவ்வாறு அந்த இருட்டில் கும்பலுக்குள் கரைந்தனர் என்பதையும் இரவு நேரத்தில் (அவ்வப்போது தென்படும் விளக்கு வெளிச்சத்தில்) தோளுடன் தோள் உரசியபடி (அவ்வப்போது) கருப்பு வெள்ளை யாய் காட்சியளித்தக் கூட்டத்தில் போய் கலந்துவிட்டனர் என்பதையும் பிற்காலத்தில் தன் குறிப்பேட்டில் தரு விவரித்துள் ளான். பெருந்தொற்றின் குளிருக்கு எதிராய் பாதுகாக்கக் கூடிய கதகதப்பான இன்பங்களை நோக்கிச் செல்லும் அந்த மனிதத்திரளுக்குத் துணையாய் எவ்வாறு சென்றனர் என்பதையும் விவரித்துள்ளான். வசதியான வாழ்க்கையைக் கொத்தார் சில மாதங்களுக்கு முன் பொது இடங்களில் கிடைக்காதா எனத் தேடினான். அதாவது கட்டற்ற இன்பத்துக்காக அவன் ஏங்கினான். அவன் தேடிய அதே வாழ்க்கையை இப்போது நகரத்தில் உள்ள அனைவரும் தேடுகின்றனர். அனைத்துப் பொருட்களின் விலையும் வேகமாக உயர்ந்திருந்தன. இதுவரை இல்லாத அளவு பணத்தை மக்கள் வீணாக்கினார்கள். பல அத்தியாவசியமான விஷயங்கள் பற்றாக்குறையாக இருந்த நேரத்தில், தேவையற்றவைக் காக அதிகப் பணம் செலவழித்தனர். அனைத்து வகையிலான சோம்பேறித்தனமான விளையாட்டுகளிலும் ஈடுபட்டனர். எனினும் அது வேலையில்லாததன் விளைவாக உண்டான சோம்பலாக இருநதது. சில நேரங்களில், ஒரு குறிப்பிட்ட காதல் ஜோடியைக் கொத்தாரும் தருவும் நீண்ட நேரமாகக் கவனிப்பது வழக்கம். முன்பெல்லாம் தங்களுக்குள் உள்ளப் பிணைப்பை மறைப்பதில் அவர்கள் குறியாக இருந்தனர். இப்போது ஒருவரை யொருவர் இறுகப் பற்றி நெருக்கமான முறையில் நிமிர்ந்து நடந்து சென்றனர். பெரும் இன்பத்தின்மீது மட்டுமே சற்று அதிகமாக கவனம் செலுத்தியபடி சுற்றியிருந்தவர்களைப் பற்றிக் கவலைப்படாமல் கடந்து சென்றனர். கொத்தார், "அனுபவிக்கப் பிறந்தவர்கள்" என்று அவர்களைப் பார்த்து உருகுவான். இதனை அவன் சத்தமாகக் கூறுவான். அனைவரும் காய்ச்சலில் இருக்க, அருகில் உள்ள மேசைகளில் உபசரிப்பவர்களுக்கு அதிக அளவில் வழங்கப்படும் ஊக்கப்பண நாணயங்கள் ஓசை கேட்க, தங்கள் கண் எதிரே பல திட்டங்கள் நிறைவேற, இவனோ உற்சாகமாக இருப்பான்.

கொத்தாரின் நடவடிக்கைகளில் அந்த அளவுக்குத் தீய எண்ணம் காணப்படவில்லை என்று தரு கருதுகிறான். "அவர் களுக்கு முன்பே இவையெல்லாம் நான் அனுபவித்தவன்" என்று அவன் சொல்லும் போது அதில் வெற்றிக்களிப்பைவிட துரதிர்ஷ்டமே மேலோங்கி நிற்கிறது. "வானுக்குக் கீழ், நகரத்தின்

எல்லைச் சுவர்களுக்கு இடையில் சிறைப்பட்டுள்ள இந்த மக்களை அவன் நேசிக்கத் தொடங்கியிருக்கிறான் என்று நினைக்கிறேன்" என்கிறான் தரு. உதாரணமாக, வாய்ப்புக் கிடைத்தால், அவர்கள் நினைக்கும் அளவுக்கு இது அப்படியொன்றும் கொடுமையான நிலை இல்லை என்பதை அவன் புரியவைக்கப் பார்ப்பான். "அவர்கள் பேசுவதைக் கேட்டீர்களா? பெருந்தொற்றுக்குப் பிறகு நான் இதைச் செய்வேன், அதைச் செய்வேன் என்கிறார்கள். அமைதியாக இருப்பதற்குப் பதிலாக, வாழ்க்கையை வீணாக்கிக் கொள்கிறார்கள். தங்களுக்கு என்ன காத்திருக்கிறது என்பதை எண்ணிப் பார்க்கக்கூட அவர்களுக்குத் தெரியவில்லை. உதாரணமாக, என்னைக் கைது செய்தபின், நான் இதைச் செய்வேன், அதைச் செய்வேன் என்று கூற முடியுமா? கைது என்பது ஒரு ஆரம்பம். அது ஒரு முடிவு அல்ல. ஆனால், பெருந்தொற்று அப்படியில்லை... நான் என்ன சொல்ல வருகிறேன் என்று தெரிந்துகொள்ள விரும்புகிறீர்களா? அவர்களது சோகத்துக்குக் காரணம் தங்கள் விருப்பப்படி அவர்கள் நடந்து கொள்ளாதது தான். நான் என்ன பேசுகிறேன் என்பதைத் தெரிந்துதான் பேசுகிறேன்" என்பான் கொத்தார்.

"உண்மை தான். அவன் எப்போதும் தெரிந்தேதான் பேசுகிறான். ஓரான் மக்களிடையே காணப்படும் முரண்களைப் பற்றிய தெளிவான மதிப்பீடு அவனிடம் உள்ளது. தங்களை இணைத்து வைக்கக் கூடியதொரு நெருக்கம் வேண்டும் என்ற பெரும் ஏக்கம் அவர்களிடத்தில் இருக்கிறது. அதே சமயம், ஒருவரையொருவர் விலக்கி வைக்கும் அவநம்பிக்கையின் காரணமாக அவர்களால் முழுமையாக யாருடனும் நெருங்க இயலவில்லை. நம் அருகில் வசிப்பவர்மீது நம்பிக்கை வைக்க முடியாது என்று நமக்கு நன்றாகத் தெரியும். தெரியாமலேயே அவர் பெருந்தொற்றை நமக்குத் தர முடியும், நம் பாதுகாப்புக் குறைபாடு காரணமாக நோய்க்கு ஆளாக்க முடியும் என்பதை நாம் அறிவோம். விரும்பிப் பழகக்கூடியவர் உட்பட எல்லோரையும் காவல் துறையின் ஒற்றரோ என்ற சந்தேகக் கண்ணுடன் கொத்தாரைப்போல் நாட்களைக் கழித்தவராக நீங்கள் இருந்தால், அவனது உணர்வுகளைப் புரிந்து கொள்ள முடியும். இன்னமும் நோய் ஏதுமின்றி பாதுகாப்பாக இருப்பதற்காகத் திருப்தியடையும் போது, நாளை நம் தோளினைப் பற்றி நம்மீது இறங்கப் பெருந்தொற்று தயாராகிறதோ என்று ஒவ்வொரு நாளையும் கழித்துக்கொண்டிருக்கும் மக்கள் மீது பரிதாபம் கொள்ளலாம். கொத்தாரோ, முடிந்தவரை பயமில்லாமல் இருந்தான். அவர்களுக்கு முன்பாகவே, இத்தகைய அச்ச உணர்வை அவன் அனுபவித்து முடித்திருந்ததால், இத்தகைய

நிச்சயமின்மையின் கொடுமையை அவனால் முழுமையாக உணர முடியவில்லை என்று நினைக்கிறேன். சுருக்கமாகச் சொன்னால், பெருந்தொற்றின் காரணமாக நாம் இன்னும் இறக்காமல் இருக்கிறோம். நம்முடன் இருக்கும் அவனுக்கோ, அவனது சுதந்திரமும் உயிரும் எந்த நேரத்திலும் முடியக்கூடிய தாக ஊசலாடிக்கொண்டிருந்தன என்பதை உணர்ந்துள்ளான். தானே அச்சத்தில் வாழ்பவனாக இருந்ததால், மற்றவர்களும் தன்னைப்போல் அதனை அனுபவிப்பதை இயல்பான ஒன்றாகப் பார்த்தான். இன்னும் சரியாகச் சொன்னால், தான் தனி ஆளாக இருப்பதைக்காட்டிலும் அச்சம் என்பது அதிக சுமையில்லாததாக அவனுக்குத் தோன்றியது. இந்த இடத்தில்தான் அவன் நினைப்பது சரியில்லை. மற்றவர்களைவிட இவனைப் புரிந்துகொள்ளக் கடினமாக இருப்பது இதனால்தான். அதே சமயம், மற்றவர்களை விட, இவனைப் புரிந்துகொள்ள நாம் முயல்வதற்கும் இதுதான் அதிக தகுதியை அளிக்கிறது"

இறுதியாக, தன் குறிப்புகளை முடிக்கும் போது ஒரு சம்பவத்தை தரு விவரிக்கிறான். கொத்தாருக்கும் பெருந்தொற்றுக்குப் பலியானவர்களுக்கும் ஒரே நேரத்தில் விழிப்புணர்வு ஏற்படுத்திய விசித்திரத்தை அது எடுத்துக் கூறுகிறது. அக்காலகட்டத்தில் நிலவிய கடுமையானச் சூழ்நிலையை இச்சம்பவம் விவரிப்பதால்தான் தரு அதற்கு ஓரளவு முக்கியத்துவம் அளிக்கிறான்.

'ஓர்ஃபியஸ், யுரீடிஸி' என்னும் காவிய நாடகம் நடைபெறும் நகரமன்ற நாடக அரங்கிற்குத் தருவும் கொத்தாரும் சென்றிருந்தனர். கொத்தார்தான் தருவை அழைத்திருந்தான். நம் நகரத்தில் நாடகம் நடத்துவதற்காக அந்த நாடகக்குழு பெருந்தொற்று ஏற்பட்ட ஆண்டின் வசந்த காலத்தின் போது வந்து சேர்ந்ததாகும். நோயின் காரணமாக இந்த நகரத்தில் சிக்கிக்கொண்ட அந்தக்குழுவினர், நாடக அரங்குடன் ஏற்படுத்திக்கொண்ட ஒப்பந்தத்தின்படி வாரம் ஒருமுறை அதே நாடகத்தைத் தொடர்ந்து நடத்திக் கொண்டிருந்தனர். இவ்வாறாக, கடந்த பல மாதங்களாக வெள்ளிக்கிழமை தோறும் ஓர்ஃபியஸின் சோகங்களையும் யுரீடிஸியின் களைத்துப்போன முறையீடுகளையும் நகரமன்ற நாடக அரங்கம் வெளிப்படுத்திக்கொண்டிருந்தது. எனினும், அந்த நாடகம் பெரும் வெற்றி பெற்று, தொடர்ந்து நிறைய பணமும் வசூலானது. மிகவும் விலை உயர்ந்த கட்டணத்துக்கான இருக்கைகளில் அமர்ந்திருந்த தருவும் கொத்தாரும் நகரத்தின் மிடுக்கான மக்கள் நிறைந்த அவையைப் பார்த்தனர். நாடக அரங்கிற்குள் நுழைந்தவர்கள், தாங்கள் உள்ளே வருவதைப் பதிவு செய்ய முயல்வது தெளிவாகத் தெரிந்தது. கலைஞர்களின் இசைக்கு நடுவில், ஒரு வரிசையிலிருந்து அடுத்த வரிசைக்குச்

செல்லும்போது பண்புடன் குனிந்து சென்ற அந்த நிழல் உருவங்கள் அரங்க மேடைமீது படர்ந்துகொண்டிருந்த பிரகாசமான ஒளியின் கீழ் நன்கு தெரிந்தன. மரியாதையான முறையில் மெலிதான குரலில் நடக்கும் உரையாடலைக் கவனிக்கும்போது, சற்றுமுன் இருள் சூழ்ந்த தெருக்களில் கண்ட காட்சியில் இழந்திருந்த தன்னம்பிக்கையை மீட்க முடிந்தது. எடுப்பான உடையில் இருந்த மக்களின் உற்சாகத்தில் தொற்றுநோய் விரட்டியடிக்கப்பட்டது.

நாடகத்தின் முதல் காட்சி முழுவதும், எவ்வித சிரமமும் இல்லாமல் ஓர்ஃபியஸ் சோகமாகப் புலம்பிக்கொண்டிருந்தான். கிரேக்கப் பாரம்பரிய உடையில் இருந்த பெண்கள் சிலர் அவனது முறையீடுகள் குறித்த கருத்துகளை அழகாக எடுத்துக் கூறினர். காதலைப் போற்றி பாடல்கள் சில இசைக்கப்பட்டன. பார்வையாளர்களிடமிருந்து கணிசமான அளவில் வரவேற்பு இருந்தது. இரண்டாவது காட்சியில், நரகத்தின் தலைவனை மனமுருகச் செய்ய கண்ணீர்விட்டு கதறும்போது, அதில் இல்லாத சோக அம்சங்களைச் சேர்த்து குரலில் சற்று மிகை யானத் துக்கத்தைக் கலந்து ஓர்ஃபியஸ் பாடியதை யாராவது கவனித்தார்களா என்று தெரியவில்லை. சில கடினமான அடிகளை விட்டுவிட்டு பாடியபோது, அனுபவமிக்கப் பார்வையாளர்கள் அதனைப் பாத்திரத்திற்கு மேலும் மெருகூட்ட செய்யப்பட்ட அழகியல் உத்தியாகப் பார்த்தார்கள்.

மூன்றாவது காட்சியில் பார்வையாளர்களிடம் ஆச்சரியம் உண்டானது. இந்தக் காட்சியில்தான் மகத்தான காதல் ஜோடியான ஓர்ஃபியஸ், யுரீடிஸி தோன்றினர் என்பதுடன் யுரீடீஸ்ஸை இழப்பதும் இந்தக் காட்சியில்தான். இத்தகைய சலசலப்பைதான் அந்த நடிகர் பார்வையாளர்களிடமிருந்து எதிர்பார்த்துக் காத்திருக்க வேண்டும்; அல்லது தான் நினைப்பதைப் பார்வையாளர்களிடமிருந்து எழும் முணுமுணுப்பு உறுதி செய்துவிட்டது என்று நிச்சயமாக எண்ணியிருக்க வேண்டும். ஏனெனில், இந்த நேரத்தில், கைகளையும் கால்களையும் விரித்தபடி மிகையாக நடந்து சென்ற பழங்கால உடையில் இருந்த அந்த நடிகர், பதினெட்டாம் நூற்றாண்டின் பண்ணைப் பின்னணியுள்ள இடத்தின் நடுவில் துவண்டு விழுந்தார். அந்தப் பின்னணி முற்றிலும் பொருத்தமில்லாமல் இருந்தாலும் இப்போது முதல்முறையாக, அதுவும் அச்சமூட்டும் வகையில் பார்வையாளர்கள் கண்களுக்குப் பொருத்தமாகத் தோன்றியது. அதேநேரத்தில், இசைக்குழு தன் இசையை நிறுத்தியது. பார்வையாளர்கள் எழுந்து நின்று, மெல்ல அரங்கை விட்டுச் செல்லத் தொடங்கினர். ஆரம்பத்தில், தேவாலயத்தில் பூசை முடிந்த பிறகோ, இறுதி அஞ்சலி செலுத்திவிட்டுப் போவது

போலவோ அமைதியாக நகர்ந்தனர். மடித்துக்கொள்ளும் இருக்கை களைக் கடக்க உதவ உடன் வந்த பெண்ணின் கைகளைப் பற்றி ஆண் பார்வையாளர்கள் மெல்ல வெளியேறினர். ஆனால், நேரம் செல்லச் செல்ல, கூட்டம் வேகமாக நகர்ந்தது. அதுவரை முணுமுணுத்தவர்கள் குரலை உயர்த்தித் தங்கள் உணர்வுகளை வெளியிட்டனர். முடிவில் வெளியில் செல்லும் வழிகளை நோக்கிச் செல்ல அவசரப்பட்ட மக்கள், ஒருவரையொருவர் தள்ளிக்கொண்டும் கூச்சலிட்டபடியும் முண்டியடித்தும் வெளியேறினர். கொத்தாரும் தருவும் எழுந்து நின்று அங்கு நடப்பவற்றை வெறுமனே பார்த்துக்கொண்டிருந்தனர். அப்போது தாங்கள் வாழ்ந்துகொண்டிருந்த வாழ்க்கையைப் பிரதிபலிக்கும் காட்சிகளில் ஒன்றாக அது தெரிந்தது. மேடையில் தளர்ந்து விழுந்தவரின் வடிவில் பெருந்தொற்று இருந்தது. அதே நேரம் அரங்கத்தின் இருக்கைகளில் கேட்பாரற்று கிடக்கும் நாடாக்கள், மறந்து வைத்து விட்டுப்போன விசிறிகள் போன்றவற்றில் இருந்த பயனற்ற ஆடம்பரம் தென்பட்டது.

செப்டம்பர் மாதத்தின் ஆரம்பத்தில் சில நாட்களுக்கு ராம்பேர் மருத்துவர் ரியேவுடன் பணியாற்றினான். ஒரு நாள் மட்டும், கோன்ஸலாஸ், அந்த இரண்டு இளைஞர்கள் ஆகியோரை ஆண்கள் உயர்நிலைப்பள்ளியின் எதிரில் சந்திக்கத் திட்டமிட்டிருந்ததால் வேலைக்குச்செல்லவில்லை.

அன்று நண்பகலில் கோன்ஸலாஸும் ராம்பேரும் காத்திருக்க, அந்த இளைஞர்கள் சிரித்தபடியே வந்து சேர்ந்தனர். தங்களுக்குச் சென்ற முறை அதிர்ஷ்டம் இல்லை என்றும், சரியான வாய்ப்புக்காகக் காத்திருக்க வேண்டியிருந்தது என்றும் கூறினர். எப்படியும் தற்சமயம் அவர்கள் பணியில் இல்லை. அடுத்த வாரம் வரை பொறுமை காக்க வேண்டும். மீண்டும் முதலில் இருந்து முயற்சியை ஆரம்பிக்க வேண்டும் என்று சொல்வது தான் முறையாக இருக்கும் என்றான் ராம்பேர். அடுத்த வாரம் திங்கட்கிழமை சந்திக்க கோன்ஸலாஸ் முன் வந்தான். ஆனால், இம்முறை, ராம்பேரை மர்சேல், லூயி ஆகியோரின் இருப்பிடத்தில் தங்க வைக்க முடிவு செய்யப்பட்டது.

“நாம் இருவரும் ஏதாவது ஓர் இடத்தில் சந்தித்துக் கொள்வோம். ஒருவேளை நான் அங்கு இல்லை என்றால் நீ நேராக அவர்கள் இருக்கும் இடத்துக்குப்போ. அவர்கள் எங்கே வசிக்கின்றனர் என்று உனக்கு விளக்கமாகச் சொல்கிறேன்” என்றான் கோன்ஸலாஸ். இதைக் கேட்ட அவர்களில் ஒருவன் (மர்சேல் அல்லது லூயி), “இதைவிட எளிதானது, இப்போதே இவரை எங்கள் இடத்துக்கு அழைத்துப் போவதுதான் இவருக்கு ஒன்றும் பிரச்சினையில்லை என்றால், நாம் நான்குபேர் சாப்பிடவும் அங்கு உணவு இருக்கிறது. இதன் மூலம், இவருக்கும் ஒரு தெளிவு கிடைக்கும்” என்றான்.

'இது ஒரு நல்ல திட்டம்' என கோன்ஸலாஸும் ஏற்றுக் கொள்ள, அவர்கள் துறைமுகத்தை நோக்கி நடந்தனர்.

மர்சேலும் லூயியும் துறைமுகப் பகுதியின் ஓரத்தில், மலைப்பாதையை நோக்கி அமைந்திருந்த எல்லைக் கதவுகளின் அருகில் வசித்து வந்தனர். அது ஒரு சிறிய ஸ்பெயின் பாணி வீடு. தடித்த சுவர்கள், வண்ணம் பூசப்பட்ட மர சன்னல்கள், வெறுமையான இருட்டான அறைகள். அந்த இளைஞர்களின் அம்மா வயது முதிர்ந்தவர். ஸ்பெயின் நாட்டுப் பெண்ணான அவரது சிரித்த முகத்தில் நிறைய சுருக்கங்கள். எல்லோருக்கும் அவர் உணவு பரிமாறினார். கோன்ஸலாஸுக்கு ஆச்சரியமாக இருந்தது. ஏனெனில், நகரத்தில் அரிசிப் பஞ்சம் இருந்தது.

"எல்லாம் எல்லைக் கதவுகள் அருகில் அதற்கான வழி எங்களிடம் இருக்கிறது" என்று மர்சேல் விளக்கினான்.

ராம்பேர் நன்கு சாப்பிட்டான்; குடித்தான்.

"இவன்தான் உண்மையான நண்பன்" என்று ராம்பேரைப் பார்த்து கோன்ஸலாஸ் கூறிய போது, ராம்பேரோ இன்னும் கடக்க வேண்டிய ஒரு வாரத்தைப் பற்றியே நினைத்துக்கொண் டிருந்தான்.

உண்மையில் இன்னும் இரண்டு வாரங்கள் காத்திருக்க வேண்டியிருந்தன. ஏனெனில், காவல்பணிமாற்றுமுறை, ஆட்களைக் குறைப்பதற்காகப் பதினைந்து நாட்களுக்கு ஒருமுறை என மாற்றியமைத்திருந்தனர். இந்தப் பதினைந்து நாட்களும் ஒருவகையில் கண்களை மூடியபடி காலை முதல் இரவு வரை இடைவிடாமல், சோர்வின்றி ராம்பேர் உழைத்துக் கொண்டிருந்தான். இரவு தாமதமாகத் தூங்கச் செல்லும் ராம்பேர் ஆழ்ந்து உறங்கினான். சோம்பலில் இருந்து இவ்வாறு திடீரென அதிக வேலைக்கு மாறியதில் அவனுக்கு ஏறக்குறைய கனவுகள் வருவதில்லை என்பதுடன் மிகுந்த களைப்புடன் காணப்பட்டான். விரைவில் தப்பித்துச் செல்ல இருக்கும் திட்டம் குறித்துக் குறைவாகப் பேசினான். ஒரேயொரு குறிப்பிடத்தக்க சம்பவம் நடந்தது. ஒருவாரம் சென்றதும், முதல்முறையாக மருத்துவர் ரியேவிடம் தனக்கு முந்தையநாள் இரவு போதை ஏறிவிட்டதாக ஒப்புக்கொண்டான். மதுக்கூடத்தில் இருந்து வெளியேறியபோது, திடீரெனத் தன் அக்குள்கள் வீங்கியுள்ளதையும் கைகளை இயல்பாக வீசி நடக்கச் சிரமமாக இருப்பதையும் உணர்ந்தான். அது பெருந்தொற்றின் பாதிப்பாக இருக்கும் என்று நினைத்தான். அந்த நொடியில் ஒரே ஒரு விஷயத்தைத்தான் அவனால் யோசித்துப் பார்க்க முடிந்தது. ஆனால் அது அறிவுப்பூர்வமானது

அல்ல என்பதை ரியேவிடம் அவன் ஏற்றுக்கொண்டான். உடனடியாக, நகரத்தின் மிக உயர்வான பகுதிக்குப் போவது. கடலை அப்போதும் பார்க்க முடியாது என்றாலும் கொஞ்சம் கூடுதலாக வானத்தைப் பார்க்க அந்தச் சிறிய சதுக்கத்தில் நின்றபடி, நகரத்தின் சுவர்களைத் தாண்டி தன் மனைவியை நோக்கி உரத்த குரலில் சத்தம் இடுவது என்பதுதான் அந்த எண்ணம். வீட்டுக்கு வந்து சேர்ந்ததும் தனக்குப் பாதிப்புக்கான அறிகுறி இல்லை என்பதைக் கண்டுகொண்டான். இப்படியொரு திடீர் பீதிக்கு ஆளானது கூச்சமாக இருந்தது. அவன் அவ்வாறு நடந்துகொண்டதைத் தன்னால் புரிந்துகொள்ள முடிவதாகக் கூறிய ரியே, "இப்படியெல்லாம் நடக்கவும் வாய்ப்பு இருக்கிறது" என்றார்.

ராம்பேர் விடைபெறத் தயாராக இருந்தபோது, சட்டென ரியே பேசினார்:

"நீதிபதி ஒத்தோன் உங்களைப்பற்றி இன்று காலை பேசிக்கொண்டிருந்தார். நீங்கள் எனக்குத் தெரிந்தவரா என்று விசாரித்தார். ஆமாம் என்றதும், அப்படியானால் அவரிடம் கடத்தல்காரர்களுடன் தொடர்பு வைத்துக்கொள்ள வேண்டாம் என்றும் அவரை எல்லோரும் கவனிக்கிறார்கள் என்றும் சொல்லி வையுங்கள் என்றார்."

"இதற்கு என்ன அர்த்தம்?"

"நீங்கள் சீக்கிரமாகப் புறப்பட வேண்டும் என்பதுதான்"

"நன்றி" என்று கூறி மருத்துவர் ரியேவின் கைகளைக் குலுக்கினான் ராம்பேர்.

கதவருகே சென்ற அவன் சட்டெனத் திரும்பினான்.

பெருந்தொற்று பரவ ஆரம்பித்த நாள் முதல், ராம்பேர் சிரிப்பதை முதல்முறையாக ரியே கவனித்தார்.

"அப்படியானால் ஏன் நான் இங்கிருந்து புறப்பட்டுச் செல்வதை நீங்கள் தடுக்கவில்லை? நீங்கள் நினைத்தால் செய்யலாமே?"

வழக்கமான பாணியில் தலையை ஆட்டிய ரியே, இது முற்றிலும் ராம்பேர் தொடர்புடையது என்றார். மகிழ்ச்சியாக இருக்க வேண்டும் என அவன் முடிவுக்கு வந்தபிறகு அதை எதிர்த்து விவாதித்துக்கொண்டிருக்கத் தன்னால் முடியாது என்றார். மேலும் இந்த விஷயத்தில் எது தவறு, எது சரி என்று முடிவு செய்ய முடியாத நிலையில் தான் இருப்பதாகவும் அவர் கூறினார்.

“சரி, பிறகு ஏன் என்னைச் சீக்கிரமாகப் புறப்படச் சொல்கிறீர்கள்?”

இம்முறை ரியே சிரித்தார்.

“ஏன் என்றால், மகிழ்ச்சியாக இருக்க என்னால் முடிந்தவரை ஏதாவது செய்ய வேண்டும் என்று விரும்புகிறேன்”

அடுத்த நாள், அவர்கள் எதுவும் பேசிக்கொள்ளவில்லை என்றாலும் இணைந்தே பணியாற்றினர். அடுத்தவாரம், ஒரு வழியாக அந்தச் சிறிய ஸ்பெயின் பாணி வீட்டில் ராம்பேர் குடியேறினான். வரவேற்பறையில் அவனுக்காக ஒரு கட்டில் ஏற்பாடு செய்யப்பட்டது. இரண்டு இளைஞர்களும் சாப்பிட இரவு வீட்டுக்கு வருவதில்லை என்பதால், முடிந்தவரை வெளியில் செல்வதைக் குறைத்துக்கொள்ள பெரும்பாலான நேரங்களில் ராம்பேர் தனிமையில்தான் இருந்தான். மீதி நேரத்தில் அந்த வயதான தாயுடன் பேசிக்கொண்டிருந்தான். வறண்ட தோலுடன் இருந்த அவர் உற்சாகமாக இருந்தார். கருப்பு உடையுடன், மிகவும் வெளுத்திருந்த தலைமுடியுடன் சுருக்கம் விழுந்த முகத்துடனும் இருந்தார். அவர் மௌனமாக இருந்தாலும், ராம்பேரைப் பார்க்கும் போதெல்லாம் அவரது மின்னும் கண்கள் சிரிக்கத் தவறுவதில்லை.

சில நேரங்களில், ராம்பேரைப் பார்த்து, “உங்கள் மனைவிக்குப் பெருந்தொற்றைக் கொண்டு செல்லும் ஆபத்து இருப்பதற்காகப் பயமில்லையா?” என்று கேட்பார். அது உண்மைதான் என்று நினைத்த ராம்பேர், அதில் குறைவான அளவில்தான் அபாயம் உள்ளது என்றும், இந்த நகரத்திலேயே தங்க நேர்ந்தால், அவர்கள் இருவரும் நிரந்தரமாகப் பிரிக்கப்படும் வாய்ப்பு இருப்பதாக நினைத்தான்.

“அவள் நல்லவளா?” என்று சிரித்தபடியே கேட்டார் அந்த வயதானப் பெண்.

“மிகவும் நல்லவள்”

“அழகாக இருப்பாளா?”

“அப்படித்தான் நினைக்கிறேன்”

“ஓ! அதுதான் காரணம்!”

ராம்பேர் சிந்தித்துப் பார்த்தான். அதுதான் காரணம். ஆனால், அது மட்டுமே காரணமாக இருக்க வாய்ப்பே இல்லை.

நாள்தோறும் காலையில் தேவாலயப் பூசைக்குச் செல்லும் வழக்கமுடைய அவர், “உங்களுக்குக் கடவுள் நம்பிக்கை இருக்கிறதா?” என்று கேட்டார்.

இல்லை என்று ஒப்புக்கொண்டான் ராம்பேர்.

"அதுதான் காரணம்" என்று மீண்டும் ஒருமுறை சொன்னார். "அவளுடன் போய் சேர வேண்டும் என்று நீங்கள் நினைப்பது சரிதான். இதை விட வாழ்க்கையில் வேறு என்ன தான் இருக்கிறது?"

மீதி நேரங்களில், கரடுமுரடாக இருந்த வெற்றுச் சுவர்களுக்குள், அவற்றில் பொருத்தப்பட்டிருந்த விசிறிகளை வருடியபடியும், மேசைவிரிப்பின் முனைகளில் இருந்த மரஉருண்டைகளை எண்ணிப்பார்த்தபடியும் வீட்டுக்குள்ளேயே சுற்றிச்சுற்றி வந்தான். அன்று மாலை இரண்டு இளைஞர்களும் வீட்டுக்குத் திரும்பினர். அவர்கள் அதிகம் பேசவில்லை என்றாலும் இன்றும் சரியான நேரம் வாய்க்கவில்லை என்பதை மட்டும் தெரிவித்தனர். இரவு உணவுக்குப் பின் மர்சேல் கித்தார் வாசித்தான். சிறிதளவு சீரகமணம் கொண்ட மதுவினை அருந்தினான். ராம்பேர் ஏதோ யோசனையில் ஆழ்ந்தவனைப்போல் இருந்தான்.

புதன்கிழமை அன்று மர்சேல் திரும்பிவந்தபோதே "நாளை இரவு புறப்படத் தயாராக இருங்கள்" என்றான். அவர்களுடன் காவல் பணியில் இருந்த ஒருவருக்குப் பெருந்தொற்றுப் பாதிப்பு ஏற்படவே, அந்த நபருடன் இரவு உறங்கும் மற்றொருவரும் கண்காணிப்பில் வைக்கப்பட்டுள்ளார். எனவே அடுத்த இரண்டு அல்லது மூன்று நாட்களுக்கு மர்சேலும் லூயியும் மட்டுமே அங்குப் பணியில் இருப்பார்கள். இரவு நேரத்தில் இறுதி ஏற்பாடுகளை அவர்கள் செய்து விடுவார்கள். அடுத்தநாள் புறப்பட வசதியாக இருக்கும். "என்ன, இப்போது உங்களுக்குத் திருப்தியா?" என்று அந்த வயதான பெண் ராம்பேரிடம் கேட்டார். ஆமாம் என்று சொன்ன ராம்பேர், வேறு விஷயங்களைப் பற்றிய சிந்தனையில் இருந்தான்.

அடுத்த நாள், வானம் மேகத்தால் கனத்திருந்தது. காற்றில் ஈரப்பசையும் வெப்பமும் கலந்திருந்தன. பெருந்தொற்றைப் பற்றிய செய்திகள் சாதகமாக இல்லை. எனினும், வயதான பெண் அமைதியாகவே இருந்தார். "உலகில் பாவம் அதிகமாகிவிட்டது எனவே இயல்பாகவே..." என்று பேசிக்கொண்டிருந்தார். மர்சேல், லூயி போல் ராம்பேரும் மேலே சட்டை அணியாமல் திறந்த மார்புடன் இருந்தான். ஆனால் அவன் நடந்தபோதெல்லாம், தோள்களிலிருந்தும் மார்பிலிருந்தும் வியர்வை வழிந்தோடியது. சன்னல்கள் மூடியிருக்க, அந்த வீட்டின் அறை இருட்டில் அவர்களது மார்புப் பகுதிகள் காக்கி நிறத்தில் பிரகாசித்தன. எதுவும் பேசாமல் ராம்பேர் அந்த வீட்டுக்குள் நடந்துகொண்டிருந்தான். திடீரெனப் பிற்பகல் நான்கு மணிக்கு, உடைகளை அணிந்து கொண்ட அவன், வெளியே போய்வர இருப்பதாகக் கூறினான்.

பெருந்தொற்று

“கவனம், இரவு 12 மணிக்கு ஏற்பாடு நடக்கிறது. எல்லாம் தயார்” என்றான் மர்சேல்.

மருத்துவரைப் பார்த்து வரலாம் என்று ராம்பேர் சென்றான். அவர் நகரின் உயரமானப் பகுதியில் உள்ள மருத்துவமனையில் இருப்பதாக மருத்துவரின் அம்மா கூறினார். காவல் பணி முகாம் அருகில் தொடர்ந்து தப்பிச்செல்ல வாய்ப்பு தேடும் கும்பல் சுற்றிச் சுற்றி வந்தது. “போய்க்கொண்டே இருங்கள், நிற்காதீர்கள்” என்று காவலர் ஒருவர் கத்திக்கொண்டே இருந்தார். அந்தக் கும்பல் நகர்ந்தது என்றாலும் சிறுசிறு குழுக்களாகச் சென்றன. தன் மேலங்கி வியர்வையில் நனைந்திருக்க, “பார்ப்பதற்கு ஒன்று மில்லை” என்று அந்தக் காவலதிகாரி கூறினார். எல்லோருக்கும் அது தெரியும் என்றாலும், கொளுத்தும் வெயிலுக்கு மத்தியிலும் அங்கேயே நின்றிருந்தனர். தன் அடையாள அட்டையைக் காவலதிகாரியிடம் ராம்பேர் காட்ட, தருவின் அலுவலகம் இருக்கும் இடத்தைக் காவலதிகாரி காட்டினார். அலுவலகம், முற்றத்தைப் பார்த்தவாறு அமைந்திருந்தது. உள்ளேயிருந்து பாதிரியார் பனெலு வெளியில் வந்துகொண்டிருந்தார்.

வெள்ளை நிறத்தில் இருந்த அந்த அழுக்கானச் சிறிய அறையில் தொற்று நீக்கும் மருந்துகள், ஈரமான விரிப்புகள் ஆகியவற்றின் வாடை வீசியது. அங்கிருந்த கருப்பு மர மேசையின் பின் உட்கார்ந்திருந்த தரு, சட்டையின் கைகளை மடித்து விட்டிருந்தான். வழிந்து விழும் வியர்வையைக் கைக்குட்டை யால் துடைத்தபடி இருந்தான்.

“இன்னும் போகவில்லையா?”

“போகவில்லை. நான் ரியேவிடம் பேச வேண்டும்”

“அவர் கூடத்தில் நோயாளிகளைப் பார்த்துக்கொண் டிருக்கிறார். அவரைத் தொந்தரவு செய்யாமல் நமக்குள் முடிவதாக இருந்தால் நல்லது”

“ஏன் அப்படி?”

“அவருக்கு வேலைப் பளு அதிகம்; என்னால் முடிந்தவரை அவரைத் தொந்தரவு செய்வதில்லை”

தருவை ராம்பேர் கவனித்தான். தரு இளைத்திருந்தது தெரிந்தது; கண்களும் உடம்பும் களைப்பின் காரணமாக மிகவும் சோர்ந்திருந்தன. உறுதியானத் தோள்கள் தளர்ந்து கிடந்தன. கதவைத் தட்டும் சத்தம் கேட்டது. ஆண் செவிலியர் ஒருவர் வெள்ளை முகக்கவசம் அணிந்தபடி உள்ளே நுழைந்தார். தருவின் மேசைமீது அட்டைகள் அடங்கிய பை ஒன்றை வைத்தார்.

"ஆறு" என்று மட்டும் சொல்லிவிட்டு வெளியே சென்றார். அந்த அட்டைகளைப் பரப்பி வைத்து ராம்பேரிடம் அவற்றைக் காட்டினான் தரு.

"அழகான அட்டைகள் என நினைக்கிறீர்கள் அப்படித்தானே? அதுதான் இல்லை. எல்லாம் சென்ற இரவு இறந்து போனவர்களின் விவரம்"

அவனது நெற்றி சுருங்கியது. அட்டைகள் இருந்த பையை மடித்து வைத்தான்.

"நம் கையில் மிச்சமிருப்பது புள்ளிவிவரம் மட்டும்தான்"

மேசை மீது கைகளை ஊன்றியவாறு தரு எழுந்திருந்தான்.

"சீக்கிரத்தில் இங்கிருந்து புறப்படப் போகிறீர்களா?"

"ஆமாம், இன்று நள்ளிரவு" என்று ராம்பேர் சொன்னான்.

இச்செய்தி தனக்கு மகிழ்ச்சியளிப்பதாகக் கூறிய தரு, ராம்பேர் கொஞ்சம் கவனமாக இருக்க வேண்டும் என்று சொன்னான்.

"இதை உண்மையாகத்தான் சொல்கிறீர்களா?" என்று ராம்பேர் கேட்க, தோள்களைக் குலுக்கிக் கொண்ட தரு, "என் வயதில் உண்மையாகத்தான் இருந்தாக வேண்டும். பொய் பேச நிறைய கஷ்டப்பட வேண்டும்" என்றான்.

"தரு, நான் டாக்டரைச் சந்தித்தாக வேண்டும். என்னைத் தவறாக எடுத்துக்கொள்ள வேண்டாம்"

"எனக்குப் புரிகிறது. என்னைவிட மனிதாபிமானவர் அவர். போகலாம்"

"அப்படி இல்லை" என்ற ராம்பேர் தடுமாறினான். பிறகு அங்கேயே நின்றான்.

தரு அவனைப் பார்த்துவிட்டு, மெல்ல சிரித்தான்.

சிறிய கூடம் ஒன்றின் வழியாக இருவரும் சென்றனர். சுவர்கள் வெளிர் பச்சையில் பூசப்பட்டிருக்க, அங்கு மீன் காட்சியகம்போல் ஒளியமைப்பு இருந்தது. இரட்டைக் கண்ணாடிக் கதவுடைய வாசலை அடைய சில அடிகள் இருக்கும் போது, வினோதமாக நிழல் உருவங்கள் நடமாடுவதைப் பார்க்க முடிந்தது. சுவர்கள் முழுக்கப் பெட்டிகள் கொண்ட சிறிய அறைக்குள் ராம்பேர் நுழைய தரு உதவி செய்தான். ஒரு பெட்டியைத் திறந்து அதிலிருந்து இரண்டு முகக்கவசங்களைக்

பெருந்தொற்று

கிருமி நீக்கும் கருவியிலிருந்து எடுத்தான். அதை ராம்பேரை அணியச் சொன்னான்.

"இதில் ஏதாவது பயன் உண்டா?" என்று அவன் கேட்க,

"இல்லைதான். ஆனால் மற்றவர்களுக்கு இது நம்பிக்கையைக் கொடுக்கும்" என்று விளக்கினான் தரு.

கண்ணாடிக் கதவுகளைத் தள்ளித்திறந்து இருவரும் உள்ளே சென்றனர். அந்தப் பிரிவு பெரியதொரு அறையில் அமைந்திருந்தது. வெப்பமாக இருந்த போதிலும் சன்னல்கள் சாத்தப்பட்டிருந்தன. சுவர்களுக்கு மேலே, காற்றோட்டத்தை உறுதி செய்ய எந்திரங்கள் சீரான ஒலியை எழுப்பிக்கொண் டிருந்தன. அவற்றின் முறுக்கிய விசிறி இறக்கைகள் சாம்பல் நிறப் படுக்கைகள் கொண்ட இரண்டு வரிசைகளின்மீது தேங்கி இருந்த அதிக வெப்பக் காற்றினை கலைத்துக்கொண்டிருந்தன. அந்த அறையின் பல திசைகளிலுமிருந்து எழுந்தத் தெளிவான முனகல் ஒலிகள் ஒன்றாகச் சங்கமித்து சீராகக் கேட்டன. வெள்ளைச் சீருடையில் இருந்தவர்கள், மூடியிருந்த உயரமானச் சன்னல்கள் வழியே விழுந்த மங்கிய வெளிச்சத்தில் மெல்ல நடமாடிக்கொண்டிருந்தனர். அந்த அறையின் கடுமையான வெப்பம் ராம்பேருக்கு அசௌகரியமாக இருந்தது. எனவே, வேதனையில் வதைந்துகொண்டிருந்த நோயாளி ஒருவரைக் குனிந்து பரிசோதித்துக்கொண்டிருந்த ரியேவை அடையாளம் காண்பது அவனுக்குக் கடினமாக இருந்தது. இரண்டு செவிலிப் பெண்களின் உதவியுடன் நோயாளியின் தொடை இடுக்கில் ரியே ஊசிகளை விட்டுக் கட்டியை உடைத்தார்.

ரியே எழுந்த போது, அருகில் அசையாமல் நின்று இருந்த உதவியாளரின் கையில் உள்ள தட்டில் அசுத்தப் பஞ்சுகளைப் போட்டார். பிறகு கட்டுப்போடப்படுவதைப் பார்த்துக் கொண்டிருந்தார்.

தன்னை நோக்கி வந்த தருவைப் பார்த்து, "ஏதாவது செய்தி இருக்கிறதா?" என்று கேட்டார்.

"தனிமைப்படுத்தப்பட்டவர்களின் பிரிவில் ராம்பேருக்குப் பதில் பணியாற்ற பனெலு ஒப்புக்கொண்டார். அவர் ஏற்கெனவே நிறைய செய்திருக்கிறார். ராம்பேர் இல்லாத மூன்றாவது குழு ஒன்றை மாற்றி அமைத்தாக வேண்டும்." என்றான்.

அவனது கருத்தை ரியே தலையசைத்து ஏற்றுக்கொண்டார்.

"முதல் தடுப்பூசிகளைக் கஸ்தேல் தயாரித்து முடித்துவிட்டார். யாரிடமாவது முதல்முறையாகப் பரிசோதிக்க வேண்டும் என்கிறார்"

"அப்படியா, நல்ல செய்தி" என்றார் ரியே.

"பிறகு, இங்கே ராம்பேர் வந்திருக்கிறார்."

ரியே திரும்பிப் பார்த்தார். ராம்பேரைக் கண்டதும், தான் அணிந்திருந்த முகக் கவசத்தின் மேல் அவரது கண்கள் சுருங்குவது தெரிந்தது.

"இங்கு என்ன செய்துகொண்டிருக்கிறீர்கள்? இந்நேரம் வேறு இடத்தில் இருக்க வேண்டுமே?"

அது இன்று இரவு 12 மணிக்குத் திட்டமிடப்பட்டுள்ளது என்று தரு கூற,

"முறைப்படி பார்த்தால்..." என்று ராம்பேர் சேர்த்துச் சொன்னான்.

அங்கிருப்பவர்கள் பேசும் போது, அவர்கள் அணிந்திருந்த முகக்கவசம் உப்பி அடங்கியதுடன் பேசுபவரின் வாய்ப்பகுதியில் ஈரமானது. இதனால் அங்கு நடந்த உரையாடல் ஒரு வகையில் செயற்கையாகவும் சிலைகளுக்கு இடையே நடப்பதுபோலவும் தோன்றியது.

சிறிது நேரமானதும், மருத்துவரின் வாகனத்தின் பின் இருக்கையில் ராம்பேர் அமர்ந்துகொண்டான். தரு காரைக் கிளப்பியபடியே,

"பெட்ரோல் பற்றாக்குறையாக உள்ளது. நாளை நடந்துதான் செல்ல வேண்டும்" என்றான். கார் புறப்படத் தயாரானபோது,

"டாக்டர், நான் போகவில்லை. உங்களுடனேயே இருக்கப் போகிறேன்." என்றான் ராம்பேர்.

தரு தொடர்ந்து வாகனத்தை ஓட்டிக்கொண்டிருந்தான். ரியே தன் களைப்பில் இருந்து இன்னும் மீளாதவராகத் தெரிந்தார்.

"உங்கள் மனைவி?" என்று சன்னமானக் குரலில் கேட்டார் ரியே.

நன்கு யோசித்துப் பார்த்ததாகவும், தான் நினைத்திருந்தது தான் சரி என்று நம்பிக்கொண்டிருந்ததாகவும், ஆனால் தான் இப்போது புறப்பட்டுச் சென்றால் அவமானமாக இருக்கும் என்றும் கூறினான். இத்தகைய சூழ்நிலையில், அங்கு விட்டு வந்திருக்கும் பெண்ணின் நேசத்துக்கு முக்கியத்துவம் அளிப்பது சங்கடமாக இருக்கிறது என்றான்.

நிமிர்ந்து உட்கார்ந்த ரியே, இது முட்டாள்தனமானது என்றதுடன், சந்தோஷத்துக்கு முன்னுரிமை அளிப்பதில்

வெட்கப்பட என்ன இருக்கிறது என்று உறுதியான தொனியில் பேசினார்.

"நீங்கள் கூறுவதை ஏற்றுக்கொள்கிறேன். ஆனால் தனியாக நான் மட்டும் சந்தோஷமாக இருப்பதில் வெட்கப்படத்தான் வேண்டும்" என்றான் ராம்பேர்.

அதுவரை எதுவும் பேசாமல் வந்த தரு, அவர்கள் பக்கம் தலையைத் திருப்பாமல், மற்றவர்களின் துயரத்தைப் பகிர்ந்து கொள்ள ராம்பேர் நினைத்தால் சந்தோஷத்தை அனுபவிக்க ஒரு நாளும் நேரம் கிடைக்கப்போவதில்லை என்பதைச் சுட்டிக் காட்டினான். எனவே இதில் ஏதாவது ஒன்றைத் தெரிவு செய்தாக வேண்டும் என்பதையும் நினைவூட்டினான்.

"அப்படி இல்லை. நான் இதுவரை இந்த நகரத்தில் ஓர் அந்நியனாகத்தான் நினைத்து வந்தேன். எனக்கும் உங்களுக்கும் எந்த தொடர்பும் இல்லை என்றும் நினைத்திருந்தேன். ஆனால், இங்கு நடப்பவற்றைப்பார்த்துவிட்டதால், நான் விரும்பினாலும் விரும்பாவிட்டாலும் இந்த ஊரைச் சேர்ந்தவன்தான் என்பது தெரிந்துவிட்டது. இப்போது நடப்பது நம் எல்லோருக்கும் பொதுவானது" என்று ராம்பேர் தன் முடிவுக்கானக் காரணத்தை விளக்கினான்.

யாரும் பதில் பேசாததால் ராம்பேர் பொறுமை இழந்ததைப் போல் தெரிந்தது.

"உங்களுக்கும் இது நன்றாகத் தெரியும். இல்லையென்றால், எதற்காக நீங்கள் மருத்துவமனைக்கு வருகிறீர்கள்? அப்படி என்றால், நீங்கள் இருவரும் சந்தோஷத்தை வேண்டாம் என்று கைவிட்டவர்களா?" என்று கேட்டான்.

இதற்கும் ரியேவும் தருவும் எதுவும் கூறவில்லை. மருத்துவரின் வீடு வரும்வரை நீண்ட நேரம் இந்த மௌனம் நீடித்தது. மீண்டும், தன் கடைசிக் கேள்வியை ராம்பேர் கேட்டான். இம்முறை மேலும் ஆணித்தரமாகக் கேட்டான். ரியே மட்டும் அவன் பக்கம் திரும்பினார். கொஞ்சம் முயன்று நிமிர்ந்து உட்கார்ந்த அவர், "தவறாக எடுத்துக்கொள்ள வேண்டாம் ராம்பேர். உண்மையில் எனக்குப் பதில் தெரியவில்லை. அதுதான் உங்கள் விருப்பம் என்றால் எங்களுடன் தங்குங்கள்."

அப்போது அந்த வழியாக வந்த கார் ஒன்றின் சத்தம் அவரது பேச்சைத் தொடரவிடாமல் தடுத்தது. பிறகு மீண்டும் தொடர்ந்தார்.

"தான் விரும்பும் பொருளிலிருந்து விலகிச் செல்ல வைக்க இந்த உலகத்தில் எந்தவொரு சக்தியாலும் முடியாது. எனினும், நானும் காரணம் தெரியாமலேயே அவ்வாறு விலகிச் செல்கிறேன்" என்று சொல்லிவிட்டு மீண்டும் இருக்கையில் சரிந்து உட்கார்ந்தார்.

"அதுதான் எதார்த்தம். அவ்வளவுதான். அதை நன்றாக மனதில் நிறுத்திக்கொண்டு அதன் விளைவுகள் எவை என்ற முடிவுக்கு வருவோம்" என்று ரியே சலிப்புடன் கூறினார்.

"என்ன விளைவுகள்?" என்று கேட்டான் ராம்பேர்.

"அதைக் கேட்கிறீர்களா? சிகிச்சை அளித்துக்கொண்டே அதைத் தெரிந்துகொள்ள முடியாது. எனவே எவ்வளவு முடியுமோ அந்த அளவு விரைவாகச் சிகிச்சை அளிப்போம். அதுதான் இப்போது அவசரத் தேவை."

அன்று நள்ளிரவில், ராம்பேர் சென்று தகவல் சேகரிக்க வேண்டியப் பகுதியின் வரைபடத்தைத் தருவும் ரியேவும் அவனிடம் தந்து விளக்கிக்கொண்டிருந்தனர். அப்போது கைக்கடிகாரத்தைப் பார்த்த தரு, சற்றே நிமிர்ந்து ராம்பேரைப் பார்த்தான்.

"சரி, உங்கள் திட்டத்தை அவர்களுக்குத் தெரிவித்து விட்டீர்களா?" என்று கேட்டான்.

வேறு பக்கமாகப் பார்வையைத் திருப்பிக் கொண்ட ராம்பேர்,

"உங்களைப் பார்க்க வரும் முன் அவர்களுக்குத் தகவல் அனுப்பி விட்டேன்" என்ற அவனது குரலில் களைப்பு தெரிந்தது.

பெருந்தொற்று

அக்டோபர் மாத இறுதியில்தான் கஸ்தேல் கண்டுபிடித்த தடுப்பூசி முதலில் பரிசோதிக்கப் பட்டது. ரியேவைப் பொறுத்தவரை, அதுதான் நடைமுறையில் கடைசி நம்பிக்கை. மீண்டும் ஒரு முறை இதில் தோல்வி ஏற்படுமேயானால், இந்த நகரம் பெருந்தொற்றின் பிடிக்குள் சென்று விட்டது என்ற உறுதியான முடிவுக்கு ரியே வந்திருந்தார். மேலும் பல மாதங்களுக்கு இந்த நோயின் பாதிப்பு தொடரப் போகிறது அல்லது காரணம் எதுவுமின்றித் திடீரென மறைய முடிவு செய்து விட்டது என்று எடுத்துக்கொள்ளலாம்.

ரியேவைக் கஸ்தேல் சந்திக்க வரும் முந்தைய நாளில் நீதிபதி ஒத்தோனின் மகனை நோய் தாக்க, குடும்பம் முழுவதும் தனிமைப்படுத்திக்கொள்ள வேண்டிய நிலை உருவானது. சில நாட்களுக்கு முன்தான் நீதிபதியின் மனைவி நோயிலிருந்து மீண்டிருந்தார். அவரும் இரண்டாவது முறையாகத் தனிமைப்படுத்திக்கொள்ளவேண்டியிருந்தது. கடைபிடிக்க வேண்டிய வழிமுறைகளை மதிக்கும் பண்புடைய நீதிபதி, தன் மகன் உடம்பில் நோய்க்கான அறிகுறிகள் இருப்பது தெரிந்தவுடன் மருத்துவர் ரியேவை வரவழைத்தார். மருத்துவர் உள்ளே நுழைந்த போது, பெற்றோர் இருவரும் கட்டில் அருகில் எழுந்து நின்றனர். அங்கு நின்றிருந்த சிறுமியை வெளியே அனுப்பி வைத்தனர் மூச்சுவிட சிரமப்பட்டுக்கொண்டிருந்த சிறுவன், மருத்துவர் பரிசோதித்த போது எந்த முனகலும் இல்லாமல் படுத்திருந்தான். அவர் தலையை உயர்த்திப் பார்த்தபோது நீதிபதியின் முகத்தையும், வெளிறிப்போய் இருந்த அவருடைய மனைவியையும் பார்த்தார். அகல விரிந்திருந்த கண்களுடன் வாயில் கைக்குட்டையைப் பொத்தியபடி அவர் மருத்துவரின் அசைவுகளைக் கவனித்துக்கொண்டிருந்தார்.

"இது, அதுதான் இல்லையா?" என்று கனத்தக் குரலில் நீதிபதி கேட்டார்.

மீண்டும் ஒரு முறை அந்தச் சிறுவனைப் பார்த்த ரியே, "ஆமாம்" என்றார்.

நீதிபதியின் மனைவி அச்சத்தில் கண்கள் விரியத் தொடர்ந்து பேசாமல் நின்றிருந்தார். நீதிபதியும் மௌனமாக நின்றிருந்தார். பிறகு, மெல்லிய குரலில்,

"அப்படியென்றால், எது முறையோ அப்படிச் செய்தாக வேண்டும் டாக்டர்" என்றார்.

வாயில் கைக்குட்டையைப் பொத்தியவாறு நின்றிருந்த நீதிபதியின் மனைவியின் பக்கம் திரும்புவதைத் தவிர்த்த ரியே,

"உங்கள் வீட்டுத் தொலைபேசியிலிருந்து இப்போது நான் தகவல் சொன்னால், அதற்கான வேலைகள் சீக்கிரம் முடிந்து விடும்" என்றார்.

தொலைபேசி இருக்கும் இடத்தைக் காட்டுவதாக நீதிபதி கூறினார். அதற்குள், மருத்துவர் நீதிபதியின் மனைவிப் பக்கம் திரும்பி,

"அம்மா, சொல்ல வருத்தமாக இருக்கிறது. நீங்கள் சில விஷயங்களைத் தயாராக எடுத்து வைத்துக்கொள்ளுங்கள். என்ன என்று உங்களுக்குச் சொல்ல வேண்டியதில்லை" என்றார்.

ஸ்தம்பித்ததுபோல் நின்றிருந்த அவர் தரையையே பார்த்துக்கொண்டிருந்தார், பிறகு தலையை அசைத்தபடி,

"அதைத்தான் செய்யப் போகிறேன்" என்றார். அவர்களிடமிருந்து விடைபெறும் முன், ஏதாவது உதவி வேண்டுமா என்று கேட்க ரியே தவறவில்லை. தொடர்ந்து நீதிபதியின் மனைவி மௌனமாக நின்றிருந்தார். இம்முறை நீதிபதி பார்வையைத் திருப்பிக்கொண்டார். பிறகு,

"எதுவும் வேண்டாம் டாக்டர்" என்றவர், எச்சிலை விழுங்கியபடி, "என் பிள்ளையை எப்படியாவது காப்பாற்றுங்கள்" என்றார்.

தனிமைப்படுத்துதல் என்பது ஆரம்பத்தில் வெறுமனே ஒரு சம்பிரதாயமாக இருந்தது. ஆனால் அதனை, முறையாக கடைபிடிக்கும்படி ரியேவும் ராம்பேரும் மாற்றி அமைத்தனர். குறிப்பாக, ஒரே குடும்பத்தைச் சேர்ந்த உறுப்பினர்களாக இருந்தாலும் தங்களுக்குள் தனிமைப்படுத்திக்கொள்ள வேண்டும் என்று வலியுறுத்தினர். தன்னை அறியாமல் குடும்பத்தில்

யாராவது ஒருவர் நோய்த் தொற்றுக்கு ஆளாகியிருந்தால் அவர் மற்றவர்களுக்குப் பரப்பக்கூடிய ஆபத்தை அதிகமாக்கக் கூடாது. இந்த நடைமுறையில் உள்ள நியாயங்களை ரியே விளக்கியபோது, அவை சரியானவைதான் என்று நீதிபதி பாராட்டினார். எனினும் அவருடைய மனைவியும் அவரும் பார்த்துக்கொண்ட போது, எந்த அளவு இந்தப் பிரிவு அவர்களைப் பாதிப்புக்குள்ளாக்குகிறது என்பதை மருத்துவரால் உணர முடிந்தது. திருமதி ஒத்தோனும் சிறுமியான அவருடைய மகளும் ராம்பேர் நிர்வகித்து வரும் தங்கும் விடுதியில் தனிமைப் படுத்திக் கொள்ளலாம். ஆனால், நீதிபதி தங்க இடமில்லை. வேண்டுமானால், நகர மன்ற விளையாட்டு அரங்கில் சாலை பராமரிப்புத்துறையிடமிருந்து பெற்ற கூடாரங்களைக்கொண்டு அமைக்கப்பட்டுவரும் தனிமை முகாமில் மட்டுமே இடமிருந்தது. நிலைமையறிந்து வருத்தம் தெரிவித்தார் ரியே. ஆனால், நீதிபதியோ, சட்டம் என்பது சமமானது என்றும் அதை மதித்து நடப்பதுதான் முறை என்றும் கூறினார்.

சிறுவனைப் பொறுத்தவரை பத்து கட்டில்கள் போடப்பட்டு துணை மருத்துவமனையாக மாற்றப்பட்டுள்ள பள்ளிக்கூட அறையொன்றுக்குக்கொண்டு செல்லப்பட்டான். இருபது மணிநேர முடிவில், அச்சிறுவனின் நிலை கவலைக்கிடமாக இருப்பதாக ரியே கருதினார். எவ்வித அசைவுமில்லாமல் கிடந்த அந்தச் சிறு உடம்பை அந்த நோய் தின்றுகொண்டிருந்தது. புதிதாக உருவாகி இருந்த சின்னஞ்சிறு நெரிகட்டிகள் வலியைத் தந்ததுடன் மெலிதான கைகளின் மூட்டுகளை அசைக்கத் தடை செய்தன. ஆரம்ப நிலையிலேயே கடுமையானத் தாக்குதலுக்கு ஆளாகியிருந்தான். இதன் காரணமாகத்தான் மருத்துவர் கஸ்தேலின் தடுப்பூசியை அவன்மீது செலுத்திப் பார்க்க ரியே முடிவு செய்தார். அன்று இரவே உணவுக்குப்பின் நீண்டநேரம் அந்தத் தடுப்பூசியைச் செலுத்தினார். சிறுவனிடம் எவ்வித மாற்றமும் தெரியவில்லை. விடியற்காலையில், இந்த முக்கிய மான பரிசோதனை முயற்சியின் பலனைத் தெரிந்துகொள்ள அச்சிறுவனின் கட்டில் அருகில் சென்று பார்த்தனர்.

மயக்கத்தில் இருந்து விழித்துக்கொண்ட சிறுவன், போர்வைக்குள் நெளிந்துகொண்டிருந்தான். ரியே, கஸ்தேல், தரு ஆகிய மூவரும் காலை நான்கு மணியிலிருந்தே கட்டில் அருகில் இருந்து, சிறுவனின் நோய் அதிகமாவதையும் குறைவதையும் கவனித்துக்கொண்டிருந்தனர். கட்டிலின் தலைப் பகுதியில் தருவின் பருத்த உருவம் சற்றே வளைந்தபடி நின்றிருந்தது. கால் பகுதியில் அமர்ந்திருந்த கஸ்தேல் ஏதோ ஒரு பழைய புத்தகத்தை முழு அமைதியுடன் வாசிப்பதுபோல் தோன்றியது.

கொஞ்சம்கொஞ்சமாகக் காலை வெளிச்சம் அந்தப் பள்ளிக்கூட அறையில் பரவ மற்றவர்களும் வந்து சேர்ந்தனர். முதலில் பனெலு சுவரையொட்டி தரு அருகில் போய் நின்றுகொண்டார். அவரது முகத்தில் துயரத்தின் ரேகைகள் தெரிந்தன. தன் உடல்நலத்தைப் பணயம் வைத்துப் பல நாட்களாய் மற்றவர்களுக் காகவே உழைத்ததில் உள்ள களைப்பு அவரது வற்றிப்போன நெற்றியில் சுருக்கங்களை ஏற்படுத்தியிருந்தன.

கிரானும் வந்து சேர்ந்தார். அப்போது மணி ஏழு ஆனது. மூச்சு இரைக்க அங்குத் தாமதமாக வந்ததற்குக் கிரான் வருத்தம் தெரிவித்தார். இன்னும் சிறிது நேரமே தான் அங்கு இருக்கப் போவதாகச் சொன்னார். ஒருவேளை அவர்களுக்கு ஏதோ ஒன்று நடக்கும் என்று ஏற்கெனவே உறுதியாக தெரிந்திருக்கலாம். எதுவும் பேசாமல், கண்களை மூடியபடி சலனமற்ற முகத்துடன் படுத்திருந்த சிறுவனை ரியே அவரிடம் காட்டினார். தன்னால் இயன்றவரை பற்களை இறுகக் கடித்தபடி இருந்த சிறுவன் அசைவற்று கிடந்தான். சிறுவனின் தலை முன்னும் பின்னும், வலப்புறமும் இடப்புறமுமாகத் திரும்பிக்கொண்டிருந்தது. அந்த அறையில் இருந்த கரும்பலகையில் முன் எப்போதோ எழுதப்பட்ட கணித விகிதங்கள் தெரியும்படியான வெளிச்சம் வந்தபோதுதான் ராம்பேர் வந்து சேர்ந்தான். பக்கத்துக் கட்டிலின் பின்புறம் சாய்ந்தவாறு சிகரெட் பெட்டி ஒன்றை வெளியில் எடுத்தவன், சிறுவனைப் பார்த்தபின் சட்டைப் பைக்குள் வைத்துக்கொண்டான்.

உட்கார்ந்திருந்த கஸ்தேல் தன் கண்ணாடி வழியாக ரியேவைப் பார்த்தார்.

“நீதிபதியைப் பற்றி ஏதாவது தகவல் உண்டா?”

“இல்லை” என்ற ரியே, “அவர் தனிமைப்படுத்தப்பட்டவர் களுக்கான மருத்துவமனையில் இருக்கிறார்” என்று தெரிவித்தார்.

அந்தச் சிறுவன் முனகிக்கொண்டிருந்த கட்டிலின் கால் பகுதியில் இருந்த இரும்பு உருட்டுக் கம்பியை இறுகப் பிடித்தபடி இருந்தார் ரியே. அந்தச் சிறுவனையே தொடர்ந்து கவனித்துக்கொண்டிருந்தார். அப்போது திடீரென மீண்டும் ஒரு முறை பற்களைக் கடித்துக்கொண்டு, உடலை விறைப்பாக்கி கொண்டான்; மெல்ல கைகளையும் கால்களையும் விரிந்தபடி இடுப்புப் பக்கமாக பின்புறம் சிறிதே வளைத்துக்கொண்டான். வியர்வையும் கம்பளியும் கலந்தவொரு கெட்டவாடை அந்தச் சிறிய உடம்பிலிருந்து எழுந்தது. மெல்லமெல்ல அந்தச் சிறுவன் கைகளையும் கால்களையும் கட்டிலின் நடுப்பகுதிக்குக் கொண்டுவந்து ஓய்வெடுத்தான். கண்களையும் வாயையும்

மூடியபடியே கிடந்த அச்சிறுவன் வேகவேகமாக மூச்சு விடுவதைப்போல் தோன்றியது. ரியே தருவைப் பார்க்க, தருவோ பார்வையைத் திருப்பிக்கொண்டான்.

எத்தனையோ குழந்தைகள் இறப்பதை அவர்கள் ஏற்கெனவே பார்த்திருக்கிறார்கள். கடந்த பல மாதங்களாக ஈவு இரக்கமில்லாமல் மக்களை இந்த நோய் பலிவாங்கிக்கொண் டிருக்கிறது. எனினும், இன்று அதிகாலை முதல் அருகிலிருந்து, சிறுவன் ஒருவன் ஒவ்வொரு நிமிடமும் அனுபவிக்கும் சித்திரவதையை இவ்வளவு துல்லியமாக ஒருபோதும் அவர்கள் பார்த்ததில்லை. இத்தகைய அப்பாவி உடல்களுக்கு அந்த நோய் தரும் வலிகள் உண்மையில் அநியாயமானவையாக அவர்கள் கருதினர். அத்தகைய வேதனைகள் தொடர்ந்தன என்றாலும், இந்தச் சிறுவனின் வேதனையைப் பார்க்கும்வரை, ஒருவகையில், எதார்த்தத்திலிருந்து விலகி நின்றுதான் கொடுமையை அனுபவித்து வந்துள்ளனர். ஏனெனில், அப்பாவிச் சிறுவன் ஒருவனின் மரண வேதனையை இத்தனை நீண்ட நேரத்துக்கு நேருக்கு நேராக அவர்கள் அதுவரை பார்த்ததில்லை.

அந்த நேரத்தில், வயிற்றில் ஏதோ கடித்துவிட்டதுபோல் அந்தச் சிறுவன் மீண்டும் அதிக சத்தத்துடன் முனக ஆரம்பித்தான். இதேபோல் சிறிதுநேரம் வளைந்து படுத்துக்கொண்டிருந்த அச்சிறு உடல் ஆட்டத்திலும் நடுக்கத்திலும் குலுங்கிக்கொண்டிருந்தது. கடும் காய்ச்சலின் தொடர் தாக்குதலிலும் பெருந்தொற்றின் கொடும் குளிர்க் காற்றிலும் மாட்டிக்கொண்டு அந்த மெலிந்த சத்தற்ற உடல் தத்தளிப்பதைப்போல் இருந்தது. காற்று அடங்கியதும் சற்றே ஓய்வெடுத்த சிறுவனின் காய்ச்சல் அவனை விட்டு நீங்குவதுபோல் இருந்தது. ஈரமான மாசு படிந்த கட்டிலின் மீது மூச்சுவிட சிரமப்பட்டிருக்கும். அவன் காணும் ஓய்வுகூட ஏற்கெனவே மரணத்தை நினைவூட்டியது. மூன்றாவது முறையாக அவனைத் தாக்கிச் சிறிதளவு எழச்செய்தச் சூடானக் காற்றின் வெப்பம் தந்த சூடு தாங்காமல், தன்னைக் குறுக்கிக்கொண்டு போர்வையை விலக்கி விட்டதுடன் பலமாகத் தன் தலையை இப்படியும் அப்படியுமாக ஒவ்வொரு பக்கமும் ஆட்டியபடி கட்டிலின் விளிம்புக்குச் சென்றான். உப்பியிருந்த கண் இமைகளில் இருந்து வெளிறிய முகத்தின்மீது தாரைதாரையாகக் கண்ணீர் வழிந்தோடியது; உச்சக்கட்டப் போராட்டம் முடிந்தவுடன், முழுமையாகத் துவண்டு போய், எலும்பும் தோலுமாய் இருந்த கைகளும் கால்களும் விறைத்துக்கொண்டன; அவற்றின் சதை 48 மணி நேரத்தில் முற்றிலும் வற்றியிருந்தது. முழுவதும் கசங்கிப்போன படுக்கையில் கோரமான வகையில் சிலுவையில் அறையப்பட்ட வடிவில் அந்தச் சிறுவன் கிடந்தான்.

படுக்கைமீது குனிந்து பார்த்த தரு, தன் கனமான கைகளால் வியர்வையாலும் கண்ணீராலும் ஈரமாயிருந்த சிறிய முகத்தைத் துடைத்தான். சற்றுமுன் தான் படித்துக்கொண்டிருந்த புத்தகத்தை மூடிவிட்டு அந்தச் சிறுவனைக் கஸ்தேல் பார்த்தார். எதையோ சொல்ல வாயெடுத்தவர், திடீரெனக் குரல் கம்மிக்கொள்ளத் தொண்டையைச் செருமி சரிசெய்ய வேண்டியிருந்தது.

"காலையிலும் நோயின் தீவிரம் கொஞ்சமும் குறையவில்லை. அப்படித்தானே ரியே?"

எதுவும் குறையவில்லை என்ற ரியே, வழக்கத்தைவிட அதிக நேரம் அந்தச் சிறுவன் தாக்குப்பிடித்திருப்பதாகக் கூறினார். சுவர்மீது சற்றே சரிந்து நின்றுகொண்டிருந்த பாதிரியார் பனெலு சன்னமான குரலில்,

"இந்தச் சிறுவன் இறப்பது உறுதியென்றால், நீண்டநேரம் சித்திரவதையை அனுபவித்தவனாகி விடுவான்"

அவர் பக்கம் சட்டெனத் திரும்பிய ரியே, எதையோ சொல்ல வாயைத் திறந்தார். ஆனால் எதுவும் பேசாமல் தன்னை அடக்கிக்கொண்டு அந்தச் சிறுவன் பக்கம் திரும்பினார்.

வெளிச்சம் அந்தக் கூடம் முழுவதும் பரவியிருந்தது. அருகில் இருந்த மீதி ஐந்து படுக்கைகளிலும் இருந்த உருவங்கள் நெளிந்து கொண்டும் முனகிக்கொண்டும் இருந்தன. ஆனால் வலிந்து தங்களைக் கட்டுப்படுத்திக்கொள்ள அவர்கள் முயல்வதைப் போல் தோன்றியது. அந்தக் கூடத்தின் கோடியில் அலறும் ஒருவர் மட்டும் சீரான இடைவெளியில் சத்தம் எழுப்பியபடி இருந்தார். வலியைவிட ஆச்சரியமே அதில் மேலோங்கி இருப்பதாகத் தெரிந்தது. நோயை அணுகுவதில் இப்போது ஒருவித இணக்கம் ஏற்பட்டிருந்ததைப்போல் இருந்தது. அந்தச் சிறுவன் மட்டுமே தன்னால் முடிந்தவரைப் போராடிப் பார்த்தான். அவ்வப்பொழுது ரியே அவனது நாடியைப் பிடித்து பார்த்தார்.

இதனை அவர் தேவையற்ற முறையில் செய்தார் என்பதுடன், சொல்லப்போனால் எதையும் செய்ய முடியாமல் இருந்த தன் செயலற்ற நிலையிலிருந்து விடுவித்துக்கொள்ளப் பார்த்தே அவ்வாறு செய்தார். நாடி பிடித்துப் பார்த்து விட்டுக் கண்களை மூடியதும், தன் நரம்புகளின் துடிப்புடன் அச்சிறுவனின் இதயத்துடிப்பும் ஒன்றிப்போவதை உணர்ந்தார். அதுபோன்ற தருணங்களில் துன்பத்தை அனுபவிக்கும் அந்தச் சிறுவனுடன் தான் சங்கமமாகிவிடுவதுபோல் உணர்ந்த அவர், எஞ்சியிருக்கும் மங்காத தன் சக்தி முழுவதையும் திரட்டித் தாக்குப்பிடிக்க

முயன்றார். ஆனால், ஒரு சில நொடிகளில் ஒன்றியிருந்த அந்த இதயங்களின் துடிப்புகள் விலகிச் சென்றன. அச்சிறுவன் அவரது கைகளில் இருந்து நழுவிச் செல்ல அவர் எடுத்த முயற்சிகளும் முழுவதுமாகக் கரைந்து போகின்றன. அக்கட்டத்தில், அந்த மெல்லிய கைமணிக்கட்டை விட்டுவிட்டு மீண்டும் தன் இடத்துக்குத் திரும்புவார்.

அந்தக் கூடத்தில் இருந்த வெள்ளைச் சுவர்கள்மீது விழுந்த வெளிச்சம் ஊதா நிறத்தில் இருந்து மஞ்சள் நிறத்துக்கு மாறியது. கண்ணாடிக் கதவுக்கு வெளியே வெப்பமான காலைப்பொழுது கொளுத்த ஆரம்பித்திருந்தது. திரும்ப வருவதாகக் கூறிச் சென்ற கிரானின் குரல் அவ்வளவாகக் கேட்கவில்லை. எல்லோரும் காத்திருந்தனர். இன்னமும் கண்களை மூடியவாறு கிடந்த சிறுவன் சற்றே அமைதியாக இருப்பதுபோல் தோன்றினான். இப்போது அலகுகள்போல் இருந்த அவனது கைகள் கட்டிலின் பக்கவாட்டுப் பகுதிகளில் வருடியபடி இருந்தன. கைகளை மேலே கொண்டு சென்று முழங்கால் அருகில் போர்வையைச் சுரண்டினான். திடீரெனக் கால்களை மடித்துக்கொண்ட அவன் தொடைகளை வயிற்றுக்கு அருகில் கொண்டுவந்த பிறகு உடல் விறைத்து விட்டது.

இந்தக் கட்டத்தில் முதன்முறையாகக் கண்களைத் திறந்து தன் எதிரில் நிற்கும் ரியேவைப்பார்த்தான். களிமண்ணில் அப்பியது போன்ற குழி விழுந்த அவனது முகத்தில், வாய் திறந்தவுடன் தொடர்ந்து அலறல் சத்தம் ஒன்று வெளிப்பட்டது. அவனது சுவாசம் எவ்விதத்திலும் அந்தச் சத்தத்தை மாற்றவில்லை என்பதுடன் அந்த அறையில் சட்டென சலிப்பானதொரு முறையீடாக அது ஒலித்தது. அத்தனை மனிதர்களிடமிருந்தும் ஒரேநேரத்தில் மனிதாபிமானமற்றச் செயலுக்கு எதிர்ப்புக் குரலாக அது எழுந்தது. ரியே பற்களைக் கடித்துக்கொண்டார். தரு, தலையைத் திருப்பிக்கொண்டான். கஸ்தேல் அமர்ந்திருந்த கட்டிலின் அருகில் ராம்பேர் சென்றான்.

அவர் வாசித்துக்கொண்டிருந்த புத்தகம் காலின் அருகே திறந்து கிடந்தது. அதை மூடி வைத்தார். அந்தச் சிறுவனின் வாயை பனெலு கவனித்தார். நோயின் தாக்கத்தால் தொடர்ந்து அலறியதில் அவனது வாய் அசுத்தமாகி இருந்தது. கட்டில் அருகில் பனெலு மண்டியிட்டார்; தொடர்ந்து யாரிடமிருந்தோ கேட்ட முனகல் சத்தத்திற்கு இடையில் அவரது குரல் சற்றே குறுகியிருந்தாலும் தெளிவாகக் கேட்டது. “என் ஆண்டவரே, இந்தக் குழந்தையைக் காப்பாற்று” என்று அவர் பிரார்த்தனை செய்ததில் வியப்பில்லை.

அந்தச் சிறுவனோ அழுவதைத் தொடர, அருகில் இருந்த மற்ற நோயாளிகள் உள்ளிட்ட எல்லோரும் பொறுமையிழக்க ஆரம்பித்தனர். கூடத்தின் கோடியில் அலறிக்கொண்டிருந்த நோயாளியும் தன் முனகலை அதிகரித்தார். ஆனால் மற்றவர்கள் மென்மேலும் சத்தமாக முனக ஆரம்பிக்க, அந்த அலறலும் மங்கிப் போனது. அறை நெடுகிலும் வேதனையில் வதையும் குரல்கள் எழும்பின. அந்தச் சத்தத்தில் பனெலுவின் பிரார்த்தனை யாருக்கும் கேட்கவில்லை. கட்டிலின் கால் பகுதியில் இருந்த இரும்புக் கம்பியை இறுகப்பிடித்தபடி சோர்வும் கொடூரமும் தாக்கியிருந்த கண்களை மூடினார்.

விழிப்பு வந்த போது தரு தன் அருகில் நிற்பது தெரிந்தது.

“சரி, நான் போய் ஆக வேண்டும். இனியும் என்னால் இதைப் பார்த்துக்கொண்டிருக்க முடியாது”

அதற்குள் மற்ற நோயாளிகள் சட்டென அமைதியாக, சிறுவனின் முனகல் சத்தமும் குறைந்து வர, அது மேலும் குறைந்து சற்று முன் அடங்கி விட்டது என்பதை ரியே உணர்ந்தார். அருகில் படுத்திருந்தவர்களின் முனகல் மீண்டும் தொடங்கி பின் குறைந்தது. அது சற்றுமுன் அடங்கிய போராட்டத்தின் எதிரொலிபோல் இருந்தது. கட்டிலின் அடுத்தப் பக்கம் சென்று பார்த்த கஸ்தேல், எல்லாம் முடிந்துவிட்டது என்றார்.

வாய் திறந்திருந்தாலும் எவ்வித சத்தமும் இல்லாமல் அச்சிறுவன் படுத்திருந்தான். கசங்கிப்போயிருந்த படுக்கையில் கிடந்த அவன் திடீரென மேலும் சுருங்கிப்போய் இருந்தான். முகத்தில் அழுகையின் சுவடுகள் அப்பியிருந்தன.

கட்டில் அருகில் சென்ற பனெலு ஆசி வழங்குவதற்கான அடையாளச் சைகையைச் செய்தார். தன் அங்கியைச் சரிசெய்து கொண்டு கூடத்தின் மையப்பகுதிக்கு வந்தார்.

“அப்படியென்றால் எல்லாவற்றையும் மறுபடியும் ஆரம்பிக்க வேண்டுமா?” என்று கஸ்தேலிடம் தரு கேட்டான்.

தலையை ஆட்டினார் கஸ்தேல். “இருக்கலாம்” என்று வலிய சிரித்தபடி கூறினார். மேலும், “எப்படியும் இவன் நீண்ட காலம் போராடிவிட்டான்” என்றார்.

ஆனால், அதற்குள் ரியே கூடத்தைவிட்டு வெளியேறிக் கொண்டிருந்தார். அவர் நடந்து சென்ற வேகத்தையும் அவரது முகத்தில் இருந்த கலக்கத்தையும் பார்த்த பனெலு, தன்னைக் கடந்து சென்ற அவரது கைகளைப் பற்றி நிறுத்தினார்.

"கொஞ்சம் இப்படி வாருங்கள் டாக்டர்"

நிற்காமல் தள்ளிவிட்டபடி, ரியே அவர் பக்கம் திரும்பி,

"போதுமா? இப்போது இறந்திருக்கும் இவன் ஒரு அப்பாவி என்பதுதான் உங்களுக்குத் தெரியுமே"

பிறகு திரும்பி, பனெலுவின் முன் இருந்த கண்ணாடிக் கதவுகள் வழியாகக் கூடத்துக்குள் நுழைந்து பள்ளிக்கூடத்தின் பின் பக்கம் சென்றார். தூசு படிந்த மரங்களுக்கு இடையில் போடப்பட்டிருந்த பலகையில் உட்கார்ந்த அவர், கண்கள்மீது வழிந்துகொண்டிருந்த வியர்வையைத் துடைத்துக்கொண்டார்.

தன் இதயத்தை நெருடிக்கொண்டிருந்த பயங்கரமான அந்த முடிச்சை அவிழ்க்க வேண்டி மீண்டும் ஒரு முறை கூச்சலிட வேண்டும் என்று நினைத்தார். அத்திமரங்களின் கிளைகளின் ஊடாக மெல்ல வெப்பம் இறங்கிக்கொண்டிருந்தது. இளங்காலை நீலவானத்தை வெண்மையானதொரு படிவம் மூடிவிட சுவாசிக்க மேலும் சிரமமானது. பலகையில் சாய்ந்து உட்கார்ந்தார் ரியே. மரக்கிளைகளையும் வானத்தையும் பார்த்துக்கொண் டிருந்தார். மெல்ல இயல்பான சுவாசத்துக்குத் திரும்பிய அவர் மெல்ல மெல்லச் சோர்வு நீங்குவதை உணர்ந்தார்.

"சற்றுமுன் ஏன் அப்படி கோபமாக என்னிடம் பேசினீர்கள்?" என்று ஒரு குரல் பின்னாலிருந்து கேட்டது. "எனக்கும் அதைப் பார்த்துக்கொண்டிருப்பது கஷ்டமாகத்தான் இருந்தது. என்ன செய்வது?" என்று பனெலு கூறுவது கேட்க, ரியே திரும்பிப் பார்த்தார்.

"உண்மைதான். என்னை மன்னித்து விடுங்கள். களைப்பும் பைத்தியத்தின் ஒரு வடிவம்தான். இந்த ஊரில் சீற்றத்தையும் எதிர்க்குரலையும் தவிர வேறு எதையும் என்னால் உணர முடியவில்லை.

"புரிகிறது. நம் கோபத்தை அது கிளறுவதற்குக் காரணம் அது நம் கட்டுபாட்டின் எல்லைக்கு அப்பாற்பட்டது. ஆனால், அதைப் புரியாமல் இருக்கும் நிலையை நாம் விரும்ப வேண்டும் என்று நினைக்கிறேன்" என்று மெல்லிய குரலில் பனெலு விளக்கினார்.

சட்டென எழுந்து நின்றார் ரியே. தன்னால் முடிந்தவரை வாஞ்சையுடன் பனெலுவைப் பார்த்துத் தலையை அசைத்து மறுத்தார்.

"இல்லை ஃபாதர். அன்பு குறித்து நான் வேறுவிதமான கருத்துக்கொண்டுள்ளேன். சிறு குழந்தைகளைச் சித்திரவதைக்கு

உள்ளாக்கும் இப்படைப்பை நான் சாகும்வரையில் ஏற்கப் போவதில்லை."

பனெலுவின் முகத்தில் ஆழ்ந்த துயரம் படர்ந்தது.

"டாக்டர், இறைவனின் அருள் என்றால் என்ன என்பதைச் சற்று முன்தான் புரிந்துகொண்டேன்" என்று சோகமாகப் பேசினார்.

ஆனால், ரியே மீண்டும் பெஞ்சில் உட்கார்ந்தார். பெரும் களைப்பில் இருந்த அவர், மிகவும் நிதானமாகப் பதில் அளித்தார்.

"அது எனக்குக் கிடையாது என்பது தெரியும். ஆனால், அதைப் பற்றி உங்களுடன் விவாதிக்க விரும்பவில்லை. பிரார்த்தனையோ தெய்வ நிந்தனையோ இதற்கெல்லாம் அப்பாற்பட்ட உயர்ந்ததொரு நிலையில் நம்மை இணைக்கக் கூடிய விஷயத்திற்காக நாம் பாடுபட்டுக்கொண்டிருக்கிறோம் அது தான் எல்லாவற்றையும்விட முக்கியமானது"

ரியே அருகில் பனெலு உட்கார்ந்தார். மனமுடைந்தவராகத் தெரிந்தார்.

"உண்மைதான். நீங்களும் மனித மீட்சிக்காகத்தான் பாடுபடுகிறீர்கள்" என்றார்.

ரியே சிரிக்க முயன்றார்.

"மீட்சி என்பதெல்லாம் பெரிய வார்த்தை. நான் அவ்வளவு தூரம் போக விரும்பவில்லை. என் அக்கறையெல்லாம் மனிதர்களின் உடல்நலம்தான். அதற்குத்தான் நான் முன்னுரிமை தருவேன்"

பனெலு தயங்கியபடியே, "டாக்டர் ..." என்று எதையோ கூற வாயெடுத்தவர் நிறுத்திக்கொண்டார். அவரது நெற்றியில் வியர்வை வழிய ஆரம்பித்தது. "போய் வருகிறேன்" என்று சொல்லி அவர் எழுந்த போது கண்கள் மிளிர்ந்தன. அவர் புறப்பட இருக்கும் போது ஏதோ சிந்தனையில் இருந்த ரியேவும் எழுந்து அவரை நோக்கிச் சென்றார்.

"மீண்டும் சொல்கிறேன்; என்னை மன்னித்து விடுங்கள். இனி அதுபோல் நடக்காது."

பனெலு அவரது கைகளைப்பற்றி, "இருந்த போதும் உங்களுக்கு நம்பிக்கை உண்டாக்க என்னால் முடியவில்லை" என்று சோகமாகக் கூறினார்.

"அதனால் என்ன? நான் வெறுப்பது மரணமும் தீமையும் தான் என்பது உங்களுக்குத் தெரியும். நீங்கள் ஏற்றுக்கொண்டாலும் இல்லாவிட்டாலும் சரி, அவற்றை எதிர்த்துப் போராடுவதிலும் அவற்றை அடியோடு நீக்கவும்தான் நாம் இணைந்து செயல்படுகி றோம்" என்றார் ரியே.

ரியேவும் பனெலுவின் கைகள்களைப் பிடித்தபடி, வேண்டுமென்றே அவரைப் பார்க்காமல், "உங்களுக்குத் தெரியுமா, இறைவனே நினைத்தாலும் நம்மை இப்பொழுது பிரிக்க முடியாது" என்றார்.

சுகாதாரக் குழுவில் சேர்ந்ததிலிருந்து, பிளேக் நோய் தொடர்புடைய மருத்துவமனைகள், ஏனைய இடங்கள் ஆகியவற்றைவிட்டு வேறு எங்கும் பனெலு சென்றதில்லை. பாதுகாவலர்கள் வரிசையில் முன்னிலையில் நின்று அவர் பணியாற்றினார். அதுதான் தனக்குரிய இடம் என்று கருதினார். அவரும் பல மரண அவஸ்தைகளை நேரில் பார்க்க நேர்ந்தது. முறைப்படி தடுப்பூசியின் பாதுகாப்பு அவருக்கு இருந்தபோதிலும், தன் மரணத்தைக் குறித்தும் அவர் எண்ணாமல் இல்லை. பொதுவான பார்வைக்கு அவர் அமைதியாக இருப்பவராகத் தெரிந்தாலும், அந்தச் சிறுவன் சாவதை மணிகணக்கில் பார்க்க நேர்ந்த பிறகு அவர் மாறிப் போனதாகத் தெரிந்தது. அதிக படபடப்பில் இருப்பதை அவரது முகம் காட்டியது. எனவே தான், ஒரு நாள் மருத்துவர் ரியேவிடம் பாதிரியார் பனெலு, "பாதிரியார் ஒருவர் மருத்துவரைச் சந்தித்து சிகிச்சைப் பெறலாமா?" என்ற தலைப்பில் பேசத் தயாராகிக்கொண்டிருப்பதாகச் சிரித்துக் கொண்டே கூறிய போது, இதில் கவனிக்கத்தக்க முக்கியமான விஷயம் அடங்கியிருப்பதாக ரியேவுக்குத் தோன்றியது. அவர் தயாரித்து வைத்திருக்கும் உரையைப் பார்க்க ஆவலாக இருப்பதாக ரியே கூறியபோது, தேவாலயத்தில் உரை ஒன்றை நிகழ்த்தப்போவதாகவும், அப்போது தன் கருத்துகள் சிலவற்றை விரிவாகப் பேச இருப்பதாகவும் தெரிவித்தார்.

"டாக்டர், நீங்களும் அதில் கலந்துகொண்டால் நன்றாக இருக்கும் என்று நினைக்கிறேன். அந்தத் தலைப்பு உங்களுக்குப் பிடிக்கும்"

பலத்தக் காற்று வீசிய நாளன்றுதான் பாதிரியார் தனது இரண்டாவது உரையை நிகழ்த்தினார். உண்மையில், முந்தைய உரையைவிட இம்முறை

குறைவான அளவிலேயே மக்கள் வந்திருந்தனர். ஏனெனில், இதுபோன்ற விஷயத்தில் எந்தப் புதுமையையும் நம் மக்கள் காணவில்லை. இந்த ஊரில் நிலவிவரும் இத்தகைய இக்கட்டான சூழ்நிலையில் 'புதுமை' என்ற வார்த்தையே அதன் பொருளை இழந்திருந்தது. மேலும், பெரும்பாலான மக்கள் தங்கள் சமயக் கடமைகளை முற்றிலுமாகக் கைவிடவில்லை அல்லது தங்கள் ஒழுக்கக்கேடான வாழ்க்கை முறையோடு இணங்கிச் செல்லவும் விரும்பவில்லை. அத்தகையச் சூழலில் சாதாரண கூட்டங்களுக்குப் பதிலாக பகுத்தறிவுக்கு ஒவ்வாத மூடநம்பிக்கைகளில் அக்கறை செலுத்தினர். அதுபோன்றவர்கள், தேவாலய பூசைக்குச் செல்வதைவிட தாயத்துக்களையும் புனித ராக் பதக்கங்களையும் அணிவதையே பெரிதும் விரும்பினர்.

உதாரணமாக, ஆருடங்களை அளவுக்கு அதிகமாக பயன்படுத்தும் நம் மக்களின் போக்கை எடுத்துக்கொள்ளலாம். வசந்தகாலத்தின்போது, இந்நோய் முடிவுக்கு வந்துவிடும் என்று அவர்கள் உண்மையிலேயே எதிர்பார்த்தனர். எனவே, பெருந்தொற்று எவ்வளவு காலம் நீடிக்கும் என்று அறிந்து கொள்வதில் யாரும் அக்கறை காட்டவில்லை காரணம், அவர்களே அது நீடிக்கப்போவதில்லை என்ற உறுதியான முடிவுக்கு வந்திருந்தனர். ஆனால், காலம் செல்லச்செல்ல, இப்போடர் ஒரு போதும் முடியப்போவதில்லை என்ற பயம் மக்களிடம் அதிகமானது. பெருந்தொற்று முடிவுக்கு வருமா என்பதே எல்லோருக்கும் முதன்மையான எதிர்ப்பார்ப்பாக மாறிவிட்டது. எனவே, கத்தோலிக்கத் தேவாலயப் புனிதர்கள், மகான்கள் ஆகியோரின் ஆருடங்கள் மக்கள் கைகளில் வலம் வந்தன. விரைவிலேயே, மக்களிடையே இருந்த நம்பிக்கை தங்களுக்குச் சாதகமாக இருக்கும் என்பதை நகரத்தில் இருந்த அச்சகங்கள் புரிந்துகொண்டன. மக்களிடையே புழக்கத்தில் இருந்த பகுதிகளை அதிக அளவில் அச்சிட்டு வெளியிட்டனர். மக்களுக்கு இவற்றின் மீது உள்ள தீராத தாகத்தைக் கண்டு கொண்ட அச்சக உரிமையாளர்கள், நகர நூலகங்களில் இது போன்ற எழுத்துகளை வரலாற்றின் நெடுஞ்சாலையிலும், குறுக்குச் சாலையிலும் தேடிக் கண்டுபிடித்து ஊர் முழுவதும் புழங்க விட்டனர். வரலாற்றிலும் இத்தகைய ஆருடங்களுக்குப் பஞ்சம் இருப்பதாகத் தெரிந்தபோது, பத்திரிகையாளர்களின் உதவி கோரப்பட்டது. இந்த ஒரு விஷயத்திலாவது முந்தைய நூற்றாண்டுகளில் இத்துறையில் தங்கள் முன்னோர்களைவிடத் திறமையானவர்கள் என்பதை அவர்கள் மெய்ப்பித்துக் காட்டினர்.

இவ்வாறு பத்திரிகையாளர்கள் உருவாக்கிய ஆருடங்கள் சில செய்தித்தாள்களில் தொடர்களாக வந்ததுடன்,

பெருந்தொற்றுக் காலத்துக்கு முன் காதல் கதைகளை வாசித்த அதே ஆவலுடன் அவை வாசிக்கப்பட்டன. சில கணிப்புகள் விசித்திரமான கணக்குகளின் அடிப்படையில் அமைந்திருந்தன. குறிப்பிட்ட ஆண்டு, மரண எண்ணிக்கை, பெருந்தொற்றாக ஏற்கெனவே கழிந்த மாதங்களின் எண்ணிக்கை ஆகியவை கணக்கில் எடுத்துக்கொள்ளப்பட்டன. இன்னும் சிலரோ, வரலாற்றில் இதுவரை வந்த பெரும் தொற்றுக்களோடு ஒப்பிட்டு, இந்தப் பெருந்தொற்றுக்கு உள்ள ஒற்றுமைகளைப் பட்டியலிடுவர் (ஆருடங்கள் இவற்றை 'நிலையானவை' என்று அழைப்பதுண்டு) இவற்றின் அடிப்படையில் விசித்திரமான கணக்குகளின்படி தற்போதைய நோய் குறித்த தகவல்களை வழங்குவதாகக் கூறிக்கொள்வர். ஆனால், அருள்வாக்கின் தொனியில் உலகப் பேரழிவைக் குறித்துப் பல சம்பவங்கள் நேரக்கூடும் என்ற பட்டியலை வெளியிட்ட ஆருடத்தைத்தான் மக்கள் உண்மையிலேயே அதிகம் விரும்பினர். சிக்கலான முறையில் அவை அமைந்திருந்ததால் எப்படியும் அவற்றில் ஏதாவது ஒரு சம்பவம் நிச்சயமாக தற்போதைய நிகழ்வுடன் பொருந்திப் போகும் சாத்தியமும் (எப்படி வேண்டுமானாலும் அதற்கு அர்த்தம் கற்பிக்கக்கூடிய வாய்ப்பும்) இருந்தன. இவ்வாறாக, நாஸ்ட்ராடாமஸ், புனித ஓதீல் ஆகியோரை நாள்தோறும் சரிபார்ப்பார்கள். ஒரு போதும் அவர்கள் ஏமாற்றமடைவதில்லை. அனைத்து ஆருடர்களுக்கும் பொதுவான அம்சமாக, இறுதியில் நம்பிக்கையளிப்பதாக அவை அமைந்திருந்தன. ஆனால் பிளேக்கைப் பொறுத்தவரை அவ்வாறு நடக்கவில்லை.

இத்தகைய மூடநம்பிக்கைகள் நம் மக்களிடையே மதம் இருந்த இடத்தைப் பிடித்துக்கொண்டன. இதன் காரணமாகத்தான் பனெலுவின் உரை நிகழ்ந்த தேவாலயம் முக்கால்வாசிதான் நிரம்பியிருந்தது. நிகழ்ச்சி நடந்த மாலையில், ரியே வந்து சேர்ந்த போது தேவாலயத்தின் முன்வாசலில் இருந்த பெரியக் கதவுகளின் வழியாக வீசிய காற்று, சபைக்குள் தங்குத் தடையின்றிப் பரவியது. குளிர்ச்சியாகவும் அமைதியாகவும் இருந்த தேவாலயத்தில், ஆண்கள் மட்டுமே கூடியிருந்த சபையில் ரியே அமர்ந்திருக்க, பாதிரியார் பிரசங்க மேடைக்குச் சென்றார். முந்திய உரையைவிட இம்முறை அவரது குரல் மென்மையாகவும் அதிகம் யோசித்துப் பேசுவது போன்றும் இருந்தது. அவரது பேச்சில் ஒருவிதத் தயக்கம் தென்படுவதை வந்திருந்தவர்கள் பலமுறை கவனித்தனர். மேலும் ஒரு வினோதமான மாற்றம் தெரிந்தது. முன்பைப்போல் அவர் "நீங்கள்" என்று கூறாமல் "நாம்" என்று கூறினார்.

எனினும், அவருடையக் குரல் படிப்படியாக உயர்ந்தது. பெருந்தொற்று நம்மிடையே வந்து பல மாதங்களாகிவிட்டன

என்பதை நினைவூட்டிய அவர், இப்போது அதனை நன்கு அறிவோம் என்றார். ஏனெனில், நம் மேசையில் உட்கார்ந்த படியோ, நம் நேசத்துக்குரியவரின் படுக்கைக்கு அருகில் இருந்த படியோ அதனைப் பார்த்துவிட்டோம். அது நம்மோடு நடந்து வந்ததையும், நாம் வேலை செய்யும் இடத்துக்கு வரட்டும் என்று நமக்காக காத்திருந்ததையும் பார்த்துவிட்டோம். எனவே, நம்மிடம் அது தொடர்ந்து சொல்லிக்கொண்டிருந்தது என்னவென்று இப்போது காதில் விழ வாய்ப்புள்ளது. திடீரெனக் கேட்பதால், முதல் முறை ஆச்சரியத்தில் சரியாகக் கவனித்திருக்க மாட்டோம். இதே இடத்தில் பாதிரியார் பனெலு ஏற்கெனவே கூறியவை இப்போதும் உண்மையாக இருந்தன. அப்படித்தான் அவர் நம்பினார். ஆனால், நம்மில் யாருக்கு வேண்டுமானாலும் நேர்ந்திருக்கக்கூடியதுபோல், (இதைக் கூறும் போது தன் மார்பில் அடித்தபடி பேசினார்) அவற்றைச் சிந்தித்ததும் கூறியதும் பரிவின்றி நடந்திருக்கலாம். எனினும், எப்போதும் உண்மையாக இருப்பது எது என்றால் எந்த சூழ்நிலையிலும் நாம் கற்பதற்கென்று ஏதோ ஒன்று இருக்கிறது என்பதுதான். கடும் சோதனையும் ஒரு வகையில் கிறித்துவர்களுக்கு நன்மை தரக்கூடியதுதான். கிறித்துவர் என்ற முறையில் ஒருவர் தேட வேண்டியதெல்லாம் தனக்கானப் பலனைத்தான். அந்தப் பலன் என்ன என்பதையும் அதை எவ்வாறு கண்டடைவது என்பதையும் தெரிந்துகொள்ள வேண்டும்.

இந்த நேரத்தில், ரியேவைச் சுற்றி இருந்தவர்கள் தாங்கள் அமர்ந்திருந்த பலகைகளின் பக்கவாட்டுக் கைப்பிடிகளில் கைகளை வைத்தபடி சரிந்து வசதியாக உட்கார்ந்துகொண்டனர். நுழைவாயிலில் இருந்த கதவுகளில் ஒன்று மெல்ல காற்றில் அடித்துக் கொண்டிருந்தது. யாரோ ஒருவர் அதனை மூட எழுந்து சென்றார். இந்த அசைவால் கவனம் சிதறிய ரியே, பனெலு மீண்டும் தன் உரையைத் தொடங்கியதைச் சரியாகக் கவனிக்க வில்லை. பிளேக் என்றால் என்ன என்று விளக்க முயற்சி செய்வதை விட்டு விட்டு இதிலிருந்து நாம் கற்றுக்கொள்ளக்கூடிய பாடம் என்ன என்பதில் கவனம் செலுத்த வேண்டும் என்பதைத்தான் அவர் விளக்கிக்கொண்டிருந்தார். இதில் விளக்குவதற்கு ஒன்றுமில்லை என்பது தான் பாதிரியாரின் கருத்து என்று தோராயமாக ரியே புரிந்துகொண்டார். சிலவற்றை இறைவனின் பார்வையில் விளக்க முடியும், சில விஷயங்களை அப்படி விளக்க முடியாது என்று பனெலு கூறிய போது அதனை முழுமையாக கவனித்தார் ரியே. நல்லவை என்றும் தீயவை என்றும் நிச்சயமாகச் சில விஷயங்கள் உள்ளன. பொதுவாகப் பார்த்தால் அவற்றின் வேறுபாட்டை எளிதாகப் புரிந்துகொள்ள முடியும். ஆனால் தீமைக்குள்தான் பிரச்சினையே தொடங்குகிறது. உதாரணமாக,

உண்மையில் தேவையான தீமையும், தேவையற்ற தீமையும் உள்ளன. டான் ஹுவான் நரகத்தில் வீழ்ந்திடுகிறான். இங்கே ஒரு சிறுவனின் மரணம் ஏற்படுகிறது. அந்த மனம்போன போக்கில் செய்பவனை நரகத்துக்குள் தள்ளுவது நியாயமாகத் தெரியும். அதே நேரம் சிறுவனின் வேதனையைப் புரிந்துகொள்ள முடியாது. உண்மையில், இந்த உலகில் சிறுவனின் வேதனையைவிட முக்கியமானது வேறு எதுவுமில்லை. அந்தக் கொடூரமும் அது தொடர்பான சித்திரவதைகளையும்விட எதுவும் அதிக முக்கியமில்லை. அதற்கான விளக்கத்தைக் கண்டுபிடிப்பது அவசியமாகும். மற்ற விஷயங்களில் நமக்கு எல்லாவற்றையும் இறைவன் எளிதாக்கி வைத்துள்ளார். அதுவரையில் மதத்துக்கு எவ்வித மதிப்பும் இல்லை. இப்படித்தான் நாம் பிளேக் நோய் என்னும் சுவர்களுக்குக் கீழ் நிறுத்தப்பட்டுள்ளோம். அவற்றின் மரண நிழலில்தான் நம் நன்மையை நாம் தேடியாக வேண்டும். அந்தச் சுவரை ஏறிச் செல்லக் கூடியதில் உள்ள எளிமையான வசதிகளை ஏற்கக்கூட பாதிரியார் பனெலு மறுத்துவிட்டார். அந்தச் சிறுவனுக்குக் காத்திருக்கும் எல்லையற்ற பேரின்பம் அந்தச் சிறுவனின் வேதனைகளுக்கு ஈடு கட்டிவிடும் என்று எளிதாக அவர் சொல்லி இருக்கலாம். ஆனால், உண்மையில் அது பற்றி அவருக்குத் தெரியாது. மனித வேதனையில் ஒரு நொடியை எல்லையற்ற பேரின்பம் ஈடுசெய்யும் என்பதை யாரால் உறுதியாகக் கூறி விட முடியும்? நிச்சயமாகக் கிறித்துவர் ஒருவரால் முடியாது. ஏனெனில் அவருடைய தலைவர் தன் கை, கால்களிலும் இதயத்திலும் பல இன்னல்களை அனுபவித்தவர். உண்மைதான், குழந்தை ஒன்றின் வேதனைக்கு முன், சிலுவை யில் அறையப்பட்டதைப்போல், தன் கைகள் கட்டப்பட்ட நிலையில் நிற்பதைத் தவிர பாதிரியாருக்கு வேறுவழியில்லை. அன்றைய நாளில் அவர் பேசுவதைக் கவனிக்க வந்தவர்களிடம் எவ்வித அச்சமும் இல்லாமல், “என் சகோதரர்களே, இதோ நேரம் வந்துவிட்டது. அனைத்தையும் நம்ப வேண்டும். அல்லது அனைத்தையும் மறுக்க வேண்டும். உங்களில் எத்தனை பேர் அனைத்தையும் மறுக்கத் துணிவீர்கள்?”என்று கேட்டார்.

பாதிரியாரின் பேச்சு தெய்வ நிந்தனையை நெருங்கி வருகிறதோ என்று ரியே நினைப்பதற்குள், இந்தத் தடை, இந்தத் தேவைதான் கிறித்துவரின் சாதகமான அம்சமாகும் என மீண்டும் ஒருமுறை வலியுறுத்தினார். இது அவரின் நல்லியல்பும்கூட. தான் பேச இருக்கும் நல்லியல்பில் தீவிரமான விஷயமும் உண்டு என்பதையும் அது சிலரை அதிர்ச்சிக்குள்ளாக்கும் என்பதையும் பாதிரியார் அறிந்திருந்தார். ஏனெனில் அவர்கள் இளகிய மனம் கொண்ட, பழைய ஒழுக்க நெறிக்குப் பழகியவர்கள். ஆனால், பிளேக் நோயின் போதுள்ள மதம் மற்ற நேரங்களில்

உள்ளதைப்போல் இருக்க முடியாது. மகிழ்ச்சியான நேரங்களில் ஆன்மாவானது இளைப்பாற வேண்டும் என இறைவன் ஏற்றுக்கொண்டாலும் அல்லது விரும்பினாலும், துக்கம் அதிக அளவில் இருக்கும்போது அந்தச் சமயப்பற்று அதிகமாக வெளிப்பட வேண்டும் என்று விரும்பினார். இன்று, மாபெரும் ஒழுக்க நெறியினைத் தாங்களே கண்டடையச் செய்யும்படியான துர்பாக்கிய நிலையில் வைக்கும் ஒரு நன்மையை இறைவன் தம் உயிரினங்களுக்குச் செய்கிறார். அந்நெறியை முழுமையாகக் கடைபிடிக்க வேண்டும் அல்லது எதையும் கடைபிடிக்கக் கூடாது.

மத சார்பற்ற எழுத்தாளர் ஒருவர் சென்ற நூற்றாண்டில் தேவாலயத்தின் இரகசியத்தை உடைப்பதாகக் கூறிக்கொண்டார். இறந்த பின் ஆன்மாவை புனிதப்படுத்தும் இடம் என எதுவும் கிடையாது என்றார். இதன் மூலம், அவர் மறைமுகமாக ஒரு விஷயத்தைக் கூறினார். சொர்க்கம் அல்லது நரகம்தான் உண்டு, இடையில் வேறு எதுவும் கிடையாது என்பதுதான் அது. தாங்கள் எடுத்த முடிவுகளின் அடிப்படையில் ஒருவர் காப்பாற்றப்படுவார் அல்லது தண்டனைக்குள்ளாவார். பனெலு கூறுவது உண்மை என்றால் இது பகுத்தறிவாளரின் ஆன்மாவில் மட்டுமே உதிக்கக் கூடிய ஒரு வகையான தெய்வ நிந்தனையாகும். ஏனெனில் ஆன்மாவைப் புனிதப்படுத்தும் இடம இருந்தது. எனினும், இந்த இடத்தின்மீது அதிக நம்பிக்கை வைத்திருக்க முடியாத காலமும் இருந்தது என்பதும் உண்மை. மன்னிக்கக்கூடிய சாதாரண பாவங்களைப்பற்றிப் பேச முடியாத காலமும் இருந்தது. அனைத்துப் பாவங்களும் மரிக்கக் கூடியவை தான்; அனைத்து வகையான அலட்சியமும் குற்றம்தான். எல்லாவற்றையும் ஏற்றுக்கொள்ள வேண்டும் அல்லது எதையும் ஏற்றுக்கொள்ளக் கூடாது.

இந்த இடத்தில் பனெலு உரையை நிறுத்தினார். வெளியில் வேகம் பெறும் காற்றின் சத்தம் கதவுகளின் அடியில் இருந்து எழுவதை ரியேவால் தெளிவாகக் கேட்க முடிந்தது. அதே நேரம், எல்லாவற்றையும் ஏற்றுக்கொள்ளும் ஒழுக்க நெறி குறித்துப் பேசி இருந்தாலும், அதனை வழக்கமான முறையில் பெரிய அர்த்தத்துடன் புரிந்துகொள்ளக் கூடாது என்றார் பாதிரியார். அது வெறுமனே சரணாகதியோ பெரும் பணிவோ இல்லை. அவமதிப்பு தொடர்பானது. ஆனால், இதில் அவமதிக்கப்படுபவரின் சம்மதமும் உண்டு. சிறுவன் ஒருவனின் வேதனை நிச்சயமாக நம் ஆன்மாவுக்கும் உடலுக்கும் அவமானகரமானதாகும். இதன் காரணமாகத்தான் அதன் அங்கமாக நாம் மாறிவிட வேண்டும். எனவே தான், தான் இப்போது சொல்ல போவது எளிதானது அல்ல என்று பனெலு உறுதியளித்தார்.

நீங்கள் அதனை விரும்பியாக வேண்டும். ஏனெனில் இறைவன் அதை விரும்புகிறார். எல்லா வழிகளும் மூடியிருக்க எதையும் புறந்தள்ளாமல் கிறித்துவர்கள் அவசியமான முடிவுக்குச் செல்ல வேண்டும் என்றால் இதுதான் ஒரே தீர்வு. எல்லாவற்றையும் மறுக்கும் நிலைக்குத் தள்ளப்படாமல் தவிர்க்க எல்லாவற்றையும் நம்புவது என்ற முடிவை எடுப்பார்கள். தொற்றினை உடல் இயல்பாக முறியடிக்கும் சக்தியாக நெரிகட்டிகள் தோன்றியதைத் தெரிந்துகொண்ட பின், அந்த நல்ல நாளில் உடனடியாகத் தேவாலயத்துக்கு வந்து, “ஆண்டவரே, என் பிள்ளைக்கு நெரிகட்டிகளைக் கொடு” என்று பிரார்த்தனை செய்ததைப்போல் இருக்க வேண்டும். ஒரு விஷயம் நமக்குப் புரியாமல் இருந்தாலும் இறைவனின் விருப்பத்துக்கு விட்டுவிடக் கிறித்துவர்கள் பழக வேண்டும். “எனக்கு இது புரிகிறது. ஆனால் அது ஏற்றுக்கொள்ள முடியாததாகும்” என்று சொல்ல முடியாது. நமக்குத் துல்லியமாக வழங்கப்பட்டுள்ள இந்த ஏற்றுக்கொள்ள முடியாத ஒன்றின் மூலத்துக்குள் பாய்ந்தாக வேண்டும். அப்போது தான் நாம் ஒரு முடிவுக்கு வர இயலும். சிறுவனின் வேதனை என்பது நமக்கு வழங்கப்பட்ட கசப்பான ரொட்டிதான்; ஆனால் இந்த ரொட்டி இல்லாமல் நம் ஆன்மாக்கள், ஆன்மீகப் பசியில் மாண்டுபோகும்.

பாதிரியார் பனெலுவின் உரையில் இடையில் நிறுத்தும் போது வழக்கமாகக் கேட்கும் சில சலசலப்புகள் இப்போதும் கேட்கத் தொடங்கின. அப்போது, பாதிரியார் சட்டென உறுதியான குரலில், அங்கிருப்பவர்கள் சார்பாகக் கேட்பதுபோல் முடிவாக எத்தகைய வழியில் நடக்க வேண்டும் என்ற கேள்வியை எழுப்பினார். விதிப்பயன் என்ற அச்சந்தரும் வார்த்தையைக் கூறுவார்கள் என்று பனெலு நினைத்தார். இருக்கட்டும். அப்படியே அந்த வார்த்தையை அவர்கள் கூறுவதாக இருந்தாலும் அதனுடன் ‘செயல்படும்’ என்ற பெயரடையைச் சேர்க்க அனுமதித்தால் போதும். நிச்சயமாக மீண்டும் ஒருமுறை ஏற்கெனவே அவர் குறிப்பிட்டிருந்த அபிசீனியாவின் கிறித்துவர்கள்போல் நடந்து கொள்ளக் கூடாது. அதே நேரம், பெர்சியாவில் பிளேக் நோய்க்கு ஆளானவர்களைப்போல், கிறித்துவ சுகாதார ஊழியர்கள் குழு மீது தங்கள் ஆடைகளை வீசி எறிந்து, இறைவனால் அனுப்பப்பட்ட தீமையை எதிர்த்துப் போராட முயலும் இந்த மதத்துரோகிகளுக்குப் பிளேக் நோயைத் தரும்படி வானத்தை நோக்கி இறைவனிடம் சத்தமாக முறையிட வும் கூடாது. அதேபோல், கெய்ரோ துறவிகளைப் போன்றும் செயல்படக் கூடாது. சென்ற நூற்றாண்டில் ஏற்பட்ட பிளேக் நோயின்போது, ஈரமான உதடுகளில் தொற்று பதுங்கியிருக்கக் கூடிய அபாயம் இருந்ததால் நற்கருணையின் போதும் இடுக்கி களைக் கொண்டே ரொட்டியை எடுத்து வழங்குவார்கள்.

பெர்ஷியாவில் பிளேக் நோயாளிகளும் கெய்ரோ துறவிகளும்கூடப் பாவம் இழைத்தவர்கள்தாம். ஏனெனில், அந்தப் பெர்ஷிய நோயாளிகளைப் பொறுத்தவரை ஒரு சிறுவனின் வேதனை ஒரு பொருட்டல்ல. மாறாக, கெய்ரோ துறவிகளுக்கோ, வேதனை குறித்த பயம்தான் மேலோங்கி நின்றது. இந்த இரண்டு சம்பவங்களிலும் பிரச்சினை மூடி மறைக்கப்பட்டுவிட்டது. இறைவனின் குரலுக்கு யாரும் செவிசாய்க்கவில்லை. எனினும், வேறு சில உதாரணங்களையும் பனெலு சுட்டிக்காட்ட விரும்பினார். மர்சேயில் ஏற்பட்ட பெருந்தொற்று பற்றிய குறிப்புகளை எழுதியவரின் கணக்குப்படி மெர்சிப் பகுதியைச் சேர்ந்த தேவாலயத்தின் 81 தேவ ஊழியர்களில் 4 பேர் மட்டுமே உயிர் பிழைத்தனர். இந்த 4 பேரிலும் 3 பேர் தப்பித்துவிட்டனர். இவ்வாறு பிளேக்கைப் பற்றிய குறிப்புகளை எழுதியவர்கள் குறிப்பிடுகின்றனர். இதற்கு மேல் அதைப்பற்றி பேசுவது அவர்களது வேலையில்லை. இதைப் படிக்கும்போது, பனெலு நினைவெல்லாம் அந்த ஒருவர் மீதுதான் இருந்தது. 77 பிணங்கள் விழுந்தபோதும், குறிப்பாக அவருடன் பணியாற்றிய மூன்று பேரும் வெளியேறிவிட்ட பிறகும் அவர் மட்டும் தனியாக இருந்தார். கைகளைக் குவித்து மேடையின் பக்கவாட்டுப் பலகையின்மீது அடித்து உரத்த குரலில், "என் சகோதரர்களே, ஓடாமல் இங்கேயே நின்று போராடுபவராக இருங்கள்" என்று அழைத்தார்.

பேரிடரின்போது நிலவும் குழப்பமான சூழலில் ஒரு சமுதாயத்தில் மேற்கொள்ளப்படும் அறிவுப்பூர்வமான முன்னெச்சரிக்கை நடவடிக்கைகளை ஏற்கக் கூடாது என்று இதற்குப் பொருளில்லை. அப்படியே மண்டியிட்டு அனைத்தையும் கைவிட்டுச் சரணாகதி ஆகிவிட வேண்டும் என்று கூறும் நபர்களின் அறக்கருத்துகளுக்குச் செவி சாய்க்கக் கூடாது. நாம் செய்ய வேண்டியதெல்லாம் ஒன்று மட்டுமே. இருட்டில், ஒரு வகையில் பார்வையற்றவர்போல் வழியை உணர்ந்து முன்னேறிச் செல்லப் பார்க்க வேண்டும் என்பதுடன் நல்லதைச் செய்ய முயல வேண்டும். இல்லையேல், சிறுவர்களின் மரணம் உட்பட அனைத்தையும் இறைவனிடம் விட்டுவிட்டு வருவதை ஏற்றுக்கொண்டு வாழ வேண்டும். தனிப்பட்ட முறையில் அதற்கான தீர்வைத் தேடாமல் இருக்க வேண்டும்.

இந்த இடத்தில், மர்சேய் நகரில் உண்டான பெருந்தொற்றின் போது, அங்கு வாழ்ந்த மாபெரும் ஆளுமையான ஆயர் பெல்ஸோன்ஸ் பற்றிக் குறிப்பிட்டார். பெருந்தொற்று முடிவுக்கு வரும் காலகட்டத்தில் நடந்த அச்சம்பவத்தைப் பாதிரியார் பனெலு நினைவு கூர்ந்தார். தன்னால் முடிந்த அனைத்தையும்

செய்து முடித்த ஆயர், இனியும் வேறு தீர்வில்லை என்ற முடிவுக்கு வந்த பின் சில உடமைகளுடன் தன் வீட்டுக்குள் சென்று பூட்டிக்கொண்டார். யாரும் புகாதபடி சுவர் அமைத்துக் கொண்டார். அவரை அதுவரை தெய்வமாகக் கொண்டாடிய மக்கள், துக்கம் அதிகமாகும்போது மாறுவதைப்போல், அவர் மீது கோபம்கொண்டு, அவருக்குத் தொற்று ஏற்படுமாறு அவரது வீட்டைச் சுற்றிலும் பிணங்களைக் கொண்டுவந்து கொட்டினர். அவரது மரணத்தை உறுதிசெய்ய, சுவர்களைத் தாண்டியும் பிணங்களை வீசி எறிந்தனர். இவ்வாறாக, இறுதியில் ஏற்பட்ட பலவீனத்தின் காரணமாக மரணத்திடமிருந்து இவ்வுலகில் தன்னைத் தனிமைப்படுத்திக்கொள்ளலாம் என நினைத்தார். ஆனால் அவரது தலைமீது வானிலிருந்து பிணங்கள் பொழிந்தன. இதே நிலைதான் நமக்கும். பெருந்தொற்றைப் பொறுத்த வரைத் தீர்வு என எதுவும் இல்லை என்பதை நன்கு புரிந்து கொள்ள வேண்டும். இதில் மையம் என்று எதுவுமில்லை. இந்தக் கொடுமையை நாம் ஏற்றுக்கொண்டாக வேண்டும். ஏனெனில், நாம் இரண்டில் ஒன்றைத் தெரிவு செய்தாக வேண்டும். இறைவனை வெறுப்பதா அல்லது நேசிப்பதா? யார்தான் இறைவனை வெறுக்க முடிவு செய்வார்கள்?

முடிவுரையாக ஒன்றைக் கூறுவதாகச் சொல்லி பனெலு பேச ஆரம்பித்தார்.

“என் சகோதரர்களே! இறைவன்மீது உள்ள நேசம் என்பது கடினமானதாகும். முழுமையாகத் தன்னை ஒப்படைப்பதுடன் தன்னைப் பற்றி உயர்வான எண்ணத்தை ஒதுக்கிவைப்பதுமாகும். அது ஒன்றே சிறுவர்களின் மரணத்தையும் வேதனைகளை யும் துடைக்கவல்லதாகும். அதுதான் அந்த வேதனையையும் மரணத்தையும் அவசியமாக்குகிறது. ஏனெனில், அவற்றை நம்மால் புரிந்துகொள்ள இயலாது, நேசிக்கத்தான் இயலும். இந்தச் சிக்கலான படிப்பினையைத்தான் உங்களுடன் பகிர்ந்து கொள்ள விரும்பினேன். இதுதான் நாம் கடைபிடிக்க வேண்டிய நம்பிக்கையாகும். மனிதர்களின் பார்வையில் இது கடுமையாக இருக்கும். ஆனால் இறைவனின் பார்வையில் இதுதான் இறுதியானது. இந்தக் கடுமையான உருவத்தை அடைய நாம் எல்லோரும் சமமாக வேண்டும். இந்தச் சிகரத்தில் அனைத்தும் ஒன்றாகிச் சமமாக இருக்கும். தெளிவாகத் தெரியும் அநீதியிலிருந்து உண்மை எழுந்து வெளிவரும். இவ்வாறாகத்தான், பிரான்ஸின் தென்பகுதியில் உள்ள பல தேவாலயங்களில் பாடல் இசைக்கும் இடத்தின் கீழ் பல நூற்றாண்டுகளாகப் பெருந்தொற்றுக்குப் பலியானவர்கள் இருக்க, அவர்களது கல்லறைகள்மீது நின்று பாதிரியார்கள் பேசிக்கொண்டிருந்தனர். அவர்கள் போதித்துவந்த

ஆன்மா இந்தச் சாம்பல் குவியலிலிருந்து மேலே எழும்பியது. எனினும், அதில் சிறுவனின் சாம்பலும் இருந்திருக்கும்."

தேவாலயத்தைவிட்டு ரியே வெளியேறியபோது திறந்து கிடந்த வாசல் வழியாக வீசிய காற்று, பிரார்த்தனை முடிந்து வெளியில் வந்தவர்களின் முகத்தில் அறைந்து சென்றது. காற்றுடன் தேவாலயத்துக்குள் மழை வாசனையும் ஈரமான நடைபாதையின் வாடையும் உள்ளே நுழைய, வெளியே செல்லும் முன்பே நகரத்தின் நிலைமையை ஊகிக்க முடிந்தது. ரியேவுக்கு முன் வயதான பாதிரியார் ஒருவரும் இளம் தேவ ஊழியர் ஒருவரும் வெளியே சென்றுகொண்டிருந்தனர். தங்கள் தலைப்பாகையை பறக்காமலிருக்க அவர்கள் சிரமப்பட்டனர்.

வயதான பாதிரியார் அதுவரை நடந்த பிரசங்கம் குறித்து தொடர்ந்து விவாதித்தபடி வந்தார். பனெலுவின் பேச்சாற்றலைப் புகழ்ந்த அதே நேரம், அவர் தெரிவித்த கருத்துகளில் இருந்த கடுமை குறித்து கவலை தெரிவித்தார். அவரது உரையில், ஆற்றலைவிடக் கவலை அதிகமாக இருப்பதாக முதிய பாதிரியார் கருதினார். பனெலுவின் வயதுடைய பாதிரியாருக்குக் கவலைப்பட்டுக் கொண்டிருக்க உரிமை கிடையாது என்றும் கூறினார். இளம் தேவ ஊழியர், காற்றின் வேகத்தைச் சமாளிக்கத் தலையைக் குனிந்தபடி வந்தார். உரை நிகழ்த்திய பாதிரியாரை அடிக்கடி சந்திப்பது வழக்கம் என்றும் அவரது கருத்துகளின் முன்னேற்றத்தைக் கவனித்துவருவதாகவும் கூறினார். இதைவிடவும் கடுமையான கருத்துகளைக் கொண்டவர் அவர் என்றும் அவற்றுக்கு நிச்சயம் திருச்சபையின் அனுமதியோ அங்கீகாரமோ கிடைக்காது என்றும் கூறினார்.

"பிறகு என்னதான் அவரது திட்டம்?" என்று கேட்டார் வயதான பாதிரியார்.

தேவாலய முகப்புக்கு வந்துவிட்டனர். இன்னமும் அவர்களைச் சுற்றி காற்று ஊளையிட்டபடி வீசிக்கொண்டிருக்க அந்த இளம் தேவ ஊழியரைப் பேசவிடாமல் தடுத்தது. ஒரு வழியாக அவரால் பேச முடிந்தபோது,

"பாதிரியார் ஒருவர் மருத்துவரைப் போய் சிகிச்சைக்காக அணுகினால் அதில் ஒரு முரண் உள்ளது"

பனெலு உரை குறித்து தருவிடம் ரியே விவரித்தபோது, தனக்குத் தெரிந்த பாதிரியார் ஒருவரைப் பற்றி தரு கூறினான். கண்கள் தோண்டப்பட்ட நிலையில் இருந்த இளைஞன் ஒருவனைப் போர்க் காலத்தின்போது பார்த்த அந்தப் பாதிரியார் அதன் பின் இறை நம்பிக்கையை இழந்துவிட்டார்.

“பனெலு கூறுவது நியாயம்தான். அப்பாவித்தனத்தின் கண்கள் தோண்டப்படும்போது கிறித்துவன் ஒருவன் இறை நம்பிக்கையை இழக்க வேண்டும். அல்லது கண்கள் பறிக்கப்பட்ட நிலையை ஏற்றுக்கொள்ள வேண்டும். இதைத்தான் அவர் தெளிவுபடுத்த விரும்பியிருக்கிறார்.”

தருவின் இக்கருத்து இனி நடக்க இருக்கும் சம்பவங்களைப் புரிந்துகொள்ள உதவியதா? ஏனெனில், பனெலுவின் நடவடிக்கை அவரைச் சுற்றி இருந்தவர்களுக்குப் புரிந்துகொள்ள முடியாததாக இருந்தன. பொறுத்திருந்து பார்ப்போம்.

இந்தப் பேருரை முடிந்த சில நாட்களில் வேறு இடத்துக்குக் குடியேறுவதற்கான வேலையில் பனெலு மூழ்கினார். பெருந்தொற்றின் காரணமாக ஊரில் உள்ள பலரும் குடியிருக்கும் இடத்தை மாற்றுவது அடிக்கடி நடந்துகொண்டிருந்த நேரம் அது. தருவும் தான் தங்கியிருந்த விடுதியிலிருந்து ரியேவின் வீட்டுக்கு இடம் மாறினான். அதேபோல் தனக்கு வழங்கப்பட்டிருந்த விடுதியை விட்டு வெளியேறி இதுவரை தொற்றுநோய்க்கு ஆளாகாமல் இருப்பவரும் தேவாலயத்துக்கு முறையாக வந்து செல்லும் விசுவாசிகளில் ஒருவருமான வயதானப் பெண் ஒருவருடைய வீட்டிற்குப் பாதிரியார் பனெலு சென்று தங்க வேண்டியிருந்தது, அவ்வாறு இடம் மாறியபோது, தன் சோர்வும் பரபரப்பும் அதிகமாவதை அவர் உணர்ந்தார். மேலும், அவர் தங்கியிருந்த வீட்டு உரிமையாளரிடம் அவரது மதிப்பு குறையும்படியான ஒரு சம்பவம் ஏற்பட்டது. பெண் புனிதரான ஒதீலின் ஆருடங்களின் மகிமை குறித்து அந்தப் பெண்மணி ஆர்வமுடன் சிலாகித்துக்கொண்டிருந்தபோது சற்றே பொறுமையிழந்தவராய் காணப்பட்டார் பாதிரியார். இதற்குக் காரணம் அவரது களைப்பால் ஏற்பட்ட சலிப்புதான். அதன் பின் அந்த மூதாட்டியிடம் சுமூகமான தோழமையை ஏற்படுத்த எவ்வளவோ முயன்றும் பனெலுவால் இயலவில்லை. அவர் குறித்த தவறான எண்ணம் ஏற்பட்டுவிட்டது. தினமும் மாலையில், மீட்டர் கணக்கில் சரிகை வேலைத்துணிகள் குவிந்து கிடக்கும் தன் அறையை நோக்கிப் பனெலு செல்லும் முன் வீட்டின் வரவேற்பறையில் உட்கார்ந்திருக்கும் அந்த மூதாட்டியின் முதுகை மட்டுமே பார்த்தபடி கடந்து போக வேண்டியிருந்தது. ஒருகாலத்தில், “வணக்கம் ஃபாதர்” என்று வறண்ட குரலில் திரும்பிப் பார்க்காமல் கூறியது நினைவுக்கு வரும்.

அது போன்றதொரு இரவுப் பொழுதின் போதுதான், தூங்கப் போகும் நேரத்தில் பல நாட்களாக குமைந்துகொண்டிருந்த காய்ச்சல் பெருகி கடும் தலைவலியுடன், கை மூட்டுகளிலும், நெற்றியின் இருபுறமும் பனெலுவுக்கு வலி முற்றியது.

அதன் பிறகு நடந்தவை அந்த மூதாட்டியின் குறிப்புகளி லிருந்து தான் தெரிய வந்தன. மறுநாள் காலை வழக்கம்போல் சீக்கிரமாக அவர் படுக்கையைவிட்டு எழுந்தார். நீண்ட நேரமாகியும் பாதிரியார் அறையைவிட்டு வெளியே வராததைக் கண்டு ஆச்சரியமடைந்த மூதாட்டி அதிகத் தயக்கத்துடன், கதவைத் தட்டிப் பார்ப்பது என்று முடிவு செய்தார். இரவு தூக்கமில்லாமல் விழித்திருந்த களைப்பில் அவர் இன்னமும் எழுந்திருக்காமல் படுத்திருந்ததைத் தெரிந்துகொண்டார். மூச்சுவிட கஷ்டப்பட்ட அவரது முகம் இயல்பைவிட ஊதியிருந்தது. மருத்துவரை அழைக்கப் பண்பான முறையில் பாதிரியாரிடம் அனுமதி கேட்க, அவரோ வெடுக்கென மறுத்துவிட்டதாகவும், அச்செயல் மிகவும் வருத்தத்துக்குரியது என்றும் மூதாட்டி குறிப்பிடுகிறார். அவர் எதுவும் பேசாமல் திரும்பிச் செல்வதைத் தவிர வேறு வழியில்லை. சிறிது நேரமானதும், பாதிரியாரின் அழைப்பு மணி ஒலித்தது. மூதாட்டியை அழைத்து பாதிரியார் பேசினார். தான் சற்றுமுன் எரிச்சலுடன் பேசியதற்காக வருத்தம் தெரிவித்தார். பிளேக் நோய் என்ற பேச்சுக்கே இடமில்லை என்று கூறிய அவர், அதற்கான அறிகுறி எதுவும் தனக்கில்லை என்றும் தற்காலிகமாக வந்து போகும் களைப்பாகத்தான் இருக்கும் என்றும் கருதினார். இதற்குப் பெருந்தன்மையான முறையில் விளக்கிய அந்த மூதாட்டி, தான் அவ்வாறு நினைத்து மருத்துவரை அழைக்க முன்வரவில்லை. தன் பாதுகாப்பு என்றுமே இறைவன் கையில் இருக்கும், அது குறித்து எண்ணவில்லை என்று கூறிய அவர், பாதிரியாரின் உடல் நலம் குறித்தே அதிகம் கவலையடைந்ததாகவும் அவரைக் காப்பாற்றும் பொறுப்பு தனக்கும் உள்ளதாகவும் தெரிவித்தார். அதற்கு மேல் அவர் எதுவும் பேசாததால், தன் கடமையை முழுமையாகச் செய்துவிட வேண்டும் என்ற துடிப்பில் மருத்துவரை அழைக்க மீண்டும் ஒரு முறை பாதிரியாரின் அனுமதியைக் கேட்டாராம். இம்முறையும் மறுப்பு தெரிவித்த பாதிரியார் அதற்கான காரணங்களையும் கூறியதாகவும் அவை குழப்பமாகத் தோன்றியதாகவும் மூதாட்டி கருதுகிறார். தனக்குப் புரிந்ததெல்லாம் (அக்கருத்தை தன்னால் புரிந்துகொள்ள முடியாமல் ஏற்க முடியாமல் இருந்தது) மருத்துவரை அழைப்பதற்கு அவர் மறுப்பு தெரிவிப்பதற்கான காரணம் அச்செயல் தன் குறிக்கோள்களுக்கு மாறானது என்பதாகும். காய்ச்சல் காரணமாகத்தான் பாதிரியார் குழப்பத்தில் இருக்கிறார் என்ற முடிவுக்கு வந்த மூதாட்டி அவருக்கு மூலிகை கஷாயம் கொண்டு வந்தார்.

அப்போதையச் சூழ்நிலையில் தான் ஆற்ற வேண்டிய கடமையை மறக்காமல் இரண்டு மணி நேரத்துக்கு ஒரு முறை பாதிரியாரைச் சென்று கவனித்து வந்தார் அந்த மூதாட்டி. அன்றைய நாள் முழுவதும் பாதிரியாரிடம் காணப்பட்ட

படபடப்பு தான் மூதாட்டிக்கு அதிக கவலையை உண்டாக்கியது. போர்வைகளைத் தூக்கித் தூர போடுவதும் பிறகு அவற்றை தன் பக்கம் இழுத்துக்கொள்வதுமாக இருந்தார். ஈரமான நெற்றியின் மீது கையை அடிக்கடி கொண்டுபோவதும், எழுந்து உட்கார்ந்து இருமுவதுமாகக் காணப்பட்டார். தன்னிடமிருந்து எதையோ பிய்த்து எரிவதைப்போல் முக்கியவாறு வறட்டு இருமலாகவும் கழுத்தை நெரிப்பதுபோலவும் கஷ்டப்பட்டார். தொண்டையைச் சில பஞ்சு உருண்டைகள் அடைத்துக்கொண்டிருக்க அவற்றை வெளியேற்றப் போராடுவதைப் போல் இருந்தது. இதன் பிறகு மிகவும் களைத்துப் போன அறிகுறி தெரிய, பின் பக்கமாகத் துவண்டு விழுந்தார். இறுதியில், மீண்டும் ஒரு முறை பாதி நிமிர்ந்து உட்கார்ந்தபடி சிறிது நேரத்துக்கு வெறித்துப் பார்த்தார். இதற்கு முன் இருந்த பரபரப்பை விடவும் அப்பார்வையில் அதிகமாக பரபரப்பு இருந்தது. எனினும், பனெலுவின் மனம் கோணாமல் இருக்க இன்னமும் மருத்துவரை அழைக்க மூதாட்டி தயக்கம் காட்டினார். இக்காட்சி மிகவும் ஆச்சரியமாகத் தெரிந்தாலும் அதிகக் காய்ச்சலால் உண்டான சாதாரண உடல் சோர்வாகவும் இருக்கும்.

அன்று பிற்பகலில் பாதிரியாரிடம் பேச முயன்ற மூதாட்டிக்கு அவர் கூறியதைச் சரியாகப் புரிந்துகொள்ள முடியவில்லை. மீண்டும் மருத்துவரை அழைப்பதாகக் கூறியிருக்கிறார். ஆனால், எழுந்து உட்கார்ந்த பாதிரியார், மூச்சுவிட சிரமப்பட்ட நிலையிலும், மருத்துவர் தேவையில்லை என்று தீர்க்கமாக மறுத்துவிட்டார். எனவே, அடுத்த நாள் வரை பொறுத்திருந்து பார்ப்பது என்றும், பாதிரியாரின் உடல்நிலையில் முன்னேற்றமில்லை என்றால், வானொலியில் தினமும் பத்து முறைக்கு மேல், ரான்ஸ்டாக் நிறுவனம் அறிவிக்கும் தொலைபேசி எண்ணுக்குத் தொடர்பு கொள்வதென்றும் மூதாட்டி முடிவு செய்தார். தன் கடமையை நிறைவேற்றுவதில் உறுதியாக இருந்த மூதாட்டி இரவு முழுக்க அருகிலிருந்து பாதிரியாரைக் கவனிக்க வேண்டும் என்று எண்ணியிருந்தார். ஆனால், அன்று இரவு பாதிரியாருக்குக் கஷாயம் கொடுத்தபின், சற்றே ஓய்வெடுக்கலாம் என்று படுத்த மூதாட்டி அதிகாலைதான் எழுந்திருந்தார். வேகமாக பாதிரியாரின் அறைக்குப் போனார்.

பாதிரியார் எவ்வித அசைவுமின்றி கட்டிலில் படுத்துக் கிடந்தார். முந்தைய நாளில் உடலில் ஏற்பட்ட கொந்தளிப்பின் விளைவாக முகம் நன்கு சிவந்திருந்ததை நரம்புகள் இன்னமும் புடைத்திருந்த விதம் மேலும் தெளிவாகக் காட்டியது. கட்டிலுக்கு மேலே பல வண்ண மணிச்சரங்களுடன் தொங்கிக்கொண்டிருந்த மின்விளக்கை வெறித்தபடி பார்த்துக்கொண்டிருந்தார். மூதாட்டி

உள்ளே நுழைந்ததும், அவர் பக்கம் திரும்பினார். இரவு முழுக்க அதிக துன்பத்தை அனுபவித்ததைப்போல் முற்றிலும் சக்தி இழந்தவராய் மூதாட்டியின் கண்களுக்குப் பாதிரியார் தெரிந்தார். அவரிடம் உடல் நலம் குறித்து விசாரித்தபோது பாதிரியாரின் குரல் வினோதமான முறையில் மாறியிருந்தது. உடல்நிலை சரியாகவில்லை என்றும் மருத்துவரை அழைக்க வேண்டாம் என்றும் கூறிய அவர், எல்லாம் முறைப்படி நடக்க வேண்டும் என்பதால் மருத்துவமனைக்குக் கொண்டு செல்ல ஏற்பாடு செய்தால் போதும் என்றார். பதறிப்போன மூதாட்டி, தொலைபேசியை நோக்கி ஓடினார்.

நள்ளிரவில் ரியே வந்து சேர்ந்தார். நடந்தவற்றை மூதாட்டி மூலம் அறிந்த ரியே, பனெலு சரியாகத்தான் சொல்லியிருக்கிறார் என்றும் ஆனால் காலம் கடந்து விட்டது என்று நினைப்பதாகவும் கூறினார். மருத்துவரை வழக்கமான சலனமற்ற முகத்துடன் பாதிரியார் வரவேற்றார். அவரைப் பரிசோதித்த மருத்துவருக்கு ஆச்சரியமாக இருந்தது. மூச்சடைப்பு, சுவாசிப்பதில் சிரமம் தவிர நெரிகட்டு சார்ந்த புபோனிக் பிளேக் என்னும் நுரையீரல் சார்ந்த பிளேக் நோய்க்கான முக்கியமான எந்த அறிகுறிகளும் இல்லை. எனினும், நாடித்துடிப்பு மிகவும் குறைந்து இருந்ததால் நிலைமை கவலையளிப்பதாகவும் எனவே உயிர் பிழைப்பார் என்ற நம்பிக்கையும் குறைவாகவே இருந்தது

“உங்களுக்கு நோய்க்கான முக்கியமான எந்த அறிகுறியும் இல்லை. இருந்தாலும், சந்தேகம் இருப்பதால் உங்களை நான் தனிமைப்படுத்தியாக வேண்டும்” என்று பாதிரியாரிடம் ரியே கூறினார்.

பாதிரியார் முகத்தில் வித்தியாசமான புன்னகை, அதே நேரத்தில் பண்புடன் அவர் எதுவும் பேசவில்லை. தொலைபேசியில் பேச வெளியில் சென்ற மருத்துவர் திரும்பி வந்தார். பாதிரியாரை உற்றுப் பார்த்த மருத்துவர்,

“நான் உங்கள் அருகிலேயே இருக்கிறேன் கவலைப்படாதீர்கள்” என்று கனிவாக அவரிடம் கூறினார்.

விழிப்பு வந்தவரைப்போல் தெரிந்த பாதிரியார், மருத்துவர் பக்கம் திரும்பினார். பாதிரியாரின் கண்களில் ஒரு விதமான பாசம் திரும்பியிருந்தது தெரிந்தது.

பிறகு மிகவும் கஷ்டப்பட்டு பேசினார்.

“நன்றி. ஆனால் எங்களைப் போன்ற தேவ ஊழியர்களுக்கு நண்பர்கள் என்று யாரும் இல்லை. எல்லாவற்றையும் இறைவனிடம் ஒப்படைத்தவர்கள்”

இதை அவர் சோகமாகச் சொன்னாரா இல்லையா என்பது புரியாத அளவு அவர் பேசினார்.

தன் கட்டிலின் தலைப்பக்கத்தில் இருந்த சிலுவையை எடுத்துத் தரும்படி கேட்டார். அதை வாங்கியதும் அதைப் பார்க்கத் தொடங்கினார்.

மருத்துவமனையில் பாதிரியார் பற்களைக் கடித்தபடி இருந்தார். தனக்குத் தரப்பட்ட சிகிச்சைகளுக்கு எவ்வித சலனமும் இல்லாமல் மரக்கட்டையைப்போல் கிடந்தார். ஆனால், சிலுவையை மட்டும் விடாமல் கையிலேயே வைத்திருந்தார். தொடர்ந்து பாதிரியாரின் உடல்நிலை புதிராகவே இருந்தது. ரியேவின் மனதிலும் குழப்பம் தீரவில்லை. அது பிளேக் தான்; ஆனால் இல்லை. அண்மைக் காலமாகவே மருத்துவப் பரிசோதனையாளர்களுக்குப் பிளேக் நோய் போக்குக்காட்டி வருவதாகத் தெரிகிறது. ஆனால் பனெலுவின் விஷயத்தில் அடுத்தடுத்து நடந்த சம்பவங்கள், இந்தத் தெளிவின்மையைத் தேவையற்றதாக்கிவிட்டது.

காய்ச்சல் அதிகமானது. இருமல் மென்மேலும் அதிகமாகி பாதிரியாரை நாள் தோறும் துன்புறுத்தியது. ஒருவழியாக அன்று இரவு தொண்டையை உறுத்திக்கொண்டிருந்த பஞ்சு உருண்டை போன்ற கோழையை வெளியில் காரி உமிழ்ந்தார். அது சிவப்பு நிறத்தில் இருந்தது. கடும் காய்ச்சலின் நடுவிலும் பனெலுவின் வழக்கமானச் சலனமற்ற முகம் மாறவில்லை.

அடுத்த நாள் காலை, படுக்கையிலிருந்து பாதி சரிந்த நிலையில் இறந்து கிடந்த பாதிரியாரின் முகத்தில் அப்போதும் எந்தச் சலனமும் இல்லை.

அவரது கோப்பில்: 'சந்தேகத்துக்குரிய நோய்' என்று பதியப்பட்டது.

அந்த ஆண்டின் கல்லறைத் திருவிழா நாள் வழக்கமானதாக இல்லை. நிச்சயமாக வானிலையும் அப்படித்தான் இருந்தது. திடீரென வானிலை மாறியது. எஞ்சியிருந்த வெப்பம் முடிந்து குளிர்காலம் தொடங்கிவிட்டது. மற்ற ஆண்டுகளைப்போல் இப்போதும் தொடர்ந்து குளிர்ந்த காற்று வீசிக்கொண்டிருந்தது. ஒரு கோடியிலிருந்து மறுகோடிக்குக் கலைந்த மேகங்கள் விரைந்தபடி இருந்தன. அவ்வாறு போகும் போது நிழலால் போர்த்தப்படும் வீடுகளின் மீது, மேகங்கள் கடந்த பின் நவம்பர் மாத வானில் இருந்து குளிர்ந்த வெளிச்சம் விழுந்தது. மழை அங்கிகளை ஆங்காங்கே பார்க்க முடிந்தது. பளிச்சென்ற ரப்பர் ஆடைகளையும் சிலர் அணிந்துச் சென்றனர். இருநூறு ஆண்டுகளுக்கு முன் பிரான்ஸின் தெற்குப் பகுதியில் பிளேக் நோய் வந்த போது, தங்கள் சொந்தப் பாதுகாப்புக்காக எண்ணெய் தோய்ந்த ஆடைகளை மருத்துவர்கள் உடுத்தியிருந்ததாகச் செய்தித்தாள்கள் தெரிவித்திருந்தன. இதனைத் தங்களுக்குச் சாதகமாகப் பயன்படுத்திக் கொண்ட கடைகாரர்கள், வழக்கொழிந்து போன தேங்கிக் கிடந்த உடைகளை விற்கத் தொடங்கினர். இந்த ஆடைகளை அணிவதன் மூலம், நோய் எதிர்ப்புச்சக்தி கிடைக்கும் என்று ஒவ்வொருவரும் நம்பினர்.

ஆனால், இந்தக் காட்சிகள் அனைத்தும் கல்லறைகள் வெறிச்சோடிக் கிடப்பதை மட்டும் மறக்கச் செய்ய இயலவில்லை. முந்தைய ஆண்டு களில் தாங்கள் நேசித்தவர்களின் கல்லறைகள் மீது மலர்கள் தூவி அஞ்சலி செலுத்த பெண்கள் கூட்டம் செல்லும்; அவர்களையும் சாமந்திப் பூக்களின் விரும்பத்தகாத நெடியையும் சுமந்தவாறு டிராம்வே வண்டிகள் நிறைந்திருக்கும், பல மாதங்களாகத்

தாங்கள் நேசித்தவர்கள் தனித்து விடப்பட்டதற்கும், மறந்ததற்கும் ஈடுசெய்ய மக்கள் முயலும் நாள் அதுவாகும். ஆனால் இந்த ஆண்டோ, யாரும் இறந்தவர்கள் குறித்து நினைக்க விரும்ப வில்லை. தெளிவாகப் பார்த்தால், அவர்களைப்பற்றி நிறையவே நினைத்துவிட்டார்கள். எனவே அவர்கள் அருகில் குறைவான வருத்தத்துடனும் தன்னைப் பற்றி அதிக சோகத்துடனும் வருவதில் பயனில்லை.

இதுவரை தாங்கள் நேசித்தவர்களை மறக்கப்பட்டவர்களாக நினைத்து, தங்கள் மனசாட்சியை நிறைவு செய்துகொள்ள ஆண்டுக்கு ஒரு முறை மக்கள் அங்கு சென்றனர். ஆனால் இப்போதோ, அவர்களை இடைஞ்சலாக எண்ணி மறக்க விரும்பினர். இதன் காரணமாகத்தான் இந்த ஆண்டுக் கல்லறைத் திருவிழா களையிழந்து காணப்பட்டது. கொத்தாரின் பேச்சில் வரவர அதிக நையாண்டித்தனம் தெரிவதாக தரு நினைத்தான். ஏனெனில், இப்போதும் எல்லா நாளும் கல்லறைத் திருவிழா தான் என்று அவன் கூறியிருக்கிறான்.

உண்மையில், பிளேக் நோய் கொண்டாடும் மகிழ்ச்சி, நெருப்பு மயான அடுப்புகளில் இன்னமும் குதூகலமாகக் கொழுந்து விட்டு எரிந்துகொண்டிருக்கிறது. அன்றாட இறப்பு எண்ணிக்கை உயரவில்லை என்பது உண்மைதான். ஆனால், பிளேக் தன் சிகரத்தைத் தொட்டு அங்கேயே வசதியாக வீற்றிருப்பதைப்போல் தோன்றியது. அன்றாட மரணங்களை உண்டாக்குவதில், கடமை தவறாத அரசு அலுவரைப்போல் துல்லியமாகவும் தொடர்ந்தும் செயல்படுவதாகவும் பட்டது. முறைப்படிப் பார்த்தாலும், துறை வல்லுநர்களின் பார்வையிலும் அது ஒரு நல்ல அறிகுறிதான்.

உதாரணமாக, மருத்துவர் ரிஷாரின் பார்வையில், பிளேக்கின் பாதிப்பு நிற்காமல் தொடர்ந்து ஏறி, பின் நீண்ட காலத்துக்கு இவ்வாறு ஒரே சீராக இருப்பது நம்பிக்கை அளிக்கும் அம்சமாகத் தோன்றியது.

"இந்தப் புள்ளி விவரம் ஒரு நல்ல விஷயம்; அற்புதமான அம்சம், இந்த நோய் அதன் உச்சத்தைத் தொட்டுவிட்டது இனி இறங்குவதைத் தவிர வேறு வழியில்லை. சில எதிர்பாராத வெற்றிகளை அண்மையில் பெற்றுத் தந்த கஸ்தேலின் புதிய தடுப்பூசிக்குத்தான் இப்பெருமை சேரும்" என ரிஷார் கருதினார்.

இதனை முதிய மருத்துவரான கஸ்தேல் மறுக்கவில்லை என்றாலும் உண்மையில் எதையும் கணிக்க முடியாது என்றும் பிளேக்நோய்க்கு எதிர்பாராமல் மீண்டும் எழுச்சி பெற்ற வரலாறும்

உண்டு என்றார். பல நாட்களாக மக்களுக்கு ஆறுதலளிக்க விரும்பி வரும் மாவட்டத் தலைமை நிர்வாகத்திற்குப் பிளேக் நோய் எவ்வித வழியையும் காட்டவில்லை. எனவே, தற்போதைய நிலை தொடர்பாக அறிக்கை ஒன்றைக் கேட்கலாம் என்ற நோக்கத்துடன் மருத்துவர்கள் கூட்டம் ஒன்றுக்கு ஏற்பாடு செய்ய முடிவு செய்தது. இதற்கிடையில், பிளேக்நோயின் பாதிப்பு ஒரே நிலையில் இருந்த போது ரிஷாரையும் அந்த நோய் பறித்துச் சென்றுவிட்டது.

இவ்விஷயம் வருந்தத்தக்கதாக இருந்தாலும் எந்த முடிவுக்கும் அதை வைத்து வர இயலாத நிர்வாகத்தினர் மீண்டும் அவநம்பிக்கையான நிலைக்குத் தள்ளப்பட்டனர். முன்பு ரிஷார் நம்பிக்கையாகப் பேசியபோது எந்த அளவு அவர்களிடம் நியாயம் இருந்ததோ அதேபோன்ற நியாயம் இப்போதைய அவநம்பிக்கையிலும் இருந்தது. தன்னால் இயன்றவரையில் மிகவும் கவனமாகத் தடுப்பூசி தயாரிப்பதில் கஸ்தேல் முனைப்புடன் பணியாற்றி வந்தார். மருத்துவமனையாகவோ, தனிமை மையமாகவோ மாறாமல் இருந்த ஒரே இடம் மாவட்டத் தலைமை நிர்வாக அலுவலகம் மட்டும்தான். ஏனெனில், கூட்டம் நடத்த ஒரு இடத்தையாவது ஒதுக்கி வைக்க வேண்டியிருந்தது.

ஆனால், அக்காலகட்டத்தில் குறிப்பிட்டளவில் நோயின் பாதிப்பு சீராக இருந்ததால் நிலைமையைச் சமாளிக்க ரியே ஏற்படுத்தியிருந்த அமைப்பே உண்மையில் போதுமானதாக இருந்தது. மருத்துவர்களும் உதவியாளர்களும் தற்போது எடுத்து வரும் கடும் முயற்சிகளைவிட அதிகமாக எதையும் செய்ய வேண்டியதில்லை. இத்தகைய மனித சக்திக்கு மீறிய பணியை மட்டும் தொடர்ந்து சீராகச் செய்துவர வேண்டும். ஏதோ காற்று வீசி மக்கள் வயிற்றில் தீ மூட்டுவதுபோல் நகரத்தின் நாலாபுறமும் நுரையீரல் தொடர்பான பிளேக்நோய்களின் அறிகுறி தெரிய ஆரம்பித்து, அதிகரிக்கவும் செய்தது. இரத்த வாந்தி எடுத்த நிலையில் நோயாளிகள் அவசரமாக மருத்துவமனைக்குக் கொண்டு செல்லப்பட்டனர். இத்தகைய புதிய வகை நோயால் தொற்று ஏற்படும் மக்களின் தொகை அதிகரிக்கும் அபாயம் இருந்தது. உண்மையில், இவ்விஷயத்தில் நிபுணர்களின் கருத்துகள் முரண்பட்டன. எனினும் உச்சகட்டப் பாதுகாப்பு கருதி சுத்தம் செய்யப்பட்ட காற்றுடன் கூடிய முகக்கவசத்தை அணிந்தபடி மருத்துவ ஊழியர்கள் பணியாற்றினர். மேலோட்டமாகப் பார்த்தால், நோயின் பாதிப்பு குறைந்ததாகத் தெரியும். ஆனால், நெரிகட்டி பிளேக் நோயாளிகளின் எண்ணிக்கை குறைந்து விட்டதால் கணக்குச் சமமாகி இருந்தது.

உணவுப் பற்றாக்குறை நாளுக்கு நாள் அதிகரிக்கவே வேறு கவலைகளும் சூழ்ந்தன. சாதாரண சந்தையில் போதுமான அளவுக்கு இல்லாமல் இருந்த அத்தியாவசிய உணவுப் பொருட் களை ஊகத்தின் அடிப்படையில் அதிக விலைக்கு விற்றனர். இதனால் வறுமையில் இருந்த குடும்பங்கள் மிகவும் பரிதாபகரமான நிலைக்கு ஆளாகினர். பணக்காரக் குடும்பத்தினருக்கோ ஏறக்குறைய அனைத்தும் கிடைத்தன. மக்களிடையே இருந்த சுயநலத்தைத் துடைப்பதில் பாரபட்சமின்றி நடந்து வெற்றிக்கொண்ட பெருமை பிளேக் நோய்க்கு இருக்கலாம். ஆனால், உண்மையில் மக்கள் மனதில் அது இழைத்த அநீதி அதிகரித்துவிட்டது. மரணத்தின் விஷயத்தில் குறை சொல்ல முடியாத அளவு சமத்துவம் நிலவியது என்பதை மறுப்பதற்கில்லை. ஆனால், யார் அதை விரும்புவார்கள்? சுதந்திரமான வாழ்க்கை யும், குறைந்த விலைக்கு உணவும் கிடைக்கும் அருகில் உள்ள ஊர்களையும் மக்களையும் நினைத்துப் பசியில் வாடிய ஏழை மக்கள் ஏங்கித் தவித்தனர். போதுமான அளவு தங்களுக்கு உணவு வழங்க முடியாத நிலையில் தங்களை வெளியே செல்லவாவது அனுமதிக்க வேண்டும் என்ற ஒரு வகையான நியாயமற்ற எண்ணம் அவர்கள் மனதில் தோன்றியது. இறுதியில் வெறுத்துப்போய், யாரோ ஒருவர் முழக்கம் ஒன்றைக் கண்டு பிடித்தார். அதைச் சில சுவர்களில் பார்க்கலாம் அல்லது மாவட்ட தலைமை நிர்வாகி கடந்து செல்லும்போது அவரை நோக்கி அந்த முழக்கத்தை எழுப்புவார்கள். "ரொட்டி இல்லையேல் சுதந்திரம்". இந்தக் கேலியான முழக்கம் பல ஊர்வலங்களுக்கு வித்திட்டது; என்றாலும் அவை உடனடியாக அடக்கப்பட்டன. ஆனால் அதில் உள்ள தீவிரத்தை யாரும் புறக்கணிக்கவில்லை.

எக்காரணத்தைக்கொண்டும் எதிர்மறையான செய்தி களை வெளியிடக்கூடாது என்று தங்களுக்குக் கிடைத்த அறிவுறுத்தலின்படி ஆறுதலளிக்கும் தகவல்களையே செய்தித்தாள்கள் பொதுவாக வெளியிட்டு வந்தன. 'நம் மக்கள் அமைதியாகவும் தன்னிலை இழக்காதவர்களாகவும் வாழ்ந்து ஒரு எடுத்துக்காட்டாக நடந்து கொள்கிறார்கள்' என்ற செய்தி அன்றைய சூழ்நிலையை விவரிக்கும் விதமாக எழுதப்பட்டது. எனினும், முற்றிலும் தனக்குள்ளேயே முடங்கியிருந்த ஊர் ஒன்றில் எதுவும் இரகசியம் இல்லை. எனவே யாரும் செய்தித்தாளில் குறிப்பிட்ட மக்களின் 'எடுத்துக்காட்டை' நம்பி ஏமாறத் தயாராக இல்லை. அங்கு நிலவிய அமைதி, தன்னிலை இழக்காத தன்மை ஆகியவற்றைப் புரிந்துகொள்ள நிர்வாகத்தால் ஏற்பாடு செய்யப் பட்டிருந்த தனிமைப்படுத்தப்பட்ட பகுதி அல்லது தனிமை முகாமுக்குள் சென்று வந்தால் போதும். இந்தச் சம்பவம் குறித்து

இதுவரை விவரித்து வந்தவருக்கு வேறிடத்தில் வேலை இருந்ததில் இவற்றை அறிந்திருக்கவில்லை. இதன் காரணமாகத்தான் தரு வழங்கும் அறிக்கையைக் குறிப்பிட வேண்டியுள்ளது.

தன் குறிப்பேட்டில், நகராட்சி விளையாட்டு அரங்கில் அமைக்கப்பட்டிருந்த முகாமுக்கு ராம்பேருடன் சென்று பார்வையிட்டு வந்த சம்பவத்தை தரு விவரிக்கிறான். அந்தத் திடல் ஏறக்குறைய நகரின் எல்லை வாசல் அருகில் அமைந்திருந்தது. திடலின் ஒருபுறம் டிராம்வண்டிகள் செல்லும் வீதிப் பக்கமும் மற்றொரு புறம் தரிசு நிலங்கள் பக்கமும் அமைந்திருந்தது. அந்த நிலங்கள் மலை முகடுவரை நீடிக்கும். அங்குதான் நகரம் உள்ளது. அந்த விளையாட்டு அரங்கத்தைச் சுற்றிப் பொதுவாக உயரமான சிமெண்ட் சுவர்கள் எழுப்பப்பட்டிருந்தன. எனவே, நான்கு நுழைவாயில்களிலும் பாதுகாப்புக் காவலர் களை அமர்த்தினால் போதும். தப்பித்துச் செல்லுதல் கடினமாகிவிடும். அதே போல், தனிமைப்படுத்தப்பட் டிருக்கும் பரிதாபத்துக்குரியவர்களை வெளியில் இருந்து யாரும் ஆர்வக்கோளாறில் எட்டி பார்ப்பதையும் தொந்தரவு செய்வதை யும் அந்தச் சுவர்கள் தடுத்தன.

மாறாக, உள்ளே இருப்பவர்கள் நாள் முழுவதும் எதையும் பார்க்காமல் அருகில் கடந்து செல்லும் தொடர்வண்டிகளின் சத்தத்தை வைத்து அலுவலகங்கள் திறக்கும் நேரத்தையும் மூடும் நேரத்தையும் மனக்கண்ணால் கணக்கிடுவார்கள். இதன் மூலம் தங்களை விலக்கி வைக்கப்பட்ட ஒரு வாழ்க்கை சில அடி தூரத்தில் தொடர்ந்து நடந்து வருகிறது என்பதைத் தெரிந்துகொண்டார்கள். இந்த இரண்டு உலகங்களுக்கும் ஏதோ, வெவ்வேறு கிரகத்தில் இருப்பதுபோல் அங்கிருந்த சுவர்கள் அவர்களைப் பிரிந்து வைத்து இருந்தது.

அது ஒரு ஞாயிறு பிற்பகல். தருவும் ராம்பேரும் அந்த விளையாட்டுத் திடலைப் பார்த்துவரத் திட்டமிட்டனர். அவர்களுடன் கால்பந்து ஆட்டக்காரனான கோன்ஸலாஸும் உடன் சென்றான். அவனை எப்படியோ ராம்பேர் தேடிக் கண்டுபிடித்துவிட்டான். அவனும் சுழற்சி முறையில் அந்தத் திடலை மேற்பார்வையிடும் பொறுப்பைக் கவனிக்கச் சம்மதித்திருந்தான். அவனை முகாமின் நிர்வாகியிடம் ராம்பேர் அறிமுகம் செய்தாக வேண்டும். ராம்பேரையும் தருவையும் பார்த்ததும் பெருந்தொற்றுக்கு முன் இதே நேரத்தில்தான் விளையாட்டு சீருடையுடன் முதல் ஆட்டத்தைத் தொடங்குவது வழக்கம் என்று கோன்ஸலாஸ் கூறினான். இப்போதோ அனைத்து விளையாட்டுத் திடல்களும் அரசால் எடுத்துக்கொள்ளப்

பட்டதால் அது போல் முடிவதில்லை என்று வருத்தப்பட்டான். அவன் மிகவும் மனமுடைந்து இருப்பதாகத் தெரிந்தான். மனமுடைந்துதான் இருந்தான். இந்த மேற்பார்வைப் பணியை ஏற்றுக்கொள்வதற்கு அதுவும் ஒரு காரணம். ஆனால், வார இறுதி நாட்களில் மட்டும் வேலை பார்க்க ஒப்புக்கொண்டான். வானம் பாதி மூடியிருந்தது. மழையும் இல்லாமல் வெயிலும் இல்லாமல் இத்தகைய வானிலை தான் நல்லதொரு ஆட்டத்துக்கு மிகவும் பொருத்தமானது என்று தலையை மேலே உயர்த்தி சுவாசித்தபடி வருத்தத்துடன் சொன்னான். வீரர்களின் ஓய்வறை யில் வலி நிவாரணிகளின் நெடி; உறுதியற்ற பார்வையாளர் மாடங்கள்; பழுப்பு மஞ்சள் நிற ஆடுகளத்தில் பளபளப்பான சீருடைகளுடன் வீரர்கள்; ஆட்ட இடைவேளையில் வழங்கப்படும் எலுமிச்சைகள் அல்லது பழச்சாறுகள்; வறண்டிருக்கும் தொண்டையை நனைத்துத் தாகம் தீர்க்கும் சாறின் குமிழ்கள் என எல்லா நினைவுகளையும் சொல்லிக்கொண்டு வந்தான். உழைப்பாளர்கள் வசிக்கும் அந்தச் சறுக்குப் பாதை முழுவதும் தன் காலில் கிடைத்த அத்தனைக் கூழாங்கற்களையும் அவன் உதைத்தபடியே வந்ததையும் தரு குறிப்பிடுகிறான். சாக்கடைக் குழிகளில் அவற்றைக் தள்ள முயன்றான். முயற்சியில் வெற்றி பெறும் போது, 'ஒன்று – பூஜ்யம்' என்று கொண்டாடுவான். சிகரெட்டைப் புகைத்து முடித்தவுடன், மீதியிருந்தத் துண்டை எதிர்ப்புறம் துப்பிக் காலால் அதனை எத்தித் தள்ள முயன்றான். திடலின் அருகில் விளையாடிக்கொண்டிருந்த சில சிறுவர்கள், நடந்துகொண்டிருந்த இவர்களை நோக்கிப் பந்தை உதைக்க, கோன்ஸலாஸ் அதனைத் துல்லியமாகத் திருப்பி அனுப்ப சிரத்தை எடுத்துக்கொண்டான்.

ஒருவழியாகத் திடலை வந்தடைந்தனர். பார்வையாளர் மாடங்கள் நிறைந்திருந்தன. ஆனால், ஆட்டக்களம் முழுவதும் சிவப்பு நிறக் கூடாரங்கள் அமைக்கப்பட்டிருந்தன. அவற்றுக்குள் படுக்கைகள், உடைமைகள் இருப்பது ஆகியவற்றைத் துரத்தி லிருந்து பார்க்க முடிந்தது. வீரர்களின் ஓய்வறையை மட்டும் அங்குள்ளவர்கள் மழை அல்லது வெயிலுக்கு ஒதுங்குவதற்கென ஒதுக்கி வைத்திருந்தனர். அந்தி சாய்ந்ததும் தங்கள் கூடாரத்துக்கு அவர்கள் திரும்பியாக வேண்டும். பார்வையாளர் மாடங்களுக்குக் கீழே குளியலறைகள் இருந்தன. அவை புதுப்பிக்கப்பட்டிருந்தன. விளையாட்டு வீரர்களின் ஓய்வறைகள் அலுவலகங்களாகவும் சிகிச்சையளிக்கும் இடங்களாகவும் மாற்றப்பட்டிருந்தன. பெரும்பாலானவர்கள் பார்வையாளர் மாடங்களில் இருந்தனர். மற்றவர்கள் எல்லைக் கோடுகளின் அருகில் அலைந்துகொண் டிருந்தனர். சிலர் தங்கள் கூடாரத்தின் வாயிலிலேயே குனிந்தபடி

உட்கார்ந்துக்கொண்டு வரும் போகும் எல்லாவற்றையும் வெறித்துப் பார்த்தபடி இருந்தனர். பார்வையாளர் மாடத்தில் இருந்தவர்களில் பலர் எதையோ எதிர்பார்த்தபடி திகிலில் இருப்பது தெரிந்தது.

“பகல் பொழுதில் அவர்கள் என்ன செய்வார்கள்?” என்று ராம்பேரிடம் தரு கேட்டான்.

“ஒன்றும் செய்ய மாட்டார்கள்”

ஏறக்குறைய எல்லோரும் வெறுங்கையோடுதான் இருந்தனர். இந்த மாபெரும் மக்கள் கூட்டம் ஆச்சரியப்படும்படியாக அமைதியாக இருந்தது.

“ஆரம்ப நாட்களில் இங்கு யார் பேசுவதும் மற்றவர் காதுக்குக் கேட்காது. ஆனால், நாட்கள் செல்லச் செல்ல அவர்கள் குறைவாகப் பேசத் தொடங்கிவிட்டார்கள்” என்று ராம்பேர் தெரிவித்தான்.

அவர்களது போக்கைத் தருவால் புரிந்துகொள்ள முடிந்தது. தொடக்கத்தில், தங்கள் கூடாரத்தில் முடங்கிக் கிடந்த அவர்கள், கை, கால்களை ஆட்டிக்கொண்டு தலையைச் சொரிந்து கொண்டு சும்மா இருந்தனர். யாராவது பேச்சுத்துணைக்குக் கிடைத்தால் தங்கள் ஆதங்கத்தையோ அச்சத்தையோ கத்தித் தீர்த்தனர். ஆனால், அந்த முகாமில் கூட்டம் அதிகமானதிலிருந்து அவ்வாறு பேசுவதற்கு ஆட்கள் குறைந்து வந்தனர். ஆகவே எதுவும் பேசாமல் எல்லாவற்றிலும் விழிப்புடன் இருப்பதைத் தவிர வேறுவழி இல்லை. உண்மையில், வெளிச்சம் தந்தாலும் கருத்த வானத்திலிருந்து இந்தச் சிவப்புக் கூடாரத்தின்மீது ஒருவித அவநம்பிக்கை வீழ்ந்துக்கொண்டிருந்தது. உண்மைதான். எல்லோருடைய முகத்திலும் அவநம்பிக்கைத் தெரிந்தது. அனைவரும் மற்றவர்களிடம் இருந்து பிரிக்கப்பட்டவர்கள் என்பதால் ஏதாவது நியாயங்களைத் தேடுபவர்களாகவோ (அதில் காரணமில்லாமல் இல்லை.) பயப்படுபவர்களாகவோ தெரிந்தனர். தரு பார்த்த ஒவ்வொருவருடைய கண்களும் ஏதோ சிந்தனையில் இருப்பதைப்போல் இருந்தது. இதுவரை தங்கள் வாழ்க்கையில் அங்கம் வகித்த ஒருவரைப் பிரிந்து வாடக்கூடிய சோகம், பொதுவாக எல்லோருக்கும் இருந்தது. மரணத்தைப்பற்றியே எப்போதும் நினைத்துக்கொண்டிருக்க முடியாது என்பதால் அவர்கள் எதைப்பற்றியும் நினைக்காமல் இருந்தனர். விடுமுறையைக் கழிப்பதுபோல் வாழ்ந்து வந்தனர். “ஆனால், இதில் மோசமான விஷயம் என்னவென்றால்,

அவர்கள் மறக்கப்பட்டவர்கள். இது அவர்களுக்கும் தெரியும். இவர்களை நன்கு அறிந்தவர்கள் மறந்துவிட்டனர். ஏனெனில், வேறு விஷயங்களை யோசிக்கத் தொடங்கி இருந்தனர். அதை புரிந்துகொள்ளவும் முடிந்தது. இவர்களை நேசிப்பவர்களைப் பொறுத்தவரை, அவர்களும் பல வழிகளில் முயன்றும் இவர்களை வெளியே கொண்டுவர ஏற்பாடு செய்ய முடியாத விரக்தியில் ஓய்ந்துவிட்டனர். வெளியே கொண்டு வரும் முயற்சி குறித்தே எப்போதும் நினைத்துக்கொண்டிருந்ததால் யாரைக்கொண்டு வர வேண்டுமோ அவர்களைப்பற்றிய நினைவு வருவதில்லை. இதுவும் இயல்பானதுதான். மிகவும் சோகமான நேரங்களில் கூட, யாரும் உண்மையில் யாரைப்பற்றியும் நினைத்துப் பார்க்க முடியாது என்பதை நாம் அறிவோம். ஏனெனில், ஒருவரை உண்மையில் நினைப்பது என்பது ஒவ்வொரு நிமிடமும் அவரைப் பற்றியே சிந்தித்தபடி இருக்க வேண்டும். வேறு எந்தச் சிந்தனையும் இருக்கக் கூடாது. தன் குடும்பத்தைக் கவனிப்பதை மறக்க வேண்டும்; நம்மைச் சுற்றி ஈ பறந்தால் அதைக்கூட கவனிக்கக் கூடாது; சாப்பாட்டைப்பற்றி நினைக்கக் கூடாது; அரித்தால் சொரிய கை போகக் கூடாது. ஆனால் நமக்குத்தான் ஈக்களின் தொல்லையும் அரிப்பும் எப்போதும் இருக்கிறதே. இதனால்தான் வாழ்க்கை என்பது மிகவும் கடினமானது. இதனை இவர்கள் நன்கு அறிந்திருந்தனர்." இவ்வாறு தரு தன் குறிப்பேட்டில் எழுதி வைத்திருந்தான்.

அங்கு நின்றிருந்த ராம்பேர், தரு, கோன்ஸலாஸ் ஆகியோரை நோக்கி வந்த நிர்வாகி, நீதிபதி ஒத்தோன் அவர்களைப் பார்க்க வந்திருப்பதாகத் தெரிவித்தார். தன் அலுவலகத்துக்குக் கோன்ஸலாஸை நிர்வாகி அழைத்துச் சென்றார். பிறகு அவர்களை நீதிபதி ஒத்தோன் இருந்த இடத்துக்கு அழைத்துச் சென்றார். கூடாரங்கள் இருந்த பார்வையாளர் மாடத்தின் ஒரு ஓரத்தில் உட்கார்ந்திருந்த ஒத்தோன், இவர்களைப் பார்த்ததும் எழுந்து வரவேற்றார். அவர் வழக்கமான உடையையும் உறுதியான கழுத்துப்பட்டையையும் அணிந்திருந்தார். அவரது காது மடல்கள் அருகில் இருந்த முடி மட்டும் சற்றே நீட்டிக்கொண்டிருந்தன என்பதையும் காலணியில் நாடா ஒன்று அவிழ்ந்திருப்பதையும் தரு கவனித்தான். நீதிபதியின் முகம் களைத்திருந்தது. தன்னிடம் பேசியவர்களின் கண்களைப் பார்த்து ஒருமுறைகூட அவர் பேசவில்லை. அவர்களைச் சந்தித்ததில் மகிழ்ச்சி தெரிவித்த அவர் தமக்கு ரியே செய்த உதவிக்கு நன்றி கூறும்படி அவர்களைக் கேட்டுக்கொண்டார். யாரும் பேசவில்லை சிறிது நேரமானதும், அவரே "பிலிப் அதிக கஷ்டப்பட்டிருக்கமாட்டான் என்று நினைக்கிறேன், இல்லையா!" என்று விசாரித்தார்.

பெருந்தொற்று

மகன் பெயரை அவர் கூறியது அதுதான் முதல் தடவை என்பதைக் கவனித்த தரு, அவரிடம் ஏதோ மாற்றம் ஏற்பட்டிருப்பதைத் தெரிந்துகொண்டான். இரண்டு மேகங்களுக்கு இடையில் தொடுவானத்தில் இறங்கிய சூரியன், நேரடியாகக் கூடாரங்கள்மீது அதன் கதிர்களை இறக்கியதுடன் அவர்களது முகங்களைப் பொன்னிறமாக்கியது.

“இல்லை, இல்லை. அவன் துன்பப்படவில்லை” என்று தரு கூறினான்.

அவர்கள் விடை பெற்ற பின், சூரியன் வந்த திசையைத் தொடர்ந்து பார்த்துக்கொண்டே இருந்தார் நீதிபதி.

கோன்ஸலாஸிடம் விடை பெற அவர்கள் இருவரும் சென்றனர். சுழற்சி முறையில் மேற்பார்வை செய்ய வேண்டிய அட்டவணையை அவன் அலசிக்கொண்டிருந்தான். இவர்கள் வருவதைப் பார்த்ததும், எழுந்து சிரித்துக்கொண்டே கை கொடுத்தான்.

“ஏதோ ஆட்டக்காரர்களின் ஓய்வறையாவது எனக்குக் கிடைத்தது. அதுவே போதும்”.

சிறிது நேரமானதும், தருவும் ராம்பேரும் நிர்வாகியுடன் வெளியே சென்றனர். அந்த நேரம், பார்வையாளர் மாடத்தில் படபடவென சத்தம் கேட்டது. பிறகு அங்கிருந்த ஒலி பெருக்கிகளில் எல்லோரும் தங்கள் கூடாரங்களுக்குத் திரும்ப வேண்டும் என்ற அறிவிப்பு ஒலித்தது. ஏனெனில் உணவு வழங்கப்பட வேண்டிய நேரம். ஒருகாலத்தில் இந்த ஒலிபெருக்கிகள் ஆட்ட முடிவுகளை அறிவிக்கவும் அணிகளை அறிமுகம் செய்வதற்கும் பயன்பட்டன. மெல்லக் கால்களைத் தேய்த்தபடி மாடங்களை விட்டுத் தங்கள் கூடாரங்களுக்கு மக்கள் திரும்பிக்கொண்டிருந்தனர். எல்லோரும் வந்து சேர்ந்து தயாரானவுடன் புகைவண்டி நிலையங்களில் இருப்பதைப்போல் இரண்டு மின்வண்டிகள் கூடாரங்களுக்கு இடையே பெரிய பாத்திரங்களுடன் சென்று வந்தன. இரண்டு அகப்பைகள் இரண்டு பாத்திரங்களுக்குள் முங்கி உணவை எடுத்து இரண்டு தட்டுகளில் நிரப்பின. வேலை முடிந்ததும் அந்த மின் வண்டி அடுத்த கூடாரத்தை நோக்கி மீண்டும் புறப்பட்டது.

“இது அறிவியல் முறை” என்று நிர்வாகியிடம் தரு வியந்தான்.

“ஆமாம். அறிவியல் முறைதான்” என்று திருப்தியுடன் கூறிய நிர்வாகி அவர்களுடன் கைக்குலுக்கினார்.

அந்திச்சூரியன் வந்துவிட்டது; வானமும் தெளிவானது. வெளிச்சம் மெல்லிய குளிருடன் கூடாரத்துக்குள் நுழைந்தது. இரவின் அமைதியில் நாலாப்புறமும் முள்கரண்டி, தட்டுகளின் சத்தங்கள் எழுந்தன. வௌவால்கள் கூடாரங்களின்மீது வட்டமடித்துவிட்டுப் பின் சட்டென மறைந்துபோயின. சுவர்களுக்கு அப்பால், டிராம்வண்டி ஒரு நிறுத்தத்தில் கிறீச்சிட்டு நின்றது.

“பாவம் நீதிபதி” என்று வாசல் கதவுகளைக் கடக்கும்போது தரு முணுமுணுத்தான்.

“அவருக்கு ஏதாவது செய்தாக வேண்டும். ஆனால், ஒரு நீதிபதிக்கு எப்படி உதவ முடியும்?”

இதுபோன்ற முகாம்கள் நகரின் பல இடங்களில் அமைக்கப் பட்டிருந்தன. தயக்கத்தின் காரணமாகவோ போதிய தகவலின்மை காரண மாகவோ அவற்றைப்பற்றி எடுத்துரைப்பாளரால் எதுவும் கூற இயலவில்லை. அவரால் சொல்ல முடிந்ததெல்லாம், அப்படியான முகாம்கள் இருந்தன என்றும் அங்கிருந்து எழும் மனித வாடை, அந்தி சாயும்போது அதிக சத்தத்துடன் ஒலிக்கும் ஒலிபெருக்கிகள், சுவர்களின் புதிர், அந்த இடங்களைப்பற்றிய அச்சம் ஆகியவை ஏற்கெனவே விரக்தியில் இருக்கும் மனிதர்களிடம் மேலும் சோகத்தை ஏற்படுத்தியது என்ற செய்திகளைத்தான். நிர்வாகத்துடன் பல விரும்பத்தகாத சமபவஙகள பல இடங்களில் நடைபெற்றன.

நவம்பர் மாத இறுதியில், காலைப் பொழுதுகள் மிகவும் குளிராய் இருந்தன. கடும் மழை பெய்து வீதிகளைக் கழுவி பிரகாசமாக்கியதுடன் வானத்தில் உள்ள மேகங்களையும் சுத்தப்படுத்தியது. தினமும் காலையில் இளஞ்சூரியன் குளிர்ந்த பிரகாசமான ஒளியை நகரத்தின்மீது பாய்ச்சிவிட்டுப் போகும். மாறாக, மாலையை நெருங்கும்போது, மீண்டும் காற்று வெப்பமாகிவிடும். மருத்துவர் ரியேவிடம் சற்றே மனம் விட்டுப்பேச இந்த நேரத்தைத்தான் தரு தேர்ந்தெடுத்தான்.

ஒருநாள், இரவு 10 மணியளவில், அன்றைய நீண்ட பணியை செய்து முடித்துக் களைத்துப்போய் இருந்தான் தரு. மாலை நேரத்தில் வழக்கமாகப் பார்வையிடும் ஆஸ்துமா நோயாளியைக் காணச் சென்ற மருத்துவர் ரியேவுடன் அவனும் போனான். பழைய பகுதியின் வீடுகள்மீது வானத்தின் மென்மையான சூரிய ஒளி வீசிக்கொண்டிருந்தது.

இருட்டான நாற்சந்திகளில் அதிக சத்தமின்றி மெல்லிய காற்று வீசிக்கொண்டிருந்தது. அமைதியான வீதிகளில் இருந்து வந்திருந்த இந்த இருவரிடமும் முதிய நோயாளி எதைஎதையோ பேச ஆரம்பித்தார். தான் சொல்வதைச் சிலர் ஏற்றுக்கொள்ளவில்லை; வசதி வாய்ப்புகள் எல்லாம் ஒரு சிலருக்கே சென்றடைகின்றன; திரும்பத் திரும்ப ஒரே தவறை செய்துகொண்டிருந்தால் ஆபத்தில்தான் முடியும்; இவ்வாறு சொல்லிக்கொண்டே அவர் கைகளைத் தேய்க்கும் ஒவ்வொரு முறையும் ஏதோ பிரச்சினை வரப்போகிறது என்று பொருள். அவர் பேசுவதை எல்லாம் கேட்டுக்கொண்டே மருத்துவர் சிகிச்சையளித்தார்.

மேலே யாரோ நடந்து செல்லும் சத்தம் கேட்டது. தரு முகத்தில் தெரிந்த ஆர்வத்தைக் கவனித்த மூதாட்டி, பக்கத்தில் வசிப்பவர்களில் ஒருவர் மொட்டை மாடியில் இருக்கிறார் என்று விளக்கினார். மாடியில் நின்று பார்த்தால் நல்ல காட்சி கிடைக்கும் என்றும் வீட்டின் மொட்டை மாடிகள் ஒரு பக்கத்தில் இணைந்திருப்பதால், வீட்டைவிட்டு வெளியில் போகாமலே பெண்கள் சந்தித்துகொள்ள முடியும் என்றவர்,

“உண்மைதான். நீங்கள் போய் பாருங்கள். அங்கு நல்ல காற்று வரும்.” என்று சொல்லி அனுப்பினார்.

மொட்டை மாடியில் மூன்று நாற்காலிகளைத் தவிர வேறு எதுவுமில்லை. ஒரு புறம் கண்களுக்கு எட்டிய மட்டும் நீண்ட தூரம் வீட்டு மேற்கூரைகள் தென்பட்டன. அவை முடியும் இடத்தில் இருட்டான அடர்ந்த பாறைத் தொகுதிகள் இருந்தன. முதல் மலைக் குன்று தெரிந்தது. மறுபுறத்தில் துறைமுகம் மறைந்திருந்தது. சில வீதிகளுக்கு அப்பால் அடிவானம் தெரிந்தது. அங்கு வானும் கடலும் ஏதோவொரு இடத்தில் இணைந்திருந்தன. அதற்கும் அப்பால் பெரும் மலைப் பாறைகள் இருப்பதை இவர்கள் அறிவார்கள். எங்கிருந்து வருகிறது என்று தெரியாவிட்டாலும், தொடர்ந்து வெளிச்சம் ஒன்று வந்துகொண்டிருந்தது. சென்ற வசந்தகாலத்திலிருந்து, மற்ற துறைமுகங்களுக்குச் செல்லும் கப்பல்களுக்கு வழிகாட்டவெனக் கலங்கரை விளக்கம் தொடர்ந்து ஒளி பாய்ச்சிக்கொண்டிருந்தது. காற்றால் சுத்தமாகிப் பிரகாசித்துக் கொண்டிருந்த வானத்தில் நட்சத்திரங்கள் தெளிவாகத் தெரிந்தன.

தூரத்துக் கலங்கரை விளக்கின் ஒளி, அவ்வப்போது கடந்து சென்று வானத்துக்கு ஒளி கூட்டியது. கற்களின் வாசனையும் மசாலாக்களின் நெடியும் காற்றில் கலந்து வந்தன. அங்கு முழு அமைதி நிலவியது.

"என்ன சுகமாக இருக்கிறது!" என்று கூறியபடி ரியே அமர்ந்தார். பிளேக் நோய் அங்கு ஒரு போதும் ஏறி வராதுபோல் இருந்தது.

அவர் பக்கம் முதுகைக் காட்டியபடி தரு கடலைப் பார்த்துக் கொண்டிருந்தான்.

சிறிது நேரமானதும், "ஆமாம், சுகமாகத்தான் இருக்கிறது" என்றான்.

மருத்துவர் அருகில் வந்து உட்கார்ந்த அவன், அவரை உற்றுப் பார்த்தான். வானில் மூன்று முறை வெளிச்சம் தோன்றி மறைந்தது. கீழே வீதியில் எங்கோ பாத்திரம் ஒன்று கீழே விழுந்த சத்தம் இவர்கள் இருந்த இடம் வரைக் கேட்டது. வீட்டின் கதவு காற்றில் அடித்துக்கொண்டது.

இயல்பான குரலில், ரியேவைப் பார்த்து,

"ரியே! நான் யார் என்று நீங்கள் ஒரு போதும் கேட்ட தில்லையே, என் மீது உங்களுக்குப் பாசம் இருக்கிறதா?" என்று தரு கேட்டான்.

"உங்களிடம் அன்பு இருக்கிறது என்பது உண்மைதான் ஆனால், நமக்குத்தான் இதுவரை நேரமே கிடைக்கவில்லையே!"

"சரி, அது போதும் எனக்கு. இந்த நேரத்தை நம் நட்புக்கு பயன்படுத்திக்கொள்ளலாமா?"

பதிலாக ரியே புன்னகையை மட்டும் தந்தார்.

"அப்படியானால் இதோ என்... ..."

பல வீதிகளுக்கு அப்பால் ஈரமான சாலையில் கார் ஒன்று வழுக்கி கிறீச்சிட்ட ஒலி கேட்டது. அது தூர விலகிய பின், தெளிவற்ற சில குரல்கள் இவர்களது அமைதியைக் குலைத்தன. பிறகு வானும் நட்சத்திரங்களும் புடைசூழ முழுஅமைதி மீண்டது. தரு எழுந்து சென்று கைப்பிடிச் சுவர்மீது சாய்ந்தபடியே நாற்காலியில் உட்கார்ந்திருந்த ரியேவைப் பார்த்தவாறு நின்றான். வானின் பின்னணியில் அவனது நிழல் உருவம் மட்டுமே தெரிந்தது. நீண்ட நேரம் பேசினான். ஏறக்குறைய அவன் பேசியதன் சுருக்கம் இது தான்:

"ரியே! சுருக்கமாகச் சொல்ல வேண்டுமென்றால், இந்த ஊருக்கு வருவதற்கு முன்பே, இந்தப் பிளேக்கைப் பற்றித் தெரிந்து கொள்வதற்கு முன்பே நான் பிளேக் நோயால் கஷ்டப்பட்டுக் கொண்டிருந்தேன். நானும் மற்றவர்களைப்போல்தான். ஆனால், இது மக்களுக்குத் தெரிவதில்லை. சிலர் இத்தகையச் சூழலில்

இருக்க விரும்புகின்றனர். சிலருக்கு இது தெரியும். ஆனால் இதை விட்டு வெளியேற விரும்புகின்றனர்.

என் இளம் வயதில் அப்பாவித்தனமாக வாழ்ந்து வந்தேன். அதாவது எதைப்பற்றியும் ஒரு கருத்து இல்லாமல். நான் எதற்கும் உணர்ச்சிவசப்படும் ஆள் இல்லை. நன்றாகத்தான் என் வாழ்க்கை தொடங்கியது. எல்லாவற்றிலும் வெற்றி கிடைத்தது. எவ்வித மனக்குறையுமில்லாமல் இருந்தேன். பெண்களிடத்திலும் திருப்திதான். அப்படியே கவலைகள் ஏதாவது வந்தாலும் அவை வந்த வழியே திரும்பிச் சென்றன. ஒருநாள் நான் சிந்திக்க ஆரம்பித்தேன்.

"உங்களைப்போல் நான் ஒன்றும் ஏழை இல்லை என்பதைச் சொல்லியாக வேண்டும். என் அப்பா அரசு வழக்கறிஞர். அது ஒரு பெரிய பதவி. இருந்தாலும் இயல்பாக நல்ல மனிதர் என்பதால் அவர் பெரிய பதவியில் இருப்பவர்போல் நடந்து கொள்வதில்லை. என் அம்மாவும் மிகவும் அடக்கமாக எளிமையாக வாழ்ந்தவர். அவரை நேசிக்காத நாளில்லை; ஆனால் அதனை அவரிடம் சொல்லாமல் தவிர்க்கவே விரும்பினேன். என் அப்பா என்னைப் பாசத்துடன் பார்த்துக் கொண்டார். என்னைப் புரிந்துகொள்ளக் கூட முயன்றார் என்று நினைக்கிறேன். அவருக்குப் பெண்களுடன் தொடர்பு இருந்திருக்கும் என்று இப்போது உறுதியாக நினைக்கிறேன். ஆனால், அதற்காக அவர்மீது எனக்குக் கோபம் வரவில்லை. யாரையும் அதிர்ச்சியடைய வைக்காமல், எப்படி நடந்து கொள்ள வேண்டும் என மற்றவர்கள் விரும்புவார்களோ அவ்வாறு அவர் நடந்துகொண்டார். சுருக்கமாகச் சொன்னால், அவரிடம் அசாதாரணமான சுபாவம் எதுவுமில்லை. இப்போது, அவர் இறந்துவிட்ட நிலையில், அவரைப்பற்றி எனக்குப் புரிகிறது. அவர் ஒரு புனிதரைப்போல் வாழவில்லை. அதேநேரம் அவர் ஒரு தீய மனிதரும் இல்லை. இரண்டுக்கும் இடையிலான பாதையைத் தேர்ந்தெடுத்திருந்தார். அவ்வளவுதான். யாரும் போதுமான அளவு அவர்மீது தொடர்ந்து பாசம் வைக்கக்கூடிய மாதிரியான மனிதர் அவர்.

இருந்தாலும் அவரிடம் ஒரு தனித்தன்மை இருந்தது. உறங்கும் முன்பு அவர் விரும்பி வாசிக்கும் புத்தகம், 'ஷே' என்னும் புகைவண்டி அட்டவணை. இதற்குக் காரணம், அவர் அடிக்கடிப் பயணம் செய்பவர் என்பதல்ல. விடுமுறையின்போது பிரித்தானி பகுதிக்கு மட்டும் சென்று வருவார். அங்கு அவருக்கு சிறியதாக ஒரு வீடு இருக்கிறது. ஆனால், பாரீஸ் – பெர்லின் விரைவு வண்டியின் புறப்படும் நேரம், சேரும் நேரம் எதைக் கேட்டாலும் மிகச் சரியாக சொல்லிவிடுவார். வார்சா செல்ல,

லியோனிலிருந்து கிளம்பும் தொடர்வண்டிகளில் ஏற வேண்டும். அந்த வண்டிகளின் விவரங்களை மட்டுமல்ல நீங்கள் குறிப்பிட்டு கேட்கும் இரண்டு தலைநகரங்களுக்குமிடையில் சரியாக எத்தனை மைல் பயணம் என்றும் துல்லியமாகக் கூறுவார். பிரியான்ஸோன் நகரிலிருந்து ஷமோனிக்கு எப்படிப் போக வேண்டும் என்று உங்களால் சொல்ல முடியுமா? நிலைய அதிகாரிக்குக்கூட இது குழப்பமாக இருக்கும் ஆனால் என் அப்பாவுக்கு அப்படி இருக்காது. தன் திறமையைப் பெருக்கிக் கொள்ள ஏறக்குறைய ஒவ்வொரு மாலையும் பயிற்சி செய்வார். அதில் அவருக்குப் பெருமை. அவரது செய்கை எனக்கு வேடிக்கையாக இருக்கும். எனவே, அடிக்கடி அவரிடம் ஏதாவது ஒரு கேள்வி கேட்டு ஷே அட்டவணையில் சரிபார்த்து அவர் கூறிய விடையில் தவறில்லை என்று ஒப்புகொள்வதில் நான் மகிழ்ச்சியடைவேன். இந்தச் சிறிய பயிற்சிகள் எங்கள் நெருக்கத்துக்கு அதிகம் உதவி செய்தன. ஏனெனில், அவருக்குப் பேச்சுத் துணையாக நான் இருந்தேன். அது அவருக்கு மிகவும் திருப்தியாக இருந்தது. என்னைப் பொறுத்தவரை, தொடர்வண்டிகள் குறித்த இந்த அசாதாரண அறிவு, வேறு எந்த அறிவுக்கும் சளைத்ததல்ல.

நான் உணர்ச்சி வசப்படுகிறேன். இந்த நல்ல மனிதருக்கு அதிகப்படியான முக்கியத்துவம் தரவும் வாய்ப்பிருக்கிறது. ஏனெனில், நான் எடுத்த உறுதியான முடிவில் அவருடைய நேரடியான தாக்கம் எதுவுமில்லை. அதிகபட்சமாகப் பார்த்தால், எனக்கு ஒரு வாய்ப்பை வழங்கினார், அவ்வளவுதான். எனக்கு 17 வயது இருக்கும்போது, ஒருநாள் தான் வாதாடுவதைப் பார்க்குமாறு என்னை அழைத்தார். மாவட்ட நீதிமன்றத்தில் முக்கியமான வழக்கு. தான் அந்த நாளில் நிச்சயமாக வாதிடப் போவதாக அவர் நினைத்திருக்க வேண்டும். தான் தேர்ந்தெடுத்தத் துறையில் என்னை இறங்க வைக்க, இந்த வழக்கு விசாரணை உதவியாக இருக்கும் என்று அவர் நம்பியிருப்பார். என் இளம் மனதில் சில தாக்கங்களை ஏற்படுத்தும் என்று எண்ணியிருப்பார். அவருக்கு அது மகிழ்ச்சியளிக்கும் என்பதால் நானும் வர ஒப்புக்கொண்டேன். மேலும், எங்களுடன் அவர் வீட்டில் நடந்து கொள்வதற்கு அப்பால் வேறு ஒரு துறையில் அவர் எப்படி செயல்படுகிறார் என்று தெரிந்துகொள்வதில் எனக்கு ஆர்வமும் இருந்தது. இதைவிட வேறு எதைப் பற்றியும் நான் சிந்திக்க வில்லை. தேசியக் குடியரசு நாளான ஜூலை 14 அணிவகுப்பு அல்லது பரிசளிப்பு விழா ஆகியவற்றில் நடப்பவை எத்தகைய இயல்பான ஒன்றோ அப்படித்தான் நீதிமன்ற நடவடிக்கையையும் கருதினேன். அவற்றைப் பற்றி தோராயமான பிம்பமே என்னிடம் இருந்தது. அதைப் பற்றி நான் கவலைப்படவில்லை.

எனினும், அன்றைய நினைவாய் என் நெஞ்சில் நின்றதெல்லாம் குற்ற உணர்வு உள்ள ஒரு மனிதரின் உருவம் மட்டுமே. எதைப் பற்றி என்று தெரியாவிட்டாலும் அந்த நபர் குற்ற உணர்வில் இருந்தான் என்பது மட்டும் எனக்குத் தெரியும். சிறிதளவு சிவப்புமுடியுடன் சுமார் 30 வயதுடைய இந்தச் சிறிய நபர், எதையும் ஒப்புக்கொள்ளத் தயாராக இருந்தவன்போல் தோன்றினான். தான் செய்த செயலுக்காகவும் தனக்கு மற்றவர்கள் செய்ய இருக்கின்ற செயலுக்காகவும் நேர்மையான முறையில் அச்சமடைந்திருந்தான். சில நிமிடங்களுக்குப்பிறகு, நான் அவனையே வைத்த கண் வாங்காமல் பார்த்துக்கொண்டிருந்தேன். சக்தி வாய்ந்த பிரகாசமான ஒளியைக் கண்டு பயந்துபோன கோட்டானைப்போல் அவன் தெரிந்தான். அவனது கழுத்துப் பட்டையின் முடிச்சு, நடுவில் இல்லாமல் நகர்ந்து இருந்தது. தனது வலது கை விரல் நகங்களைக் கடித்துக்கொண்டிருந்தான். சரி, அதற்கு மேல் விவரிக்கப்போவதில்லை. அவன் உயிரோடுதான் இருந்தான் என்பது மட்டும் உங்களுக்குப் புரிந்திருக்கும்.

திடீரென எனக்கு அவனுடைய நிலை நினைவுக்கு வந்தது. ஏனெனில், அதுவரை 'குற்றம் சாட்டப்பட்டவன்' என்ற வசதியான பிரிவில் வைத்துத்தான் அவனைச் சிந்தித்துவந்தேன். என் அப்பாவை மறந்துவிட்டேன் என்று சொல்லமாட்டேன். குற்றவாளிக் கூண்டில் நிற்கும் அந்த மனிதனைக் கவனிப்பதைத் தவிர வேறு எந்த நினைவும் வராத அளவு என் வயிற்றில் ஏதோ ஒன்று உறுத்தியது.

எதுவும் என் காதில் விழவில்லை. உயிரோடு இருக்கும் இந்த மனிதனைக் கொல்ல விரும்புகிறார்கள் என்று உணர்ந்த என்னை ஒருவித பிடிவாதத்துடன் தன்னிச்சையாக அந்த நபரின் அருகில் கொண்டு போய்ச் சட்டென நிறுத்தியது என் சிந்தனை. குற்றவாளிக்கு எதிரான என் அப்பாவின் வாதம் தொடங்கியபோதுதான் நான் மீண்டும் சுயநினைவுக்கு வந்தேன்.

தான் அணிந்திருந்த சிவப்பு அங்கியால் மாறிப்போ யிருந்த அவர் இப்போது நல்லவரோ பாசமானவரோ இல்லை. அவர் வாயில் நிறைந்திருந்த மிகப் பெரிய வாக்கியங்கள் தங்கு தடையின்றி பாம்புகள்போல வெளியே வரத்தொடங்கின. சமூகத்தின் பெயரால் அவனது மரணத்தைக் கோரி நின்றார். அவனது தலை துண்டிக்கப்பட வேண்டும் என்றுகூட வாதிட்டார். உண்மையில் அவர், "இந்தத் தலை விழுந்தாக வேண்டும்" என்று பேசினார். இறுதியில் இரண்டுக்கும் வித்தியாசம் இல்லை. ஒரே விஷயத்தைத்தான் குறிக்கிறது. ஏனெனில் அவர் அந்தத் தலையை வென்றுவிட்டார். இதில் உள்ள ஒரே விஷயம், இந்த வேலையை என் அப்பா தானே

செய்யவில்லை. இந்த விசாரணையை இறுதிவரை கவனித்த எனக்கு என் அப்பாவுடன் இருந்ததைக் காட்டிலும் அந்தப் பரிதாபத்துக்குரிய இளைஞனுடன் பயங்கரமான நெருக்கம் ஒன்று உருவாவதை உணர்ந்தேன். சம்பிரதாயப்படி, இறுதிக் கணங்கள் என மங்கல வழக்காக அழைக்கப்படும் சில நடைமுறைகளுக்கு அவன் இருந்தாக வேண்டும், முறைப்படி அதனை வெட்கக்கேடான மரணம் என்று கூறலாம். அன்றிலிருந்து ஷே அட்டவணையை மிகுந்த அருவருப்புடனேயே என்னால் பார்க்க முடிந்தது. அதேபோல, அன்று முதல் நீதி, மரண தண்டனைகள், தண்டனை நிறைவேற்றம் ஆகியவை மீது வெறுப்பு கலந்த ஆர்வம் ஏற்பட்டது. எத்தனை முறை இத்தகைய கொலைகளை என் அப்பா பார்வையிட்டிருப்பார் என்று நினைத்துப் பார்த்தபோது தலை சுற்றியது. சரியாகப் பார்த்தால், அதுபோன்ற நாட்களில் தான் அவர் விரைவாக எழுந்திருப்பது வழக்கம். அது மாதிரியான சந்தர்ப்பங்களில் அலாரம் வைத்துவிட்டு தூங்குவார். என் அம்மாவிடம் இது குறித்து பேசும் அளவு எனக்குத் துணிவில்லை. அப்போதுதான் நான் அவரைக் கூர்ந்து கவனித்துப் புரிந்துகொண்டேன். அவர்களுக்குள் எவ்வித நெருக்கமும் இல்லை என்பதையும் என் அம்மா ஒரு பற்றற்ற வாழ்க்கையை வாழ்ந்து வருவதையும் தெரிந்துகொண்டேன். இந்தப் புரிதல் அவரை நான் மன்னிக்க உதவியது. பிறகுதான் உண்மை விளங்கியது. இதில் மன்னிக்க என்று எதுவும் கிடையாது. ஏனெனில், அவர் திருமணம்வரை வாழ்க்கை முழுவதுமே ஏழையாகத்தான் இருந்திருக்கிறார். அந்த ஏழ்மைதான் அவருக்குப் பற்றற்றத் தன்மையைக் கற்றுத் தந்துள்ளது.

நான் உடனடியாக வீட்டைவிட்டு வெளியேறிவிட்டேன் என்று கூறுவேன் என நிச்சயம் எதிர்பார்ப்பீர்கள். அதுதான் இல்லை. நீண்டகாலம் அங்கேயே இருந்தேன். ஏறக்குறைய ஓராண்டு. ஆனால் என் இதயம் மிகவும் கசந்திருந்தது. ஒரு நாள் இரவு, தன் அலாரத்தைக் கேட்டார் என் அப்பா. அடுத்த நாள் அவர் சீக்கிரமாக எழுந்திருக்க வேண்டும். நான் அன்று இரவு முழுவதும் தூங்கவில்லை. அடுத்த நாள் அவர் வந்தபோது நான் வெளியேறி இருந்தேன். அவர் என்னைத் தேடினார் என்பதைச் சொல்லியாக வேண்டும். எனவே போய் அவரைப் பார்த்தேன். விளக்கம் எதுவும் சொல்லிக்கொண்டிருக்காமல், என்னை மீண்டும் வரச்சொல்லி வற்புறுத்தினால் தற்கொலை செய்துகொள்வேன் என்று மட்டும் சொல்லிவைத்தேன். இறுதியில் அவர் அதனை ஏற்றுக்கொண்டார். ஏனெனில் இயல்பாகவே அவர் மென்மையானவர். தானே சொந்தமாக தன் வாழ்க்கையை அமைத்துக்கொள்வது என்பது எவ்வளவு

முட்டாள்தனமானது என்பதைப் பற்றி என்னிடம் நீண்ட நேரம் பேசினார். (என் போக்கினை அப்படித்தான் அவர் பார்த்தார். நான் அதனை மறுத்துக் கூறவில்லை). கண்களை வந்து முட்டிய உண்மையான கண்ணீரை அடக்கிக்கொண்டு எனக்கு ஏராள மான அறிவுரைகளைக் கூறினார். அதன் பிறகு, மிக நீண்ட காலம் கழித்து, என் அம்மாவைப் பார்க்க அடிக்கடி வர ஆரம்பித்தேன். அப்போது அவரைச் சந்தித்தேன். இந்தப் பந்தம் அவருக்குப் போதுமானதாக இருந்தது என்று நினைக்கிறேன். என்னைக் கேட்டால், அவர்மீது எவ்வித பகையுணர்ச்சியும் இல்லை. நெஞ்சில் சிறிதளவு சோகம் மட்டுமே உள்ளது. அவர் இறந்தபோது, அம்மாவை என்னுடன் வசிக்க அழைத்து வந்துவிட்டேன். அவருக்கு ஏதும் நேரவில்லை என்றால் இப்போதும் என் அம்மா அங்குதான் இருப்பார்.

என் வாழ்க்கையின் ஆரம்ப நாட்களைப் பற்றி அதிகமாகப் பேசிவிட்டேன்; ஏனெனில் எல்லாமே ஆரம்பத்தில்தான் இருக்கிறது. இனி வேகமாகக் கூறுகிறேன். என் 18 வயதில் வறுமை என்னவென்று கண்டுகொண்டேன். வாழ்க்கையை நடத்த அத்தனை வேலைகளையும் செய்து பார்த்தேன். அப்படி ஒன்றும் பெரும் தோல்வி ஏற்பட்டுவிடவில்லை. ஆனால் என் ஆர்வமெல்லாம் மரண தண்டனை மீதே இருந்தது. அந்தச் சிவப்புத்தலைக் கோட்டான் உருவமுடைய மனிதனின் கணக்கை நான் தீர்த்தாக வேண்டும். எனவே, மற்றவர்கள் கூறுவதைப் போல் அரசியலில் இறங்கினேன். கொடுநோய்களுக்குப் பலியாக விரும்பவில்லை, அவ்வளவுதான். நான் வாழ்ந்து வந்த சமூகம் மரண தண்டனையில் உழன்றுகொண்டிருந்தது, அதனை எதிர்த்து நிற்கும் போது மரணத்தை எதிர்ப்பவனாகினேன். இதைத்தான் நான் நம்பினேன்; மற்றவர்களும் இதையே கூறினர்; யோசித்துப் பார்த்தால், பெரும்பாலும் அதுதான் உண்மை. எனவே, நான் விரும்பிய, இன்றும் விரும்பிக்கொண்டிருக்கின்ற மக்களுடன் சேர்ந்துகொண்டேன். அவர்களுடன் நான் நீண்ட காலம் இணைந்து பணியாற்றினேன். ஐரோப்பாவில் உள்ள அத்தனை நாடுகளில் நடந்த போராட்டங்களிலும் பங்கேற்றேன். சரி, அதன் பின் நடந்ததைப் பார்ப்போம்...

எனக்குத் தெரியும். நாமும் சில மரண தண்டனைகளை நிறைவேற்றி வருகிறோம். இனிவரும் காலத்தில் ஒருவரும் கொலை செய்ய மாட்டார் என்றதொரு உலகத்தை உண்டாக்கத்தான் இந்த மரண தண்டனைகள் என்று எனக்குக் கூறப்பட்டது. இது ஒரு வகையில் உண்மை என்றாலும் ஒருவேளை இத்தகைய உண்மைகளுடன் என்னால் வாழ முடியாது. உண்மை என்னவென்றால் என் மனம் ஊசலாட்டத்தில் இருந்தது.

ஆனால் அந்தச் சிவப்புத்தலைக் கோட்டான் நினைவுக்கு வர என்னால் முன்னேற முடிந்தது. அதாவது ஹங்கேரியில் மரண தண்டனை ஒன்றை நான் நேரில் பார்த்த நாள்வரை அப்படி இருந்தேன். தற்போது வளர்ந்த மனிதனாக இருந்தாலும் சிறு வயதில் ஏற்பட்ட அதே பீதி இப்போதும் என்னை ஆட்கொண்டது.

நீங்கள் எப்போதாவது ஒரு நபர் சுடப்படுவதைப் பார்த்திருக்கிறீர்களா? நிச்சயம் பார்த்திருக்க மாட்டீர்கள். பொதுவாக, அதற்கு அழைப்பு தேவை. பார்வையாளர்களும் யார் என்பது ஏற்கெனவே முடிவு செய்யப்பட்டிருக்கும். விளைவு, நீங்கள் படங்கள், புத்தகங்கள் ஆகியவற்றில்தான் அதைப் பார்த்திருப்பீர்கள். கண்கள் கட்டப்பட்ட நிலையில் ஒருவன், தூக்கு மேடை, தூரத்தில் சில காவலர்கள்.

அதுதான் இல்லை! மாறாக, குற்றஞ்சாட்டப்பட்ட நபரிடமிருந்து ஒரு மீட்டர் தூரத்தில் துப்பாக்கி வீரர்கள் நிறுத்தப்பட்டிருப்பர் என்பது உங்களுக்குத் தெரியுமா? தண்டனைக்குரிய நபர் இரண்டு அடி எடுத்து வைத்தால் போதும், அவனது மார்பைத் துப்பாக்கிக் குண்டுகள் பதம் பார்க்கும் என்பது உங்களுக்குத் தெரியுமா? இத்தனைக் குறைவான இடைவெளியில் நின்றிருந்த அந்தத் துப்பாக்கி வீரர்கள் தாங்கள் சுட வேணடிய நபரின் மார்புப் பகுதியையே குறிவைத்தபடி இருப்பர் என்பதும் தங்களிடம் உள்ள துப்பாக்கியின் பெரிய குண்டுகளால் அந்த மார்பில் விழும் ஓட்டையில் உங்கள் மணிக்கட்டுப் பகுதியே உள்ளே போகும் என்பதும் உங்களுக்குத் தெரியுமா? தெரியாது. ஏனெனில், இதுபோன்ற விஷயங்களை மக்கள் பேசுவதில்லை. பெருந்தொற்றால் பாதிக்கப்பட்டவர் களுக்கு உயிரைவிட மனிதர்களின் தூக்கம் புனிதமானதாகும். இந்த நல்லவர்களின் தூக்கத்தை நாம் கெடுக்கக்கூடாது. அது கசப்பு உணர்வின் வெளிப்பாடு. சரியான எண்ணம் எதுவென்றால் எல்லோருக்கும் தெரிந்ததைப்போல், அதைப்பற்றியே பேசிக் கொண்டிருக்கக் கூடாது. ஆனால், அன்று முதல் நான் சரியாகத் தூங்கவில்லை. அந்தக் கசப்பான உணர்வு என் மனதில் தங்கிவிட்டதுடன் நான் எப்போதும் அதைப் பற்றியே பேசி வந்தேன். அதாவது சிந்தித்து வந்தேன்.

இந்தக் காலகட்டத்தில்தான் பிளேக் நோயால் பாதிக்கப் பட்டவனாய் இத்தனை ஆண்டுகளாய் இருந்து வந்துள்ளேன் என்பதை உணர்ந்துகொண்டேன். இருப்பினும், முழு மூச்சாகப் பிளேக்கை எதிர்த்துப் போராடி வருபவனாக நான் நினைத்துக் கொண்டிருக்கிறேன். நான் ஆயிரக்கணக்கான மக்களின் சாவுக்கு மறைமுக ஆதரவு தந்து வருவதையும் உணர்ந்தேன்.

இத்தனை மரணங்களுக்கும் காரணமான சில செயல்களையும் கொள்கைகளையும் ஏற்றுக்கொள்வதன் மூலம் அவர்கள் மரணத்துக்குக் காரணமாகவும் இருந்துள்ளேன் என்பதையும் தெரிந்துகொண்டேன்.

மற்றவர்களைப் பொறுத்தவரை, இதைப் பற்றிய கவலை இருப்பதைப்போல் தெரியவில்லை. ஏனெனில், இது குறித்து அவர்கள் ஒருபோதும் தன்னிச்சையாகப் பேசியதில்லை. ஆனால் அந்தக் கசப்புணர்வு என் தொண்டையிலேயே சிக்கி நின்றது. நான் மற்றவர்களுடன்தான் இருந்தேன். எனினும் தனியாக இருந்தேன். எனக்குள்ள அசௌகரியங்களை அவர்களிடம் விளக்க முயன்ற போது, இப்போது நடக்க வேண்டியதன் மீது கவனம் செலுத்தும்படிக் கூறினர். மேலும், என்னால் ஜீரணிக்க முடியாத விஷயங்களை நான் ஏன் ஜீரணிக்க வேண்டும் என்பதற்கான அழகான காரணங்களை அடிக்கடி கூறி வந்தனர். சிவப்பு அங்கி அணிந்துள்ள கொடிய தொழுநோய்க்கு ஆளானவர்களிடமும் அருமையான காரணங்கள் இருக்கின்றன என்று நான் அவர்களுக்கும் பதில் அளித்தேன். சிறிய கொடுநோய்ப் பாதிப்புக்குள்ளானவர்கள் கூறும் ‘தவிர்க்க முடியாத காரணங்களான’ வாதங்களையும் வேறு அவசிய மான விஷயங்களையும் நான் ஏற்றுக்கொண்டு விட்டால், பிறகு பெரிய கொடுநோய்ப் பாதிப்புக்கு உள்ளானவர்கள் கூறுவதையும் ஏற்றாக வேண்டும். சிவப்பு அங்கி அணிந்திருப்பவர்கள் செய்வது சரி என்பதை உறுதி செய்யச் சிறந்த வழி, தண்டனை அளிக்கும் ஏகபோக உரிமையை அவர்களிடமே தந்து விடுவதுதான் என்று சுட்டிக் காட்டினார்கள். ஆனால், அவ்வாறு ஒரு தடவை வழங்கிவிட்டால், பிறகு அதனை நிறுத்த முடியாது என்று கருதினேன். நான் கூறியதுதான் சரி என்பதை வரலாறு காட்டி யிருக்கிறது என்று நினைக்கிறேன். ஏனெனில், இப்போது யார் வேண்டுமானாலும் கொல்லலாம். எல்லோரும் கொலைவெறியில் இருக்கிறார்கள். அவர்களுக்கு வேறு வழியில்லை.

எப்படியும், என் வேலை, வாதம் செய்துகொண்டிருப்பது அல்ல. என் வேலையெல்லாம் எப்படியாவது அந்தச் சிவப்புத் தலை வௌவால் பிரச்சினைக்குத் தீர்வு காண வேண்டும். அந்த மோசமான சம்பவத்தில், கொடுநோயால் பாதிக்கப்பட்ட மோசமான வாய்கள் சங்கிலியிடப்பட்ட அவனது மரணத்தைக் கோரி நின்றன. பல பதைபதைக்கும் நீண்ட இரவுகளுக்குப் பிறகு, கண்கள் திறந்தபடி அவனை இறக்க வைக்கத் தங்களால் இயன்ற அனைத்தையும் செய்தனர். என்னை உறுத்துவதெல்லாம் அவனது மார்பில் விழப்போகும் அந்த ஓட்டை. இந்த அருவருப்பான கொள்கைக்கு எதிரான எந்தவொரு வாதத்தையும்

என் அளவிலாவது விட்டுத்தரப் போவதில்லை என்ற முடிவுக்கு வந்தேன். உண்மைதான், இந்தப் பிரச்சினையில் தெளிவு கிடைக்கும்வரை இத்தகைய கண்மூடித்தனமான உறுதியைக் கடைபிடிப்பது என்று முடிவு செய்தேன். அவ்வாறான முடிவுக்கு வந்ததிலிருந்து நான் மாறவில்லை. நீண்ட நாட்களாக நான் வெட்கித் தலைகுனிந்து வந்திருக்கிறேன். தூரத்தில் இருந்தபடியோ, வேண்டுமென்றோ நானும் ஒரு கொலைகாரனாக இருந்துள்ளதை நினைத்து உண்மையிலேயே வெட்கத்தால் நாணுகிறேன். காலப்போக்கில் ஓர் உண்மையைப் புரிந்துகொண்டேன். மற்றவர்களைவிட சிறந்தவர்களாக இருப்பவர்கள்கூட யாரையும் கொல்லாமலோ, மற்றவர்கள் கொலை செய்யப்படுவதைப் பார்த்துக்கொண்டு இராமலோ வாழ முடியாது. ஏனெனில் அவர்களது வாழ்க்கை நியதி அவ்வாறு அமைந்துள்ளது. எனவே யாருக்கும் மரணத்தைக் கொண்டு வரக்கூடிய அபாயம் இருக்கும் செயலில் இறங்காமல் எந்தவொரு காரியத்தையும் நம்மால் செய்ய முடியாது. இவ்வாறாக நான் தொடர்ந்து அவமான உணர்ச்சியில் உழன்று கொண்டிருந்தேன். நாம் எல்லோருமே கொடுநோயின் பிடியில் இருக்கிறோம் என்பதைப் புரிந்துகொண்ட பின் என் நிம்மதியை இழந்தேன். இன்றும் நிம்மதியைத் தேடி அலைகிறேன். யாருக்கும் பரம்பரை எதிரி யாக மாற விரும்பாமல் எல்லோரையும் புரிந்து கொள்ளவே விரும்புகிறேன். பிளேக் நோய்க்குப் பலியாகாமல் இருக்கத் தன்னால் இயன்றதை ஒருவன் செய்ய வேண்டும் என்பது மட்டும்தான் எனக்குத் தெரியும். இது ஒன்று தான் நமக்கு அமைதிக்கான நம்பிக்கையைத் தரக்கூடியதாகும். இல்லையென்றால் நல்லதொரு மரணம் கிடைக்கும். இச்செயல் மட்டுமே மனிதர்களுக்கு ஆறுதல் அளிக்கக்கூடியதாகும். அவர்களது உயிரைக் காப்பாற்றா விட்டாலும் குறைவான அளவில் தீமையைச் செய்யும், சில நேரங்களில் சிறிதளவு நன்மையைக் கூட செய்யும். இதன் காரணமாகத்தான் மக்களுக்கு மரணம் உண்டாக்கும் எதையும், அவர்கள் இறப்பதை நியாயப்படுத்தும் எதையும் புறக்கணிப்பது என்று முடிவு செய்தேன்.

இதனால் தான் இந்தப் பெருந்தொற்று எனக்கு ஒரு விஷயத்தை இதுவரை கற்றுத் தந்திருப்பதாக நினைக்கிறேன். அதனை எதிர்த்து என் பங்குக்குப் போராட வேண்டும் என்பதுதான் அது. இதைப்பற்றி நான் முழுமையாக அறிந்து வைத்துள்ளேன். உண்மைதான் ரியே! உங்களுக்கே தெரியும்! எல்லோருமே இந்தப் பெருந்தொற்றைத் தமக்குள் வைத்துக்கொண்டுதான் வாழ்ந்து வருகின்றனர். ஏனெனில், இந்த உலகில் யாரும் நோய்க்கு விதிவிலக்கானவர்கள் இல்லை.

நம் கவனம் சிதறி வேறு ஒருவர் மீது சுவாசித்து அவருக்குத் தொற்று ஏற்படுத்திவிடும் அபாயம் இருப்பதால் நாம் எப்போதும் விழிப்போடு இருந்தாக வேண்டும். கவனம் சிதறாமல் தொடர்ந்து கவனித்துக்கொள்ள வேண்டும். இயற்கையாக இருப்பது நுண்ணுயிர் மட்டுமே. உடல் நலம், ஒற்றுமை, தூய்மை போன்ற மற்ற விஷயங்கள் எல்லாம் நாம் எடுக்கும் முயற்சியின் பலன்கள். அந்த முயற்சி தொய்வில்லாமல் தொடர வேண்டும். யாருக்கும் தொற்றை ஏற்படுத்தாத ஒழுக்கமான மனிதன் முழு கவனத்துடன் செயல்படுபவன். நம் கவனம் ஒரு நொடியும் சிதறாமல் காப்பாற்றிக்கொள்ள மனதில் உறுதியும் உணர்வுகளைக் கட்டுப்படுத்தும் இயல்பும் தேவை! மெய்தான் ரியே, நோய்க்கு ஆளாவது மிகவும் சோர்வை உண்டாக்கும். எனினும், அவ்வாறு மாற விரும்பாமல் இருக்க முயல்வது அதை விடச் சோர்வை உண்டாக்கும். இதன் காரணமாகத்தான் எல்லோருமே களைத்துப் போய் காணப்படுகின்றனர். ஏனெனில், இப்போது எல்லோரும் சிறிதளவு பெருந்தொற்றுக்கு ஆளானவர்கள்தான். இதனால் தான் நோய்க்குப் பலியாகாமல் இருக்க நினைக்கும் சிலர் மிகவும் அதிகப்படியான சோர்வை அனுபவிக்கின்றனர். மரணத்தைத் தவிர வேறு எதுவும் அவர்களை விடுவிக்க முடியாது.

நான் கொலை செய்வதை எப்போது புறக்கணித்தேனோ அப்போதிலிருந்து இதுவரை இந்த உலகத்தில் எனக்கு எவ்வித மதிப்புமில்லை என்பது எனக்குத் தெரியும். இதன் மூலம் என்னை நானே நாடுகடத்தப்பட்ட நிலைக்கு ஆட்படுத்திக்கொண்டேன். மற்றவர்கள்தான் வரலாறு படைப்பார்கள். அத்தகையவர்கள் குறித்தத் தெளிவான மதிப்பீட்டை என்னால் செய்ய இயலாது என்பதையும் நான் அறிவேன். முறையான கொலையாளியாக இருப்பதற்கான ஒரு தகுதி என்னிடம் குறைவதும் எனக்குத் தெரியும். எனவே, இதில் உயர்வு மனப்பான்மையெல்லாம் கிடையாது. எனினும், இப்போது நான் இருக்கும் நிலையை ஏற்றுக்கொள்கிறேன். அடக்கமாய் இருப்பது எப்படி என்று தெரிந்துகொண்டேன். எனவே, இந்த உலகில் பெருந்தொற்றுகளும் அதற்குப் பலியானவர்களும் இருக்கின்றனர்; முடிந்தவரை நோயின் பக்கம் இல்லாமல் ஒவ்வொருவரும் தன்னைப் பார்த்துக் கொள்ள வேண்டும். இதற்கு மேல் சொல்வதற்கு ஒன்றுமில்லை. இது மிகவும் எளிமையானதாக உங்களுக்குத் தெரியலாம். அது எளிமையானதா என்று எனக்குத் தெரியாது. ஆனால் அதுதான் உண்மை என்பது மட்டும் தெரியும். கொலைக்கு உடன்படச் செய்யும் பல வாதங்கள் என் காதில் விழுந்து என்னைக் குழப்பியுள்ளன. மற்றவர்களையும் போதுமான அளவு அவை

குழப்பியுள்ளன. எதையும் தெளிவான முறையில் விளக்காததுதான் மனித வாழ்வில் உள்ள அத்தனைக் கேடுகளுக்கும் மூலகாரணம் என்பதைப் புரிந்துகொண்டேன். எனவே, இனி எதைப் பேசினாலும் செய்தாலும் அது என்னை நேர் வழியில் செலுத்த வேண்டும் என்பதில் தெளிவாக இருந்தேன். அதனால்தான், இவ்வுலகில் நோய்களும் அவற்றுக்குப் பலியானவர்களும் இருக்கிறார்கள் என்று கூறுகிறேன். வேறு எதுவுமில்லை. இதைக் கூறுவதன் மூலம் நானே ஒரு நோயாகி விட்டால் பரவாயில்லை, நான் அதற்கு உடன்படும் நபராக இல்லை. அதுபோதும், நான் ஒரு அப்பாவிக் கொலையாளியாக மாற முயற்சி செய்கிறேன். அது அப்படி ஒன்றும் பேராசை இல்லையே!

இதில் மூன்றாவதாக ஒரு பிரிவு இருக்க வேண்டும் என்பது நியாயம்தான். உண்மையாகச் சிகிச்சையளிப்பவர்களைக் கொண்ட பிரிவு அது. அது போன்றவர்கள் அதிக அளவில் கிடைக்க மாட்டார்கள். ஏனெனில், அத்தகைய தகுதியை எட்டுவது கடினமாக இருக்கும். இதனால் தான் சேதத்தை அதிகமாக்காமல் இருக்க எப்போதும் நோய்க்குப் பலியானவர்கள் பக்கம் இருக்க முடிவு செய்தேன். அவ்வாறு அவர்களுடன் இருக்கும்போது, மூன்றாம் பிரிவை எப்படி எட்ட முடியும் என்றாவது கற்கப் பார்க்கலாம். அதாவது, அமைதியை எட்ட என்ன செய்யலாம் என்று பார்க்கலாம்.

இவ்வாறு பேசி முடித்ததும் தரு தன் காலை மெல்லக் கைப்பிடிச்சுவர்மீது தட்டினான். சிறிது நேர மௌனத்துக்குப் பிறகு சற்று நிமிர்ந்து உட்கார்ந்த மருத்துவர் ரியே, அமைதியை எட்டும் வழி குறித்து ஏதாவது தெரியுமா என்று தருவிடம் கேட்டார்.

“தெரியும், அது தான் பரிவு”

தூரத்தில் இரண்டு அவசர ஊர்திகளின் சைரன் ஒலி கேட்டது. பாறை நிறைந்த மலையின் அருகில் உள்ள புறநகர்ப் பகுதியில் குழப்பமான உரையாடல்கள், கூச்சல்கள் ஆகியவை கேட்டன. அதே நேரத்தில் ஏதோ வெடிச் சத்தமும் கேட்டது. பிறகு அமைதி திரும்பியது. இரண்டு முறை கலங்கரை விளக்கில் இருந்து ஒளி வந்ததை ரியே கவனித்துக் கூறினார். காற்று பலமாக வீசத் தொடங்கியிருந்தது. எனினும், கடலில் இருந்து வீசிய தென்றலில் உப்பின் மணத்தை உணர முடிந்தது. பாறைகள்மீது அலைகளின் முணுமுணுக்கும் அசைவுகள் இப்போது தெளிவாகக் கேட்டன.

“சுருக்கமாகச் சொன்னால், ஒருவன் எப்படிப் புனிதனாகிறான் என்பதைத் தெரிந்துகொள்வதில்தான் நான் மிகவும் ஆர்வமாக இருக்கிறேன்” என்றான் தரு இயல்பாக.

"ஆனால் உங்களுக்குத்தான் கடவுள் நம்பிக்கை இல்லையே!"

"நிச்சயமாக! கடவுள் இல்லாமல் ஒருவன் புனிதனாக முடியாதா என்பதுதான் இன்றைக்கு என் முன் உள்ள முக்கியப் பிரச்சினை"

சற்று முன் கூச்சல் கேட்ட திசையிலிருந்து அதிக அளவிலான வெளிச்சம் ஒன்று வந்தது. அத்துடன் யாரோ கத்துவதும் காற்று வழியாக இவர்கள் காதில் விழுந்தது. வெளிச்சம் உடனடியாக மங்கிவிட்டது. மேற்கூரைகளின் விளிம்பில் சிவப்பு ஒளி மட்டும் தூரத்தில் தெரிந்தது. சிறிது நேரம் காற்று வீசுவது குறைந்திருக்க மக்கள் போடும் கூச்சல்கள் தெளிவாகக் கேட்டன. பிறகு வேட்டு சத்தம் ஒன்று கேட்டது. காகம் கத்திக்கொண்டிருந்தது. தரு எழுந்து நின்று கவனித்தான். அதற்கு மேல் எதுவும் காதில் விழவில்லை.

"மீண்டும் எல்லைக் கதவுகள் அருகில் சண்டையாக இருக்கும்"

"இப்போது ஓய்ந்துவிட்டது" என்றார் ரியே.

"அது எப்போதும் ஓயப்போவதில்லை; இன்னும் பலர் பலியாவார்கள்; ஏனெனில் இவை எல்லாம் இயல்பானவை தான்" என்று தரு முணுமுணுத்தான்.

"இருக்கலாம். ஆனால் நான் எப்போதும் வீழ்ந்தவர்களுக்கு உதவி செய்து பாசக்கரம் நீட்டவே விரும்புவேன், புனிதர்கள் பக்கம் செல்ல விரும்பமாட்டேன். வீரம், புண்ணியத் தன்மை ஆகியவற்றின்மீது எனக்கு ஆர்வமில்லை. ஒரு மனிதனாய் இருப்பது தான் எனக்குப் பிடிக்கும்."

"உண்மைதான். நாம் இருவருமே ஒரே விஷயத்தைத்தான் தேடுகிறோம். ஆனால், நான் சற்றே குறைத்து ஆசைப்படுகிறேன்"

இதனைத் தரு வேடிக்கையாகக் கூறியதாக நினைத்து ரியே அவனைப் பார்த்தார். ஆனால், அந்த மங்கிய வெளிச்சத்தில் அவன் முகத்தில் சோகமும் தீவிரமும் தெரிந்தன. மீண்டும் காற்று அதிகமாக வீச ஆரம்பித்தது. தன் தோலில் கதகதப்பை உணர்ந்தார் ரியே. தரு உடலைக் குலுக்கிக்கொண்டான்.

"இப்போது நம் நட்பைக் கொண்டாட என்ன செய்ய வேண்டும் தெரியுமா?"

"நீங்களே சொல்லுங்கள்"

"கடலில் குளியல் போடலாம். வருங்காலப் புனிதருக்கும் இது நல்லதொரு கொண்டாட்டம்"

ரியே சிரித்துக்கொண்டார்.

“நம்மிடம் இருக்கும் அனுமதிச் சீட்டுகளுடன் படகுத்துறை இருக்கும் இடத்துக்குப் போகலாம். எப்போதும் பெருந்தொற்றிலேயே முடங்கிக் கிடப்பது முட்டாள்தனமாகும். நோய்க்கு ஆளானவர்களுக்காகப் போராட வேண்டும் என்பதில் சந்தேகமில்லை. ஆனால் அதைத் தாண்டி எதையும் விரும்பாமல் இருந்தால், போராடுவதில் என்ன பயன்? ”

“சரியாகத்தான் சொல்கிறீர்கள். நாம் போகலாம்” என்றார் ரியே.

சிறிது நேரத்தில் அவர்களது கார் தடைசெய்யப்பட்ட கதவின் அருகில் நின்றது. நிலவு வெளியில் வந்திருந்தது, வெண்ணிற வானம் ஆங்காங்கே கருப்பு நிழல்களைத் தெளித்திருந்தன. அதன் பின்னணியில் பல நிலைகளில் நகரம் எழும்பி நின்றது. நோய் கலந்த வெப்பக் காற்று மக்களைக் கடல் பக்கம் இழுத்துச் சென்றது. இருவரும் தங்கள் அடையாள அட்டைகளைக் காவலர் ஒருவரிடம் காட்டினர். அவற்றை அந்த நபர் நீண்ட நேரம் சரிபார்த்துக்கொண்டிருந்தார். ஒரு வழியாக உள்ளே சென்ற அவர்கள் பீப்பாய்கள் நிறைந்திருந்த இடத்தைக் கடந்துபோக வைன், மீன் ஆகியவற்றின் நெடி வந்தது. பிறகு படகுத்துறையை நோக்கி நடந்தனர் அங்கு வந்து சேர்வதற்கு முன்பே உப்பு, கடற்பாசி ஆகியவற்றின் வாசனை அருகில் உள்ள கடலை உணர்த்தியது. அப்போதுதான் கடலின் ஓசை கேட்டது. படகுத்துறையின் பெரும் கட்டைகளின் கீழ்ப் பகுதியின்மீது கடல் மெல்ல மோதிக்கொண்டிருந்தது. மேலே ஏறிச் சென்ற போது கொடும் விலங்கு ஒன்றின் தோல்போல் இருந்த கடலின் மேற்பரப்பு வழவழப்பாகவும் நெகிழ்ந்து கொடுக்கக் கூடியதாகவும் வெல்வெட் துணிபோல் தடித்தும் இருந்தது. பாறை ஒன்றின்மீது கடலைப் பார்த்தவாறு உட்கார்ந்து கொண்டனர். கடல் நீர் மெல்ல எழுந்து பின் அடங்கியது. இந்தக் கடலின் அமைதியான அசைவு அதன் மேற்பரப்பில் எண்ணெய்ப் பசை போன்று அவ்வப்போது தோன்றி மறைந்ததைக் காண முடிந்தது. அவர்களுக்கு முன் இரவு எல்லையற்று விரிந்து கிடந்தது. தன் விரல்களில் பாறைத் துகள்கள் ஒட்டியிருப்பதை உணர்ந்த ரியேவுக்கு வித்தியாசமானதொரு சுகம் கிடைத்தது. தரு பக்கம் திரும்பிப் பார்த்த அவர், அந்தக் கொலை உட்பட எதையும் மறக்காத அவனது சிந்தனை நிறைந்த அமைதியான முகத்தில் அதே சுகம் தெரிவதைக் கண்டார்.

இருவரும் உடைகளைக் களைந்தனர். ரியே முதலில் தண்ணீரில் குதித்தார். முதலில் குளிர்ச்சியாக இருந்த நீர், முங்கி

எழுந்த போது கதகதப்பாக இருந்தது. கரையில் சேர்ந்திருந்த பல மாதக் கோடை வெப்பத்தைப் பெற்ற வசந்த காலக் கடலுக்கேயுரிய வெம்மையை அந்த இரவில் ரியே உணர்ந்தார்.

சீராக நீந்தியபடி இருந்தார். கால்களை உதைத்து நீந்திய போது நுரை எழும்பியது. கைகளிலிருந்து விலகிச் சென்ற நீர், கால்கள் வரை சென்றது. 'தொப்' என்ற ஓசை, தருவும் குதித்து விட்டான் என்பதை ரியேவுக்கு அறிவித்தது. வானத்தைப் பார்த்துத் திரும்பிக்கொண்ட அவர், சிறிது நேரம் அசைவின்றி நிலவும் நட்சத்திரங்களும் கொண்ட வான்வெளியையே பார்த்தவாறு கிடந்தார். சில முறை மூச்சை நன்றாக இழுத்து விட்டார். இரவின் தனிமையிலும் அமைதியிலும் தண்ணீரில் உண்டான ஒரு சத்தம் மிகத் தெளிவாகக் கேட்க ஆரம்பித்தது. தன்னை நோக்கி வரும் தருவைப் பார்த்தார். அவன் மூச்சுவிடும் சத்தமும் இப்போது கேட்டது. அருகில் வந்த அவன் அவருக்கு இணையாக ஒரே அசைவில் நீந்த ஆரம்பித்தான். தரு சற்றே வேகமாக நீந்தியதால் ரியே வேகமாக நீந்தி ஈடு செய்ய வேண்டியிருந்தது. சில நிமிடங்களுக்கு இருவரும் ஒரே ஆற்றலுடன் ஒரே வேகத்தில் நீந்திக்கொண்டிருந்தனர். இப்போது அவர்கள் உலகத்துக்கு வெகு தூரத்தில், ஒரு வழியாக அந்த நகரம், பிளேக் என எல்லா வற்றையும் மறந்து நீந்திக்கொண்டிருந்தனர். நீந்துவதை முதலில் நிறுத்தியவர் ரியேதான். பிறகு, இருவரும் மெல்ல கரைக்குத் திரும்பினர். இதற்கிடையில் ஒரேமுறை குளிர்ந்த சுழல் ஒன்றைக் கடக்க வேண்டியிருந்தது. கடலில் உண்டான இந்த மாற்றத்தால் அதிர்ச்சியடைந்த அவர்கள் எதுவும் பேசாமல் வேகமாக நீந்திக் கரையேறினர்.

உடைகளை அணிந்துகொண்ட அவர்கள் மௌனமாக அங்கிருந்து வெளியேறினர். எனினும் அவர்கள் இதயத்தால் ஒன்றியிருந்தனர். இருவருக்குமே அந்த இரவின் நினைவு இனிமையைத் தந்தது. பிளேக் நோய் நிறுத்தியிருந்த எல்லைக் காவலர்கள் தூரத்தில் தெரிந்தனர். அப்போது தன்னைப் போலவே தருவும் அந்த நோய் சற்று முன் நம்மை மறந்துவிட்டது என்று நினைத்திருப்பான் என்பதை உணர்ந்தார். அது நன்றாகத்தான் இருந்தது என்றாலும் இப்போது எதார்த்தத்துக்குத் திரும்பியாக வேண்டும் என்று நினைத்தார்.

உண்மைதான். எல்லாவற்றையும் முதலில் இருந்து ஆரம்பித்தாக வேண்டும். யாரையும் நீண்ட நாட்களுக்குப் பிளேக் நோய் மறந்திருக்காது. நகர மக்களின் மார்புகளில் டிசம்பர் மாதத்தின் போது பிளேக் நோய் அதிகமாக குடிகொண்டது. மின் மயானங்களில் தீ மூட்டியது. எவ்வித உதவியுமின்றி தவிக்கும் முகாம்களை நிரப்பியது. சுருக்கமாகச் சொன்னால் அது பொறுமையாகவும் சீராகவும் முன்னேறிச் சென்றது. குளிர்ந்த வானிலை இந்த முன்னேற்றத்துக்குத் தடை போடும் என்று அதிகாரிகள் எதிர்பார்த்தனர். எனினும் அந்தப் பருவ காலத்தின் முதல் கட்டத்தில் எவ்விதத் தொய்வும் இல்லாமல் அந்த நோய் முன்னேறியது. மேலும் காத்திருக்க வேண்டும். நீண்ட நாள் காத்திருந்ததில் எல்லோரும் சலித்துப் போயிருந்தனர். இனி எதிர்காலம் என்பதே இல்லை என்னும் மனநிலை நகரம் முழுவதும் நிலவியது.

மருத்துவரைப் பொறுத்தவரை, தோழமை யும் அமைதியும் கலந்து கிடைத்த அந்தக் குறுகிய தருணம் மீண்டும் வாய்க்கவில்லை. புதிதாக மருத்துவமனை ஒன்று அமைக்கப்பட்டிருந்தது. எனவே நோயாளிகளைத் தவிர வேறு யாரிடமும் பேச அவருக்கு நேரமில்லை. எனினும், நுரையீரல் சார்ந்த நோயாக இந்தப் பெருந்தொற்று அதிகமாகப் பரவி வரும் இக்காலகட்டத்தில் மருத்துவர் ஒரு விஷயத்தைக் கவனிக்கத் தவறவில்லை. நோயாளிகள் ஒருவகையில் மருத்துவருக்கு உதவும் விதமாக நடந்துகொள்வதாக அவருக்குத் தோன்றியது. முழுமையாகச் சரணாகதி அடைவதுபோன்ற ஆரம்பகால முட்டாள்தனமானப் போக்குகளைக் கைவிட்டு தங்கள் நலன்மீது உரிய அக்கறை ஏற்பட்டு விட்டதைப்போல் தோன்றியது. அவர்களாகவே

தங்களுக்கு எந்த வழி நன்மையைத் தரும் என்று ஆலோசனை கேட்க ஆரம்பித்தனர். தொடர்ந்து தண்ணீரும் கதகதப்பும் அவர்களுக்குத் தேவையாக இருந்தன. இதே களைப்பினை மருத்துவரும் அனுபவித்தார். எனினும், இத்தகைய சூழ்நிலையில் தனிமையை அவர் குறைவாகவே உணர்ந்தார்.

டிசம்பர் மாத இறுதியில், நீதிபதி ஒத்தோன் அவர்களிடமிருந்து மருத்துவர் ரியேவுக்குக் கடிதம் ஒன்று வந்தது. இன்னமும் தனிமை முகாமில் இருந்து வந்த அவர் நிர்வாகத்தில் நேர்ந்துவிட்ட பிழையைச் சுட்டிக்காட்டியிருந்தார். அந்த முகாமுக்குள் வந்த தேதி நிர்வாகத்தினருக்குத் தெரியாததால், தான் தனிமைப் படுத்தப்பட வேண்டிய காலத்துக்கும் அதிகமாக அந்த முகாமில் தங்க வைக்கப்பட்டிருப்பதாக அதில் தெரிவித்திருந்தார். சில நாட்களுக்கு முன் வெளியே வந்திருந்த அவருடைய மனைவி மாவட்ட நிர்வாகத்திடம் முறையிட்டுள்ளார். ஆனால், அவரது கோரிக்கையை முறையாகப் பரிசீலிக்காமல் தவறு எதுவும் நடக்கவில்லை என்று பதில் கூறி அனுப்பியுள்ளனர். இந்த விஷயத்தைக் கவனிக்கும்படி ராம்பேரை மருத்துவர் ரியே கேட்டுக்கொண்டார். சில நாட்களுக்குப் பிறகு ஒத்தோன் வந்து சேர்ந்தார். உண்மையில் சிறு தவறு ஏற்பட்டிருந்தது. அதற்காக ரியேவும் வருந்தினார். ஆனால் மிகவும் மெலிந்திருந்த ஒத்தோனோ, தன் பலமிழந்த கையை உயர்த்தி, யார் வேண்டுமானாலும் தவறு செய்ய வாய்ப்பிருக்கிறது என்று வார்த்தைகளை அளந்து பேசினார். அவரிடம் ஏதோ மாற்றம் தெரிவதை மட்டும் ரியே கவனித்தார்.

"என்ன சார் செய்யப்போகிறீர்கள்? நிறைய கோப்புகள் உங்களுக்காகக் காத்திருக்கின்றன."

"இப்போது எதுவும் செய்யப் போவதில்லை. விடுமுறையில் செல்லலாம் என்று நினைக்கிறேன்"

"உண்மைதான். உங்களுக்கு ஓய்வு தேவை"

"அது இல்லை. நான் மீண்டும் முகாமுக்குத் திரும்பப் போகிறேன்."

ரியேவுக்கு ஆச்சரியம்.

"இப்போது தானே அங்கிருந்துவிட்டு வெளியே வந்தீர்கள்."

"நான் உங்களுக்குப் புரியும்படி சொல்கிறேன். முகாமில் சில தன்னார்வலர்கள் வேலை செய்வதாகக் கேள்விப்பட்டேன்" வட்டமானக் கண்களை உருட்டிக்கொண்டுப் பார்த்த அவர் தலைமுடியைப் படிய வைக்க முயன்றார்.

“எனக்கும் ஏதோ ஒரு விஷயத்தில் ஈடுபாடு இருக்கும். அத்துடன் இதைக் கேட்க முட்டாள்தனமாக இருக்கலாம்; என் மகனைவிட்டுத் தூரமாக இல்லாததுபோல் உணர்வேன்”

ரியே அவரைப் பார்த்தார். இந்த உறுதியான கண்களில் திடீரென மென்மை வந்து குடியேறி இருக்க வாய்ப்பில்லை. ஆனால் அவை வழக்கமான தெளிவை இழந்து பனிமூட்டமிட்டவை போல் காட்சியளித்தன.

“நீங்கள் விரும்புவதால், நான் அதற்கு ஏற்பாடு செய்கிறேன்”

அவர் உறுதியளித்தபடியே அதற்கான ஏற்பாடுகளை மருத்துவர் செய்தார். பெருந்தொற்றால் பாதிக்கப்பட்டிருந்த நகர மக்களின் வாழ்க்கை எப்போதும்போல் கிறிஸ்துமஸ்வரை தொடர்ந்தது. எங்குச் சென்றாலும் தன் வழக்கமானப் பொறுமையைத் திறமையான வகையில் கடைபிடிக்க தரு தவறவில்லை. தனக்குத் தெரிந்த இரண்டு காவலர்களின் உதவியோடு தன் மனைவியுடன் இரகசியமாகத் தொடர்பு கொள்ள ஓர் ஏற்பாடு செய்ய முடிந்ததாக மருத்துவர் ரியேவிடம் கூறினான் ராம்பேர். அவ்வப்போது கடிதம் வருவதாகவும் தெரிவித்தான். இந்த ஏற்பாட்டைப் பயன்படுத்திக்கொள்ளும்படி கூறிய ஆலோசனையை ரியேவும் ஏற்றுக்கொண்டார். பல மாதங்களுக்குப்பிறகு முதல்முறையாகக் கடிதம் எழுதுவதால் ரியேவுக்கு மிகவும் கடினமாக இருந்தது. அதற்கான நடையை அவர் மறந்திருந்தார். ஒருவழியாகக் கடிதத்தை முடித்து அனுப்பி வைத்தார். நீண்ட காலமான பின் பதில் வந்தது. கொத்தாரைப் பொறுத்தவரை, அவன் பார்த்து வந்த சிறிய அளவிலான கள்ளச்சந்தைப் பரிமாற்றங்கள் மூலம் நிறைய பணம் சேர்ந்தது. கிரான் விஷயத்தில் இந்த கிறிஸ்துமஸ் விழாக்காலம் திருப்தியானதாக இல்லை.

இந்த ஆண்டு கிறிஸ்துமஸ், நற்செய்தியின் விழாவாக இல்லாமல் நரகத்தின் விழாவாக இருந்தது. வெறிச்சோடிய, களையிழந்த கடைகள்; காட்சிப் பேழைகளில் போலி மிட்டாய்கள் அல்லது காலிப் பெட்டிகள்; சோகமான முகங்களைச் சுமந்து செல்லும் டிராம்வண்டிகள் என இதுவரைக் கொண்டாடிய கிறிஸ்துமஸ் விழாக்களை நினைவுப்படுத்தக்கூடிய எதுவு மில்லை. ஒருகாலத்தில் ஏழை, பணக்காரர் என்ற பேதமின்றி ஒன்றாய் கொண்டாடியதுபோய், தனிமையில் வாழும் சிலர் மட்டும், அதிகப் பணம் செலவு செய்து கடை ஒன்றின் அழுக்கானப் பின் பகுதியிலோ தனிமையான அறை ஒன்றிலோ அவமானகரமாக கொண்டாடித் தீர்த்தார்கள். தேவாலயங்களில் கூட்டுப் பாடல் ஆராதனைகளுக்குப் பதில் புலம்பல்கள்தான்

கேட்டன. தங்களுக்கு எந்த மாதிரியான எதிர்காலம் காத்திருக்கிறது என்று தெரியாத சில சிறுவர்கள் மட்டும் இந்தக் குளிர் நகரத்தில் அங்குமிங்கும் ஓடிக்கொண்டிருந்தனர். நம் மனித வேதனையைப் போல் பழையனவாகவும், புத்தம் புது நம்பிக்கையைப்போல் புதியனவாகவும் விளங்கிய பரிசுப் பொருட்களோடு ஒருகாலத்தில் வந்த இறைவனைப் பற்றி யாரும் அந்தப் பிள்ளைகளிடம் விவரிக்க முன்வரவில்லை. மக்கள் மனதில் ஒரேயொரு சோகமான பழமையான நம்பிக்கை மட்டுமே எஞ்சியிருக்கிறது. அந்த நம்பிக்கை தான் மரணத்திடம் தம்மை ஒப்படைக்காமல் மக்களைத் தடுத்தது. எப்படியும் வாழவேண்டும் என்ற முரட்டுப் பிடிவாதத்தையும் தந்தது.

முந்தைய நாள் வருவதாகக் கூறியிருந்த கிரான் அந்த நேரத்தில் வராததால் ரியே கவலையடைந்தார். எனவே காலையில் 10 மணி வாக்கில் அவரைப் பார்க்க வீட்டுக்குச் சென்றபோது அங்கு அவர் இல்லை. எல்லோருக்கும் தகவல் அனுப்பப்பட்டது. 11 மணியளவில் மருத்துவமனைக்கு வந்த ராம்பேர், தூரத்திலிருந்து கிரானைப் பார்த்ததாகவும் அவரது முகம் மிகவும் களைத்துப் போய் இருந்ததாகவும் தெரிவித்தான். அருகில் செல்வதற்குள் அவர் மறைந்துவிட்டதாகவும் கூறினான். அவரைத் தேடி தருவும் மருத்துவரும் புறப்பட்டனர்.

அன்று பிற்பகல் நல்ல குளிரில் காரைவிட்டு இறங்கிய ரியே தூரத்தில் கிரான் நிற்பதைப் பார்த்துவிட்டார். கலையம்சம் குறைந்த மர பொம்மைகள் நிறைந்த கடைப் பேழைமீது குனிந்து வைத்த கண் வாங்காமல் அவர் பார்த்துக்கொண்டிருந்தார். கிரானின் முகத்தில் கண்ணீர் வழிந்து ஓடியது. கண்ணீரின் பின்னணியைப் புரிந்தவர் என்பதால் ரியே நெகிழ்ந்துபோய் விம்மினார். அந்தப் பரிதாபத்துக்குரிய மனிதரின் இளமைக் காலம் ரியேவுக்கும் நினைவுக்கு வந்தது. இவ்வாறான கிறிஸ்துமஸ் கடை ஒன்றின் எதிரில் கிரான் நின்றிருக்க, பிரியமான ழான் அவர் பக்கம் திரும்பி, தான் சந்தோஷமாக இருப்பதாகக் கூறும் காட்சி தோன்றியது. இத்தனை ஆண்டுகள் கடந்திருந்தாலும் இதயத்தின் இப்போதைய இயக்கத்தில் அவளின் இனிமையான குரல் கிரானின் காதில் ஒலித்து இருக்கும் என்பது மட்டும் நிச்சயம். அழுதுகொண்டிருக்கும் இந்த முதியவர் இந்த நேரம் என்ன நினைத்துக்கொண்டிருப்பார் என்பதை ரியே அறிந்திருந்தார். ஏனெனில் இவரும் அதையே நினைத்தார். அன்பில்லாத இந்த உலகம் உயிரற்ற உலகுக்குச் சமம். சிறைகள், பணி, துணிவு என எல்லாவற்றின் மீதும் சலிப்பு ஏற்பட்ட பின் வேறு ஒருவரின் அன்பான முகத்தையும் பாசமான இதயத்தையும் பார்க்க வேண்டும் என்று ஏங்கக் கூடிய நேரம் ஒன்று வந்து சேரும்.

ரியே வருவது கிரானுக்குக் கண்ணாடிப் பேழையில் தெரிந்தது. கண்களில் வழிந்த நீர் நிற்கவில்லை. திரும்பி நின்று கடையை நோக்கி ரியே வருவதைப் பார்த்தார்.

"டாக்டர்! வாங்க டாக்டர்."

பதிலுக்குப் பேச முடியாதவராய்த் தலையை மட்டும் அசைத்துக்கொண்டார் ரியே. கிரானின் வேதனை, தனக்குமான தாக உணர்ந்தார் ரியே. அந்த நேரத்தில் அவரது மனத்தை ஆட்கொண்ட கோபமும் கவலையும் எல்லோருக்கும் பொதுவானதுதான்.

"சொல்லுங்கள் கிரான், என்ன விஷயம்"என்று ரியே விசாரித்தார்.

"அவளுக்கு ஒரு கடிதம் எழுதிவிட வேண்டும். அப்போது தான் அவளுக்குத் தெரியும்... என்மீது எவ்வித வெறுப்பும் இல்லாமல் அவள் சந்தோஷமாக இருப்பாள்..."

ஏறக்குறைய பலவந்தமாக கிரானை முன்பக்கம் ரியே தள்ளினார். தன்னை இழுத்தபடி அழைத்துச் செல்வதை எவ்வித மறுப்பும் தெரிவிக்காமல் அனுமதித்தார். தட்டுத்தடுமாறி பேசினார்.

"இதைச் செய்ய நீண்ட காலம் ஆகிவிட்டது. நம் இஷ்டத் திற்குச் செயல்பட வேண்டும் என்று தான் யாரும் நினைப்போம். டாக்டர், பெரும்பாலும் நான் அமைதியாக இருப்பதாகத்தான் தெரியும். ஆனால், இயல்பாக இருப்பதற்கும் நான் அதிகம் கஷ்டப்பட வேண்டியிருந்தது. இப்போது அது எல்லை மீறிவிட்டது."

கை கால்கள் நடுங்க, வெறித்தப் பார்வையுடன் சற்று நேரம் நின்றார். அவரது கைகளைப் பற்றிக்கொண்டார் ரியே. அது கொதித்தது.

"நாம் வீட்டுக்குத் திரும்பியாக வேண்டும்" என்றார் ரியே.

ஆனால் அவரிடமிருந்து தன்னை விடுவித்துக்கொண்ட கிரான் சிறிது தூரம் வேகமாக நடந்து சென்று பிறகு நின்றார். கைகளை நன்கு விரித்த அவர் பிறகு முன்னும் பின்னும் அசைந்தபடி இருந்தார். சற்று நேரத்தில் மயங்கி ஈரமான அந்த நடைபாதையில் சுருண்டு விழுந்தார். முகத்தில் கண்ணீர் தொடர்ந்து வழிந்தபடி இருந்தது. அந்த வீதியில் நடந்து சென்றவர்கள் தூரத்திலிருந்து பார்த்துவிட்டுச் சட்டென நின்றவர்கள் அவர் அருகில் வர முன்வரவில்லை. முதியவர் கிரானை, ரியேதான் தூக்க வேண்டியிருந்தது.

படுக்கையில் கிடத்திய பின் கிரான் மூச்சுவிட கஷ்டப் பட்டார். நுரையீரல்கள் பாதிக்கப்பட்டிருந்தன. நிலைமை

குறித்து ரியே யோசித்துப் பார்த்தார். முதியவருக்குக் குடும்பம் என்று எதுவுமில்லை. ஏன் அவரை வேறு எங்காவது கொண்டு செல்ல வேண்டும்? அவர் தனியாகத்தான் இருக்கப் போகிறார். அவரைக் கவனித்து கொள்ள தரு இருக்கிறான்.

தலையணையில் தலை புதைத்தபடி கிடந்தார் கிரான். உடலில் சோகையின் தடயங்களும் கண்கள் களையிழந்தும் காணப்பட்டன. மிச்சமிருந்த பொருட்களைக்கொண்டு தீ மூட்டிய கணப்பு அடுப்பில் எரிந்துகொண்டிருந்த மங்கிய தீச்சுடரை வெறித்துப் பார்த்துக்கொண்டிருந்தார் கிரான் . "எனக்கு உடல் நலம் சரியில்லை" என்றார். எரியும் அவரது நுரையீரல்களின் அடியிலிருந்து வித்தியாசமானதொரு சத்தம் எழுந்தது. அவர் எதைப் பேச ஆரம்பித்தாலும் அந்தச் சத்தமும் உடன் வந்தது. அவரைப் பேச வேண்டாம் என்று கேட்டுக்கொண்ட ரியே, திரும்பி வந்து பார்ப்பதாகக் கூறினார். வித்தியாசமாகச் சிரித்த அவரது முகத்தில் ஒரு வித மென்மை குடிகொண்டது.

முயன்று கண்களைச் சிமிட்டிய அவர், "நான் இதில் தப்பித்து விட்டால், டாக்டர்! நீங்கள் பெரிய ஆள்தான்" என்றார். ஆனால் அடுத்த நொடியே துவண்டுபோய் கிடந்தார்.

சிறிது நேரம் கழித்து ரியேவும் தருவும் அவரைப் பார்க்க வந்தனர். படுக்கையில் சரிந்து உட்கார்ந்திருந்த கிரானின் முகத்தைப் பார்த்ததும் ரியே பயந்துவிட்டார். அவரது முகத்தை நோய் தின்று கொண்டிருந்தது. ஆனால் அவர் அதிகத் தெளிவாக இருப்பதாகத் தெரிந்தார். பேழை ஒன்றில் வைத்திருந்த தன் கையெழுத்துப் பிரதியைக்கொண்டு வரும்படி வித்தியாசமானதொரு குரலில் அவர்களைக் கேட்டுக் கொண்டார். அந்தத் தாள்களைக் கொண்டுவந்து தரு கொடுத்த போது, அவற்றைப் பார்க்காமல் நெஞ்சோடு அணைத்துக் கொண்டார். பிறகு மருத்துவரிடம் கொடுத்து வாசிக்கச் சொன்னார். 50 பக்கங்களையே கொண்ட சிறிய பிரதி அது. அதைப் புரட்டிப் பார்த்த மருத்துவர், ஒரே வாக்கியம் பலமுறை திருப்பித் திருப்பி வெவ்வேறு வகைகளில் எழுதப்பட்டிருப்பதை யும் அவ்வாறு செய்யும்போது சில நேரம் அது செம்மையாகி இருக்கிறது, சில நேரம் சேதமாகியிருக்கிறது. தொடர்ந்து மே மாதம், அழகிய பெண், புவா நிழற்சாலை ஆகியவை சங்கமித்து வெவ்வேறு வகையில் வெளிவந்திருக்கின்றன. இந்தப் பிரதியில் சில விளக்கங்களும் காணப்பட்டன. அவை சமயத்தில் அதிக நீளமாக இருந்தன என்பதுடன் வெவ்வேறு நடையிலும் இருந்தன. எனினும், கடைசிப் பக்கத்தின் இறுதியில், பளிச்சென்ற மையில் சிரத்தையுடன்,

"என் இனிய ஜான், இன்றுதான் கிறிஸ்துமஸ் திருவிழா தெரியுமா ..." என்று எழுதப்பட்டிருந்தது. அதற்கு மேல், இந்த வாக்கியம் அழகான கையெழுத்தில் கடைசியாகத் திருத்தியமைத்து எழுதப்பட்டிருந்தது அதனைக் காட்டி, "படியுங்கள்" என்றார் கிரான். ரியேவும் படிக்க ஆரம்பித்தார்.

"அருமையானதொரு மே மாதக் காலைப் பொழுதில் பூத்துக் குலுங்கும் புவா தெ புலோஞ் நிழற்சாலைகளின் வழியாக அற்புதமானதொரு குதிரையில் ஏறி கச்சிதமான பெண் ஒருத்தி சவாரி சென்றாள்"

"சரியாக வந்திருக்கிறதா ?" என்று படபடப்புடன் கேட்டார் கிரான்.

மருத்துவர் அவரைப் பார்க்கவில்லை.

பொறுமையின்றி அசைந்த கிரான், "அதேதான். அழகு. அழகு என்பது சரியான வார்த்தை இல்லை." போர்வைமீது இருந்த அவரது கையைப்பற்றினார் ரியே.

"விடுங்கள் டாக்டர். எனக்கு இப்போது நேரம் இல்லை." மார்பு வலிக்க, திடீரெனக் கத்தினார்.

"அதைக் கொளுத்திவிடுங்கள்" மருத்துவர் சற்றே தயங்கினார். ஆனால், இத்தனை வேதனையிலும் கிரான் கூறிய தொனி அச்சமூட்டுவதாக இருந்ததால், உடனடியாக கையில் வைத்திருந்த அந்தத் தாள்களை அணையும் தறுவாயில் இருந்த நெருப்பில் தூக்கி வீசினார். தற்காலிகமாக அந்த அறையில் வெளிச்சமும் கதகதப்பும் வந்தன. மருத்துவர் திரும்பி கட்டில் அருகில் வந்த போது கிரான் முகத்தைத் திருப்பியிருந்தார். ஏறக்குறைய சுவரைத் தொடுவதைப்போல் இருந்தது அவரது முகம்.

அங்கு நடப்பதில் தனக்குத் தொடர்பில்லாததுபோல், தரு சன்னல் வழியே பார்த்துக்கொண்டிருந்தான். தடுப்பூசியைச் செலுத்திய பின் அன்று இரவுவரை கிரான் தாக்குப் பிடிக்க மாட்டார் என்று தருவிடம் மருத்துவர் கூறினார். தான் அங்கேயே தங்கிப் பார்த்துக்கொள்ள தரு முன் வந்தான். மருத்துவரும் அதற்குச் சம்மதித்தார்.

இரவு முழுவதும், கிரான் இறந்துகொண்டிருப்பதை நினைத்து ரியே வேதனையடைந்தார். எனினும், அடுத்த நாள் காலை படுக்கையைவிட்டு எழுந்து உட்கார்ந்து தருவிடம் கிரான் பேசிக்கொண்டிருப்பதை ரியே பார்த்தார். காய்ச்சலும் இறங்கி இயல்பு நிலைக்குத் திரும்பியிருந்தார். அவரிடம் அசதிக்கான வழக்கமான அறிகுறிதான் காணப்பட்டது.

"டாக்டர்! நான் நினைத்தது தவறு. நான் மீண்டும் எல்லாவற்றையும் ஆரம்பிக்கப்போகிறேன். எனக்கு எல்லாம் நினைவிலிருக்கிறது கவனித்தீர்களா?"

"பொறுத்திருந்து பார்ப்போம்" என்று தருவிடம் ரியே கூறினார்.

இதற்கிடையில், வேறு ஒரு நோயாளி மிகவும் கவலைக்கிட மான நிலையில் ரியேவிடம் கொண்டு வரப்பட்டாள். மருத்துவமனைக்கு வந்து சேர்ந்த அடுத்த நொடி அவளைத் தனிமைப்படுத்த வைத்தார் மருத்துவர். அந்த இளம் பெண் காய்ச்சலில் பிதற்றிக் கொண்டிருந்தாள். அவளிடம் நுரையீரல் தொடர்பான பிளேக் நோய்க்கான அத்தனை அறிகுறிகளும் தெரிந்தன. ஆனால் அடுத்த நாள் காலை அவளது காய்ச்சல் குறைந்திருந்தது. எனினும், கிரானைப்போலவே இதுவும் காலை நேர தற்காலிக முன்னேற்றம் என்பதும் அனுபவத்தில் இது கெட்ட அறிகுறி என்பதும் அவருக்குத் தெரியும். அன்று பிற்பகலுக்குள் காய்ச்சல் மீண்டும் அதிகமானது. அன்று மாலை இன்னும் கொஞ்சம் அதிகமானது. ஆனால், அடுத்த நாள் இயல்பு நிலைக்குத் திரும்பியது. சோர்வாக இருந்தாலும் அந்த இளம்பெண் மூச்சுவிட கஷ்டப்படவில்லை. அவள் எவ்வித நியதிக்கும் உட்படாத வகையில் அபாய கட்டத்தைத் தாண்டிவிட்டாள் என்றார். அந்த வாரமே இதேபோன்ற நான்கு பேர் மருத்துவமனைக்குச் சிகிச்சைக்காக வந்திருந்தனர்.

அதே வாரத்தின் இறுதியில், மிகவும் பரபரப்புடன் காணப்பட்ட அந்த ஆஸ்துமா நோயாளி ரியேவைப் பார்க்க மருத்துவமனைக்கு வந்தார்.

"அதேதான் டாக்டர். அவை மீண்டும் வெளியே வருகின்றன"

"எதைச் சொல்கிறீர்கள்?"

"ஏன்? எலிகளைத்தான்"

ஏப்ரல் மாதத்தில் இருந்து ஒரு செத்த எலியைக்கூட பார்க்க முடியவில்லை.

"அப்படி என்றால் மீண்டும் அது ஆரம்பிக்கப் போகிறதா?" ரியேவிடம் தரு கேட்டான்.

அந்த முதிய ஆஸ்துமா நோயாளி கைகளைத் தேய்த்துக் கொண்டு பேசினார்.

"அவை ஓடுவதை நீங்கள் பார்க்க வேண்டுமே. கண்கொள்ளாக் காட்சி"

தெரு வழியாக இரண்டு எலிகள் வீட்டுக்குள் வருவதைப் பார்த்திருக்கிறார். அவருடைய வீட்டின் அருகில் வசிப்பவர்களும் தங்கள் வீடுகளில் அவற்றை மீண்டும் பார்க்க முடிவதாகக் கூறியிருக்கிறார்கள்.

நம் அண்டை வீட்டுச் சுவர்களுக்கு அப்பால் எலிகள் உருட்டும் சத்தம் சில மாதங்களாகக் கேட்க முடிவதில்லை. ஒவ்வொரு வாரத் தொடக்கத்திலும் வழக்கமாகத் தரப்படும் புள்ளி விவரம் வெளிவரட்டும் என்று ரியே காத்திருந்தார். பெருந்தொற்றின் பாதிப்பு குறைந்திருப்பதை அவை காட்டின.

பகுதி V

இவ்வாறு பெருந்தொற்று குறைந்தது என்னதான் எதிர்பாராத ஒன்றாக இருந்த போதிலும் நம் மக்கள் இதனைக் கொண்டாட அவசரம் காட்டவில்லை. விடுதலை வேட்கையை அதிகமாக்கியபடியே இதுவரை கழிந்த பல மாதங்களும் அவர்களுக்கு விவேகத்தைக் கற்றுத் தந்திருந்தன. மேலும் உடனடியாக பெருந்தொற்று முடிவுக்கு வரும் என்ற நம்பிக்கையைக் குறைத்துக் கொள்ளும் படியும் அவர்களைப் பழக்கப்படுத்தி யிருந்தன. அதே நேரத்தில், நோய் குறைந்திருந்த செய்தி குறித்து அனைவரும் பேசியபடி இருந்தனர். வெளியில் காட்டிக்கொள்ளாவிட்டாலும் மக்கள் மனதில் பெரும் எதிர்பார்ப்பு உண்டாகியிருந்தது. மற்ற எந்த விஷயமும் மக்களின் கவனத்தில் இல்லை. பெருந்தொற்றுக்குப் புதிதாய்ப் பலியாகுபவர்கள் பற்றி யாரும் அதிகம் முக்கியத்துவம் தரவில்லை. ஏனெனில், பெருந்தொற்றுப் பாதிப்பு குறைந்து வருகிறது. விரைவில் நல்ல உடல் நலத்துடன் வாழக்கூடிய காலம் வரும் என்று இரகசியமாக எதிர்பார்க்கப்பட்டது. ஆனால், யாரும் இதனை ஒப்புக்கொள்ளவில்லை. இவ்வாறு மக்களிடையே உள்ள எதிர்பார்ப்புக்கு அறிகுறியும் தெரிந்தது. பிளேக்குக்குப் பிறகு நம் வாழ்க்கையை எவ்வாறு மாற்றி அமைப்பது என்று அலட்சியத்துடன் பேச ஆரம்பித்திருந்தனர்.

முந்தைய வசதிகள் அனைத்தும் ஒரே இரவில் திரும்பிக் கிடைத்துவிடாது என்பதையும் எதையும் மீண்டும் உருவாக்குவதைவிட அழிப்பது எளிது என்பதையும் எல்லோரும் ஏற்றுக்கொண்டனர். உணவுப் பங்கீட்டுப் பிரச்சினை மட்டும் ஓரளவு சீராகும் என்றும் இதன் மூலம் உடனடிக் கவலையிலிருந்து விடுதலையாகலாம் என்றும் எதிர்பார்த்தனர்.

ஆனால், உண்மையில் இத்தகைய அப்பாவித்தனமான கருத்துகளின் பின்னணியில் பெரிய அளவில் நம்பிக்கை ஒன்றும் அவர்களிடமிருந்து வந்தது. சில நேரங்களில் மக்களிடையே அது வெளிப்படும். அப்போது, எப்படிப் பார்த்தாலும் அவ்வளவு விரைவாக முழுமையான விடுதலை வராது என்று அவசரமாகக் கூறினர்.

பார்க்கப் போனால், பிளேக் நோய் சில நாட்களுக்குள் முடிய வில்லை. ஆனால், பலரது எதிர்பார்ப்பையும் மீறி அது வேகமாகக் குறைந்து வருவதாகத் தெரிந்தது. ஜனவரி மாத ஆரம்பத்தில் வழக்கத்திற்கு மாறாகக் குளிர் கடுமையாக இருந்ததுடன் நகரின்மீது உறைந்திருப்பதைப்போல் தோன்றியது. எனினும், எப்போதும் வானம் இத்தனை நீலநிறமாக இருந்ததில்லை. குளிர் நிறைந்த அந்த நிறமும் அதன் அழகும் நாள் முழுவதும் நம் நகரத்தின்மீது தொடர்ந்து வெளிச்சத்தைப் பொழிந்துகொண் டிருந்தது. சுத்தமாகிப்போன இந்தக் காற்றில் அடுத்தடுத்து வந்த மூன்று வார இடைவெளியில் குறைவான எண்ணிக்கை யிலேயே இந்நோய் உயிர்களைப் பலி வாங்கியது. இத்தனை குறுகிய காலத்துக்குள் பல மாதங்களாகத் தேக்கி வைத்த சக்தியை இந்நோய் இழந்திருந்தது.

பலி வாங்கியிருக்கக்கூடிய தெளிவான இலக்குகளான கிரான், ரியேவிடம் சிகிச்சைக்கு வந்த இளம் பெண் ஆகியோரை இந்நோய் தவறவிட்டது. சில வட்டாரங்களில் இரண்டு அல்லது மூன்று நாட்களுக்கு அது மிகக் கடுமையாக இருந்தது.

சில வட்டாரங்களிலோ முற்றிலுமாக மறைந்து போயிருந்தது, திங்கட்கிழமைகளில் பலி எண்ணிக்கையை உயர்த்தியது; பிறகு புதன்கிழமை எல்லோரையும் தப்பித்துச் செல்லவிட்டது. இவையெல்லாம் பார்க்கும்போது, இந்நோய்க்குக் களைப்பும் சலிப்பும் மேலிடத் தன் பிடியை இழந்து வருவதைப்போல் தோன்றியது. அத்துடன் தனித்துவமான அதன் புள்ளிவிவரங்கள் வலு இழப்பதையும் காணமுடிந்தது. கஸ்தேலின் தடுப்பூசிக்குத் திடீர் வெற்றி கிடைத்தது. இதுவரை அதனால் எதுவும் சாதிக்க முடியாமல் இருந்த நிலை மாறியது. மருத்துவர்கள் எடுத்த அத்தனை நடவடிக்கைகளுக்கும் திடீரென பலன் கிடைத்ததுபோல் இருந்தது.

இதுவரை அவற்றால் எவ்விதப் பலனுமில்லாமல் இருந்து வந்தது. ஒரு வழியாக பிளேக் நோய் ஏமாற்றப்பட்டதாகத் தோன்றியது. அதற்கு எதிராக முன்பு பயன்படுத்தப்பட்ட சாதாரண ஆயுதங்கள்கூட நோயின் பலவீனத்தின் விளைவாகக் கூடுதல் சக்தி பெற்றவையாகத் தோன்றின. எனினும், அவ்வப்

போது இந்நோய் இறுக்கமாகி ஒருவித கண் மூடித்தனமான வேகத்துடன் பிழைத்துக் கொள்வர் என்று எதிர்பார்க்கப்படும் மூன்று அல்லது நான்கு நோயாளிகளைக்கொண்டு சென்றது. நம்பிக்கை உச்சத்தில் இருந்த காலகட்டத்தில் மாண்டுபோன இவர்கள் உண்மையிலேயே துரதிர்ஷ்டசாலிகள். இவர்களில் ஒருவர்தான் நீதிபதி ஒத்தோன். தனிமை முகாமிலிருந்து அவர் வெளியேற வேண்டியதாயிற்று. அவருக்கு அதிர்ஷ்டம் இல்லை என்று தரு கூறியபோது, அவரது வாழ்க்கையை நினைத்து அவ்வாறு சொன்னானா அல்லது அவரது மரணத்தைப் பார்த்து சொன்னானா என்று தெரியவில்லை.

எனினும், மொத்தத்தில் எல்லா நிலைகளிலும் பெருந்தொற்று பின்வாங்கிக் கொண்டிருந்தது. மாவட்ட தலைமை நிர்வாகத்தில் இருந்து வெளியான அறிவிப்புகள் ஆரம்பத்தில் அடக்கமான முறையில் நம்பிக்கையைத் தெரிவித்தன. இறுதியில், நோய்க்கு எதிரான போரில் வெற்றி கிடைத்துவிட்டதையும், நோயின் பிடி தளர்வதையும் மக்களிடம் உறுதி செய்தன. உண்மையில் பார்த்தால், இது ஒரு வெற்றியோ தோல்வியோ என்று உறுதியான முடிவுக்கு வர முடியாது. எப்படி வந்ததோ அப்படியே இந்த நோய் போவதாகத் தெரிந்தது என்பதை மட்டுந்தான் நம்மால் கூற முடியும். அதற்கு எதிராகக் கையாளப்பட்ட உத்தியில் எவ்வித மாற்றமும் செய்துவிட இல்லை; இதற்கு முன் பலனளிக்காமல் இருந்தது, இப்போதோ வெற்றி கிடைத்துள்ளது தெளிவாகிறது, அவ்வளவுதான்.

நோய் களைத்துப் போய்விட்டதோ என்ற எண்ணம் ஏற்பட்டது. ஒருவேளை தன் இலக்குகள் அனைத்தையும் முடித்து விட்ட திருப்தியில் அது பின் வாங்கலாம். ஒருவகையில், அதன் நோக்கத்தை நிறைவேற்றிவிட்டது.

எது எப்படியிருந்தாலும், நம் நகரத்தில் எதுவும் மாறிவிட வில்லை என்பது தெரிந்தது. பகலில் அமைதியாகக் காணப்படும் வீதிகள்; மாலையிலும் அதே கூட்டம், ஆனால் பெரும்பாலும் மேல் அங்கியும் கழுத்தைச் சுற்றித் துணியையும் அணிந்திருந்தனர். திரையரங்குகள், உணவு விடுதிகள் ஆகியவற்றில் வழக்கமான கும்பல், எனினும், நெருங்கிச் சென்று பார்த்தால் எல்லோருடைய முகங்களிலும் நிம்மதியும் அவ்வப்போது சிரிப்பும் தென்பட்டன. அதாவது, இதற்கு முன் வீதிகளில் யாரையும் சிரித்த முகத்துடன் பார்க்க முடிந்ததில்லை. பல மாதங்களாக உண்மையில் மொத்தமாகத் திரை ஒன்று அந்த நகரத்தைச் சுற்றியிருந்தது. அதில் ஓர் ஓட்டை விழுந்ததைப்போல் தோன்றியது. திங்கட் கிழமைகளில், வானொலி ஒலிபரப்பிய செய்திகள் மூலம் இந்த

பெருந்தொற்று

ஓட்டை மேலும் பெரிதாவதை மக்கள் புரிந்துகொண்டதுடன் இனி ஒருவழியாக அவர்களால் சுவாசிக்க முடியும் என்ற நம்பிக்கையையும் பெற்றனர். எனினும் எதார்த்தத்தில் எவ்வித பலனையும் தராததால் இது ஓரளவுக்குத்தான் ஆறுதலாக அமைந்தது. முன்பெல்லாம் தொடர்வண்டி ஒன்று புறப்பட்டது அல்லது கப்பல் ஒன்று வந்து சேர்ந்தது என்று கேள்விப்பட்டால் மட்டுமல்ல; கார்கள் செல்ல மீண்டும் அனுமதிக்கப்படுகின்றன என்று யாராவது சொன்னால்கூட நம்பிக்கையில்லாமல்தான் கேட்டுக்கொள்வார்கள். ஆனால், இதே அறிவிப்புகள் ஜனவரி மாத இரண்டாவது வாரத்தில் வெளியானபோது யாரிடமும் அதிக ஆச்சரியம் ஏற்படவில்லை. நிச்சயமாக அவை அந்த அளவு ஆச்சரியமான செய்திகள் இல்லை. எனினும், இந்தச் சிறிய வித்தியாசம் நம் மக்கள் எந்த அளவு பிரச்சினைகளை நம்பிக்கையாக அணுக மாறியிருக்கின்றனர் என்பதைப் புரிந்துகொள்ள உதவும். மக்களுக்கு இம்மி அளவு நம்பிக்கை ஏற்படுவதற்கு வாய்ப்பு இருந்தால்கூட போதும். அப்போதே பிளேக் நோயின் ஆதிக்கம் முடிவடைந்துவிட்டது என்றுதான் பொருள்.

இவை ஒரு புறமிருக்க, ஜனவரி மாதம் முழுவதும் மக்கள் முரண்பட்ட வகையில் நடந்துகொண்டனர். மிகுந்த உற்சாகத்தில் இருந்த அவர்கள் சில நேரங்களில் விரக்தியாகவும் காணப்பட்டனர். புள்ளி விவரங்கள் சாதகமாக இருந்த அதே நேரத்தில் எல்லை வாசல் வழியாகத் தப்பித்துச் செல்லும் முயற்சிகளும் தெரிய வந்தன. இதனை அறிந்த நிர்வாகத்தினர் அதிர்ச்சியடைந்தனர். காவலர்களுக்கும் ஆச்சரியமாகத்தான் இருந்தது. ஏனெனில், பெரும்பாலானவர்கள் தங்கள் முயற்சி யில் வெற்றி பெற்றனர். எனினும், அவ்வாறு தப்பித்துச் சென்றவர்கள் இயல்பான உணர்வுகளுக்குள் கட்டுப்பட்டு நடந்துகொண்டனர் என்பதைக் கூறியாக வேண்டும். சிலரிடம் இந்நோய் சந்தேகத்தை ஆழமாக ஊன்றியிருந்தது. அதிலிருந்து அவர்களால் விடுபட முடியவில்லை. அவர்களுக்கு எதன்மீதும் நம்பிக்கை இல்லாத நிலை. பிளேக் போய்விட்ட பிறகும், விதிகளை மீறாமல் வாழ்ந்து வருகின்றனர். அவர்கள் சமகாலத்தில் இருந்து விலகி இருந்தனர். மாறாக வேறு சிலர் இருந்தனர். அவர்கள் இதுவரை தாங்கள் நேசித்தவர்களைப் பிரிந்திருக்க நேர்ந்தவர்கள். பிரிவும் விரக்தியும் நிறைந்த இந்த நீண்ட கால இடைவெளிக்குப் பின் இவர்களுக்குக் கிடைத்த சிறுநம்பிக்கை ஒளி ஒரு வித பொறுமையின்மையை உண்டாக்கிவிட்டது. இந்த அவசரத்தில் அவர்கள் தங்களை அறியாமல் நடந்துகொண்டனர். இவ்வளவு அருகில் வந்தபின் ஒருவேளை இறந்துவிட்டால்

என்ன ஆவது என்ற பீதி இவர்களிடையே ஏற்பட்டது. தாங்கள் நேசித்தவர்களைப் பார்க்காமலேயே போய்விடக்கூடும் என்று நினைத்தனர். இதுவரை துன்பம் அனுபவித்ததற்குப் பலன்கிட்டாமல் போகலாமோ என அஞ்சினர். பல மாதங்களாக அவர்கள் தங்களையே மறந்து உறுதியுடன் காத்திருந்தனர். சிறைவாசம், நாடு கடத்தப்பட்ட உணர்வு ஆகியவை ஆட்கொண்டாலும் அவர்கள் அவ்வாறு நடந்துகொண்டனர். அச்சத்தாலும் விரக்தியாலும் முறியடிக்க முடியாத அந்நோயை அழிக்க இதோ முதல் நம்பிக்கைக் கீற்று கிடைத்துள்ளது. எனவே, பித்துப் பிடித்தவர்களைப்போல் அந்த நோயை விரட்டியடிக்க மக்கள் விரைந்தனர். அதன் கடைசி அசைவுவரையில் காத்திருக்க அவர்களிடம் பொறுமையில்லை.

அதே நேரம், நம்பிக்கை அளிக்கக்கூடிய சில அறிகுறிகளும் தன்னிச்சையாகத் தோன்றின. குறிப்பாக, விலைவாசி கணிசமாகக் குறைந்திருந்தது. பொருளாதார அடிப்படையில் பார்த்தால் இதற்கான விளக்கம் கிடைக்கவேயில்லை. பிரச்சினைகள் எதுவும் மாறவில்லை. தனிமைப்படுத்துதலுக்கான விதிகள் எல்லை வாயில்களில் கடைபிடிக்கப்பட்டன.

உணவுப் பங்கீட்டில் நிச்சயமாக முன்னேற்றமில்லை. ஏதோ பிளேக்கின் பின்னடைவு பரவலாக அதிர்வுகளை உண்டாக்கியதைப்போல், அகம் சார்ந்த மாற்றங்களை அனுபவித்து வந்தோம். அதே நேரம், ஒருகாலத்தில் கூட்டமாக வாழ்ந்து வந்தவர்களிடம் இந்த மாற்றம் நம்பிக்கையை விதைத்திருந்தது. இவர்கள் பிரிந்திருக்க நோய் காரணமாக இருந்து வந்தது. நகரத்தின் இரண்டு கிறித்தவ மடங்களும் மீண்டும் இணைந்து முன்பைப்போல் ஒன்றாக இயங்க ஆரம்பித்தன. அதேபோல், இராணுவத்தினரும் மீண்டும் ஒன்றாகி இதுவரை வெற்றிடமாக இருந்த படை முகாம்களை நிறைத்தனர். பாதுகாப்புப் படையெனும் இயல்பான அணிக்கு அவர்கள் திரும்பினர். இந்தச் சாதாரண சம்பவங்கள் பெரும் மாற்றத்தின் அடையாளங்களாகத் திகழ்ந்தன.

இத்தகைய வெளியில் தெரியாத குழப்பநிலையிலேயே ஜனவரி 25ஆம் தேதிவரை மக்கள் தவித்துவந்தனர். அந்த வாரம், பாதிப்பு எண்ணிக்கை மிகவும் குறையவே, மருத்துவக் குழுவை ஆலோசித்தபின் பெருந்தொற்று கட்டுக்குள் இருப்பதாகக் கருதலாம் என்ற அறிவிப்பினை மாவட்டத் தலைமை நிர்வாகம் வெளியிட்டது. மேலும், எல்லைக் கதவுகள் இரண்டு வாரங்களுக்கு மூடப்பட்டிருக்கும் என்றும் தொடர்ந்து ஒரு மாத காலத்துக்கு சுகாதார நடவடிக்கைகள் நீடிக்கும் என்றும் தெரிவிக்கப்பட்டது. இந்த முன்னெச்சரிக்கை நடவடிக்கையை ஆதரிக்க மக்கள்

தயங்கவில்லை இந்தக் காலகட்டத்தில், பிளேக் மீண்டும் தலையெடுப்பதற்கான சிறியதொரு அறிகுறி தெரிந்தாலும், 'முன்பிருந்த நிலையே நீடிக்கும் என்றும் எவ்வளவு காலத்துக்கு அவசியமோ அத்தனைக் காலமும் தேவையான நடவடிக்கைகளை மேற்கொள்ள வேண்டும்' என்று அறிவிக்கப்பட்டது. எனினும், இந்த அறிவிப்புகள் அனைத்தும் சம்பிரதாயமானவைதான் என்று எல்லோரும் ஒருமனதாகக் கருதினர். ஜனவரி 25ஆம் நாளன்று நகரமே உற்சாக வெள்ளத்தில் திளைத்திருந்தது. மக்களிடையே எழுந்த கொண்டாட்ட மனநிலையை மேலும் அதிகமாக்கும் வகையில் பெருந்தொற்றுக்கு முன்பு இருந்ததைப் போல் தெருவிளக்குகளை எரிய விட உத்தரவு போட்டது மாவட்டத் தலைமை நிர்வாகம். தெளிவான குளிர்; வானத்தின் கீழ் விளக்குகளால் வெளிச்சமாகி இருந்த வீதிகளில் மக்கள் சத்தம் போட்டுச் சிரித்துப் பேசிக்கொண்டிருந்தனர்.

பல வீடுகளில் குடும்பத்தினர், மூடிய சன்னல்களுடன் மாலைப்பொழுதை அமைதியாக கழித்துக்கொண்டிருந்தனர். சிலரோ கூச்சல்போட்டுக் கொண்டாடினர். எனினும், பெருந்தொற்றுச் சோகத்தில் இருந்தவர்களிடையே பெருத்த நிம்மதி நிலவியது. ஏனெனில், தங்கள் உறவினர்கள் நோய்க்குப் பலியாகும் அபாயம் ஒருவழியாக மறைந்து விட்டது மட்டுமல்ல தங்கள் சொந்த உயிருக்கான பாதுகாப்பு மேலும் அதிகமாகி யுள்ளதும் காரணமாக இருக்கலாம். எனினும் பரவலாகக் காணப்பட்ட இந்த மகிழ்ச்சி சிலருக்கு மட்டும் இன்னமும் கிட்டவில்லை. மருத்துவமனை, தனிமை முகாம்கள் அல்லது தங்கள் வீடுகள் என மற்றவர்கள் விஷயத்தில் மறைந்துவிட்டதைப் போல் இந்நோய் தங்களை விட்டும் அகலாதா என்ற நம்பிக்கை யுடன் பொறுமையாகப் போராடிக்கொண்டு இருப்பவர்கள் இவர்கள். நிச்சயமாக இவர்களுக்கும் நம்பிக்கையில்லாமல் இல்லை. ஆனால், அதனைத் தேக்கி வைத்திருந்தனர். அதனைக் கொண்டாடும் உரிமையைப் பெறும்வரை அதை நினைப்பதாக இல்லை. ஆனால், இவ்வாறு வேதனைக்கும் இன்பத்துக்கும் இடையில் நின்றபடி நடப்பவற்றை அமைதியாகக் கவனித்துக்கொண்டிருப்பது என்பது எல்லோரும் மகிழ்ச்சியாக இருப்பவர்கள் மத்தியில் மேலும் கொடுமையானதாக இருந்தது.

இதுபோன்ற விதிவிலக்குகள் எதுவும் கொண்டாட்டத்தில் இருந்த பெரும்பான்மையான மக்களின் மகிழ்ச்சியைக் குலைக்க வில்லை. இன்னமும் பெருந்தொற்று ஓயவில்லை என்பதுடன் எப்போது வேண்டுமானாலும் அதனை அது மெய்ப்பிக்கும் எனினும், அனைத்தும் நனவாவதற்கு முன்பே, மக்கள் மனதில் தொடர்வண்டிகள் புறப்படும்போது எழுப்பும்

சத்தமும் கேட்டது; மின்னும் கடலைக் கிழித்துச் செல்லும் கப்பல்கள் தெரிந்தன. ஆனால் அடுத்த நாளே உற்சாகம் குறைந்து அவநம்பிக்கைத் துளிர்க்க ஆரம்பிக்கும். எனினும் தற்போதைக்கு, அடைப்பட்டுக் கிடந்த அந்த அசைவற்ற மங்கிய இடங்களில் இருந்து முழுமூச்சுடன் மக்கள் கூட்டம் வெளியே வந்தது. இதுவரையில் ஆழமாக வேரூன்றிக் கிடந்த அந்த இடங்களை விட்டு ஒருவழியாக அனைவரும் உயிருடன் இருப்பவர்களுடன் வாழ ஆரம்பித்தனர். அன்று மாலை தரு, ரியே, ராம்பேர் ஆகியோர் மற்றவர்களுடன் வீதியில் நடந்து சென்றபோதும், அவர்களுக்கும் காற்றில் மிதப்பதுபோல் இருந்தது.

முக்கிய சாலைகளைவிட்டு வந்து நீண்ட நேரமாகியிருந்தது. நடைபாதைகள் வெறிச்சோடிக் கிடந்தாலும் வீட்டுச் சன்னல்கள் மூடியபடியே இருந்தன. தங்கள் சோர்வின் காரணமாக, மிக அருகில் அந்த முக்கிய தெருக்களில் உள்ள கொண்டாட்ட மனநிலையை இதோ மூடிய சன்னல்களுக்குள் அடைந்து கிடக்கும் சோகத்துடன் சேர்த்துப் பார்க்காமல் இருக்க முடியவில்லை. இதன் மூலம் வரவிருக்கும் சுதந்திரம், மகிழ்ச்சி, சோகம் போன்றவை இரு முகங்கள் கொண்டதாய் இருக்கும்.

ஒரு கட்டத்தில் கூச்சலும் குதூகலமும் அதிகமாகியபோது, தரு நின்றான். ஏதோ ஒன்று அந்த இருட்டில் வீதியின் குறுக்கே ஓடியது. அது ஒரு பூனை. வசந்தகாலம் தொடங்கியதி லிருந்து இது தான் அவர்கள் கண்களில் தென்படும் முதல் பூனை. வீதியின் நடுவில் சிறிது நேரம் நின்ற அந்தப் பூனை செல்லத் தயங்கியது. தன் கால்களை நக்கிக்கொண்ட பூனை வேகமாக வலது காதுக்குக் காலைக்கொண்டு சென்றது. பிறகு சத்தமின்றி இருட்டில் ஓடி மறைந்தது. தரு சிரித்துக்கொண்டான். அந்தச் சிறிய உருவம் கொண்ட ஆசாமியும் மகிழ்ச்சியடைந்திருப்பார்.

எந்த இருட்டுக் குகையிலிருந்து சந்தடி யில்லாமல் வெளியே வந்ததோ; யாரும் அறியாத அந்தக் குகைக்குப் பிளேக் நோய் சென்றுகொண் டிருப்பதுபோல் இருந்தது. இது அந்த நகரத்தில் உள்ள ஒருவன் மனதிலாவது கலக்கத்தை உண்டாக்கியது என்றால் அவன்தான் கொத்தார். அப்படித்தான் தருவின் குறிப்புகள் தெரிவிக்கின்றன.

உண்மையில், பலி எண்ணிக்கை குறையத் தொடங்கியதில் இருந்தே இந்தக் குறிப்புகள் வினோதமாக மாறிவிட்டன. கையெழுத்து வாசிக்கக் கடினமாக இருந்தது ஒருவேளை சோர்வின் காரணமாக இருக்கலாம். மேலும், இந்தக் குறிப்பை எழுதுபவரும் அடிக்கடி தொடர்பின்றி ஒரு விஷயத்திலிருந்து வேறு ஒரு விஷயத்துக்குத் தாவி விடுகிறார். முதல்முறையாக புறநிலையில் நின்று பார்க்காமல், தனிப்பட்ட விருப்புகளுக்கு ஏற்ப அந்தக் குறிப்புகள் அமைந் திருந்தன. இதன் விளைவாக கொத்தார் குறித்த நீண்ட பதிவுகள் இருக்க, அந்த முதியவரைப் பற்றியும் அவரது பூனைகள் குறித்தும் குறைவான தகவல்களே கிடைக்கின்றன. தருவைப் பொறுத்தவரை, கொத்தார்மீது இருந்த அக்கறையில் எவ்வித மாற்றமும் இல்லை. பெருந்தொற்று அடங்குவதற்கு முன் இருந்ததைப்போலவே அவன் மீது தரு அக்கறை செலுத்தி வந்தான். ஆனால், தொடர்ந்து அவன் மீது கவனம் செலுத்த இயலவில்லை. அதற்காக, தருவுக்கு அவன் மீது நல்லெண்ணம் இல்லை என்று கூறிவிட முடியாது. ஏனெனில், அவனைப் பார்க்க வேண்டும் என்று தரு தேடினான். ஜனவரி 25ஆம் நாளுக்குப் பிறகு, சில நாள்கள் கழித்து அந்தச் சிறிய தெருவின் மூலையில் அவன் உட்கார்ந்திருந்தான். வெயிலில் குளிர் காய்ந்தபடி, வழக்கமான இடத்தில் பூனைகள் கூடியிருந்தன.

ஆனால், வழக்கமான அந்த நேரத்தில் சன்னல்கள் திறக்கவில்லை; இறுக மூடியிருந்தன. அடுத்து வந்த நாட்களிலும் அந்த சன்னல்கள் திறக்கவேயில்லை. அந்த முதியவர் சலித்துப் போய் இருக்க வேண்டும் அல்லது இறந்திருக்க வேண்டும் என்ற முடிவுக்குத் தரு வந்தான். அவர் சலிப்புக்குள்ளாகி இருந்தால், அது நியாயம்தான். கொடுநோய் அவருக்குக் கெடுதல் செய்துவிட்டது. ஆனால் அவர் இறந்திருந்தால் அந்த ஆஸ்துமா நோயாளியைப்போல் இவரும் ஒரு புனிதரா என்ற கேள்வி எழுகிறது. தரு அப்படி நினைக்கவில்லை. ஆனால், ஆஸ்துமா நோயாளி விஷயத்தில் ஓர் அறிகுறி தெரிந்ததாக நினைத்தான். எனவே முடிவாக தரு பின்வருமாறு குறிப்பிடுகிறான்: "தோராயமான புனிதத் தன்மை மட்டுமே சாத்தியம். எனவே, பண்புடைய மிதமான பேய்க்குணம் என்று குறிப்பிடுவதைத்தவிர வேறு வழியில்லை"

கொத்தார் குறித்த சுவாரசியமானப் பதிவுகள் இருந்த போதும், அந்தக் குறிப்பேட்டில் ஆங்காங்கே கிரான் பற்றியும் மருத்துவர் ரியேவின் அம்மா பற்றியும் செய்திகள் இடம் பெற்றுள்ளன. இப்போது கிரானின் உடல் நலம் தேறி, எதுவும் நடக்காததுபோல் வழக்கமானப் பணிக்குத் திரும்பியிருந்தார். ரியேவின் அம்மாவைப் பொறுத்தவரை, மருத்துவர் ரியேவின் வீட்டில் சிறிது காலம் தரு தங்கியிருக்க நேர்ந்ததால் ரியேவின் அம்மாவுடன் கொஞ்சம் பேச வாய்ப்பு கிடைத்தது. அந்த உரையாடல்கள், அவரது சுபாவம், சிரிப்பு, பெருந்தொற்று குறித்த அவரது பார்வை என அனைத்தையும் விவரமாகத் தரு குறிப்பிடுகின்றான். அப்பெண்மணியைப் பற்றிப் பேசும் போது, தன்னை முன்னிறுத்திக்கொள்ளாத நல்லியல்பைத் தரு குறிப்பாகச் சுட்டிக்காட்டுகிறான். எதையும் எளிமையாக விளக்கும் அவரது திறமை பற்றியும், முன் மாலைப் பொழுதுகளில் அவர் உட்கார்ந்திருக்க, பெரிதும் விரும்பும் சன்னல் பற்றியும் தரு குறிப்பிடுகிறான். அறைக்குள் நுழையும் இருட்டு அவரை அசைவற்ற நிழலாகக் கரைந்து போகச் செய்யும். அதுவரை கைகளை மடிமீது வைத்துச் சற்றே நிமிர்ந்த நிலையில் அவர் உட்கார்ந்திருப்பார். மங்கிய ஒளியில், கீழே தெரியும் அமைதியான வீதியையே பார்த்துக்கொண்டிருப்பார். ஓர் அறையில் இருந்து மற்றோர் அறைக்குச் செல்லும்போது அவரிடம் தெரியும் மென்மை குறித்தும் தரு பதிவு செய்கிறான். அவரது பரிவு பற்றிக் கூற எந்தக் குறிப்பிட்ட சம்பவமும் அவனுக்குத்தெரியாது என்றாலும் அவரது பெருந்தன்மை அவர் செய்த, சொன்ன அத்தனை விஷயங்களிலும் வெளிப்பட்டது; அவருக்கு எல்லாமே இயல்பாகத் தெரிந்திருந்தது; அமைதியும் தன்னலமற்ற இயல்பும் அதிகமாக இருந்ததால், பெருந்தொற்று உள்ளிட்ட எந்தவொரு சக்தியையும் அவரால் சமாளிக்க முடிந்தது. இந்த இடத்தில்,

தருவின் கையெழுத்து வித்தியாசமான முறையில் தெளிவின்றி இருந்தது. இதன் பிறகு எழுதப்பட்டிருந்த வாக்கியங்கள் வாசிக்கக் கடினமாக இருந்தன. தனக்கு ஏற்பட்டுள்ள இந்தக் களைப்பை உறுதி செய்வதுபோல் இருந்தன, அவனது பதிவின் இறுதி வரிகள். ஏனெனில், முதன்முறையாக தன் சொந்த வாழ்க்கையைப் பற்றி அதில் குறிப்பிட்டு இருந்தான். 'என் அம்மாவும் இப்படித்தான். தன்னை முன்னிறுத்தாத அவரது குணம் எனக்கு மிகவும் பிடிக்கும். மீண்டும் ஒருமுறை அவரைச் சந்திக்கமாட்டோமா என்ற ஏக்கம் இன்றும் எனக்கு உண்டு. எட்டு ஆண்டுகள் பறந்துவிட்டன. அவர் இறந்து விட்டார் என்று என்னால் கூற முடியவில்லை. வழக்கத்தைவிட சற்று கூடுதலாக அவர் மறைந்திருக்கிறார் அவ்வளவுதான். நான் தேடிப் பார்த்தபோது அங்கு அவர் இல்லை'

இப்போது கொத்தார் விஷயத்துக்கு வந்தாக வேண்டும். பெருந்தொற்று சதவீதம் குறையத் தொடங்கியதிலிருந்து, அவன் ஏதாவது ஒரு காரணம் கண்டுபிடித்து, ரியேவைப் பார்க்கப் பலமுறை வந்துவிட்டான். ஆனால், ஒவ்வொரு முறையும் பெருந்தொற்று எந்த நிலையில் இருக்கிறது என்பதை ரியேவிடம் தெரிந்துகொள்வதே அவனது நோக்கமாக இருந்தது. "நீங்கள் என்ன நினைக்கிறீர்கள். இப்படிச் சொல்லாமல் கொள்ளாமல் சட்டென அது போய்விடுமா?" என்று கேட்பான். இந்த விஷயத்தில் அவனுகருச சந்தேகம் இருந்தது. அவனே அதைச் சொன்னான். ஆனால், அவனிடம் இருந்து வந்த அடுத்தடுத்த கேள்விகளைப் பார்த்தால் தன் கருத்திலேயே அவன் உறுதியாக இல்லை என்பது தெரிந்தது. ஜனவரி இரண்டாவது வாரத்தில் ரியே ஓரளவு நம்பிக்கையுடன் பதில் அளித்தார். எனினும், இவ்வாறு நம்பிக்கையான பதில் வரும் ஒவ்வொரு முறையும் மகிழ்ச்சியடைவதற்குப் பதில், வேறுவிதமாக கொத்தார் நடந்து கொண்டான். சில நேரங்களில் அதிக உணர்ச்சிவசப்படுவான். சில நாட்களில் மனம் உடைந்து காணப்படுவான். இதன் காரணமாக இதையே வேறுவிதமாக ரியே கூறினார். புள்ளிவிவரங்கள் சாதகமாக இருந்தாலும், வெற்றி பெற்றுவிட்டதாக நினைக்காமல் இருப்பது நல்லது என்றார்.

"வேறுவிதமாகச் சொன்னால், நமக்குத் தெரியாது. அடுத்த நாளே கூட மறுபடியும் வரும். அப்படித்தானே?"

"ஆமாம். நோயில் இருந்து மீள்பவர்களின் எண்ணிக்கை அதிகமாக வாய்ப்பும் இருக்கிறது"

இந்த நிச்சயமின்மை மற்றவர்களுக்குக் கவலையளிக்கலாம். ஆனால் கொத்தாருக்கு உண்மையிலேயே ஆறுதலாக இருந்தது. அவனது பகுதியைச் சேர்ந்த வணிகர்களிடம் பேசும்போது

தரு முன்னிலையிலேயே ரியே கூறிய செய்தியைப் பரப்பிக் கொண்டிருந்தான். இதற்கு அவன் அப்படி ஒன்றும் அதிகமாக கஷ்டப்படவில்லை. ஏனெனில் பெருந்தொற்று முடிவுக்கு வந்ததையொட்டி நடந்த முதல் கொண்டாட்டங்களும் மாவட்ட நிர்வாகத்தின் அறிவிப்பின் மகிழ்ச்சியும் அடங்கிய பின் மக்கள் மனதில் மீண்டும் சந்தேகம் வர ஆரம்பித்தது. மக்களிடையே உள்ள இத்தகைய கவலை கொத்தாருக்கு நம்பிக்கையை வரவழைத்தது. சில நேரங்களில் நம்பிக்கையற்று மனம் சோர்ந்திருந்தான். அப்படித்தான் ஒருமுறை தருவிடம் பேசிக்கொண்டிருக்கும் போது, “நீங்கள் பார்த்துக்கொண்டே இருங்கள். இந்த எல்லைக் கதவுகளைத் திறக்கப் போகிறார்கள். கடைசியில் எல்லோருமாகச் சேர்ந்து என்னைக் கை கழுவப் போகிறார்கள்”

ஜனவரி 25ஆம் நாள்வரை அவனது நடவடிக்கை இயல்பாக இல்லை. தனக்கு அறிமுகமானவர்கள், நண்பர்கள் என அனைவரிடமும் சுமூகமான உறவைக் கட்டிக்காக்க அதுவரை பாடுபட்டுக்கொண்டிருந்தவன் இறுதியில் சண்டை பிடிக்க ஆரம்பித்தான்.

உலகத்திலிருந்து விலகி நின்றவன் போலத் தெரிந்த அவன் ஏதோ ஒரு விலங்கினைப்போல் நடந்துகொள்ள ஆரம்பித்தான். முன்னைப் போல உணவகங்களில் அவனைப் பார்க்க முடிவதில்லை. நாடக அரங்குகளுக்கோ அவன் அடிக்கடி செல்லும் மது விடுதிக்கோ கூட இப்போதெல்லாம் அவன் போவதில்லை. எனினும், பெருந்தொற்றுக்கு முன் அவன் கடைபிடித்து வந்த ஆபத்து நிறைந்த இரகசிய வாழ்க்கையையும் அவனால் தொடர முடியவில்லை. தன் அடுக்ககத்துக்குள்ளேயே அடைபட்டுக் கிடந்த அவன், அருகில் இருந்த உணவு விடுதியில் இருந்து உணவை வரவழைத்துச் சாப்பிட்டான். மாலை வேளைகளில் மட்டும் தனக்குத் தேவையானவற்றை வாங்க வெளியே வந்தவன், கடைகளில் பொருட்களை வாங்கியவுடன் கீழே இறங்கி வெறிச்சோடிய வீதிகளில் வேகமாக நடந்தான். அவ்வாறான நேரங்களில் தரு அவனைச் சந்திக்க நேர்ந்தாலும் “உம்”, “ஓ” என ஒற்றை ஒலிக்குறிப்புகளே அவனிடமிருந்து பதில்களாக வந்தன. பிறகு எவ்வித முன் அறிவிப்பும் இல்லாமல் திடீரென எல்லோரோடும் சகஜமாகப் பழக ஆரம்பித்தான். பெருந்தொற்றைப்பற்றி வெளிப்படையாகப் பேசினான்; சந்திக்கும் ஒவ்வொருவரிடமும் கருத்து கேட்க ஆரம்பித்தான்; தினமும் மாலைகளில் கூட்டத்தோடு சேர்ந்து அரட்டையடிக்கத் தொடங்கினான். பெருந்தொற்று ஓய்ந்துவிட்டது என்ற அறிவிப்பினை மாவட்டத்

தலைமை நிர்வாகம் வெளியிட்ட அன்று மக்கள் கூட்டத்தி லிருந்து கொத்தார் முற்றிலுமாகக் காணாமல் போய் இருந்தான். இரண்டு நாட்களுக்குப்பிறகு, அவன் வீதியில் திரிந்துகொண்டிருந்ததை தரு பார்த்துவிட்டான். புறநகர்ப் பகுதிவரை தன்னுடன் நடந்து வர முடியுமா என்று தருவிடம் அவன் கேட்டான். அன்று காலைமுதல் நிறைய வேலை இருந்ததால் களைத்துப்போய் இருந்த தரு தயங்கினான். ஆனால் கொத்தார் மீண்டும் அவனை வற்புறுத்தினான். மிகவும் பதற்றமாகக் காணப்பட்ட அவன், கைகளை ஆக்ரோஷ மாக ஆட்டிப் பேசியதுடன் வேகமாகவும் உரத்த குரலிலும் பேசினான். நிர்வாகம் வெளியிட்ட அறிவிப்பு உண்மை யிலேயே பெருந்தொற்றை முடிவுக்குக்கொண்டு வந்து விடுமா என்று தருவிடம் கேட்டான். நிர்வாகம் ஒன்றின் அறிவிப்பு மட்டுமே எந்த நோயையும் நிறுத்திவிட முடியாது என்பது உண்மைதான். எனினும், எதிர்பாராமல் எதுவும் நடக்காமல் இருந்தால், இந்தப் பெருந்தொற்று முடிவுக்கு வரப்போகிறது என்று இப்போதைய நிலையில் நாம் தாராளமாக நம்பலாம் என்றான் தரு.

“அப்படிச் சொல்லுங்கள். எதிர்பாராத எதுவும் நடக்காமல் இருக்கும் வரை. எதிர்பாராதது தான் எப்போது வேண்டுமானாலும் நடக்குமே!”

இதுபோல் எதிர்பாராத விஷயங்களைக் கருத்தில் கொண்டுதான் எல்லைக் கதவுகளைத் திறக்க இரண்டு வார காலத்துக்கு நிர்வாகம் ஒத்தி வைத்துள்ளது என்பதைத் தரு சுட்டிக் காட்டினான். இன்னமும் சோகமான மனநிலையை விட்டு வெளிவராத கொத்தார், “சரியான முடிவைத்தான் எடுத்திருக்கிறார்கள் இல்லையென்றால் அவர்கள் கூறியது எல்லாம் வெற்று வார்த்தைகளாகி விடும்” என்றான். இதற்கும் சாத்தியம் இருப்பதாக கருதிய தரு, விரைவில் எல்லைக் கதவுகள் திறக்கப்பட்டு இயல்பான வாழ்க்கைக்கு மக்கள் திரும்ப வேண்டும் என்று நினைப்பதுதான் நல்லது என்றான்.

“அப்படியே வைத்துக்கொள்வோம். ஆனால், இயல்பான வாழ்க்கை என்று எதைக் குறிப்பிடுகிறீர்கள்?”

“திரையரங்குகளில் புதிய திரைப்படங்கள்” என்று சிரித்தபடி பதில் அளித்தான் தரு.

ஆனால் கொத்தார் முகத்தில் சிரிப்பில்லை. பெருந்தொற்றால் இந்த நகரில் எந்த மாற்றமும் இருக்காது என்றும் எதுவுமே நடக்காததுபோல் அனைத்தும் முன்பு இருந்ததைப்போலவே தொடங்கி நடக்கும் என்றும் யாராவது கற்பனை செய்ய

முடியுமா என்று கொத்தார் கேட்டான். தருவைப் பொறுத்தவரை தொற்று நோயால் இந்த நகரத்தை மாற்றவும் முடியும்; மாற்றாமலும் இருக்க முடியும். நம் மக்கள் மிகவும் ஆசைப்படுவதெல்லாம் இந்த ஊரில் எதுவும் நடக்கவில்லை என்பதுபோல் நடந்து கொள்வதே; அதாவது எதுவும் மாறிவிடவில்லை என்று நினைப்பது. எனினும், வேறு கோணத்தில் பார்த்தால் என்னதான் முயன்றாலும் எல்லாவற்றையும் நாம் மறந்து விட முடியாது. எனவே, அதன் பாதிப்பை அந்த நோய் ஏற்படுத்திவிட்டுத்தான் செல்லும். குறைந்தபட்சம் மக்கள் மனதிலாவது அதன் வடு இருக்கும். இதைக் கேட்ட கொத்தார், மனம் தனக்குத் துச்சம் என்றும் அதைப் பற்றி தனக்கு எந்தக் கவலையும் இல்லை என்றும் வெளிப்படையாகக் கூறினான். தனக்கு வேண்டிய தெல்லாம், அத்தனைத் துறைகளும் மாற்றியமைக்கப்படுமா என்பதுதான் என்றான். அதாவது, பழைய நிலைக்கு நிர்வாகம் திரும்புமா என்பதைத் தெரிந்துகொள்ளவே அதிகம் விரும்புவ தாகத் தெரிவித்தான். தனக்கு அதைப்பற்றி எதுவும் தெரியாது என்று தரு பதில் அளித்தான். பெருந்தொற்றால் மாற்றத்துக்கு உள்ளாகிய துறைகள் மீண்டும் தொடங்குவதில் சில சிக்கல்கள் இருக்கும் என்று நினைக்க வேண்டியுள்ளது என்றும் கூறினான். சில புது பிரச்சினைகளும் எழும். எனவே பழைய நிர்வாக முறையை மாற்றியமைப்பது அவசியமாகலாம் என்றும் தரு கருத்துத் தெரிவித்தான்.

"ஆமாம், நீங்கள் சொல்வதுபோல் நடக்க வாய்ப்பு இருக்கிறது. எல்லோரும் மறுபடியும் முதலில் இருந்து ஆரம்பிக்க வேண்டியிருக்கும்" என்றான் கொத்தார்.

கொத்தார் வீடு நெருங்கிவிட்டது. அவன் மிகவும் உற்சாகமாக இருந்தான். வலிந்து நம்பிக்கையும் வரவழைத்துக் கொண்டான். கடந்த காலத்தை முற்றிலுமாக மறந்துவிட்டு, இந்த நகரம் மீண்டும் இயங்கத் தொடங்கப் போவதாகக் கற்பனை செய்துகொண்டான்.

"சரி! உங்களுக்கும் எல்லாம் நல்ல விதமாக நடக்கும். ஒரு வகையில் இனிவருவது ஒரு புது வாழ்க்கை"

இருவரும் வாசல் அருகில் கை குலுக்கிக்கொண்டனர்.

"நீங்கள் சொல்வதுதான் சரி. எல்லாவற்றையும் முதலில் இருந்து ஆரம்பிக்க வேண்டும். அதுதான் நல்லதும் கூட" என்றான்.

பரபரப்பாக இரு நபர்கள் வாசல் நிழலில் இருந்து வெளியில் வந்தனர். அவர்களைக் காட்டி, எதற்காக இங்கு நிற்கிறார்கள் என்று கொத்தார் கேட்டான். தருவின் காதில் அது சரியாக

விழவில்லை. நன்றாக உடுத்தியிருந்த அவர்கள் அரசு ஊழியர்களைப்போல் இருந்தனர். கொத்தாரைப்பார்த்து, "உங்கள் பெயர் கொத்தார் தானே?" என்று கேட்டனர். மழுப்பலாக எதையோ கூறிய கொத்தார் சட்டெனத் திரும்பி இருட்டில் மறைந்துபோனான். தருவுக்கோ விசாரித்தவர்களுக்கோ எதையும் செய்ய நேரம் கிடைக்கவில்லை. வந்திருந்த இருவரையும் தரு விசாரித்தான். மிகவும் மரியாதையுடன் காணப்பட்ட அவர்கள், ஒரு தகவல் பெறவே தாங்கள் வந்ததாகக் கூறிவிட்டுக் கொத்தார் சென்ற திசையை நோக்கி வேகமாக நடந்தனர்.

வீட்டுக்குத் திரும்பிய தரு, இந்தச் சம்பவத்தை விவரித்த கையோடு, தான் மிகவும் சோர்வாக இருப்பதையும் குறிப்பிடு கிறான். அவனது கையெழுத்தின் தெளிவின்மையும் இதனை உறுதி செய்கிறது. "இன்னும் செய்ய வேண்டிய வேலை நிறைய இருக்கிறது. நான் தயாராக இல்லாததற்குச் சோர்வு ஒரு காரணம் இல்லை. உண்மையில் நான் தயாராக இருக்கிறேனா என்பதே கேள்வி" என்றும் நினைத்தான். இறுதியாக, (இங்குதான் தருவின் குறிப்புகள் முடிவடைகின்றன) அவன் ஒரு கருத்தைக் கூறி முடிக்கிறான். "பகலோ, இரவோ 24 மணி நேரத்தில் ஏதோ ஒரு குறிப்பிட்ட நேரத்தில் மனிதன் கோழையாக இருக்கிறான். அந்த நேரத்தைக் குறித்தே அவன் பயப்படுகிறான்"

இரண்டு நாட்களுக்குப் பிறகு, அதாவது எல்லைக் கதவுகள் திறக்கப்பட இருக்கும் சில நாட்களுக்கு முன்பு, மருத்துவர் ரியே பகல் உணவிற்கு வீடு திரும்பினார். அன்றாவது தான் எதிர்பார்த்துக்கொண்டிருக்கும் தந்தி வந்திருக்குமா என்று பார்த்தார். பெருந்தொற்றின் கடுமையில், வேலைப்பளுவால் மிகவும் களைத்துப் போய் இருந்தாலும், ஒரு வழியாக இதிலிருந்து விடுதலை கிடைக்கப்போகிறது என்ற எதிர்பார்ப்பு அத்தனைச் சோர்வினையும் போக்குவதாக இருந்தது. இப்போது அவருக்கு நம்பிக்கை இருக்கிறது என்பதுடன் அதில் திருப்தியும் அடைந்தார். எப்போதுமே தம் விருப்பத்தை கட்டுப்படுத்திக்கொண்டு உணர்ச்சிகள் எதுவுமின்றி தொடர முடியாது. இதுவரை நோயை எதிர்த்துப் போராட எனச் சேர்த்து வைத்திருந்த சக்தியை விடுவித்து இந்த மகிழ்ச்சியைக் கொண்டாட வேண்டும். எதிர்பார்த்திருக்கும் தந்தியும் சாதகமாக இருந்து விட்டால், ரியேவுக்குப் புதிய வாழ்க்கை கிடைக்கும். எல்லோருமே புதிய வாழ்க்கையைத் தொடங்குவது போன்ற உணர்வு அவருக்கு ஏற்பட்டது.

அடுக்ககப் பொறுப்பாளரின் அறையைக் கடந்து சென்றார் ரியே. சிறிய சன்னலில் முகத்தைப் பொருத்தியிருந்த அந்தப் புதிய பொறுப்பாளர் அவரைப் பார்த்ததும் சிரித்தார். படிக்கட்டுகளில் ஏறிய போது ரியே தன் முகத்தைக் கண்ணாடியில் பார்த்தார். சோர்வு, தனிமை ஆகியவற்றால் சோகையாய் அது மிகவும் வெளிறிப்போய் இருந்தது.

இந்த அரூபமான விஷயங்கள் எல்லாம் விலகி, தனக்குக் கொஞ்சம் அதிர்ஷ்டமும் இருந்தால், மீண்டும் புதிய வாழ்க்கை ஒன்றை அவரால் தொடங்க முடியும். மருத்துவர் கதவைத் திறக்கும் போதே, அவருடைய அம்மாவும் ஒரு செய்தியுடன்

அவரைப் பார்க்க வந்திருந்தார். தரு உடல் நலமில்லாமல் இருப்பதாகவும், காலையில் எழுந்தவர் வெளியில் போக முடியாமல் திரும்பி வந்து படுக்கையில் ஓய்வெடுப்பதாகவும் கூறினார். அவரது நலன் குறித்து மிகவும் கவலை தெரிவித்தார்.

"அதிகமாக எதுவும் இருக்காது என்று நினைக்கிறேன்" என்றார் மருத்துவர். கைகளை விரித்தபடி படுத்துக் கிடந்த தருவின் கனமான தலை துவண்ட நிலையில், பரந்த மார்பு மொத்தமான போர்வையின் கீழ் ஓய்வெடுத்தது. காய்ச்சலும் தலைவலியும் இருந்தன. இந்தத் தோராயமான அறிகுறிகள், பிளேக் நோயின் அறிகுறிகளாக இருக்கவும் அதிக வாய்ப்பு இருக்கிறது என்று ரியேவிடம் தரு கூறினான்.

அவனைப் பரிசோதித்துப் பார்த்தப் பின், "இல்லை. இப்போதைக்கு அப்படி உறுதியாகச் சொல்ல முடியவில்லை"

தருவுக்கு அதீத தாகம் உண்டானது.

கூடத்தில், தன் அம்மாவிடம் பேசிக்கொண்டிருந்தபோது ரியே "இது பிளேக்கின் ஆரம்பமாக இருக்கலாம்" என்றார்.

"இருக்காது. அதுவும் இப்போது இருக்காது" என்றார் அவருடைய அம்மா. உடனடியாக, "பெர்நார், நாம் அவரை இங்கேயே வைத்துக்கொள்வோம்" என்றார்.

ரியே அது குறித்து யோசித்துப்பார்த்தார்.

"நமக்கு அதற்கு உரிமையில்லை. எல்லைக் கதவுகளைத் திறக்கப்போகிறார்கள். நீங்கள் மட்டும் இங்கு இல்லையென்றால், நான் உரிமையுடன் கேட்கும் முதல் உதவி இதுவாகத்தான் இருக்கும்"

"பெர்நார், எங்கள் இருவரையுமே வைத்துக்கொள். உனக்குத் தான் தெரியுமே. நான் இப்போதுதான் இரண்டாவது தடுப்பூசி போட்டுக்கொண்டேன்".

தருவுக்கும் இது பொருந்தும் என்று கூறிய மருத்துவர், அவர் மிகவும் சோர்வாக இருந்ததால் கடைசியாக போட வேண்டிய தடுப்பூசியை மறந்திருக்கலாம். சில முன் எச்சரிக்கை நடவடிக்கையையும் எடுக்காமல் இருந்திருப்பார் என்றும் கருதினார்.

பார்வையாளர் அறையை நோக்கி நடந்தார் ரியே. மீண்டும் படுக்கை அறைக்கு வந்த ரியேவின் கைகளில் பெரிய தடுப்பூசிகள் இருப்பதைத் தரு பார்த்தான்.

"அப்படி என்றால் அதுதானா!"

"இல்லை. இது ஒரு முன்னெச்சரிக்கை!"

தானே பலருக்குச் செலுத்தியுள்ள அந்தப் பெரிய ஊசியைப் போட்டுக்கொள்ளத் தரு கையை நீட்டினான்.

தருவை நேருக்கு நேர்ப் பார்த்த ரியே, "இன்று மாலை பார்க்கலாம்" என்றார்.

"என்னைத் தனிமைப்படுத்துவது பற்றி..."

"உங்களுக்குப் பிளேக்தான் என்று உறுதியாகத் தெரிய வில்லையே"

தரு சிரித்துக்கொண்டான்.

"தனிமைப்படுத்தாமல் நீங்கள் தடுப்பூசி போடுவதை முதல் முறையாகப் பார்க்கிறேன்"

திரும்பிக்கொண்ட ரியே, "என் அம்மாவும் நானும் உங்களைப் பார்த்துக்கொள்வோம். இந்த இடம் உங்களுக்கு நன்றாக இருக்கும்".

தரு எதுவும் பேசவில்லை. ஊசிக் குப்பிகளை எடுத்து வைத்துக்கொண்டிருந்த ரியே திரும்பியபடி தரு பேசட்டும் என்று காத்திருந்தார். கடைசியில், அவனை நோக்கி கட்டில் அருகில் சென்றார். அவன் அவரைப் பார்த்தான். முகம் களைத்துப்போய் இருந்தது. அந்தச் சாம்பல் நிறக் கண்களில் அமைதி. ரியே சிரித்தார்.

"முடிந்தவரை தூங்குங்கள். சிறிது நேரத்தில் வந்து பார்க்கிறேன்"

கதவின் அருகே சென்ற போது, தரு அழைப்பது கேட்டது. திரும்பிப் பார்த்தார் மருத்துவர். ஆனால், தான் கூற வந்ததை வார்த்தைகளாக்க முடியாமல் தரு தவிப்பதுபோல் தெரிந்தது. ஒரு வழியாகச் சமாளித்துக்கொண்டு,

"ரியே! என்னிடம் எதையும் மறைக்காமல் சொல்லி விட வேண்டும். எனக்குத் தெரிந்தாக வேண்டும்"

"நிச்சயமாக சொல்கிறேன் தரு!"

சிரிக்க முயற்சி செய்த தருவின் முகம் கோணியது.

"நன்றி ரியே. நான் இறக்க விரும்பவில்லை. போராடிப் பார்க்கிறேன். ஆனால் முடியாத நிலை ஏற்படும் போது, நல்ல சாவாக இருக்க வேண்டும்"

ரியே குனிந்து அவனது தோள்களை அழுத்தி ஆறுதல் கூறினார்.

"புனிதனாக வேண்டுமென்றால் நீங்கள் வாழ வேண்டும். எனவே இதை எதிர்த்துப் போராடுங்கள்"

பகல் பொழுதில் அதிகமாக இருந்த குளிர் படிப்படியாக குறைந்து பிற்பகலில் பனிக்கட்டியுடன் கூடிய கடும் மழை பொழிந்தது. அந்தி சாயும் போது, வானம் சற்றே தெளிந்தது. குளிரும் மிகவும் அதிகமானது. மாலை ரியே வீட்டுக்குத் திரும்பினார். மேல் அங்கியைக் கழட்டாமலேயே நேராக நண்பர் இருக்கும் அறைக்குச் சென்றார். ரியேவின் அம்மா துணியில் பின்னல் வேலை செய்து கொண்டிருந்தார். தரு அசைந்ததாகத் தெரியவில்லை. ஆனால், தான் அனுபவிக்க நேர்ந்த வேதனையைக் காய்ச்சலில் வெளிறிப் போய் இருந்த அவனது உதடுகள் வெளிப்படுத்தின.

"அப்புறம்?"

படுக்கையிலிருந்து சற்றே தோள்களை உயர்த்தியபடி, "அப்புறம் என்ன? என்னால் தாக்குப் பிடிக்க முடியவில்லை!" என்றான் தரு.

அவன் அருகில் குனிந்து பார்த்தார் ரியே. கொதிக்கும் அவனது தோள்களின்கீழ் நெரிகட்டிகள் தெரிந்தன. கண்களுக்குத் தெரியாத பட்டறை ஒன்றிலிருந்து அதிர்வுகள் எழுவதுபோல் அவனுடைய மார்புக்குள் அவஸ்தையால் எழுந்த ஒலிகள் கேட்டன. வழக்கத்துக்கு மாறாகத் தருவிடம் இரண்டு விதமான அறிகுறிகள் காணப்பட்டன. அவன் எழுந்து உட்கார்ந்த போது, தடுப்பூசி இன்னும் முழுமையாக வேலை செய்ய ஆரம்பிக்கவில்லை என்றார் ரியே. ஏதோ சொல்ல வாயெடுத்த தருவின் குரல் வெளிவரவில்லை. அவனது தொண்டையை வாட்டிய காய்ச்சல் வார்த்தைகளை வற்றச் செய்துவிட்டது.

இரவு உணவுக்குப் பின், ரியேவும் அவருடைய அம்மாவும் தரு அருகில் வந்து அமர்ந்தனர். அன்று இரவின் தொடக்கமே தருவுக்கும் ஒரு சவாலாக இருந்தது.

நோய்க்கு எதிரான இப்போராட்டம் விடியற்காலை வரை நீடிக்கும் என்பதை ரியே அறிந்திருந்தார். தருவின் பரந்த மார்பும் அகலமான தோள்களும் அவனைக் காக்கக்கூடிய சிறந்த பாதுகாப்பு அரண்கள் அல்ல. சற்று முன் ரியே தன் ஊசியில் அவனது உடலில் பாய விட்ட இரத்தம், அந்த இரத்தத்தில் எந்த அறிவியலும் வெளியிட முடியாத ஆழமானப் பொருள் ஒன்று உண்டு. (ஆன்மாவைவிட ஆழமானது) இவைதான்

அவனைக் காப்பாற்ற வல்லதாகும். தன் நண்பன் போராடுவதைப் பார்த்துக் கொண்டிருப்பதைவிட ரியேவால் வேறு எதுவும் செய்ய முடியாத நிலை. தொடர்ந்து பல மாதங்களாகப் பெற்ற தோல்விகள் மூலம் தான் அளிக்கும் சிகிச்சையின் பலன்களை மதிப்பிட அவர் கற்றிருந்தார். மேலும் செலுத்த வேண்டிய சத்து மருந்துகள், பிதுக்கி எடுக்க வேண்டிய சீழ் ஆகியவை குறித்தும் அறிந்திருந்தார். உண்மையில், நோயாளிக்குக் கிடைக்கக்கூடிய அதிர்ஷ்டத்துக்கு ஒரு வாய்ப்பு கொடுக்க வேண்டியதுதான் ரியேவின் வேலை. அடிக்கடி வராத அந்த அதிர்ஷ்டத்தையும் யாராவது தூண்டியாக வேண்டும். அதிர்ஷ்டத்தை ரியே நம்பிக்கொண்டிருக்க முடியாது.

ஏனெனில், தன்னைக் குழப்பத்தில் ஆழ்த்தியிருக்கும் பிளேக்கின் அம்சத்தை எதிர்கொள்ள வேண்டிய கட்டாயத்தில் அவர் இருந்தார். அதற்கு எதிராகப் பயன்படுத்தப்படும் உத்திகளை அடக்கத் தன்னால் முடிந்த அனைத்தையும் நோய் செய்து விடுகிறது. எதிர்பாராத நபர்களிடம் தன் தாக்குதலைத் தொடுக்கும் நோய், உறுதியாக வேரூன்றிவிட்டதாகக் கருதப்பட்ட நோயாளிகளிடம் இருந்து பின் வாங்கிச் செல்கிறது. மீண்டும் ஒரு முறை அது நம்மை விழி பிதுங்க வைக்கிறது.

அசைவின்றிக் கிடந்த தரு, போராடிக்கொண்டிருந்தான். நோய் தொடுத்தத் தாக்குதல்களின் போது இரவு முழுவதும் ஒரு முறை கூட அவன் பொறுமையிழந்து பதட்டப்படவில்லை. தன் மன வலிமை, அமைதி ஆகியவற்றை மட்டும் பயன்படுத்திப் போராடிக்கொண்டிருந்தான். அதேபோல், தனக்கே உரிய முறையில், தன் கவனத்தை வேறுவகையில் திசை திருப்ப இயலாத நிலையையும் ஏற்க மறுத்தான். போராட்டத்தின் நிலைகளை ரியே தன் நண்பனின் கண்களின் மூலம் கவனித்து வந்தார். கண் இமைகள் சில நேரங்களில் இறுக மூடியிருக்கும். சில நேரங்களில் இறுக்கம் குறைந்திருக்கும். அந்த நேரத்தில் ஏதாவது குறிப்பிட்ட ஒரு பொருளையோ, ரியேவையோ அவருடைய அம்மாவையோ உற்றுப் பார்ப்பான். தருவின் பார்வை தன் பக்கம் திரும்பும் போதெல்லாம் அவன் முயன்று சிரிப்பதை ரியே உணர்வார்.

ஒரு கட்டத்தில், வீதியில் மனிதர்கள் விரைவாக நடப்பது கேட்டது. கன மழையில் இருந்து தப்பித்து ஒதுங்க இடம் தேடுவதாகத் தெரிந்தது. மழை படிப்படியாக வலுத்து வீதியில் மழை வெள்ளம் பாயும் சத்தம் கேட்டது. மீண்டும் பெய்யத் தொடங்கிய மழை பனிக்கட்டிகளுடன் நடைபாதையில் சடசடவெனப் பொழிந்துகொண்டிருந்தது.

சன்னல்களுக்கு முன் இருந்த பந்தல் விளிம்புகள் காற்றில் படபடத்தன. அறை இருட்டாக இருந்தது. ஒரு கணம் மழையின் பக்கம் கவனம் சென்ற போதும் ரியே, மீண்டும் தருவைக் கவனித்தார். படுக்கை அருகில் இருந்த விளக்கின் வெளிச்சத்தில் அவன் முகம் தெரிந்தது. ரியேவின் அம்மா பின்னல் வேலை செய்தபடியே அடிக்கடி தருவை உற்றுப் பார்த்துக்கொண் டிருந்தார். இதோ தான் செய்ய வேண்டிய அனைத்தையும் மருத்துவர் செய்து முடித்துவிட்டார். மழைக்குப் பிறகு, அறைக்குள் இருந்த நிசப்தம் அடர்த்தியானது. அது கண்ணுக்குத் தெரியாத போராட்டம் ஒன்றின் ஓசையற்ற சலசலப்பைத் தவிர வேறு இல்லை. தூங்காததால் பரபரப்பாகிய மருத்துவரின் காதில் பெருந்தொற்றுக் காலம் தொடங்கியதிலிருந்து தொடர்ந்து கேட்கும் அந்த மென்மையான சீழ்க்கை ஒலி, இந்த நிசப்தத்தை யும் தாண்டி கேட்பதாக உணர்ந்தார். அம்மாவைப் பார்த்துத் தூங்கச் செல்லுமாறு தலையால் சைகை செய்தார் ரியே. போகப்போவதில்லை என்பதைப்போல் மறுத்து, அவர் சலனமற்றக் கண்களுடன் தலையசைத்தார். பின்னல் செய்து கொண்டிருந்த துணியில் ஒரு முடிச்சு சரியாக விழாததுபோல் இருக்க அதனைக் கவனமாகச் சரிசெய்யப் பார்த்தார். ரியே எழுந்து சென்று, தருவைத் தண்ணீர் அருந்தச் செய்துவிட்டு வந்து உட்கார்ந்தார்.

மழை கொஞ்சம் குறைந்ததுபோல் இருக்கவே, மக்கள் வேகமாக நடைபாதையில் நடக்க ஆரம்பித்திருந்தனர். அவர்களது காலடி ஓசை கொஞ்சம்கொஞ்சமாக குறைந்து பின் மறைந்து போனது. அன்று இரவு, முதல்முறையாக முன்பு இருப்பதைப் போல் நிறைய பேர் இரவு நேரத்தில் நடந்து செல்கின்றனர் என்பதையும் அவசர ஊர்திகளின் சைரன் ஒலியும் கேட்காமல் இருக்கிறது என்பதையும் ரியே கவனித்தார். அது பிளேக்கில் இருந்து விடுதலைப் பெற்றதொரு இரவாக இருந்தது. குளிர், வெளிச்சம், மக்கள் திரள் ஆகியவற்றால் விரட்டப்பட்ட நோய் நகரத்தின் அடர்ந்த இருட்டில் இருந்து தப்பித்து வந்து இந்த அறையில், தருவின் அசைவற்ற வடிவத்தில் தன் இறுதித் தாக்குதலைத் தொடுக்க தஞ்சம் புகுந்துள்ளது என்று கருதினார். முன்பைப்போல் கொடுநோய் தன் அறுவடைக்கோலுடன் வானில் வட்டமடிக்கவில்லை. மாறாக இந்த அறையின் கனமான காற்றில் மெல்ல அசைகிறது. ரியே காதில் இந்தக் காற்றின் ஒலிதான் நீண்ட நேரமாக ஒலித்துக்கொண்டிருக்கிறது. அந்த ஓசை இங்கேயும் நிற்க வேண்டும். அப்போதுதான் பிளேக் தன் தோல்வியை ஏற்றுக்கொண்ட தாகப் பொருள்.

விடியற்காலை நெருங்கும்போது, தன் அம்மா பக்கம் திரும்பிய மருத்துவர் ரியே, "நீ தூங்கப் போ. கொஞ்சமாவது தூங்கினால்தான் எனக்குப் பதிலாக காலை 8 மணிக்கு வந்து நீ பார்த்துக்கொள்ளலாம். படுக்கப் போகும் முன் போட வேண்டிய சொட்டு மருந்துகளை மறக்க வேண்டாம்"

மருத்துவரின் அம்மா, கையில் இருந்த பின்னல் வேலையைப் பக்கத்தில் வைத்துவிட்டு, எழுந்து தருவின் படுக்கை அருகில் சென்றார். கொஞ்சம் நேரமாக தருவின் கண்கள் மூடியபடி இருந்தன. நெற்றிமீது விழுந்த முடிக் கற்றைகள் வியர்வையால் சுருண்டு காணப்பட்டன. அவனைப் பார்த்து மருத்துவரின் அம்மா பெருமூச்சுவிட்டார். தரு கண்களைத் திறந்து பார்த்தான். வாஞ்சையுடன் அந்த முகம் குனிந்தபோது, காய்ச்சலின் மத்தியிலும் இறுக்கமானப் புன்னகை அவன் முகத்தில் மலர்ந்தது. எனினும், உடனடியாகக் கண்கள் மூடிக்கொண்டன. தனியாக இருந்த ரியே, சற்று முன் அவருடைய அம்மா உட்கார்ந்திருந்த நாற்காலியில்போய் அமர்ந்தார். வீதியில் யாரும் இல்லை. இப்போது முழுமையான அமைதி நிலவியது. காலை நேரக் குளிர் அறைக்குள் ஊடுருவுவது தெரிந்தது.

மருத்துவருக்குத் தூக்கம் சொக்கியது. ஆனால், அப்போது சென்ற முதல் சரக்கு வண்டி அவரை எழுப்பிவிட்டது. குளிராக இருந்தது; தருவைப் பார்த்தார். சிறிது நேரம் நோயிலிருந்து ஓய்வு கிடைத்து அவனும் தூங்குவதைப் புரிந்துகொண்டார். மரத்தாலும் இரும்பாலுமான சக்கரங்களுடன் ஓடும் குதிரை வண்டிகளின் சத்தம் தூரத்தில் சென்று மறைவதை கேட்க முடிந்தது. சன்னலுக்கு வெளியில் இருட்டாகவே இருந்தது. தருவின் கட்டில் அருகே சென்றபோது, இன்னமும் தூக்கத்தில் இருப்பவன்போல் காணப்பட்ட அவனது கண்களில் எவ்வித உணர்ச்சியும் இல்லை.

"என்ன, நன்றாகத் தூங்கினீர்களா?"

"தூங்கினேன்"

"இப்போது மூச்சு விடுவது எளிதாக இருக்கிறதா?"

"கொஞ்சம் பரவாயில்லை. இதை வைத்து ஏதாவது தெரியுமா?"

சிறிது யோசித்துவிட்டு,

"இல்லை தரு, இதில் எதுவும் தெரியாது. காலை வேளைகளில் சிறிதளவு முன்னேற்றம் இருக்கும் என்று தான் உங்களுக்கும் தெரியுமே?"

பெருந்தொற்று

தெரியும் என்பதுபோல் தலையை அசைத்தான் தரு.

"நன்றி. என்னிடம் எதையும் தெளிவாகச் சொல்லிவிடுங்கள்"

கட்டில் அருகிலேயே ரியே உட்கார்ந்துகொண்டார். தருவின் கால்கள் பக்கத்தில் இருப்பதை உணர்ந்த ரியேவுக்கு அவை கல்லறையின்மீது கிடத்தப்பட்டுள்ள கொடும்பாவியின் கால்களைப்போல் நீளமாகவும் இறுக்கமாகவும் இருப்பதாகத் தோன்றியது.

"மீண்டும் காய்ச்சல் வரப்போகிறது, இல்லையா ரியே!"

"ஆமாம். ஆனால், பிற்பகலில் நிலைமை எந்த அளவில் இருக்கிறது என்பது தெரிந்துவிடும்"

கண்களை மூடிக்கொண்ட தரு, தன் சக்தி முழுவதையும் திரட்டுவதைப்போல் தோன்றினான். அவனது கண்களில் அசதி தெரிந்தது. எங்கோ உடலின் ஆழத்தில் இருக்கும் காய்ச்சல் விட்ட இடத்தில் இருந்து எழும்பப் போகிறது என்று எதிர்பார்த்துக்கொண்டிருந்தான். மீண்டும் அவன் கண்களைத் திறந்த போது, பார்வை மங்கிப்போய் இருந்தது. ரியே குனிந்து அவனைப் பார்த்தபோதுதான் தெளிவானது.

"இதைக் குடியுங்கள்" என்றார் ரியே. தரு குடித்து முடித்த பின் மீண்டும் படுத்துக்கொண்டான்.

"இது நீண்ட நேரம் பிடிக்கிறது" என்றான் அவன்.

அவனது கைகளைப் பற்றிக்கொண்டார் ரியே. ஆனால், தரு எவ்வித சலனமும் இல்லாமல் இருந்தான். திடீரெனக் காய்ச்சல் உடல் முழுக்கப் பரவி நெற்றிக்கு வந்தது. உடலுக்குள் ஏதோ ஒரு தடையை உடைத்து வெளியேறியதுபோல் இருந்தது. தரு மீண்டும் ரியேவைப் பார்த்தபோது அவரின் முகம் அவனை ஊக்குவிக்கும் விதமாகப் புன்னகை செய்தது. மீண்டும் ஒருமுறை சிரிக்க முயன்ற தருவின் முயற்சியை வெள்ளை நிற நுரையால் மூடியிருந்த அவனது உதடுகளும் முகவாயும் தடுத்தன. எனினும், விறைத்திருந்த முகத்தில் அவனது கண்கள் மட்டும் நம்பிக்கை ஒளியுடன் ஒளிர்ந்தன.

காலை ஏழு மணிக்கு மருத்துவரின் அம்மா மீண்டும் அவன் படுத்திருந்த அறைக்கு வந்தார். தான் இல்லாத நேரத்தில் பணியாற்றும் மருத்துவர் ஒருவரை ஏற்பாடு செய்ய, பார்வையாளர் அறைக்குச் சென்ற ரியே, தொலைபேசியில் மருத்துவமனையைத் தொடர்புகொண்டார். இன்றைய பார்வை நேரத்தைக்கூட ஒத்திவைக்க நினைத்துச் சிறிது நேரம் ஓய்வெடுக்க அங்கிருந்த சாய்வு நாற்காலியில் படுத்தார்.

ஆனால், சிறிது நேரத்திலேயே எழுந்து கொண்டவர், தன் படுக்கை அறைக்குப் போய்விட்டார். தருவின் முகம் ரியேவின் அம்மாவை நோக்கித் திரும்பியிருந்தது. கைகளை மடியில் வைத்தபடி, தன் அருகில் நாற்காலியில் அமர்ந்திருந்த சிறிய உருவத்தைப் பார்த்துக்கொண்டிருந்தான். ரியேவின் அம்மாவை அந்த அளவு உற்றுப் பார்த்துக்கொண்டிருந்ததால், அவர் தன் விரலை உதடுகளில் வைத்தவாறு எழுந்து சென்று கட்டில் விளக்கை அணைத்தார்.

ஆனால், பகல் வெளிச்சம் வேகமாகத் திரைச்சீலைகளுக்குப் பின்னால் அதிகமாகிக்கொண்டிருந்தது. சிறிது நேரம் கழித்து, தருவின் முகம் வெளியில் தெரிந்தது. அப்போதும் தன்னையே அவன் பார்த்துக்கொண்டிருப்பதை மருத்துவரின் அம்மா கவனித்தார். அவன் பக்கமாகக் குனிந்த அவர், போர்வையைச் சரி செய்ததுடன் எழுந்து நின்று தன் கையைச் சிறிது நேரம் அவனது ஈரமான கலைந்த தலைமீது வைத்திருந்தார். அப்போதுதான் அவனது மெல்லிய குரலைக் கேட்க முடிந்தது. வெகு தூரத்தில் இருந்து பேசுவதைப்போல் அவன் சன்னமானக் குரலில் நன்றி கூறியதுடன் இப்போது நன்றாக உள்ளதாகவும் சொன்னான். அவர் மீண்டும் உட்கார்ந்தபோது, கண்களை மூடிக்கொண்ட தருவின் தளர்ந்துபோன முகம், இறுக மூடியிருந்த உதடுகளையும் தாண்டிச் சிரிப்பதாகத் தோன்றியது.

அன்று பிற்பகலில் காய்ச்சல் உச்சத்தைத் தொட்டது. ஒரு வித கடும் இருமல் அவனை உலுக்கியதுடன் அவன் துப்பியபோது இரத்தம் வந்தது. நெரிகட்டிகளில் இப்போது வீக்கம் நின்றிருந்தது. ஆனால், மூட்டுகளுடன் இணைக்கப்பட்டுள்ள இரும்புக் குண்டுகள் போல் அவை உறுதியாக இருந்தன.

அவற்றை உடைத்து சிகிச்சை செய்வது என்பது முடியாத காரியம் என்று ரியே நினைத்தார். காய்ச்சலுக்கும் இருமலுக்கும் இடையில் அவ்வப்போது மருத்துவரையும் அம்மாவையும் தரு பார்த்தான். சிறிது நேரத்தில் அவனது கண்கள் திறப்பது குறைவாகிப்போனது. திறந்த போதும் கண்களில் ஒளி மங்கிப் போய் சோகையாகத் தெரிந்தன. அவனது உடலை உலுக்கிக் கொண்டிருந்த காய்ச்சலும் இருமலும் அதிகமாக, அவன் உடல் அடிக்கடி நடுங்கித் துடித்தது.

இந்த இக்கட்டான சூழலுக்குள் சிக்கியிருந்த தரு, மெல்ல அதனுள் மூழ்கிக்கொண்டிருந்தான். இப்போது ரியே முன் புன்னகையிழந்த அசைவற்ற சிறிய உருவமாய் தரு கிடந்தான். இதுவரை தனக்கு நெருக்கமாக இருந்த இந்த மனித வடிவம், இப்போது ஈட்டிகளால் குத்தப்பட்டு, மனித ஆற்றலுக்கும்

அதிகமானதொரு தீமையால் எரிக்கப்பட்டு, வானில் உள்ள அத்தனைத் தீய காற்றுகளாலும் முறுக்கப்பட்டு, தன் கண் முன் பெருந்தொற்று என்றும் கடலில் மூழ்கிக்கொண்டிருக்கிறான். இதனைத் தடுத்து நிறுத்த எதுவும் செய்ய இயலாதவராய் ரியே நிற்கிறார். காப்பாற்றக் கைகளில் எதுவுமில்லாமல் கனத்த இதயத்துடன் கரையிலேயே நிற்க வேண்டி இருந்தது. இந்தப் பேரழிவைத் தடுக்க எவ்வித வழியும் வாய்ப்பும் இல்லாமல் மேலும் ஒருமுறை திக்கற்று நிற்க வேண்டியிருந்தது. இறுதியில், ரியேவிடமிருந்து வழிந்த இயலாமையின் கண்ணீர் தரு இறப்பதைப் பார்க்க விடாமல் தடுத்தது.

சுவரின் பக்கம் திரும்பிக்கொண்ட தரு, நீண்ட கூக்குரலுடன் உயிர்விட்டான். அவனுக்குள் அவசியமான கயிறு ஒன்று அறுந்துவிட்டதைப்போல் இருந்தது அந்த முறையீடு.

அடுத்து வந்த இரவில் போராட்டம் எதுவும் இல்லை. நிசப்தம் தான். உலகில் இருந்து விலகி நிற்கும் இந்த அறையில் இயல்பான உடையில் இருக்கும் இறந்துபோன உடலின் அருகில் அதே அமைதி நிலவுவதைப்போல் ரியே உணர்ந்தார். பல இரவுகளுக்கு முன் மேல் மாடிகளில் இருந்தபோது, எல்லைக் கதவுகளின்மீது நடந்த தாக்குதலுக்குப் பின் எழுந்த அதே ஆச்சரியப்படும்படியான அமைதியை இப்போதும் உணர்ந்தார். அந்த நேரத்திலும், இறக்கும் தருவாயில் விட்டு வந்த படுக்கைகளில் இருந்தவர்கள் இறந்த பின் அந்தக் கட்டில்களில் இருந்து எழும் அமைதி பற்றி நினைத்துப் பார்த்ததுண்டு. எங்கும் அதே அமைதி, உறுதியான இடைவெளி; போராட்டத்திற்குப் பின் வரும் அதே அமைதி; இது தோல்விக்குப் பின் வரும் அமைதி. ஆனால் தன் நண்பனின் உடலைப் போர்த்தியிருக்கும் இந்த அமைதி பெருந்தொற்றிலிருந்து விடுபட்ட நகரத்திலும் வீதிகளிலும் நிலவும் அமைதியுடன் மிகவும் கச்சிதமாகப் பொருந்தப் போகிறது. எனினும், இம்முறை வந்திருப்பது நிரந்தரத் தோல்விக்குப் பிந்தைய அமைதி என்று உணர்ந்தார். இத்தோல்வியானது போர்களை முடித்து வைத்து அமைதியையே நிவாரணமற்ற வேதனையாக மாற்றிவிடக் கூடியதாகும்.

இறுதியில், தருவுக்கு அமைதி கிடைத்ததா என்று மருத்துவரால் தெரிந்துகொள்ள முடியவில்லை. ஆனால் எல்லாம் முடிந்த இப்போதைய நிலையில் எந்த அமைதியும் தருவுக்குக் கிடைக்கச் சாத்தியமில்லை என்று நினைத்தார். தன் மகனைப் பறிகொடுத்த தாய்க்கும் நண்பனை இழந்த தனக்கும் போர் நிறுத்தம் போன்றதொரு அமைதியைத் தவிர வேறு எதுவுமில்லை என்று கருதினார்.

வெளியில், அதே குளிர் இரவு; தெளிவான பனி படர்ந்த வானத்தில் உறைந்து மின்னும் நட்சத்திரங்கள், ஓரளவு இருட்டாக இருந்த அறைக்குள் சன்னல் சட்டங்களில், நீளமான இரவுக்கேயுரிய பெரிய சுவாசத்துடன் குளிர்வந்து இறங்கியது. கட்டிலின் அருகில், ரியேவின் அம்மா எப்போதும்போல் உட்கார்ந்திருந்தார். அவரது வலது பக்கம் இரவு விளக்கு எரிந்துகொண்டிருந்தது. அறையின் நடுவில் வெளிச்சமில்லாத இடத்தில், ரியே நாற்காலியில் அமர்ந்திருந்தார். தன் மனைவியின் நினைவு வந்தது. ஆனால் அப்படி வரும்போதெல்லாம் அதனை விலக்கி வைத்தார்.

இரவின் தொடக்கத்தில், பாதசாரிகளின் காலடிச் சந்தடிகள் அந்தக் குளிர் இரவில் தெளிவாகக் கேட்டன.

“என்ன, ஏற்பாடெல்லாம் முடித்துவிட்டாயா?” என்று ரியேவிடம் கேட்டார் அவருடைய அம்மா.

“செய்துவிட்டேன். தொலைபேசியில் பேசிவிட்டேன்.”

பிறகு, உடலின் அருகில் மீண்டும் மௌனமாக நின்றிருந் தனர். அடிக்கடி தன் மகனைப் பார்த்தார் ரியேவின் அம்மா. பார்வைகள் சந்திக்க நேர்ந்தபோது, அம்மாவைப் பார்த்துச் சிரித்தார். இரவுக்கேயுரிய சத்தங்கள் வீதியில் கேட்டன. இன்னமும் அமைதி அளிக்காத போதும் மீண்டும் நிறைய வாகனங்கள் ஓடத் தொடங்கின. அவை வேகமாகக் கிறீச்சிட்டு நின்று பிறகு ஓடி மறைந்தன. மீண்டும் சில வாகனங்கள் வந்தன. பல குரல்கள், கூச்சல்கள், திரும்பும் அமைதி, குதிரையின் கனைப்பு, வளைவு ஒன்றில் இரண்டு டிராம் வண்டிகள் கிறீச்சிடும் சத்தம், தோராயமான சத்தங்கள்; பிறகு மீண்டும் இரவின் சுவாச ஓசை.

“பெர்நார்! உன்னைத்தான்!”

“என்ன விஷயம் அம்மா”

“சோர்வாக இல்லையா!”

“இல்லை”

அம்மா என்ன நினைக்கிறார் என்று ரியேவுக்குத் தெரியும். அத்துடன், அந்த நேரத்தில் தன்மீது அதிகப் பிரியம் வைத்துள்ளார் என்பதும் தெரியும். எனினும், ஒருவரை நேசிப்பது என்பது பெரிய விஷயமல்ல. அதாவது தம் நேசத்தை வெளிப்படுத்தும் அளவு அது பலம் பொருந்தியதாக இருக்காது. இவ்வாறாக, அவரும் அம்மாவும் தங்களுக்குள் ஒருவருக் கொருவர் பிரியம் வைத்துள்ளனர். இப்படியே ரியேவுடைய

அம்மாவோ, ரியேவோ தங்கள் பிரியத்தை வாழ்நாளில் ஒருபோதும் குறிப்பிட்ட அளவைக் கடந்து வெளிப்படுத்தாமலேயே இறந்துபோவர். இதே போல் தான், தருவுடனும் அவர் வசித்து வந்தார்.

தங்கள் நட்பு உண்மையில் முழு வாழ்க்கையை முடிக்காமல் அவனும் இறந்துவிட்டான். அவன் சொல்லி வந்ததைப்போல், தன் ஆட்டத்தில் தரு தோல்வியைத் தழுவிவிட்டான். அப்படியானால் ரியே என்னவென்று விட்டாரா? அவர் பெற்றவையெல்லாம், பெருந்தொற்று குறித்த அறிவும் அதன் நினைவுகளும்தான்; நட்பை பெற்றதும் அதன் நினைவுகள் தொடர்வதும்தான்; பரிவு என்றால் என்ன என்று தெரிந்துகொண்டதும், என்றாவது ஒரு நாள் அதனை நினைத்துப் பார்க்கும் வாய்ப்பு உள்ளதும். எனவே, இந்தப் பிளேக் நோய், இந்த வாழ்வு ஆகியவற்றிலிருந்து நாம் பெறுவது அறிவும் நினைவும்தான். ஒருவேளை இதைத்தான் தரு ஆட்டத்தில் வெற்றி என்று குறிப்பிட்டிருக்கலாமோ!

மீண்டும் கார் ஒன்று போகும் சத்தம் கேட்டது; நாற்காலியில் உட்கார்ந்திருந்த ரியேவின் அம்மா சற்றே அசைந்தார். அவரைப் பார்த்து ரியே சிரித்தார். தான் சோர்வாக இல்லை என்று கூறிய அவர், உடனடியாக, “நீ கொஞ்ச நாட்களுக்கு மலைப் பகுதிக்குச சென்று ஓய்வெடுக்க வேண்டும்”

“ஆமாம் அம்மா”

உண்மைதான். அங்கு சென்று அவர் ஓய்வெடுக்கலாம். ஓய்வெடுத்தால் நல்லது தானே? ஒரு புது அனுபவமாக இருக்கும் என்ற சாக்காக அதைக் கொள்ளலாமே. அப்படிப் பார்த்தால், தனக்குத் தெரிந்ததையும் நினைவில் உள்ளதையும் மட்டும் வைத்துக்கொண்டு, நாம் ஏங்குவது கிடைக்காமல் வாழ்வதுதான் வெற்றிக்கு அடையாளம் என்றால், அத்தகைய வாழ்க்கை எவ்வளவு கடினமானது! இப்படித்தான் தரு வாழ்ந்து வந்தான் என்பது நிச்சயம். கற்பனைகள் இல்லாத வாழ்க்கை எத்தகைய சூன்யமானது என்பதையும் அவன் அறிந்திருந்தான். நம்பிக்கை இல்லாமல் அமைதி என்பது இல்லை. யாரையும் தண்டிக்கும் உரிமை யாருக்கும் இல்லை என்று அவன் நினைத்தான். எனினும், யாராலும் தண்டிக்காமல் இருக்க முடியாது என்பதையும் சில நேரங்களில் தண்டனைக்கு உள்ளாகும் நபரேகூட தண்டனையை நிறைவேற்றுபவராக மாறும் வாய்ப்பு உண்டு என்பதையும் அவன் அறிவான். குழப்பமும் முரண்பாடுகளும் நிறைந்த சூழலில் தரு வாழ்ந்து வந்தான். நம்பிக்கை என்பதே அவனுக்கு இருந்ததில்லை. இதனால் தான் மனிதர்களுக்கு செய்யும் சேவையில்

அமைதியைத் தேடியிருப்பானா? புனிதனாக வேண்டும் என்று விரும்பியிருப்பானா? அதைப்பற்றி ரியேவுக்குத் தெரியாது. அது அந்த அளவு முக்கியமும் இல்லை. தரு மனதில் ரியேவைப் பற்றிய சித்திரம் ஒன்று மட்டும் தெளிவாகப் பதிந்திருந்தது. அதாவது, வாகனத்தை ஓட்டும் போது முழுசிரத்தையுடன் அதனைச் செலுத்துபவனாக அவன் இருந்தான். திடகாத்திரமான உடலைக் கொண்டவன், இப்போது அசைவற்றுக் கிடக்கிறான். வாழ்வின் அரவணைப்பு, மரணத்தின் உருவம் ஆகியவைதான் நாம் தெரிந்துகொண்டவை.

இதன் காரணமாகத்தான் அடுத்தநாள் காலை தன் மனைவி இறந்த செய்தியை மருத்துவர் ரியே அமைதியாக ஏற்றுக்கொண்டார். அப்போது அவர் அலுவலகத்தில் இருந்தார். ஓட்டமும் நடையுமாக வந்த அவருடைய அம்மா, கையில் வைத்திருந்த தந்தியை ரியேவிடம் கொடுத்துவிட்டுத் தந்தி கொண்டு வந்தவருக்குப் பணம் தர வெளியே போனார். அவர் திரும்பியபோது, ரியே கையில் இருந்த தந்தி திறக்கப்பட்டிருந்தது. ரியேவைப் பார்த்த அவர், பிறகு சன்னல் வழியே துறைமுகத்தில் அருமையான காலைப் பொழுது ஒன்று விழித்தெழுவதை உற்றுப் பார்த்தார்.

“பெர்நார்!” என்று அழைத்தார் அவர். ஏதோ நினைவில் அம்மாவைப் பார்த்தார் ரியே.

“தந்தி வந்ததே!” என்று கேட்டார்.

“அதுதான். எட்டு நாட்களாகி விட்டதாம்” என்று மருத்துவர் விளக்கினார்.

ரியேவின் அம்மா மீண்டும் சன்னல் பக்கம் முகத்தைத் திருப்பிக்கொண்டார். மருத்துவர் எதுவும் பேசவில்லை. பிறகு, அம்மாவிடம் அழ வேண்டாம் என்று கேட்டுக்கொண்டார். இது எதிர்பார்த்ததுதான் என்றாலும் தாங்கிக் கொள்வது கடினமாகத்தான் இருக்கும் என்று சொன்னார். இதை அவர் கூறினாலும், தன் வேதனையில் ஆச்சரியம் எதுவுமில்லை என்பது அவருக்குத் தெரியும். பல மாதங்களாக மட்டுமல்ல கடந்த இரண்டு நாட்களாகவும் அதே வேதனைதான் தொடர்ந்து கொண்டிருக்கிறது.

பிப்ரவரி மாத அழகிய விடியல் ஒன்றில், ஒருவழியாக எல்லை வாசல் கதவுகள் திறக்கப் பட்டன. மக்கள் மட்டுமல்ல, செய்தித்தாள்கள், வானொலி, மாவட்ட நிர்வாக அறிவிப்புகள் என அனைவராலும் இது வரவேற்கப்பட்டது. இந்தக் கொண்டாட்டத்தில் முழுமனதுடன் கலந்து கொள்ளும் மனநிலையில் இல்லாவிட்டாலும், கதவுகள் திறக்கப்பட்ட இந்த மகிழ்ச்சியான தருணங்களைப் பதிவு செய்ய வேண்டிய கடமை, இந்தச் சம்பவங்களை எடுத்துரைக்கும் பொறுப்பில் உள்ளவருக்குத் தான் உள்ளது.

பகல் பொழுதுக்கும் இரவு பொழுதுக்கும் சிறப்பான கொண்டாட்டங்கள் ஏற்பாடு செய்யப் பட்டிருந்தன. அதே நேரத்தில், புகைவண்டிகள் நிலையத்தைவிட்டுப் புறப்படத் தயாராகிக் கொண்டிருந்தன. தூரக்கடலில் இருந்து நம் துறைமுகத்தை நோக்கிக் கப்பல்களும் கிளம்பி யிருந்தன. இதுவரைப் பிரிந்திருந்தவர்கள் மீண்டும் சந்திக்கும் வாய்ப்பு தருவதாக உள்ளதால் இந்த நாளை அவை தங்களுக்கேயுரிய முறையில் சிறப்பான நாளாக மாற்றியிருந்தன.

இத்தனை மக்களின் மனதில் பதிந்து விட்ட பிரிவு என்னும் உணர்வு எத்தகைய விளைவை ஏற்படுத்தியிருக்கும் என்பது எல்லோருக்கும் தெரிந்ததுதான். பகல் பொழுதில் இங்கு வந்து சேர்ந்த புகைவண்டிகளிலும் இங்கிருந்து புறப்பட்டுச் சென்ற புகைவண்டிகளிலும் கூட்டம் நிரம்பி வழிந்தது. கிடைத்திருந்த இரண்டு வார அவகாசத்தில் தங்கள் இடங்களை இந்தக் குறிப்பிட்ட நாளுக்கு முன்பதிவு செய்து வைத்துக் காத்திருந்தனர். எங்கே மாவட்டத் தலைமை நிர்வாகம் கடைசி நேரத்தில் தன் முடிவை கைவிட்டுவிடுமோ என்ற

அச்சமும் அவர்களிடம் இருந்தது. நகரத்தை நெருங்கும் போது சிலர் உணர்ச்சிவசப்பட்டனர். ஏனெனில், தங்களுக்கு நெருக்கமானவர்கள் என்ன ஆனார்கள் என்பது பொதுவாகத் தெரியும் என்றாலும் மற்றவர்கள் குறித்து எதுவும் தெரியாது. இந்த நகரத்தைப் பற்றியும் எதுவும் அவர்களுக்குத் தெரியாது. முற்றிலும் இது சோகமானதாகவும் மாறியிருக்கும் என்று அவர்கள் நினைத்திருந்தனர். கடந்த பல மாதங்களாகப் பாசத்தால் பரிதவித்தவர்களுக்குத்தான் இது பொருந்தும்.

காதலர்களைப் பொறுத்தவரை, அவர்கள் அனைவரும் ஒரே சிந்தனையுடன் இருந்து வந்தனர். அவர்களுக்கு ஒரேயொரு விஷயம் தான் மாறியிருந்தது. பிரிந்திருந்த இதுநாள்வரை காலம் வேகமாக ஓடவில்லையே என்ற ஏக்கமும் அதன் வேகத்தைக் கூட்ட வேண்டும் என்ற விருப்பமும் இருந்தது. மாறாக, இப்போது தங்கள் நகரம் கண்களுக்குத் தெரியும் தூரத்தில் வந்துவிட்டது. புகைவண்டியை நிறுத்தித் தொடங்கி நிலையத்தையும் அடையப்போகிறது. இந்த நேரத்தில், காலத்தின் ஓட்டத்தை அவர்கள் மெதுவாக்க விரும்புகின்றனர். காலத்தின் ஒவ்வொரு அங்குலத்தையும் நிறுத்திவைத்து அனுபவிக்கத் துடிக்கின்றனர். உணர்வுகளைப் பொறுத்தவரை ஓரளவு தெளிவில்லாமல்தான் இருந்தன. ஆனால், வாழ்க்கையில் இத்தனை நாட்களாக, வாரங்களாக, மாதங்களாகத் தாங்கள் கொண்ட நேசத்திற்காகக் காத்திருந்ததற்கு ஈடுசெய்து கொள்ளத் தங்களுக்கு உரிமை உண்டு என்பதுபோல் அவர்கள் உணர்ச்சிப் பெருக்கில் காணப்பட்டனர். இவ்வளவு காலம் காத்திருக்க நேரிட்டதால், இப்போதைய மகிழ்ச்சியான காலம் பாதி வேகத்தில் நகர வேண்டும் என்று விரும்பினர். அவர்களுக்காக வீட்டிலோ, புகைவண்டி நிலையத்திலோ காத்திருப்பவர்களைப் பொறுத்தவரை அவர்களும் பொறுமையின்றித் தவித்தபடிக் காத்திருந்தனர். அவர்களுள் ராம்பேரும் ஒருவன். தான் வருவதை முன்கூட்டியே தெரிவித்திருந்த அவனுடைய மனைவி அதற்கான ஏற்பாடுகளைச் செய்து முடித்து இப்போது வரும் புகைவண்டியிலேயே வருகிறாள்.

ராம்பேரும் உணர்ச்சிவசப்பட்டான். கடந்த பல மாதங்களில் நேசம் என்பதை மெதுவாகப் பெயரளவுக்கு மாற்றிவிட்டிருந்த பெருந்தொற்று முடிந்து, இன்று அன்பும், அர்ப்பணிப்பும் கலந்த அந்த நேசத்துக்கு வடிவம் தந்த பெண்ணை நேரில் சந்திக்கப் போகிறோம் என்ற எண்ணமே அவனை உணர்ச்சிப் பெருக்கில் ஆழ்த்தியது.

காலச்சக்கரத்தைப் பின்நோக்கி நகர வைத்து, பெருந்தொற்று தொடங்கியபோது இருந்த காலத்துக்குத் திரும்ப விரும்பினான்.

அப்போது அவனுக்கு ஒரே எண்ணம்தான் இருந்தது. எப்படி யாவது தப்பித்துத் தான் நேசிக்கும் பெண்ணுடன் சேர வேண்டும் என்பதுதான் அது. ஆனால், இப்போது அந்தச் சிந்தனைக்கே இடமில்லை என்பது அவனுக்குத் தெரியும். அவனும் எவ்வளவோ மாறிவிட்டான். எல்லாவற்றிலும் ஒரு வித பற்றின்மையை இந்தப் பெருந்தொற்று அவனிடத்தில் ஏற்படுத்திவிட்டது. எவ்வளவு முயன்றாலும் அதிலிருந்து அவனால் விடுபட இயலாமல் அவனுக்குள் உறுத்திக்கொண்டிருக்கிறது. ஒருவகை யில், இந்தப் பெருந்தொற்று திடுமென முடிவுக்கு வந்து விட்டதைப்போல் உணர்ந்தான். இதற்கு அவன் தயாராக இல்லை. எதிர்பார்ப்பையும் மீறி மகிழ்ச்சியான நிகழ்ச்சி வேகமாக அவனுக்கு நடந்துவிட்டது. அனைத்தும் ஒரே நொடியில் தனக்குத் திரும்பக் கிடைத்துவிடும் என்றும் இந்த மகிழ்ச்சியை நிதானமாகக் கொண்டாட முடியாது என்றும் அவன் தெரிந்துகொண்டான்.

மற்றவர்களைப் பொறுத்தவரை, எல்லோருமே தெரிந்தோ தெரியாமலோ அவனைப்போல் தான் இருந்தனர். புகைவண்டி நிலையத்தில் காத்திருந்த எல்லோரையும் பற்றி பேசியாக வேண்டும். அனைவரும் தத்தமது சொந்த வாழ்க்கைக்குத் திரும்ப இருந்தாலும், தங்கள் தோழமையை இழக்காமல் இருந்தனர்; அவர்களுக்குள் சிரிப்பையும் உற்சாகமான சைகைகளையும் பரிமாறிக்கொண்டனர்.

எனினும், வந்து சேரும் வாகனத்தின் புகையைப் பார்த்த அடுத்த நொடி, தங்களிடையே எழுந்த மகிழ்ச்சிப் பெருக்கில் நாடு கடத்தப்பட்டுத் தனிமையில் இருந்த உணர்வு முற்றிலும் மறைந்து விட்டது. பிறகு புகைவண்டி நின்றதும், இனி சேரவே முடியாது என்று பிரிவால் தவித்து வந்த நிலை எந்த நடைமேடையில் ஆரம்பமானதோ அதே இடத்தில் இந்தக் களிப்பூட்டும் சந்திப்பால் முடிவுக்கு வந்தது. தாங்கள் மறந்துபோன அந்த உடல்களைத் தங்களுக்குத்தான் இனி அவை சொந்தம் என்ற ஆவலுடன் ஓடிப்போய் ஆரத் தழுவிக்கொண்டனர். ராம்பேரைப் பொறுத்தவரை, தன் மனைவி ஓடி வருவதைப் பார்க்கும் முன்பே அவள் இவனை அணைத்தபடி மார்பில் புதைந்து இருந்தாள். தன் தோள்மீது அழுந்தியிருந்த அவளது தலையில் பரிச்சயமான தலைமுடியை மட்டும் பார்த்தான். அவனது கண்களில் இருந்து நீர் வழிந்தது. இது இப்போதைய மகிழ்ச்சியால் விளைந்ததா அல்லது இதுவரை அடக்கி வைத்திருந்தத் துக்கத்தின் வெளிப்பாடா என்று தெரியவில்லை. தன் தோள்களில் புதைந்திருக்கும் இந்த முகம் தான் இதுவரை அடிக்கடி கனவுகண்ட அதே முகமா அல்லது அந்நிய முகமா என்பதை உறுதி செய்வதை மட்டும் இக்கண்ணீர் தடுத்து

விடக்கூடாது என்று நினைத்தான். விரைவில் அவனது சந்தேகம் தீர்ந்துவிடும். இப்போதைக்கு, தன்னைச்சுற்றி இருக்கும் அனைவரும் நினைப்பதுபோல், பெருந்தொற்று வரும் போகும், ஆனால் மனித இதயங்கள் மாறாது என்று இவனும் நம்பினான்.

எல்லோரும் ஒருவரையொருவர் நெருக்கமாக இணைந்தபடி தங்கள் வீட்டுக்குத் திரும்பிக்கொண்டிருந்தனர். உலகில் உள்ள மற்றவர்களை மறந்தவர்களாய், பெருந்தொற்றின்மீது வெற்றி கண்டவர்களாய்ச் சென்றுகொண்டிருந்தனர். அதே புகை வண்டியில் வந்திறங்கிய சிலரது சோகத்தைப் பற்றியோ அவர்களது பரிதாபமான நிலையைப் பற்றியோ அவர்கள் நினைத்துப் பார்க்க மறந்தனர். வரவேற்க யாரும் இல்லாததால், தங்கள் மனதில் நீண்ட நேரமாக எழுந்துள்ள சந்தேகத்தை உறுதி செய்ய யாராவது வீட்டில் இருப்பார்களா என்ற தவிப்பில் அவர்கள் இருந்தனர். இப்போது, அவர்களுக்கு உள்ள ஒரே துணை புதிதாய் முளைத்துள்ள இந்த சோகம் மட்டுமே.

தாங்கள் நேசித்தவர் மறைந்து விட்டதை நினைத்தவர் களுக்கு துக்கம் வேறுவிதமாக இருந்தது. அவர்களுக்குப் பிரிவின் துயரம் உச்சத்தைத் தொட்டது. அத்தகைய தாய்மார்கள், கணவர்கள், காதலர்கள் என அவர்களது மகிழ்ச்சி அனைத்தும் இப்போது சிதைந்து போய் விட்டது. ஏதோ ஒரு சவக்குழியிலோ, கைப்பிடிச் சாம்பலிலோ அந்த மகிழ்ச்சி தொலைந்து போக அவர்களைப் பொறுத்தவரை, பெருந்தொற்று இன்னும் முடிவுக்கு வரவில்லை.

ஆனால், இவர்களுடைய சோகக்குரல் யார் காதில் விழுந்தது? காலை முதல் வீசிக்கொண்டிருந்த குளிர்க் காற்று முடிந்து, அன்று பிற்பகல் வந்த சூரியன், நகரம் முழுவதும் வெளிச்சத்தைத் தொடர்ந்துப் பரப்பியது. பகல் வெளிச்சம் சிறிது நேரம் மறைந்தது. கோட்டைகளில் இருந்தும் குன்றுகள் மீதிருந்தும் தொடர்ந்து குண்டு வெடிக்கும் சத்தம் கேட்டது. துயரம் முடிவுக்கு வந்த இந்த நேரத்தை, நகரம் முழுவதும் கூட்டமாகக் கொண்டாட எல்லோரும் வெளியே ஓடி வந்தனர். அதே நேரம், இன்னமும் எல்லாவற்றையும் மறந்து விடக் கூடிய நேரம் தொடங்கவில்லை.

வீதிகளிலும் சதுக்கங்களிலும் மக்கள் ஆட்டத்தில் மூழ்கி யிருந்தனர். 24 மணி நேரத்துக்குள் வாகனங்களின் எண்ணிக்கை இரட்டிப்பாகியிருந்தது. கண்ணில் படும் வாகனங்கள் அதிக மாகிப் போனதால், மக்கள் திரளால் சூழப்பட்ட வீதிகளில் அவை எளிதாக வலம் வர இயலவில்லை. பகல் முழுவதும், தேவாலய மணிகள் ஒலித்த வண்ணம் இருந்தன. நீலம்

தோய்ந்த பொன்னிற வானத்தை அதன் எதிரொலிகள் நிறைத்தன. பார்க்கப்போனால், தேவாலயங்களில் நன்றி கூறும் சிறப்புப் பூசைகள் நடைபெற்றன. அதே நேரத்தில் கேளிக்கைகள் நடக்கும் இடங்களில் கூட்டம் அலைமோதியது. மது விடுதிகளில், எதிர்காலம் பற்றிய கவலை ஏதுமில்லாமல் தங்களிடம் மிஞ்சியிருந்த மதுப்புட்டிகளையும் தாராளமாக எடுத்து வழங்கினர். பணம் செலுத்தும் இடத்திலும் அதேபோல் உற்சாக மிகுதியில் இருந்த கூட்டம் நிரம்பி வழிந்தது. அவர்களில் காதல் ஜோடிகளும் இருந்தனர். தங்கள் தோற்றத்தைப் பற்றி அவர்கள் கவலைப்பட்டதாய்த் தெரியவில்லை. எல்லோரும் சிரித்தனர் அல்லது கூச்சல் போட்டனர். தங்கள் உயிர் ஊசலாடிக் கொண்டிருந்த இத்தனை மாதங்களும், தேக்கி வைத்திருந்த உணர்ச்சிகள் அனைத்தையும் உயிர் பிழைத்திருக்கும் சிறப்பு வாய்ந்த இந்த நாளில் கொட்டித் தீர்த்துகொண்டாடினர். நாளையே மீண்டும் சில முன் எச்சரிக்கைகளுடன் வாழ்க்கை தொடங்கலாம்.

இப்போதைக்கு, சமூகத்தின் பல்வேறு பின்னணிகளில் இருந்து வந்தவர்கள் தோழமையுடன் ஒருவரோடு ஒருவர் உரசியபடி கழிக்கின்றனர். மரணத்தால் கொண்டு வர முடியாத சமத்துவம் இந்த விடுதலையால் சில மணி நேர மகிழ்ச்சியிலாவது சாத்தியமானது.

ஆனால் இந்தப் பரவலானக் கொண்டாட்டத்துக்கு அப்பாலும் பல விஷயங்கள் இருந்தன. ராம்பேருடன் அந்தப் பிற்பகலில் வீதியில் குழுமியிருந்தவர்களிடம் காணப்பட்ட அமைதியான போக்கின் பின்னணியில் சில மென்மையான சந்தோஷங்களும் இருந்தன. நிறைய ஜோடிகளும் குடும்பங்களும் அங்கு வெறுமனே பார்வையிட வந்தவர்களைப்போல் இருந்தனர். சொல்லப்போனால், அதில் பெரும்பான்மையினர் தாங்கள் அதுவரைத் தொல்லையை அனுபவித்து வந்த இடங்களைப் பார்த்துச் செல்லப் புனித யாத்திரை வந்தவர்கள்போல் இருந்தனர். புதிதாய் வந்து இருப்பவர்களுக்குப் பிளேக் நோய் விட்டு சென்ற சுவடுகளைக் காட்டிச் செல்ல வந்ததுபோல் இருந்தது. நோய் விட்டுச் சென்ற எச்சங்கலான அவற்றில் சில வெளிப்படையாகத் தெரிந்தன, சில மறைந்திருந்தன. சிலர் சுற்றுலா வழிகாட்டியைப்போல் அச்சத்தை உருவாக்காமல் அந்த நோயால் உள்ள ஆபத்தைப் பற்றி மட்டும் பேசினர். (அவர் அந்த நோயுடனேயே வாழ்ந்தவராக நிறைய அனுபவம் பெற்றவராக இருப்பார்) இவையெல்லாம் சாதாரணமான சந்தோஷங்கள். மாறாக, சில இடங்களைப் பார்க்கும் போது, தன் பக்கத்தில் இருக்கும் காதலியிடம், “அந்தக் காலகட்டத்தில், இந்த இடத்தில்

நீ இருக்கக்கூடாதா என்று எதிர்பார்த்தேன். ஆனால் நீ அப்போது இங்கு இல்லை” என்று உணர்ச்சிவசப்படுவான் காதலன். இதுபோன்ற தீவிரக் காதலர்களை எளிதில் அடையாளங்காண முடியும். கூட்டச் சலசலப்பிற்கு மத்தியிலும், எதைப் பற்றியும் கவலைப்படாமல், தங்கள் உலகத்தில், இரகசியங்களைக் கிசுகிசுத்துக் கொண்டிருப்பார்கள். நாற்சந்திகளில் இசைக்குழு எழுப்பும் இசையைவிட இவர்கள்தான் உண்மையான விடுதலையைப் பிரகடனம் செய்துகொண்டிருந்தனர். ஏனெனில், ஒட்டிப் பிணைந்திருந்த இந்த ஜோடிகள் வார்த்தைகள் எதையும் வீணாக்காமல் இத்தனை களேபரத்தின் மத்தியிலும், தங்கள் மகிழ்ச்சிக்கு இழைக்கப்பட்ட அநீதியை வெற்றிக்கண்ட செய்தியையும், இனி பிளேக் நோயும் அதன் கொடுமையும் முடிவுக்கு வந்தது என்பதையும் அறிவிப்பவர்களாக இருக்கின்றனர். இத்தனை விஷயங்களும் நடந்து முடிந்த பின்பும் இதுவரை ஈக்கள் மடிவதைப் போல் சர்வ சாதாரணமாக மக்கள் கொல்லப்பட்டு வந்த அந்த நியாயமற்ற உலகை அமைதியான முறையில் இந்த ஜோடிகள் புறந்தள்ளினர். அந்த நோயிடம் இருந்த உறுதியான மிருகத்தனம், வெறித்தனமான திட்டமிட்ட தாக்குதல் இங்கு இப்போது இல்லாதவர்களுக்குப் பிறகு வந்த வெறுக்கத்தக்க விடுதலை என அனைத்தையும் இந்த ஜோடிகள்தான் புறக்கணித்தனர். மேலும், அந்த நோய் கொல்லாதவர்களிடம் ஏற்படுத்திய மரண பீதியையும் அவர்கள் மறக்கத் துணிந்தனர். சுருக்கமாகச் சொன்னால், நாம் இதுவரை பெரிய அடுப்பு ஒன்றில் நாள்தோறும் திணிக்கப்பட்ட அப்பாவி மக்களாக இருந்துள்ளோம். அதிலிருந்து சிலர் எண்ணெய் பிசுபிசுக்கும் ஆவியாக வெளி வந்தோம். மற்றவர்களோ இயலாமையாலும் அச்சத்தாலும் அழுத்தப்பட்டு வெளிவரும் நாளுக்காகக் காத்திருந்தோம். அத்தகைய நிலையினையும் இந்த ஜோடிகள் புறக்கணித்தனர்.

இப்படித்தான் அப்போதைய சூழ்நிலை இருப்பதாக மருத்துவர் ரியேவும் உணர்ந்தார். அவர் அன்று மாலை நெருங்கும் வேளையில் புறநகர் நோக்கித் தனியாகச் சென்றுகொண்டிருந்தார். எங்கும் தேவாலய மணியோசை, பீரங்கிச் சத்தம், காதினைப் பதம் பார்க்கும் கூச்சல்களும் இசையும் கேட்டன. அவருடைய பணி தொடர்ந்தது. விடுமுறை என்பது நோயாளிகளுக்குக் கிடையாது. மென்மையான வெளிச்சத்தில் மூழ்கியிருந்த ஓரான் நகரத்தில், முன்புபோல் வறுத்த மீனின் மணத்தையும் சோம்பு கலந்த மதுவின் வாசத்தையும் நுகர முடிந்தது; அவரைச் சுற்றிலும் மகிழ்ச்சி பொங்கும் முகங்கள் வானத்தை நோக்கியபடி இருந்தன. ஒருவரையொருவர் கட்டி அணைத்தபடி சென்ற ஆண்களும் பெண்களும் உணர்ச்சிவசப்பட்டவர்களாய் தங்கள்

விருப்பங்களைப் பகிர்ந்துகொண்டனர். உண்மைதான், பிளேக் நோயுடன் பீதியும் முடிவுக்கு வந்துவிட்டது. பிணைந்திருந்த இருக்கைகள், இதுவரை நாடு கடத்தப்பட்டதைப்போல் இருந்த உணர்வு, பிரிவு தந்த துன்பம் ஆகியவற்றின் தீவிரத்தை உணர்த்துவதாக இருந்தன.

இத்தனை மாதங்களாக, இவ்வாறு வீதியில் செல்லும் குடும்ப உறுப்பினர்களின் முகங்களில் காணப்படும் உணர்வினை முதல்முறையாக ரியேவால் இனங்காண முடிந்தது. இப்போது, சற்றே தன்னைச் சுற்றிப் பார்த்தால் போதும். பெருந்தொற்றின் முடிவினைப் பார்த்துவிட்ட அவர்கள் இதுவரை வேதனையையும் பல இழப்புகளையும் சந்தித்து முடித்துள்ளனர். சொந்த ஊரை விட்டு தூரத்தில் இருக்க வேண்டிய கட்டாயத்தில் இருந்த அவர்களுடைய உணர்வுகள் ஒரு வழியாக இப்போது அவர்களது முகங்களிலும் உடைகளிலும் தெரிந்தன. நீண்ட நாட்களாக வெளியில் இருந்துவிட்டு அவர்கள் புலம் பெயர்ந்தவர்களாக இப்போது இங்கு வந்துள்ளனர். பிளேக்கின் காரணமாக எல்லைக் கதவுகள் மூடப்பட்ட நாளில் இருந்து, அவர்கள் மனித அரவணைப்புக்கு எட்டாத தூரத்தில் பிரிந்து தனியே வாழும் நிலைக்குத் தள்ளப்பட்டதால் எதுவும் அவர்களது நினைவில் இல்லை. நகரின் அனைத்துப் பகுதிகளிலும் ஒன்றாய்ச் சேர வேண்டும் என்ற ஏக்கம் அனைவரிடத்திலும் இருந்தது. ஒரே மாதிரியான ஏக்கம் இல்லை என்றாலும் எந்த ஏக்கமும் யாருக்கும் நிறைவேற வாய்ப்பில்லாமல் இருந்தது. பெரும்பாலானவர்கள் தங்களால் இயன்றவரை முயன்று அங்கு இல்லாத ஒருவரைச் சந்தித்துவிட ஏங்கினர். சிலர் அந்த உடலின் அரவணைப்புக்காக, சிலரோ அந்த நபரின் பிரிவுக்காக, இன்னும் சிலரோ பழக்கத்தை மறக்க முடியாமல் என பலவாறு ஏங்கினர். நண்பர்களுடன் வழக்கமாகத் தொடர்பு கொள்ளப் பயன்படும் கடிதங்கள், புகைவண்டிகள், படகுகள் ஆகியவற்றை பயன்படுத்த முடியாத நிலையில் இருந்த சிலர், நண்பர்களைத் தொடர்புகொள்ள முடியாத நிலையால் தங்களை அறியாமலேயே அவதிப்பட்டனர். வேறு வகையான மனிதர்கள் இருந்தனர். அவர்களில் தருவும் ஒருவனாக இருந்திருக்கக்கூடும். தங்களால் இன்னதென்று விளக்க முடியாத ஒன்றுடன் சேர அவர்கள் ஏங்கினர்.

விளக்க முடியாவிட்டாலும் அதுதான் விரும்பத்தக்க நன்மையாக அவர்களுக்குத் தெரிந்தது. அந்த ஒன்றை அழைக்க வேறு பெயர் இல்லாததால், சில நேரங்களில் அதனை அமைதி என்று அழைத்தனர்.

ரியே தொடர்ந்து நடத்துகொண்டிருந்தார். அவர் போகப் போகச் சுற்றியிருந்த கூட்டம் அதிகமாகிக்கொண்டிருந்தது,

கூச்சலும் பெருகியது. தான் போய் சேர விரும்பும் புறநகர் பகுதிகள் விலகித் தூரமாகச் செல்வதுபோல் ரியேவுக்குத் தோன்றியது. மெல்லமெல்ல தானும் உருகி இந்தக் கூட்டத்தில் கரைவதைப் போல் உணர்ந்தார். அவர்கள் போடும் கூச்சல் இப்போது புரிய ஆரம்பித்தது. ஏனெனில், ஒருவகையில், இது தன்னுடையக் குரலும்தான். உண்மைதான், இவர்கள் அனைவரும் உடலாலும் மனதாலும் எத்தனையோ துன்பங்களை அனுபவித்தவர்கள். கொடுமையான பிரிவு, நாடு கடத்தப்பட்ட உணர்வு, அடங்காத தாகம் எனப் பல துயரங்கள். பிணக்குவியல்கள், அவசர ஊர்திகளின் சைரன் ஒலிகள், விதியின் பெயரால் எச்சரிக்கைகள், அச்ச உணர்வுகள், பீதி கலந்த போராட்டம் என இத்தனைக்கும் மத்தியில் பெரும் குரல் ஒன்று கலக்கத்தில் இருந்த இவர்களது காதில், தங்கள் சொந்த ஊருக்கு அவர்கள் திரும்ப வேண்டும் என்று ஓயாமல் ஒலித்துக்கொண்டிருந்தது. இவர்கள் எல்லோருக்கும் தங்கள் சொந்த ஊர் என்பது புழுக்கமான இந்த இடத்தின் எல்லைக் கதவுகளுக்கு அப்பால் இருந்தது. மலைமீது உள்ள மரங்களின் இனிமையான நறுமணம், கடல், சுதந்திரமான ஊர்கள், அன்பின் அரவணைப்பு, ஆகியவற்றில்தான் அவர்களது சொந்த ஊர் என்ற உணர்வு இருந்தது. எல்லாவற்றையும் வெறுத்து ஒதுக்கிவிட்டு, தாங்கள் இழந்துவிட்ட இந்த மகிழ்ச்சியான சொந்த இடத்துக்குச் சேரத்தான் அவர்கள் இதுவரை ஏங்கி நின்றனர்.

நாடு கடத்தப்பட்ட உணர்வு , மீண்டும் இணையத் துடிக்கும் ஏக்கம் ஆகியவற்றைப் பற்றி ரியேவுக்கு எதுவும் தெரியாது. ஆனால், அவர் தொடர்ந்து நடந்தார். எல்லாப் பக்கமும் இடித்துத் தள்ள, சிலர் அவரைக் கூப்பிட, எப்படியோ நீந்தி மக்கள் குறைவாக இருக்கும் வீதிக்கு வந்து சேர்ந்த போதுதான் ஒருவிஷயம் அவருக்குப் புரிந்தது. அதாவது இத்தகைய கூச்சல்களுக்கெல்லாம் அர்த்தம் தேட வேண்டிய அவசியமில்லை. நமக்கு வேண்டிய தெல்லாம் மனிதனின் நம்பிக்கைக்கு என்ன பதில் கிடைத்தது என்பதுதான்.

என்ன பதில் கிடைத்தது என்பது இனி ரியேவுக்குத் தெரியும். ஏறக்குறைய வெறிச்சோடிக் கிடந்த புறநகரின் முதல் சில வீதிகளிலேயே அதனை அவர் கவனித்துவிட்டார். இதுவரை வேறு வழியின்றி முடங்கிக் கிடந்தவர்களும் எப்படியாவது தாங்கள் நேசித்தவர்களைப் பார்க்க வேண்டும் என்று துடித்திருந்தனர். அவ்வாறு திரும்பியவர்களில் சிலருக்குத் திருப்தியும் ஏற்பட்டது. ஆனால், தாங்கள் எதிர்பார்த்தவரை இழந்துவிட்டவர்கள் அந்த நகரத்தில் தனியாக நடந்துகொண் டிருந்தனர் என்பதையும் மறுக்க முடியாது. சிலரை இரண்டாம் முறையாக பிரிவைச் சந்தித்தவர்கள் என்று கருத முடியாது.

ஏனென்றால், பெருந்தொற்றுக்கு முன், முதல்முயற்சியில் இவர்கள் தங்கள் நேசத்தை உறுதி செய்ய இயலாதவர்கள். சேராமல் எதிரும் புதிருமாய் இருக்கும் காதலர்களைப் பல ஆண்டுக் காலக் காத்திருப்புக்குப் பின், தங்களிடையே இருந்த புரிதல் சேர்த்து வைக்கும் என்று எதிர்பார்த்தவர்கள். ரியேவும் இதுபோன்ற பிரிவில் வருபவர் தான். இவர்களெல்லாம் காலம் வரும் என்று மெத்தனமாகக் காத்திருந்தவர்கள். இப்போது, நிரந்தரமாகப் பிரிந்தவர்களாகிவிட்டனர். மேலும் சிலர் இருந்தனர். ராம்பேர் அந்த வகையைச் சேர்ந்தவன்தான். அன்று காலை, ராம்பேரிடம் ரியே, "மனதைத் தளர விட வேண்டாம், நீங்கள் செய்வது சரி என்பதைக் காட்ட இதுதான் சரியான நேரம்" என்று கூறி வந்தார். இனி பார்க்க முடியாது என்று நம்பிக்கையில்லாமல் இருந்து இப்போது தயக்கமின்றி ஒன்று சேர்ந்தவர்கள் இவர்கள். இனி கொஞ்ச காலத்துக்காவது அவர்கள் மகிழ்ச்சியாக இருப்பார்கள். வாழ்க்கையில், நாம் எப்போதும் விரும்பக் கூடியதும், எப்போதாவது கிடைக்கக் கூடியதும் ஒன்று உண்டென்றால் அது பாசம் மட்டுமே என்பது இப்போது அவர்களுக்குப் புரிந்திருக்கும்.

மாறாக மனிதனுக்கு அப்பால், அதாவது அவர்களால் கற்பனை செய்துகூட பார்க்க முடியாத ஒன்றை எதிர்பார்த்தவர்களும் உள்ளனர். அவர்களுக்கு எந்தப் பதிலும் கிடைக்கவில்லை. தான் பேசி வந்த கிடைப்பதற்கரிய அமைதியைத் தரு அடைந்து விட்டதாகத் தோன்றுகிறது. ஆனால், அதனை இறப்பில்தான் அவன் பெற்றான். அதாவது, அதனால் எந்தப் பயனும் அவனுக்கு இல்லாத நேரத்தில் கிடைத்தது. மாறாக, தங்கள் வீடுகளின் வாசல்களில் சிலரை ரியே பார்த்திருக்கிறார். மங்கிய வெளிச்சத்தில், கட்டி அணைத்தபடி ஒருவரையொருவர் கிறக்கத்தில் பார்த்தபடி இருந்தனர். தாங்கள் விரும்பியதை அவர்கள் அடைந்தனர். ஏனெனில், தங்களால் மட்டுமே சாத்தியமாவதை அவர்கள் விரும்பினர். கிரான், கொத்தார் ஆகியோர் தங்கியிருந்த வீதியில் திரும்பும்போது ரியேவுக்கு ஒரு விஷயம் தோன்றியது. தங்களுக்குள்ளாகத் திருப்தியடையும் மனிதர்களுக்கும், எளிமையானதாக இருந்தாலும் தங்கள் மகத்தான நேசத்தால் திருப்தியடைபவர்களுக்கும் அவ்வப்போது மகிழ்ச்சி கிடைப்பது நியாயம்தான் என்று அவர் கருதினார்.

இந்தப் பதிவு முடிவை நெருங்கும் நிலையில் உள்ளது. இதன் ஆசிரியர் மருத்துவர் பெர்நார் ரியே தான் என்பதை அவர் ஏற்றுக்கொள்ளும் நேரம் வந்து விட்டது. ஆனால், இறுதியாக நிகழ்ந்த சம்பவங்களை விவரிக்கும் முன், தான் இந்தப் பதிவைச் செய்ய வேண்டிய அவசியத்தைக் கூற விரும்புகிறார். மேலும், தான் ஒரு நடுநிலையான பார்வையாளராக நின்றே விவரித்ததைச் சுட்டிக் காட்டவும் விரும்புகிறார். பிளேக் நோய் பாதிப்பு இருந்த காலம் முழுவதும் இந்த ஊரின் பெரும்பா லான மக்களைப் பார்க்கவும் அவர்களது உணர்ச்சிகளைக் கவனிக்கவும், தான் வகித்தப் பதவி அவருக்கு வாய்ப்பு தந்தது. எனவேதான் பார்த்ததையும் கேட்டதையும் பதிவு செய்ய உரிய மனிதராக அவர் இருந்தார்.

எனினும், தேவையான கட்டுப்பாடுகளுடன் இப்பணியைச் செய்ய அவர் விரும்பினார். பொதுவாக, தான் பார்க்க முடிந்ததற்கு அதிகமாக எதையும் பதிவு செய்யாமல் இருக்க அதிகக் கவனம் செலுத்தினார். தன்னுடன் பெருந்தொற்று காலத்தை அனுபவித்தவர்கள் கூறாததை, அவர்களது கருத்துக்கள் எனத் தவறாகப் பதிவு செய்வதைத் தவிர்த்ததுடன், தற்செயலாகவோ சில சோக நிகழ்வின் காரணமாகவோ தனக்குக் கிடைத்த ஆவணங்களை மட்டுமே பயன்படுத்திக்கொண்டார்.

குற்றச்செயல் ஒன்றின் தொடர்பான சாட்சியாக அழைக்கப்பட்டவர் போன்ற நிலையில் இருந்த ரியே, நல்லியல்பு கொண்டதொரு சாட்சியைப்போல் சில கட்டுப்பாடுகளைக் கடைபிடித்தார். அதே நேரத்தில், நேர்மையான மனிதர் எப்படி நடந்து கொள்வாரோ அவ்வாறு பலியானவர்கள் பக்கம் நின்றார். அன்பு, வேதனை,

நாடுகடத்தப்பட்ட உணர்வு என எல்லோருக்கும் பொதுவான விஷயங்களின் அடிப்படையில் நகரத்தில் உள்ள மற்றவர்களுடன் தன் உணர்வுகளைப் பகிர்ந்துகொள்வதையே அவர் பெரிதும் விரும்பினார். இதன் காரணமாகத்தான் தன்னுடன் வாழ்ந்த அனைவரின் கவலைகளையும் ஒன்று விடாமல் பதிவு செய்ய அவர் தவறவில்லை. மற்றவர்களுடைய கவலையைத் தன் சொந்தப் பிரச்சினையாகக் கருதினார்.

விசுவாசமானதொரு சாட்சியாக இருக்க வேண்டு மென்பதால், நடந்தவற்றைக் குறிப்பாக, அவர் பார்த்தவற்றைக் குறித்தும், அவர் அறிந்தவை பற்றியும் பதிவு செய்தார். அவருக்குக் கிடைத்த ஆவணங்களின் அடிப்படையிலும் அவர் எழுத வேண்டி யிருந்தது. தனிப்பட்ட முறையில் அவர் சொல்ல விரும்பியது, அவர் சிலவற்றுக்காகக் காத்திருந்தது, அவர் எதிர்கொண்ட சோதனைகள் ஆகியவற்றைப் பற்றி பேசாமல் கடந்து செல்ல வேண்டியதாயிற்று. சில நேரங்களில் அவற்றை விவரிக்கும்போதும், தன்னுடன் இருந்தவர்களை நன்கு புரிந்துகொள்வதற்கும் அந்த விளக்கங்களைப் பயன்படுத்திக்கொண்டார். மேலும் அவர்களைப் பற்றி முடிந்தவரையில் தெளிவான பார்வை கிடைக்கும் என்று அவர் கருதினார். ஏனெனில், பல நேரங்களில் அவர்களிடம் குழப்பமான நிலை நிலவியது. பார்க்கப் போனால், இத்தகைய சுயகட்டுப்பாட்டில் அவருக்குச் சிரமம் எதுவுமில்லை. பெருந்தொற்றால் பாதிக்கப்பட்ட பல்லாயிரக் கணக்கான மக்களின் குரல்களுடன் தன் பிரச்சினையையும் சேர்த்துகொண்டால் என்ன என்ற எண்ணம் வரும். அப்போது, தனக்கு இருக்கும் வேதனை அதேநேரத்தில் மற்றவர்களுக்கும் இருக்கும் என்ற எண்ணம் அவரைத் தடுத்துவிடும். பெரும்பாலும் தனிமைதான் வேதனையாக இருக்கும் உலகில் ஒரு வசதி. எனவே, அவர் எல்லோருக்குமாகக் குரல் கொடுத்தாக வேண்டும்.

எனினும், மருத்துவர் ரியே குரல் கொடுக்க முடியாத ஒருவரும் இருந்தார். அவரைப் பற்றி ஒரு நாள் ரியேவிடம் தரு, இக்கருத்தைத் தெரிவித்தான்: “அவர் செய்த ஒரே குற்றம் என்னவென்றால், மனிதர்களைக் கொல்லும் ஒன்றை ஏற்றுக்கொண்டதுதான். மற்றவற்றை என்னால் புரிந்துகொள்ள முடிகிறது. அதற்காக நான் அவரை மன்னித்தாக வேண்டும்”. கள்ளமற்ற உள்ளம் படைத்த ஒருவர், அதாவது தனிமையில் இருந்த ஒருவரின் நிகழ்வுடன் இப்பதிவு முடிவது சரியாக இருக்கும்.

கொண்டாட்டத்தில் மூழ்கியிருந்த பெரிய நெரிசலான வீதிகளைவிட்டு வெளியேறி கிரான், கொத்தார் ஆகியோர் வசிக்கும் வீதிக்குள் திரும்பிய போது, மருத்துவர் ரியே அங்குப் பாதுகாப்புப் பணியில் இருந்த காவலர்கள் சிலரால் தடுத்து

நிறுத்தப்பட்டார். இதனை அவர் சிறிதும் எதிர்பார்க்கவில்லை. தூரத்தில் கேட்ட கொண்டாட்டத்தின் ஆரவாரம் காரணமாக, இப்பகுதி மிகவும் அமைதியாக இருப்பதாகத் தோன்றியது. இந்த வீதி வெறிச்சோடிக் கிடப்பதாக ரியே எண்ணினார். அடையாள அட்டையை எடுத்துக்காட்டினார்.

"முடியாது டாக்டர், அங்கே யாரோ ஒருவன், மன நலமில்லாதவன் போல் போவோர் வருவோர் மீது சுட்டுக் கொண்டிருக்கிறான். கொஞ்சம் இங்கேயே இருங்கள். உங்கள் உதவி தேவைப்படும்" என்று நிலைமையை விளக்கினார் காவலர்.

அப்போது, தன்னை நோக்கிக் கிரான் வருவதை ரியே பார்த்தார். கிரானுக்கும் என்ன நடக்கிறது என்று தெரியவில்லை. அவரையும் தடுத்து நிறுத்தியுள்ளனர். தன் வீட்டிலிருந்து தான் துப்பாக்கியால் யாரோ சுடுகிறார்கள் என்று தெரிந்துகொண்டார். தூரத்தில் இருந்து பார்க்கும்போது, வீட்டின் முகப்பு மட்டும் தெரிகிறது. வெப்பமில்லாத அந்திச் சூரியனின் பொன்னிறக் கதிர்கள் அதன் மீது படர்ந்துள்ளன. வீட்டைச் சுற்றி இருக்கும் அகண்ட வெற்றிடம், எதிர்ப்புறமும் உள்ள நடைபாதை வரை விரிந்துள்ளது. பாதையின் நடுவில், தொப்பி ஒன்றும் அழுக்குத்துணியும் கிடப்பது நன்றாகத் தெரிகிறது. துரத்தில், வீதியின் எதிர் வரிசையிலும் பாதுகாப்பு அரண் அமைத்துக் காவலர்கள் நின்றிருப்பதும் கிரானுக்கும் ரியேவுக்கும் தெரிந்தது. அவர்களுக்குப் பின்னால் அப்பகுதியைச் சேர்ந்த சிலர் வேகமாக வருவதும் போவதுமாக இருந்தனர். கூர்ந்து கவனித்தபோது, காவலர்கள் கைகளில் கைத்துப்பாக்கியுடன் அந்த வீட்டின் எதிரில் இருந்த கட்டடங்களின் நுழைவாயில்களில் நின்றிருப்பது தெரிந்தது. வீட்டின் சன்னல்கள் அனைத்தும் மூடப்பட்டிருந்தன. எனினும், இரண்டாவது மாடியில் மட்டும் ஒரு சன்னல் பாதி திறந்த நிலையில் இருந்தது. வீதியில் முழு அமைதி. நகரின் மையப் பகுதியில் இருந்து வந்த இசைச் சிதறலை மட்டுமே கேட்க முடிந்தது.

திடீரென வீட்டின் எதிர்ப்புறம் இருந்த கட்டடம் ஒன்றில் இருந்து இரண்டு முறை துப்பாக்கி வெடித்தது. உடைந்த சன்னல் சட்டத்திலிருந்து துகள்கள் சிதறின. மீண்டும் நிசப்தம். தூரத்தில் இருந்து பார்க்கும் போது, காலை முதல் நடந்த சலசலப்புக்குப் பின், இது கொஞ்சம் கற்பனைக் காட்சியாக ரியேவுக்குத் தோன்றியது.

"அது கொத்தாரின் சன்னல் தான்" என்று பரபரப்புடன் கிரான் கத்தினார். ஆனால், அவன்தான் எங்கோ போய்விட்டானே".

"ஏன் சுடுகிறார்கள்?" காவலரிடம் ரியே கேட்டார்.

"அவனது கவனத்தைத் திசை திருப்பத்தான் அவனை மடக்கத் தேவையான பொருட்களுடன் வரப்போகும் காருக்காகக் காத்திருக்கின்றனர். ஏனெனில், அந்தக் கட்டடத்துக்குள் யார் நுழைந்தாலும் அவர்கள்மீது அவன் சுடுகிறான். சற்று முன், போலீஸ்காரர் ஒருவரை சுட்டுவிட்டான்"

"ஏன் சுட்டான்?"

"தெரியவில்லை. சிலர் வீதியில் கொண்டாட்டத்தில் ஈடுபட்டிருந்தனர். முதல் தோட்டா வெடித்தபோது அவர்களுக்கு ஒன்றும் புரியவில்லை. இரண்டாவது முறை வெடித்தபோது எல்லோரும் கூச்சல் போட்டிருக்கின்றனர். ஒருவருக்குக் காயம் ஏற்பட்டிருக்கிறது. எல்லோரும் அங்கிருந்து ஓடிவிட்டனர். சரியான வெறியன். வேறு என்ன சொல்ல!"

அமைதி திரும்பியதும் காலம் மெதுவாக நகர்வதுபோல் இருந்தது. திடீரென, வீதியின் அந்தப் பக்கத்தில் நாய் ஒன்று ஓடி வருவதைப் பார்த்தனர். வெகுநாட்களுக்குப் பிறகு, இப்போதுதான் முதல்முறையாக ரியே கண்களில் நாய் ஒன்று தென்படுகிறது. இந்த அழுக்கு நாயை அதன் உரிமையாளர்கள் அதுவரையில் மறைத்து வைத்திருக்க வேண்டும். இப்போது அது சுவர் ஓரமாக ஓடி வருகிறது. வாசல் அருகே அது தயங்கித்தயங்கி நின்றது. பிறகு உட்கார்ந்து தன் உண்ணிகளைச் சாப்பிடக் கழுத்தைத் திருப்பிக்கொண்டது. அதனை விரட்டும் விதமாக காவலர்கள் விசில் அடித்துப் பார்த்தார்கள். தலையை நிமிர்த்திய அந்த நாய் மெல்ல பாதையைக் கடந்து சென்று அங்குக் கிடந்த தொப்பியை முகர்ந்தது. அதே நேரம், இரண்டாவது மாடியில் இருந்து துப்பாக்கிச் சத்தம் கேட்க, நாய் ஓட்டம் பிடித்தது. வேகமாகப் பாதங்களை எடுத்து வைத்து ஓடியதில் தள்ளாடி ஒரு புறமாக விழுந்து எழுந்து சென்றது. முதலில் வந்த துப்பாக்கித் தோட்டாவுக்குப் பதில் அளிக்கும் விதமாக எதிர் வீட்டுக் கதவுகளில் இருந்து ஐந்து அல்லது ஆறு முறை சுட்டதில் மீண்டும் சன்னல் சட்டத்துக்குச் சேதம் உண்டானது. அமைதி திரும்பியது. சூரியன் கொஞ்சம் நகரவே கொத்தாரின் சன்னல்கள்மீது நிழல் படர ஆரம்பித்தது. மருத்துவருக்குப் பின்னால் இருந்த வீதியில் கார் வந்து கிறீச்சிட்டு நிற்கும் சத்தம் கேட்டது.

"இதோ அவர்கள்" என்று காவலர் அவர்களைப் பார்த்துக் கூறினார்.

சீருடைக் காவலர்கள் இறங்கினர். கைகளில் பெரிய கயறுகள், ஏணி, எண்ணெய்த்துணி சுற்றிய இரண்டு பெரிய பொதிகள் எனப் பல பொருட்கள் இருந்தன. கிரான் வசித்த கட்டடத்தின்

முன் உள்ள வீடுகளின் பின்புறத்துக்கு அழைத்துச் செல்லும் தெருவில் அவர்கள் நடக்க ஆரம்பித்தனர். சிறிது நேரத்தில் அந்த வீடுகளின் வாசல்களில் ஒரு வித சலசலப்பு உண்டானதைப் பார்க்க முடியாவிட்டாலும் உணர முடிந்தது. பிறகு அவர்கள் காத்திருந்தனர். அந்த நாய் நகர்வதாக இல்லை. இப்போது, அது இருட்டான இடத்தில் இருந்த குட்டையில் படுத்திருந்தது.

திடீரெனக் காவலர்கள் இருந்த கட்டடத்தில் இருந்து சிறிய எந்திரத் துப்பாக்கி மூலம் சுட்டனர். சுடுவது தொடர, இலக்காக இருந்த அந்த சன்னல் ஏறக்குறைய முழுமையாகச் சிதைந்து விட்டது என்று சொல்லலாம். அந்த இடம் கருப்புத் திட்டாக இருந்தது. ரியேவும் கிரானும் நின்றிருந்த இடத்திலிருந்து அதைத்தவிர வேறு எதுவும் தெரியவில்லை. சுடுவது நின்றதும், சற்று தள்ளியிருந்த மற்றும் ஒரு வீட்டில் இருந்து, வேறு கோணத்தில் எந்திரத் துப்பாக்கி சுட்டது. இப்போது நிச்சயமாகத் தோட்டாக்கள் சன்னலுக்குள் செல்லும். ஏன் என்றால் முதல் சுற்றில் சில கற்கள் சிதறி விழுந்தன. அதே நேரத்தில், மூன்று காவலர்கள் பாதையைக் கடந்து முன் வாசலில் போய் மறைந்து கொண்டனர். ஏறக்குறைய உடனடியாக மேலும் மூன்று பேர் அவர்களுடன் போய் சேர்ந்துகொண்டனர். சுடுவது நின்றது. மீண்டும் சிறிது நேரம் காத்திருந்தனர். கட்டடத்துக்குள் இரண்டு முறை துப்பாக்கியால் சுட்டது தெளிவாகக் கேட்டது. பிறகு கூச்சல் அதிகமானது. வீட்டுக்குள் இருந்து ஒருவன் அழைத்து வரப்பட்டான் என்பதை விட, இழுத்து வரப்பட்டான் என்றே கூறலாம். குள்ளமாக இருந்த அவன் சட்டையை மடித்து விட்டிருந்தான்; கத்திக்கொண்டே வந்தான்.

ஏதோ அதிசயம் நிகழ்ந்ததைப் போல், அத்தனை சன்னல்களும் திறந்துகொண்டதுடன் அவற்றில் ஆர்வம் நிறைந்த முகங்களையும் பார்க்க முடிந்தது. வீடுகளில் இருந்து கூட்டமாக வெளியே வந்து மக்கள், காவலர்கள் அமைத்திருந்த அரண்களுக்குப்பின் வேகமாகப்போய் நின்றுகொண்டனர். அதன் பின், அந்த நபரின் கைகள் பின்புறம் கட்டப்பட்டுக் காவலர்களால் வீதியின் நடுவில் நிறுத்தப்பட்டிருப்பது தெரிந்தது. அவன் கத்தியபடியே இருந்தான். காவலர் ஒருவர் அவனை நெருங்கித் தன் பலத்தை எல்லாம் திரட்டி தன் முஷ்டியால் ஒருவித முனைப்புடன் இரண்டு முறை அவனைக் குத்தினார்.

"கொத்தார்தான். அவனுக்கு வெறி பிடித்துவிட்டது" என்று கிரான் முணுமுணுத்தார்.

கொத்தார் விழுந்துவிட்டான். தரையில் கிடந்த அவனை அப்போதும் அந்தக் காவலர் உதைத்தார். குழப்பமும் பரபரப்பு

மாக ஒரு கும்பல் மருத்துவரும் கிரானும் இருக்கும் இடத்தை நோக்கி வந்தது.

"நகர்ந்துகொண்டே இருங்கள்" என்று விரட்டினார் காவலர்.

அந்தக் கும்பல் தன்னைக் கடந்து சென்ற போது பார்வையைத் திருப்பிக்கொண்டார் ரியே.

இருட்ட ஆரம்பித்துவிட்டதால், ரியேவும் கிரானும் புறப்பட்டனர். இந்தச் சம்பவம், அப்பகுதியில் நிலவிய மந்த நிலைமையைக் கலைத்ததைப்போல், அருகில் இருந்த வீதிகளில் மீண்டும் கொண்டாட்டம் ஆரம்பமானது.

வீடு வந்து சேர்ந்ததும், மருத்துவரிடம் கிரான் விடைபெற்றார். அவர் தம் பணியைத் தொடர இருப்பதாகக் கூறினார். படிகளில் ஏறும் முன், மனைவி ழானுக்குத்தான் கடிதம் எழுதிவிட்டதாகவும் இப்போது மனம் நிறைவாக இருப்பதாகவும் தெரிவித்தார். அதன் பின், மீண்டும் தன் வாக்கியத்தைப் பற்றி பேசத் தொடங்கினார்.

"எல்லா பெயரடைகளையும் நீக்கிவிட்டேன் தெரியுமா" என்றார்.

குறும்புச் சிரிப்புடன் தன் தொப்பியைக் கழற்றி சம்பிரதாய மரியாதை செலுத்தினார். ஆனால் ரியேவின் சிந்தனையோ கொத்தார்மீது இருந்தது. ஆஸ்துமாவால் அவதிப்படும் முதிய நோயாளியின் வீட்டுக்குப் போய் சேரும்வரை, கொத்தார் முகத்தில் அந்தக் காவலர் முஷ்டியால் அடித்த அடியின் சத்தம் அவரது மனதில் எதிரொலித்தபடி இருந்தது. இறந்துபோன ஒருவரை நினைப்பதைவிட, குற்றவாளியான ஒருவரை நினைப்பது மிகவும் கடினமானதாக இருக்குமோ?

ஆஸ்துமா நோயாளியின் வீட்டுக்கு ரியே வந்து சேர்வதற்குள், வானம் முழுவதையும் இரவு ஏற்கெனவே விழுங்கியிருந்தது. நோயாளியின் அறையில் இருந்து தூரத்தில் எழும் சுதந்திரத்தின் கொண்டாட்டச் சத்தத்தைக் கேட்க முடிந்தது. முதியவரோ எப்போதும்போல் ஆர்வமாக பட்டாணிகளை மாற்றிக்கொண் டிருந்தார்.

"அவர்கள் கொண்டாடுவதில் நியாயம் இருக்கிறது. உலகம் என்றால் எல்லாம் இருக்க வேண்டும். சரி, உங்கள் நண்பர் எங்கே காணோம்?" என்று விசாரித்தார்.

வெடிச் சத்தம் கேட்டது. ஆனால் இது ஆபத்தில்லாத வெடி. பிள்ளைகள் பட்டாசு வெடித்துக்கொண்டிருந்தார்கள்.

"அவர் இறந்துவிட்டார்" என்றார் மருத்துவர், முதியவரின் மார்பு எழுப்பும் முணுமுணுப்பைக் கேட்டபடியே.

"ஐயோ" என்ற முதியவருக்கு அதற்கு மேல் என்ன பேசுவது என்று தெரியாததுபோல் இருந்தார்.

"ஆமாம், பெருந்தொற்றால்தான்" என்று விளக்கம் அளித்தார் ரியே.

"அப்படியா? நல்லவர்களெல்லாம் போய் விடுகிறார்கள். இதுதான் வாழ்க்கை, ஆனால் தமக்கு என்ன வேண்டும் என்பதை அறிந்த மனிதர் அவர்" என்றார்.

"ஏன் அப்படிச் சொல்கிறீர்கள்" என்று தன் ஸ்டெதஸ்கோப்பை எடுத்து வைத்தபடியே கேட்டார் ரியே.

"சும்மாதான். அவர் ஒருபோதும் வெற்றுப் பேச்சு பேசியதில்லை. எனக்கு அவரை மிகவும் பிடிக்கும். ஏன் என்றால் அது அப்படித்தான். எல்லோரும் "இது பிளேக். நமக்கு பிளேக் வந்து விட்டது" என்று கூச்சல் போடுகிறார்கள். அடுத்தது, தங்களுக்குப் பதக்கம் வேண்டும் என்று ஏங்குவார்கள். சரி, பிளேக் என்றால் உண்மையில் என்ன? அது வாழ்க்கை. அவ்வளவுதான்.

"ஆவிப்பிடிப்பதைத் தொடர்ந்து செய்து வாருங்கள்."

"சரி டாக்டர். பயப்படாதீர்கள். எனக்கு ஒன்றும் ஆகாது. எனக்கு இன்னும் நிறைய நாட்கள் இருக்கின்றன. எல்லோரும் சாவதைப் பார்த்துக்கொண்டிருப்பேன். எப்படி உயிரோடு இருப்பது என்று எனக்குத் தெரியும்."

தூரத்தில் இருந்தும் அவருக்கு மகிழ்ச்சி ஆரவாரம் பதிலாக கிடைத்தது. அந்த அறையின் நடுவில் சிறிது நேரம் நின்ற மருத்துவர், அவரைப் பார்த்து, "நான் கொஞ்சம் மொட்டை மாடிக்குப் போய் வரட்டுமா?" என்று கேட்டார்.

"தாராளமாக அவர்களை மேலே போய் பார்க்கப் போகிறீர்கள், இல்லையா? உங்கள் விருப்பப்படி போய்ப் பாருங்கள். ஆனால், அவர்கள் எப்போதும் அப்படித்தான்."

படிக்கட்டுகளில் ஏறப் போனார் ரியே. "சொல்லுங்க டாக்டர், பிளேக் நோயால் இறந்தவர்களுக்கு நினைவுச் சதுக்கம் வைக்கப் போகிறார்களாமே. உண்மையா"

"செய்தித்தாளில் அப்படித்தான் வந்திருக்கிறது. ஒரு தூண் அல்லது பித்தளைப் பலகை வைப்பார்கள்"

"எனக்கு முன்பே தெரியும். நிச்சயம் அங்குப் பேச்சும் இருக்கும்" சொல்லி விட்டு வாய் கோணியபடி சிரித்தார் முதியவர்.

"அவர்களது பேச்சு இப்போதே எனக்குக் கேட்கிறது. "இறந்து போன நம்..." பிறகு, அவர்கள் இரவு விருந்துக்குப்போய் விடுவார்கள்".

ரியே ஏற்கெனவே படிகளில் ஏற ஆரம்பித்திருந்தார். வீடுகளுக்கு மேலே குளிர் நிலவு ஆக்கிரமித்துக்கொண்டிருந்தது. குன்றுகளுக்கு அருகில், நட்சத்திரங்கள் இறுகிச் சிக்கிமுக்கிக் கற்கள்போல் காட்சியளித்தன. அன்று ஒருநாள் பெருந்தொற்றை மறக்க இதே மொட்டை மாடிக்கு வந்த போது இருந்த இரவுக்கும் இந்த இரவுக்கும் அவ்வளவாக வித்தியாசம் இல்லை. பாறைகளின் பாதங்களில் மோதிய கடலில் முன்பைவிட சத்தம் அதிகமாக இருந்தது. காற்று அசைவற்றுக் கனமின்றி இருந்தது. இலையுதிர் கால வெப்பக் காற்று கொண்டு வரும் கெட்ட வாடையில் இருந்து விடுபட்டு வீசியது. என்றாலும் நகரத்தில் இருந்து வரும் சத்தம், அந்த மாடிக்குக் கீழே அலைகள் மோதுவதைப்போல் இருந்தது.

ஆனால், இந்த இரவு விடுதலையின் இரவாகும். போராட்டத்தின் இரவில்லை. தூரத்தில், அடர் சிவப்பு நிறத் திட்டு நகரத்தின் நிழற்சாலைகளையும் விளக்கொளியில் மிளிரும் சதுக்கங்களையும் அடையாளம் காட்டியது. இதோ சுதந்திரமான இந்த இரவில் விருப்பம் தடையின்றி வந்தது. அதன் முணுமுணுப்பு தான் ரியேவின் காதில் விழுந்துகொண்டிருந்தது.

அதிகாரப்பூர்வ கொண்டாட்டத்தின் ஒரு பகுதியாக ராக்கெட் பட்டாசுகள் துறைமுக இருட்டில் இருந்து வெளியேறின. அவற்றை நகரமே நீண்ட நேர ஆரவாரத்தின் மூலம் வரவேற்றது. கொத்தார், தரு, ரியேவின் அன்புக்குப் பாத்திரமானவர்கள், ரியேவை விட்டு மறைந்தவர்கள், இறந்த அனைவரும் குற்றவாளிகள் உட்பட யாரும் இப்போது நினைவில் இல்லை. அந்த முதியவர் கூறியது சரிதான். மனிதர்கள் எப்போதும் ஒரே மாதிரிதான் இருப்பார்கள். ஆனால், அதுதான் அவர்களது பலம், அவர்களது அறியாமையும் இந்த இடத்தில்தான், அனைத்து வேதனையையும் தாண்டி, அவர்களில் தானும் ஒருவன் என்ற உணர்வு ரியேவுக்கு உண்டாகிறது. கொண்டாட்ட ஆரவாரத்தின் சத்தமும் அதிகமானது. அதிக நேரமும் நீடித்தது. இந்தக் கட்டடத்திற்கு வெகு தூரத்தில் அந்தச் சத்தம் எதிரொலித்துக் கொண்டிருந்தது. பல வண்ண மலர் வளையங்களும் பட்டாசு களும் வானத்தை நோக்கிப் பாய்ந்தன. இத்தனை மகிழ்ச்சி ஆரவாரத்துக்கிடையில் இப்போது முடிவுக்கு வரும் இப்பதிவை

எழுத மருத்துவர் ரியே முடிவு செய்தார். இதன் மூலம் அமைதி காத்தவர்களில் ஒருவராக இல்லாமல் நோய்க்குப் பலியானவர்கள் சார்பாக சாட்சியாக விரும்புகிறார். அவர்களுக்கு இழைக்கப்பட்ட அநீதி, அவர்கள் மீது தொடுக்கப்பட்ட வன்முறை ஆகியவை பற்றிக் குறைந்தபட்சம் நினைவுப் பதிவினையாவது செய்துவிட வேண்டும் என்று கருதுகிறார். மேலும், இத்தகைய பேரிடர்களின் மத்தியில் நாம் கற்கும் பாடம் என்ன என்பதையும் சொல்லிவிட வேண்டும் என்ற விருப்பமும் அவருக்கு உள்ளது. அதாவது, மனிதர்களிடம் வெறுப்பதைவிட, ஆராதிக்க நிறைய விஷயங்கள் உள்ளன.

எது எப்படி இருந்தாலும் இது இறுதி வெற்றியின் பதிவாக இருக்க முடியாது. இந்தக் கொடுமையை எதிர்த்தும், அதன் சக்தி வாய்ந்த ஆயுதத்தை எதிர்த்தும் தங்கள் சொந்தத் துயரங்களையும் தாண்டிப் புனிதர்களாக இல்லாமல் போனாலும், பெருந்தொற்றுக்கு அடிபணியாமல் தங்களால் முடிந்தவரை சிகிச்சையளிப்பவர்களாக இருக்க முயல வேண்டும் என்பதையும் என்னவெல்லாம் அதற்குச் செய்ய வேண்டியிருந்தது; இனியும் என்னவெல்லாம் செய்ய வேண்டும் என்பதையும் தெரியப்படுத்தும் பதிவாக இது இருக்க முடியும்.

நகரத்தில் எழும் மகிழ்ச்சி ஆரவாரத்தைக் கேட்கும் அதே நேரம் இந்த மகிழ்ச்சி எப்போதும் அச்சுறுத்தலுக்கு உட்பட்டது என்பது ரியேவின் நினைவுக்கு வருகிறது. மகிழ்ச்சியில் திளைத்திருக்கும் இந்தக் கூட்டத்துக்குப் புத்தகங்களில் உள்ள சில விஷயங்கள் தெரிந்திருக்க வாய்ப்பில்லை என்பதை அவர் அறிவார். அதாவது, பெருந்தொற்றின் நுண்ணுயிர் இறப்பதில்லை அல்லது முற்றிலும் மறைந்துவிடாது. மேசை, நாற்காலிகள், உடைகள் என அந்த நுண்ணுயிர் நம் படுக்கை அறைகள், நிலவறைகள், பெட்டிகள், கைக்குட்டைகள், பழைய காகிதங்கள் போன்ற இடங்களில் பத்து ஆண்டுகளுக்கு மேலாகவும் அது பொறுமையாகக் காத்திருக்கும் என்பதும் அவர்களுக்குத் தெரியாது. மக்களுக்குப் பாடம் புகட்டவோ அல்லது மனிதர்களின் துரதிர்ஷ்டம் காரணமாகவோ என்றாவது ஒருநாள் அந்த நோய் தன் எலிகளை எழுப்பி மகிழ்ச்சியாக வாழும் ஏதாவது ஒரு நகரத்தில் போய்ச் சாக அனுப்பி வைக்கும்.

# குறிப்புகள்

**டேனியல் டெஃபோ** *(c.1660–1731)* – (இப்புதினத்தின் தொடக்கத்தில் உள்ள மேற்கோளை எழுதியவர்) – ஆங்கில எழுத்தாளர். உலகப் புகழ்பெற்றப் புதினமான 'ராபின்சன் குருஸோ'வின் ஆசிரியர்.

## பகுதி I

| | |
|---|---|
| அல்ஜீரியா | – வட ஆப்பிரிக்க நாடு |
| ஓரான் | – அல்ஜீரியாவின் வடமேற்குப் பகுதியிலுள்ள துறைமுக நகரம். |
| புரோகோபியஸ் *(500–565)* | – பண்டைய கிரேக்க அறிஞர். |
| கான்டன் | – அமெரிக்காவின் கிழக்கு டெக்ஸாஸ் மாகாணத்திலுள்ள நகரம். |
| ஏதென்ஸ் | – கிரீஸ் நாட்டின் தலைநகரம். |
| மர்சேய் | – பிரான்ஸ் நாட்டின் தென்பகுதியிலுள்ள துறைமுக நகரம். |
| ஜாஃபா | – இஸ்ரேல் நாட்டின் தெற்குப் பகுதியிலுள்ள பண்டைய துறைமுக நகரம். |
| லுக்ரிஷியஸ் *(99BC – 55BC)* | – ரோம் நாட்டின் கவிஞர், தத்துவவியலாளர். |
| கறுப்பு மரணம் *(1346–1353)* | – 14ஆம் நூற்றாண்டில் ஐரோப்பாவைத் தாக்கிய இரண்டாவது பெருந்தொற்று. |
| பிரான்ங் | – பிரான்ஸ் நாட்டில், யூரோவுக்கு முன் பயன்படுத்தப்பட்ட பணம். |

# பகுதி II

| | |
|---|---|
| புனித ராக் *(c.1295–1327)* | – புனித ஆரோக்கியநாதர் அல்லது புனித ராக் என்று அழைக்கப்படும் இவர் ஒரு கிறிஸ்தவப் புனிதர். |
| புனித அகஸ்டின் *(354 AD–430 AD)* | – கிறிஸ்தவர்களால் பெரிதும் போற்றப்படுகின்ற தலைசிறந்த இறையியல் அறிஞர். |
| எக்ஸோடஸ் | – ‘புக் ஆஃப் எக்ஸோடஸ்’ என்று ஆங்கிலத்தில் உள்ள இந்த புத்தகம், தமிழில் ‘விடுதலைப் பயணம்’ என்று குறிப்பிடப்படுகிறது.இது விவிலியத்தில் இரண்டாவது நூலாக இடம் பெறுகிறது. |
| ஃபேரோ | – பண்டைய எகிப்து நாட்டின் மன்னர். |
| பொற்காவியம் | – ‘கோல்டன் லெஜண்ட்’ என்று ஆங்கிலத்தில் குறிக்கப்படும் காவியம். இது ஜாக்கோபஸ் தெ ஒராஜீன் என்ற இத்தாலிய வரலாற்றாசிரியர் தொகுத்த புனிதர்களைப் பற்றிய கையெழுத்துப் பிரதிகள் கொண்ட நூல். |
| லாம்பாடி | – இத்தாலி நாட்டின் வடக்குப் பகுதியிலுள்ள இடம். |
| ஹூம்பெர் *(1844–1900)* | – ஜனவரி 9, 1878 முதல் 1900ஆம் ஆண்டு அவர் படுகொலை செய்யப்படும்வரை இத்தாலி நாட்டின் மன்னராக இருந்தவர். |
| ரோம் | – இத்தாலி நாட்டின் தலைநகரம். |
| பவியா | – இத்தாலி நாட்டின் வடக்கு பகுதியில் அமைந்துள்ள நகரம். |
| லுசிஃபெர் | – விவிலியத்தில் சாத்தானைக் குறிக்கும் சொல். |
| கேயின் | – தொடக்க நூலில் (ஆதியாகமம் 1) குறிப்பிடப் படும் இவர், ஆதாம் – ஏவாள் ஆகியோரின் மூத்த மகன். |

| | | |
|---|---|---|
| சோடோம், கொமோரா | – | இந்த இரண்டு நகரங்களும் அந்நகரவாசிகள் செய்த பாவங்களுக்காக இறைவனால் அழிக்கப்பட்டன என தொடக்க நூல் குறிப்பிடுகிறது. |
| யோபு | – | பழைய ஏற்பாட்டில் வரும் யோபு நூலின் நாயகன். |
| அபிசீனியா | – | இந்நாடு தற்போது எத்தியோப்பியா என்ற பெயரில் அழைக்கப்படுகிறது. 'ஆப்பிரிக்காவின் கொம்பு' எனப்படும் இந்த நாடு, கிழக்கு ஆப்பிரிக்காவில் அமைந்துள்ளது. |
| மத்தியே மரே (1665–1737) | – | பாரீஸ் பாராளுமன்றத்தில் வழக்கறிஞராக பணியாற்றியவர். இவருடைய வரலாற்றுக் குறிப்புகள் முக்கியம் வாய்ந்தவையாகக் கருதப்படுகின்றன. |
| பான்டால் | – | பிரான்ஸ் நாட்டின் தென்கிழக்கிலுள்ள நகராட்சிப் பகுதி. |
| கான் | – | பிரான்ஸ் நாட்டின் பிரபலமான சுற்றுலாத் தலங்களில் ஒன்றான இந்நகரத்தில்தான் ஆண்டுதோறும் புகழ்பெற்ற கான் திரைப்படத் திருவிழா நடைபெறுகிறது. |
| பலே ரொயால் | – | பாரீஸ் நகரில் உள்ள சரித்திர முக்கியத்துவம் வாய்ந்த மிகப்பெரிய அரண்மனை. |
| கார் துய் நோர் | – | பாரீஸ் நகரின் வடக்கு பகுதியிலுள்ள உலகின் மூன்றாவது பெரிய தொடர்வண்டி நிலையம். |
| பாந்தேயோன் | – | பாரீஸின் புகழ்பெற்ற நினைவுச் சின்னங்களில் ஒன்றான இந்த இடத்தில்தான் பிரான்ஸ் நாட்டைச் சேர்ந்த பல அறிஞர்களின் கல்லறைகள் அமைந்துள்ளன. |
| அல்ஜியர்ஸ் | – | அல்ஜீரியர் நாட்டின் தலைநகரம். |
| மோந்தெளிமார் | – | பிரான்ஸ் நாட்டின் தென்கிழக்கிலுள்ள நகரம். |

ழான்தார்க் (C.1412–1431) – பிரஞ்சுப் படையைத் தலைமையேற்று வழி நடத்திய வீராங்கனையான இவர், கத்தோலிக்கப் புனிதர்.

## பகுதி IV

ஓர்ஃபியஸ் யுரீடிஸி – கிரேக்கத் தொன்மங்களில் சொல்லப்படும் துன்பவியல் காதல் காவியம்.

நாஸ்ட்ரடாமஸ் (1503–1566) – உலகில் நடைபெற்ற, நடைபெறவிருக்கும் நிகழ்வுகளில் முக்கியமானவற்றைப் பற்றிய கணிப்புகளைத் தன் படைப்பான, 'லெ ப்ரொஃபெஸி' என்ற புத்தகத்தில் பதிவு செய்தவர்.

புனித ஓதீல் (660AD–720 AD) – பெண் புனிதரான இவர், கண் நோய்களைத் தீர்க்கவல்ல சக்திபடைத்தவராகவும் பிரான்ஸ் நாட்டின் கிழக்கு பகுதியில் உள்ள அல்சாஸ் மாகாணத்தின் பாதுகாவலராகவும் போற்றப்படுபவர்.

டான் ஹூவான் – ஸ்பானிஷ் புராணக் கதைகளில் வரும் கதாபாத்திரம். இவன் பெண்களைக கவரும் ஒழுக்கமற்ற வாழ்க்கையை வாழ்பவன்.

கெய்ரோ – எகிப்து நாட்டின் தலைநகரம்.

பிரித்தானி – பிரான்ஸ் நாட்டின் வடமேற்கு பகுதியில் உள்ள இடம்.

வார்சா – போலந்து நாட்டின் தலை நகரம்.

லியோன் – பிரான்ஸ் நாட்டின் கிழக்குப் பகுதியில் உள்ள நகரம்.

பிரியான்ஸோன் – பிரான்ஸின் தென்கிழக்கு பகுதியில் உள்ள மிகவும் உயரமான நகரம்.

ஷமோனி – பிரான்ஸ் நாட்டின் கிழக்கு எல்லையில் அமைந்துள்ள சுற்றுலாத் தலம்.

ஹங்கேரி – மத்திய ஐரோப்பாவில் உள்ள நாடு.